Nam Dao

Bể Dâu

Tiểu Thuyết Lịch Sử

Người Việt 2014

Bể Dâu
Tiểu thuyết lịch sử
Tác giả: Nam Dao
Người Việt xuất bản lần thứ nhất tại Hoa Kỳ , 2014

Trình bày: Yến Nga và Uyên Nguyên
Bìa: Nguyễn Trọng Khôi

Tác giả xin chân thành cảm tạ các bạn Ăn Mày Văn Chương gồm Phan Huy Đường, Phạm Trọng Luật, Mai Ninh, Miêng và Chân Phương.

Hoàng Hải Học, Nguyễn Trọng Khôi và Trần Vũ, dưới nhiều hình thức khác nhau, giúp thực hiện bộ tiểu thuyết lịch sử này. Đặc biệt Liên Yến Nga đã nhẫn nại sống chung hòa bình ngay cả trước khi tác phẩm được thai nghén, và sau thì chia sẻ nỗi mang nặng đẻ đau trong những năm tháng chữ nghĩa dài dài.

Cùng một tác giả

- Ghềnh V, NXB Hội Nhà Văn và Phương Nam Book, 2013.
- Vu Quy, NXB Hội Nhà Văn và Phương Nam Book, 2013.
- Cõi Tình & Vu Quy, tiểu thuyết, NXB Văn Mới, California 2009.
- Trăng Nguyên Sơ, tiểu thuyết, 240 tr, NXB Lao Động và Trung Tâm Văn Hóa Đông Tây, 2008.
- Bể Dâu (tiểu thuyết lịch sử), 2 tập, 991 tr, NXB Văn Mới, California, 2007.
- Những con người, những bóng ma, bút ký, 250 tr,NXB Văn Mới, California , 2006.
- L'écho du gong, edition Aube, France, 2006.
- Trăng thuê ảo ảnh, (tập truyện), 190 tr, Nhà XB Hội Nhà Văn, Hà Nội, 2004.
- Đất Trời (tiểu thuyết lịch sử) , 420 tr, Nxb Văn Mới, California, 2002. tái bản ,404 tr, NXB Đà Nẵng, Việt Nam, 2007.
- Khoảng chơi vơi (Truyện và Ký), 242 tr, NXB ThiVan, 2001.
- Trong buốt pha lê (Tập Truyện), 219 tr, NXB ThiVan, 2001.
- Ba vở kịch, 232 tr, NXB ThiVan, 2000.
- Tiếng Cồng (tiểu thuyết), 182 tr, NXB ThiVan, 2000.
- Gió Lửa (tiểu thuyết lịch sử), 493 tr, NXB ThiVan, 1999.

Lỗ làng nước đục bụi trong
Trăm năm để một tấm lòng từ đây

Nguyễn Du

Ngỏ

Quốc gia nào cũng có Lịch Sử. Chỉ kể ra những biến động và sự cố, loại chính sử biên niên đơn thuần ghi lại lịch sử chết. Ngoài dòng chính sử, còn có phần lịch sử hình thành qua khả năng tưởng tượng, óc phán đoán, và sự cảm nhận từ quá khứ những vấn đề của con người và xã hội hiện vẫn tồn tại. Ở đây, biến cố lịch sử trở thành đối tượng đem soi dưới lăng kính chủ quan, nhào nặn lại để rồi, qua ngòi bút người viết, thành tiểu thuyết. Soi rọi vào những vấn đề nhân quần xã hội và thân phận con người trong quá khứ là truy lùng sự sống tàng ẩn trong lịch sử. Lịch sử đó là lịch sử sống. Nó tạo được khả năng nhìn vào tương lai dưới một góc độ có ý thức.

Toàn bộ tiểu thuyết lịch sử sau đây, sắp xếp theo trình tự thời gian, gồm:

Đất Trời, thời gian dân ta giành độc lập từ tay nhà Minh vào thế kỷ 15.

Gió Lửa, giai đoạn Trịnh tàn-Lê mạt, rồi cuộc khởi nghĩa Tây Sơn cho đến đầu đời nhà Nguyễn cuối thế kỷ 18.

Bể Dâu, 2 quyển, kể lại một số biến động đã tạo ra những bước ngoặt trong thế kỷ 20, đã và đang còn là những vấn nạn của lịch sử cận đại.

Trong bộ tiểu thuyết lịch sử này, mọi nhân vật, kể cả những nhân vật có thật trong chính sử, đều là những nhân vật tiểu thuyết, thế cách tác giả đối thoại với lịch sử. Thậm chí tác giả không câu nệ bất cứ điều gì, kể cả đôi khi cưỡng bức lịch sử để thai nghén ra tiểu thuyết.

Tiểu thuyết lịch sử chẳng chỉ nhằm mua vui mà còn chuyên chở hoài bão đào sâu một số suy tư về quá khứ. Những trang sử được tái tạo trong tiểu thuyết này là chiến tranh ròng rã, thứ ác nghiệp đang còn rình rập ẩn náu chỉ đợi cơ hội là lại làm cho lệ rơi máu đổ. Tại sao? Dĩ nhiên, yếu tố tình cờ có, yếu tố khách quan có. Nhưng lịch sử vẫn là, nói cho cùng, sản phẩm của những con người cảm nhận, suy tư và hành động trong một hệ hình văn hoá nhất định. Đó là, ta thường gọi gọn, văn hóa. Tránh một xã hội ruỗng rã trong bạo lực, ta không thể không đặt cả cái hệ hình văn hoá đó lên bàn giải phẫu để suy ngẫm, hội chẩn và rồi cắt bỏ những phần nhiễm độc trong tâm thức. Chỉ có như vậy, tương lai mới phần nào rõ nét ngõ hầu hiện tại cưu mang được hy vọng tiếp tục sống còn.

Quebec, 29/3/2014
Chỉnh sửa cho ấn hành Người Việt
20-04-2014

NAM DAO

Bể Dâu

Bể Dâu (quyển I)

Bể Dâu (quyển II)

Bể Dâu

(quyển II)

Dẫn

*T*rải qua một cuộc bể dâu
        Những điều trông thấy...

đều là những mảnh sắc một tấm gương vỡ từ những bối cảnh lịch sử.

Bể Dâu gồm hai quyển. Quyển I chia làm 2 phần: CHỚP BỂ, thời gian từ đầu những năm 30 cho đến đầu năm 47, từ Khởi Nghĩa Yên Bái cho đến Tuyên Ngôn Độc Lập và kết thúc với cuộc tái xâm lăng của thực dân Pháp vào cuối năm 1946. Phần 2, BA ĐÀO, thời gian từ năm 50 đến năm 63, miền Bắc can qua Cải Cách Ruộng Đất, Cải Tạo Công-Thương Nghiệp, rồi Nhân Văn Giai Phẩm và quyết định của miền Bắc xâm chiếm miền Nam qua con đường chiến tranh bạo lực. Quyển II, cũng có 2 phần: MÙA RỪNG ĐỘNG thuật lại một vài nét tứa máu của cuộc tương tàn cho đến khi Hiệp Định Paris ký kết, và BỜ DÂU, từ năm 75 cho đến năm 90, kể chuyện sống còn của những mảnh đời oan khiên còng lưng dưới gánh nặng lịch sử của một đất nước đầy thù hận tai ương.

Thuộc thể loại tiểu thuyết lịch sử, truyện kể về những mảnh nhọn hoắt cứa vào biết bao nhiêu thân phận oằn gánh oan khiên sau những đổi dời. Nhưng sức sống vẫn đưa những con người không may vượt qua mọi gian khổ, tìm đất lành đặt chân, vẫn không quên mình còn một gốc gác chung, và nếu hóa giải được hận thù thì biết đâu chẳng có một tương lai để cùng chia sẻ.

Mượn một câu thơ Tô Thùy Yên, thôi thì

chút rượu hồng đây xin tưới xuống
giải oan cho cuộc bể dâu này...

để chúng ta cùng giữ một niềm tin, rằng sau dâu bể, những cánh chim biết bay sẽ về đậu nơi thôi sóng gió.

2-06-2006
Chỉnh sửa 20-04-1014

MÙA RỪNG ĐỘNG

14

TUYỆT TÌNH

Đoàn xe từ Huế đổ đèo như một con trăn rừng ngoằn ngoèo trườn xuống biển. Quảng Trị thất thủ, Huế nay thành mục tiêu quân sự của lính Bắc, dân nhốn nháo chạy loạn. Mặc cho ông tướng bốn sao Ngô Quang Trưởng thề sẽ tái chiếm Quảng Trị, số người chạy xuống Đà Nẵng ngày một nhiều. Tin đồn về chuyện hai bên cắm cờ tranh đất trước khi Hội Nghị Paris tái họp tháng bảy tới khiến có người quả quyết chỉ trong ngày một ngày hai Bắc Việt nhất định sẽ tấn công. Không ai nhắc, thảm kịch Tết Mậu Thân lại đánh thức những hồn ma cách đây chẳng lâu.

Nhìn những chiếc xe vòng lưng đèo, anh tài ê a, đất đai, cũng có định mệnh của nó. Cứ xem cái đèo Hải Vân này. Giữ được đèo thì muốn ra Bắc hay vô Nam đều dễ dàng. Chả thế mà phải mất gần sáu năm vua Trần Anh Tông mới điều đình được với Chế Mân nước Chiêm đánh đổi Huyền Trân công chúa lấy hai châu Ô, Lý. Liếc nhìn sang, anh tài hỏi:

- Trung Úy biết chuyện Huyền Trân với Trần khắc Chung chớ hi? Hò ớ ... ai mang cây quế ..mà bỏ...giữa rừng. Để cho thằng Mán thằng Mường nó ơ à nó leo... Hò ớ ơ...

Nhân gật, chỉ tay về phía trước, miệng nói, lên đèo rồi, cẩn thận nghe! Dứt tiếng hò, anh tài làm lơ, cười hà hà, tiếp:

-Vậy nên cái trục Huế - Đà Nẵng hoạn nạn dữ lắm. Tài mệnh tương đố mà. Còn con người, ai cũng có định mệnh người nấy, muốn cải muốn đổi cũng chẳng đặng.

Anh tài bóp còi, bẻ cua, bên cạnh là bờ vực nhìn xuống sâu đến chóng mặt. Anh hềnh hệch, thiệt đó, "ổng" kêu ai, người nấy dạ thôi à! Lúc "ổng" kêu, là vì hai cõi âm dương mất thăng bằng. Linh hồn người ta mỏng manh nhưng cũng có chút xíu trọng lượng. Từ ngày khai thiên lập địa, thằng ác xuống địa ngục rồi luân hồi thành chó ngựa thì hổng tính. Nhưng trên kia cà, anh tài chỉ tay lên trời, khi mà nhẹ quá là phải thêm vô. Muốn vậy, bắt chết rồi tuyển lựa người ăn ở có đức có nhơn cho lên, như tuyển lựa tài tử đó. Vậy là "ổng" kêu! Khi hai cõi âm dương mất thăng bằng quá lố, "ổng"chơi xả láng, làm cái dịch tả, dịch hạch. Nếu gấp gáp, "ổng" chơi cho cái dịch người.

- Cái chi là dịch người? Nhân thắc mắc.

- Thì chiến tranh mà, Trung Úy ...

Nhân liếc mắt ngó xuống vực:

- "Ổng" chưa kêu thì đừng thưa vội nghe!

Anh tài tỉnh bơ:

- Chưa kêu mà dạ liền "ổng" cũng chẳng nghe, ăn thua gì. Số mệnh mà!

Lên tới đỉnh đèo, anh tài ngừng xe nghỉ xả hơi, nhân dịp đến lơn vơn tán tỉnh cô bé bán cà phê. Lững thững bước đến bờ vực cạnh cái lô-cốt thấp thoáng bóng lính canh, Nhân nhìn ra xa. Biển xanh ngắt chạy tít tắp đến cuối tầm mắt trong ánh nắng chói chan dần xuống mặt đất khô rang cái nóng bỏng da cháy thịt. Phía dưới, hàng quán lao xao. Đám người phần lớn là đàn bà trẻ con, tay xách nách mang, níu lấy nhau ơi ới kêu, ơi ới gọi. Xe hàng cả đoàn, cái đỗ dọc cái đỗ ngang, trên mui ăm ắp những túi vải, rương, hòm, bàn ghế. Lơ xe tất tả chạy tới chạy lui, hò hét cho xe de, giục hành khách lên, gây nhau, chửi tục ầm ĩ.

Lòng bỗng nóng như lửa đốt, Nhân vẫy anh tài, làm dấu lên đường. Dọc quốc lộ 1, những người chạy loạn đi từng tốp sau đoàn xe bò, xe ba gác, xích lô...cái nào cái nấy chất đầy mùng mền, xoong nồi, chén bát. Thỉnh thoảng, trên không máy bay xẹt ngang, bỏ lại đằng sau một giải khói trắng loãng dần rồi biến mất. Tiếng ầm ì vẳng lại, nhưng không thể là tiếng sấm báo mưa mùa hè mà là tiếng máy bay F-104 và A-4 của Mỹ chắc đang thả bom ở phía bắc Quảng Trị. Không khí bất trắc hằn trên những nét mặt thất thần, cử chỉ hốt hoảng bất thường, và nhất là tiếng khóc tỉ tê của những kẻ tiếc cửa tiếc nhà.

Anh tài rồ máy, bóp còi liên tục nhích xe lên trên con đường người qua kẻ lại lơ ngơ như bị hớp hồn. Nay trên bờ sông Hương toàn người là người. Dân chạy giặc cắm lều tạm trú trên những bãi đất ven sông, ngẩn ngơ nhìn qua hàng rào thép gai chung quanh có Hiến Binh và Cảnh Sát đứng gác. Lâu lâu, những chiếc xe Quân Cảnh vùn vụt lao đi trong tiếng còi hụ hốt hoảng. Huế dịu dàng trong trí nhớ Nhân ngày hôm nao không còn nữa. Bây giờ, chỉ có Huế đang thất thần, Huế của thời binh lửa vặn mình mê sảng. Xe vào đại lộ Hùng Vương. Anh tài hỏi đường. Nhân bảo, cứ đi thẳng. Thấy cầu Tràng Tiền thì quẹo trái, men sông một chặp sẽ gặp đường Nguyễn Trường Tộ cắt ngang. Nhân tiếp:

- Khúc quẹo đó có khách sạn ngay đầu đường! Anh ngừng xe cho năm phút, tôi vào thuê phòng rồi ra ngay, ta đi tiếp....

*

Nhảy xuống chiếc Jeep bánh sệt bùn đất, Nhân đợi anh tài quay xe, vẫy tay ra dấu tạm biệt. Băng qua đường, Nhân nhướng mắt nhìn số trong khu nhà dòng Chúa Cứu Thế trước khi qua cầu Phủ Cam. Để ba lô xuống vỉa hè, Nhân rút cặp kính đen bỏ túi, máu rần rật dồn lên mặt. Cũng vẫn khung cảnh này mùa hè năm đó. Sát lề đường, bà già ngồi, trước mặt cái tủ kính con con trong xếp những bao thuốc lá. Xa xa, cây thập tự nóc nhà thờ bạc thếch màu nắng cắm chênh vênh nhô trên thoải dốc vòng đường chân trời. Nhân nuốt nước bọt, tay vịn vào thân cây sù sì, không thấy vui, không thấy buồn, nhưng lòng gờn gợn một niềm ngậm ngùi khó hiểu. Nhân tự hỏi, có thật mọi sự đã an bài? Như thế, sao mình lại đến đây? Đến, để tìm gì? Nhân bật một tiếng cười khan, nhớ lời anh tài khi đổ đèo Hải Vân. Ừ thì cứ coi như thân ai phận nấy đã được xếp theo một thứ định mệnh!

Lắc đầu xua những câu hỏi quẩn quanh, Nhân hít một hơi thật sâu, mím môi lách vào con hẻm dẫn lên cầu thang. Bấm chuông, Nhân lột chiếc nón đỏ trên đầu ra cầm tay. Tiếng dép nhựa lạch xạch lết trên nền đá lát. Tiếng vặn ổ khóa. Cửa hé mở. Rồi tiếng reo:

- Trời đất! Con! Con đó hỉ. Vô nhà đi con...

Bà cụ nắm tay Nhân kéo, miệng tiếp tục la lớn:

- Ánh ơi, Ánh, lên mau, coi ai nè!

Một bóng áo trắng thoắt hiện cạnh chiếc tủ chè kê ven lối đi. Nhân bỏ ba lô xuống nền nhà, nước mắt bỗng rưng rưng. Ai đây? Ai đang nắm lấy tay mình. Bàn tay nhỏ nhắn, run rẩy, mơ hồ. Những ngón thuôn dài hững hờ tựa sợi tơ chao trong gió sớm bất chợt víu chặt tay Nhân như bám một mảnh ván trôi sông. Rồi tiếng kêu, răng mà chừ anh mới tới! Và đôi mắt sâu thẳm. Đôi mắt một thoáng như dại ra, long lanh lệ sau hàng mi cong chớp lên rồi khép lại. Nhân nhìn những

21

giọt nước mắt vừa ngọt ngào vừa oán trách. Không hiểu sao, trong lòng chàng vẳng lên câu hát ôi mắt em xưa, có sầu cô quạnh khi gió thu về rờn rợn nước sông!

Dao Ánh. Cô sinh viên văn khoa Ngô thị Dao Ánh cách đây bốn năm vẫn đợi Nhân và Thuyết ở Công Trường con Rùa nhìn xéo qua nhà thờ Đức Bà. Vẫn áo trắng, vẫn để mái tóc buông lơi trên vai, vẫn chớp hàng mi cong dài, vẫn nhìn lên ngỡ ngàng? Nhân lùi một bước, cố nhếch môi cười. Không! Bây giờ, mắt nàng đã có đuôi. Và nàng nay nhìn xuống. Bên khóe miệng, một vết nhăn dài chập chờn định hình. Nàng cắn môi, không hé cười khoe chiếc răng khểnh. A, đâu rồi nụ cười hồn nhiên những ngày xưa chưa nhuốm đau thương. Nàng nhìn, mắt vẫn sâu hun hút. Ôi mắt em sâu, có sầu cô quạnh, khi gió thu về...Cũng là khi Nhân bỏ hết tiền dành dụm ra mua một sâu hạt trai làm quà cưới cho Ánh. Kèm vào là một câu chúc tụng nhạt nhẽo. Chúc Ánh và Thuyết trăm năm hạnh phúc. Món quà gửi đi, và Ánh hồi âm, cám ơn Nhân, viết *trăm năm thì ngắn*...Nàng chấm ba chấm ở đấy, hẳn để vang vọng vế thơ cổ ...*một ngày dài ghê*.

Mạ Ánh nói, giọng có chút trách móc:

- Con vô rửa tay cho khỏe, rồi ăn cơm trưa! Sao lúc trước con không về ăn cưới em Ánh?

Đúng lúc đó có tiếng trẻ con khóc ở phòng trong. Ánh giả không nghe mạ hỏi Nhân, quay mặt đi vào. Lắng tai nghe tiếng đứa bé, mạ Ánh lắc đầu, kêu con nhỏ mấy ngày rồi quặt quẹo, chiều nay phải đưa lên chùa xin mấy Sư chẩn bệnh. Kéo tay Nhân ngồi xuống chiếc ghế tràng kỷ, bà rót nước trong phích vào bình trà, miệng hỏi tin chiến sự. Thấy hàng xóm rục rịch tính chạy về Đà Nẵng, bà bùi ngùi, than nhà nay chỉ hai người đàn bà và một đứa trẻ còn phải ẵm, thời loạn chẳng biết bấu víu vào ai. Nhìn lên bàn thờ trên có bức ảnh cha Ánh, tròng mắt bà ươn ướt, buột một tiếng thở dài. Nhân thắp hương, cắm vào bát gạo đã đầy tàn, chắp tay, nhắm mắt tưởng đến một người quá cố Nhân gặp qua đôi lần khi đến thăm Huế cách đây sáu năm. Ánh ẵm con ra, ngượng ngịu nhìn Nhân, miệng nựng, bé Quỳnh ra chào bác đây. Ngồi xuống, Ánh đưa con vào tay Nhân, ngập ngừng:

- Anh coi nó giống ai?

Đỡ lấy con bé, Nhân giơ nó lên ngắm. Nó ưỡn mình, chân đạp, miệng lại cất tiếng khóc. Đưa trả cho Ánh, Nhân lấy giọng tự nhiên, đùa:

- Cứ khóc thế này thì chắc giống mẹ...

Ngước nhìn Nhân, Ánh không đáp, cười bằng mắt. Nàng ôm con dỗ dành, vừa đứng lên thì mạ Ánh đi ra giang tay đón. Đứa bé chúi người theo bà ngoại, hẳn vì có người lạ. Mạ Ánh nói, các con cứ ngồi nói chuyện, mạ vừa sửa soạn cơm nước, vừa trông cháu.

*

Tiếng khóc của bé Quỳnh khiến Nhân ý thức rõ ràng là cái thời chàng gọi là ngày xưa đó đã thực sự qua đi như con diều đứt dây chúi xuống trong gió lộng. Cái ngày xưa ấy, bộ ba Ánh, Thuyết và Nhân

23

cùng mới vào đại học. Thuyết học chứng chỉ Sinh-Lý-Hóa SPCN, Ánh ban Triết văn khoa và Nhân, học dự bị Y khoa. Ánh và Thuyết quen nhau ở Huế, cùng vào Sài Gòn. Bộ ba gặp nhau lần đầu ở Chùa Xá Lợi trong một buổi thuyết pháp. Nhân tò mò muốn xem không khí đấu tranh của phật tử. Còn Ánh và Thuyết, có lẽ họ tìm kiếm lại dư âm của chùa Từ Đàm trong những ngày «Phật xuống đường» phản đối Ngô Đình Cẩn. Ngày đó, ai cũng có pháp danh mang hơi hướm cửa Thiền. Đã dăm ba lần thấy Nhân trong giảng đường đại học, Thuyết mim cười làm quen, tự giới thiệu rồi hỏi:

- Anh là...?

- Tôi là Phêrô Phan Thượng Nhân.

Nhân thừa biết đèo tên thánh vào thế nào cũng làm những Phật tử giật mình. Quả thật, bên cạnh Thuyết, Ánh sững người ngạc nhiên.

- Anh... công giáo cũng vào chùa à?

- Vâng, tôi đang ở trong sân chùa. Nhân đáp, cảm thấy vui vui, cố tình trêu cô gái.

Nhưng rất hồn nhiên, Ánh mím môi hỏi ngay:

- Anh đi do thám?

Câu hỏi của Ánh, Nhân nhớ mãi, không giấu được chút hằn học của một phật tử đang tranh đấu khiến Nhân phá lên cười, đáp:

- Tôi không phải là gián điệp Z28 vượt tuyến đâu!

Đến lượt Ánh gập người bưng miệng cười rũ rượi.

Họ trở thành bạn. Ở tuổi mười tám, ai nấy bước vào đời sống bằng những bước chân ngây ngô của những con hoẵng mới lớn. Cả ba dường như không chú ý lắm đến sự kiện Vịnh Bắc Bộ, cũng không để ý đến tin tổng thống Johnson ngỏ ý biếu Hồ Chí Minh năm tỉ đô-la, hay tin Phạm văn Đồng từ chối và đáp lại trong bản đề nghị bốn điểm về nguyên tắc dân tộc tự quyết đăng trên trang nhất các nhật báo Chính Luận, Tự Do... Chiến tranh tuy gần, nhưng còn xa thành phố, và rất lạ lẫm với thị dân. Hồn nhiên, cả ba đi uống nước mía Viễn Đông, xem ciné buổi trưa ở Rex hạ giá cho sinh viên, ăn bò khô, bò bía, trao đổi với nhau những ước mộng tương lai. Ánh khi xong cử nhân, sẽ tìm chỗ dạy học. Ở đâu cũng được nhưng tốt nhất là Huế, Huế thơ, Huế mộng, Huế của những tà áo trắng Đồng Khánh. Thuyết bảo, để xem, sang năm thi lại vào trường Y, hay Nha, và cùng lắm thì học Dược. Còn Nhân, Nhân sẽ thi vào Quân Y. Mười chín tuổi, lương chuẩn úy. Thỉnh thoảng mới mặc quân phục, cầu vai đỏ có con rắn vàng, khỏi phải đi kèm trẻ em tại tư gia. Và có thể "thoát ly", ra thuê nhà với dăm thằng bạn, khỏi phải về ngửa tay xin tiền gia đình.

Ánh là người đưa đẩy Nhân phiêu du vào văn chương nước ngoài. Không như Nhân, nàng đọc tiếng Pháp khá chạy, chỉ cần một quyển từ điển bỏ túi loại nhỏ, thỉnh thoảng mới chép miệng phàn nàn. Còn Nhân, thú thật, Nhân đánh vật với những Le Mythe de Sisyphe, với L'étranger của Camus. Nhưng vì tự ái, chỉ

25

năm sau là Nhân mò mẫm với tay đụng đến cả Les Mots của Sartre. Mốt thời thượng kiểu hiện sinh, con trai để râu tóc lởm chởm, uống rượu và hút thuốc. Con gái thì tập tễnh nữ quyền. Ánh hồn nhiên giúi vào Thuyết cuốn Le Deuxième Sexe, bảo đây là của bà Beauvoir, nhờ bà mà phụ nữ đã được đi bầu, có quyền và bình đẳng với phái nam, kể cả ở Huế, Huế của những mệ, những o còn ép mình trong nếp sống trói buộc của một thời phong kiến đã qua. Thuyết cười. Nhân biết nó yêu Ánh. Nó vào Sài Gòn học là để theo nàng, chứ SPCN thì học ở Huế cũng được!

Thời đó cả ba hay tranh luận, vừa kháo chuyện văn chương, vừa châm trích nhau. Đôi lúc tức quá Ánh đỏ mặt, bật khóc. Những lúc ấy Nhân nhường cho Thuyết ân cần dỗ dành, rồi cả ba lại quấn lấy nhau dưới những lùm cây của hàng cà phê ven đường hay trong khuôn viên Đại Học. Nhưng rồi một tối, Thuyết đến tìm Nhân, mắt đỏ hoe, ngồi im, tay bưng lấy đầu. Hỏi mãi, Thuyết mới nói, Ánh giận. Tại sao? Thuyết kể, nghe một người quen khen, Thuyết mua tặng cho Ánh một cuốn sách. Tuần sau gặp lại, Ánh vứt cuốn sách xuống đất, nước mắt ứa ra, chỉ nói, bộ anh khi tôi lắm hẳn, rồi quày quả bỏ đi. Từ đó, Thuyết đến tìm, nhưng nhất định Ánh không tiếp. Nhân mượn Thuyết cuốn sách, có cái tên rất hiền lành, là Nhật Ký. Đọc xong và đoán ra cớ sự, Nhân vừa buồn cười vừa thương hại Thuyết. Mang sách đến nhà Ánh, Nhân hỏi:

- Sao Ánh lại giận Thuyết?

- Thì ra hắn nói với anh như vậy à? Mặt Ánh đỏ lên, môi mím lại. Khi Nhân chìa cuốn sách ra, Ánh tiếp - hắn coi em không ra gì, mang cái thứ sách rẻ tiền kích dâm tới cho, chắc hắn tưởng em là loại gái hoang đàng!

Nhân cố nín cười, im lặng. Không nhẫn nại thêm được nữa, Ánh nguýt, giọng hờn dỗi:

- Hắn nhờ anh làm thuyết khách hỉ?

- Không! Anh đến vì... Vì thấy Ánh bất công!

- Bất công? Giọng ngạc nhiên, Ánh găng lên - bất công làm sao? Anh có đọc nó chưa, Ánh chỉ cuốn sách, mặt hầm hầm.

Nhân gật, hỏi lại, thế Ánh đã đọc chưa? Trề môi, Ánh ngúng nguẩy:

- Đọc chục trang, biết ý đồ của hắn, thôi không thèm đọc tiếp!

- Ánh đọc sách để biết ý đồ của kẻ tặng sách? Để cuốn sách lại đây cho Ánh đọc để Ánh tìm hiểu Anais Nin. Câu chuyện tình giữa Miller và Anais Nin có thật. Và họ..là thế đấy. Văn chương bà ta đầy ắp những đam mê nhục cảm. Vì bà đã sống hết mình, sống thật! Hiện tồn trước, bản thể sau, không phải xưa nay Ánh thích câu tuyên ngôn đó sao?

Mươi ngày sau, Nhân gặp Ánh và Thuyết ở cửa trường Văn Khoa. Ánh tíu tít, khoe, em theo lời anh, đọc cuốn sách đó rồi. Thuyết không nói năng gì, làm mặt tỉnh, lảng nói sang những chuyện đâu đâu. Rồi từ đó, hình như Thuyết tránh mặt Nhân. Một hôm, Ánh đến tìm Nhân, mặt buồn buồn, chỉ bâng quơ dăm ba chuyện văn chương rồi ra về. Khi tiễn Ánh ra đầu ngõ, Nhân choáng người nghe Ánh hỏi, giọng có chút hoảng hốt, tình yêu là cái gì, hở anh? Không ngoái lại, Ánh rồ chiếc Velo Solex, tà áo trắng phất phơ trong làn sóng xe trùng trùng xuôi về bùng binh Thánh Gióng.

*

Chỉ còn hai người, Nhân mới thấy cái khoảng trống giữa mình với Ánh. Chàng bỗng nhiên tê cứng, mất khả năng nói dù chỉ một câu để đánh cho vỡ ra sự im lặng đớn đau. Bao nhiêu những lời Nhân đã nghĩ trước để nói với Ánh thình lình bay biến như gió vô tăm. Trước mắt chàng, Ánh bằng da bằng thịt, chứ không phải Ánh trong những cơn nửa mê nửa tỉnh. Với tay, là tới, nhưng Ánh ơi, sao mà diệu vợi. Mái tóc bỏ lửng trên đôi vai thon gầy khơi gọi một vòng tay bảo bọc bỗng chốc nhập nhòa trước mặt. Giữa nàng và Nhân, là Thuyết. Nếu không có một người thứ ba, liệu chàng sẽ ôm đôi vai gầy kia vào vòng tay mình, cho dù chỉ trong một giây một phút? Miệng đắng chát, Nhân ngập ngừng:

- Ánh viết thư, nói thế là cả năm nay bặt tin Thuyết...

- ...

- Còn đám bạn Thuyết, Ánh đã đi hỏi ai chưa?

- Mấy anh "nhảy núi" đi luôn, đâu có ai về sau Mậu Thân. Ánh thở dài - mà dẫu về thì cũng phải lén lút, hỏi thế nào được.

- ...

- Anh ở Huế bao lâu?

- Hai hôm thôi. Sáng thứ hai, lên đường đi Quảng Trị!

Ánh thở ra nhè nhẹ, nhìn Nhân trong bộ quân phục, chép miệng nhưng không nói gì. Lát sau, nàng bật miệng:

- Nghe nói đánh lớn lắm, người chết chôn không kịp!

Gật đầu, Nhân trấn an:

- Nhưng là bác sĩ, chắc là đi đàng sau, ít nguy hiểm!

Ánh gượng cười, nói vào:

- Chắc vậy!

Bất ngờ, không biết động lực nào thôi thúc, Nhân buột miệng, thốt:

- Nếu... nếu Thuyết không bao giờ trở về...

Ánh vội đặt tay lên miệng Nhân, không để chàng nói tiếp. Nàng đứng dậy, vùng lên đi ra sau, dặn với lại:

- Ánh giúp mạ dọn cơm nghe!

Mươi phút sau, tiếng dép nhựa kéo lê từ bếp lên nhà trên. Rồi tiếng bé Quỳnh ô ê ngọng nghịu. Mạ Ánh

29

nói với cháu, coi chừng, bước qua ngưỡng cửa kẻo té đó. Bữa trưa đơn giản, nhưng Nhân ăn rất ngon miệng. Mạ Ánh gắp thức ăn vào bát cho Nhân, miệng kể lại thời xưa Nhân đến chơi, rồi lại nhắc Thuyết. Ánh không nói gì, chỉ lẳng lặng bón cho bé Quỳnh, thỉnh thoảng đưa mắt nhìn Nhân.

*

Sau bữa cơm trưa, mạ Ánh giục mọi người đi nghỉ trước khi lên chùa. Nhân nằm trong phòng khách, cố nhắm mắt, lòng bất định. Phòng bên, thỉnh thoảng bé Quỳnh bật khóc, lẫn vào tiếng Ánh cất lên ru con, giọng nhừa nhựa mê hoặc:

Thuyền từ Đông Ba, thuyền ra Đập Đá,
thuyền xuôi Vĩ Dạ, về ngả Ba Sình
Lờ đờ bóng ngả trăng chênh...

Nhân thả mắt nhìn lên. Không có bóng trăng treo trên chiếc kèo ngang trần nhà. Chỉ dăm ba con thạch sùng cong đuôi đang bò vào những hốc tối. Thình lình, chúng tụ lại ở một góc tường mé trái, nơi đối diện với ban thờ. Một con, hai con. Rồi cứ thế, ba , bốn...cho đến khi chúng lúc nhúc có cả chục, cả trăm. Con đầu đàn, có lẽ thế vì nó một mình xông về phía Nhân, ngóc đầu, quẩy đuôi, dương cặp mắt đen nháy nhỏ như hạt đỗ nhìn tròng trọc. Cặp mắt to lên, trương phềnh, lồi ra như mắt những con cóc, đỏ hon hỏn sắc máu. Con thạch sùng phồng mình, mỗi lúc một giống những con cá sấu. Đằng sau nó, những con khác lừ đừ tiến theo, hình thế cứ lớn dần, miệng há rộng, răng sắc nhọn nhe lởm chởm. Con đầu đàn nói tiếng người, quát mi không được thế! Nhân ấp úng, không được cái gì? Mi không được yêu. Người ta đã chồng con. Cũng tại mi, xưa mi nhút nhát, hèn hạ. Bây giờ, mi đốn mạt. Con đầu đàn hả miệng táp vào đầu Nhân. Phản xạ khiến Nhân kịp lùi lại tránh. Cả đàn lúc nhúc cùng một lúc đập đuôi, bụi mù lên, tiếng đập chát chúa xoáy vào tai như tiếng súng. Chúng chia nhau vây bủa lấy Nhân. Vùng lên, Nhân cắm cổ vừa chạy vừa kêu cứu. Khi Nhân mở mắt, Ánh ngồi bên, đang lay Nhân dậy. Ánh đứng lên khi bé Quỳnh chạy ra ôm cổ mẹ.

*

Xế trưa, hai bà cháu bé Quỳnh ngồi đợi lượt mình giữa đám người chờ chẩn bệnh trong một căn phòng rộng nằm góc sân chùa. Nhân và Ánh ra ngoài. Mặt trời ngả về Tây, nắng bớt rực, nhưng không khí vẫn hừng hực một cơn sốt chưa hạ. Ánh im lặng, quay mặt về phía núi xa xa. Nhìn từ sân chùa, Tam Thai gồ lên như lưng một con gấu cúi xuống mang cái nặng nhọc của những ngày tháng chập chờ viễn tượng binh lửa.

Tam Thai là nơi cách đây gần sáu năm, cũng vào lúc nắng xế trên những tàn cây cuối cánh rừng tít tắp tả ngạn sông Hương, Nhân nhắm mắt để gió thổi những sợi tóc Ánh bay lên vuốt ve mặt mũi. Lạy chúa Ba Ngôi, Nhân thầm khấn, xin Người tiếp tục làm gió, cho cái ân phúc kia dài suốt một đời. Ánh quay lại, tay đưa lên giữ mái tóc, miệng nhỏ nhẻ, gió hung, anh hỉ? Nhân im lặng. Ánh làm vẻ hờn dỗi, trề môi, nói chi

31

cũng không ưng, gió rứa mà không hung ư? Nhân gật,
tâm thức mơ hồ văng vẳng, gió có thể nào đi chăng
nữa thì gió cũng đã đưa những sợi tóc kia buộc anh
vào em từ phút này cho đến mai sau. Nhưng Nhân
không mở miệng nổi, dẫu đó là điều Nhân cảm thấy
hiển nhiên như chính sự sống của mình. Ánh dường
như chờ đợi. Nàng quay lại nhìn Nhân. Gió hung thiệt,
Nhân thốt lên, ngớ ngẩn. Trong mắt Ánh thoáng có
chút gì thất vọng. Nàng làm bộ phá lên cười. Rồi nàng
đứng lên dõi theo một ánh nắng, miệng gọi Thuyết.
Ngay đó, Thuyết xuất hiện, tay xách máy chụp hình,
miệng kêu, Ánh, đứng yên để bấm một pô. Cứ thế,
Thuyết miệng khen lúc thì cặp mắt, khi thì cái dáng
người, tay bấm máy lách tách. Lát sau, Thuyết đến bên,
nhờ Nhân chụp cho Thuyết và Ánh. Nàng lại cười,
chiếc răng khểnh ánh lên dưới nắng. Và khi Ánh bảo,
anh Nhân à, chụp với em một kiểu, Nhân cảm thấy nổi
lên trong lòng một thứ ghen tuông vô cớ. Chàng ấm
ức, khủng khẳng lắc đầu, nói mình không ăn ảnh. Ánh
nhắc lại, kỳ ghê, nói chi cũng không ưng...Nhân lại lắc,
nhưng bây giờ tự giận mình vô cùng. Giận đến độ chỉ
muốn đâm đầu vào khoảng không trống hốc từ đỉnh
núi xuống đến quán nước nằm chơ vơ dưới chân núi.

Bỗng đâu như ngày xưa gió thốc lên, cây trong sân
chùa xào xạc lá. Ánh giữ vành nón, miệng bâng quơ,
lại gió. Câu nói thoảng qua kéo Nhân quay về thực tại.
Gió thổi và tóc Ánh bay, lại vướng vào mặt vào mũi
Nhân, như câu Ánh hỏi ngày nào. Sau Tết Mậu Thân,
Ánh đến nhà Nhân tìm, để mảnh giấy báo, gia đình em
có chuyện không may, em phải về Huế ngay. Là sinh

viên Quân Y, Nhân bị cấm trại. Việt Cộng đang đánh
toà Đại Sứ Mỹ, chiếm hụt Đài Phát Thanh, bao vây
Tổng Nha Cảnh Sát, tấn công vào cổng số 4 Bộ Tổng
Tham Mưu. Trong Chợ Lớn, đang đụng độ khốc liệt.
Vì thế, khi Nhân cầm thư Ánh tất tả đi tìm thì Ánh đã
rời Sài Gòn. Tháng sau, Ánh viết báo tin cha Ánh chết.
Đạn không có mắt, ghim vào ngực ông, một người hiền
lành làm công chức loại không vai vế trong sở Bưu
Chính gần chợ Đông Ba. Rồi thư qua thư lại cho đến
một hôm, chữ Ánh run rẩy '' Mạ khóc hết nước mắt,
mặt sưng vù, nay chỉ còn mình em. Em ở lại với mạ, bỏ
ngang năm học. Anh Thuyết cũng đã về Huế. May gia
đình anh ấy không việc gì. Bây giờ, Huế không còn
như xưa đâu anh. Huế quấn một vành khăn xô, để
tang những người chết, không bị đạn bắn thì bị chôn
sống, cả ngàn. Gia đình em nay vào cảnh khốn cùng,
chắc em không vào Sài Gòn đi học được nữa đâu. Có
người đến cầu hôn, và nếu em lấy chồng, mạ em bớt lo.
Em hoang mang, chẳng biết thế nào. Em lấy chồng,
anh nghĩ sao?''.

Nhớ câu Ánh hỏi trong bức thư ngày xưa, Nhân
ngập ngừng:

- Khi Ánh hỏi chuyện lấy chồng ...

Mặt thình lình đanh lại như đóng băng, Ánh im
lặng, nhìn thẳng vào mắt Nhân. Lúng túng, Nhân tiếp:

- Câu trả lời ngày xưa, là tùy Ánh...

Ánh bật cười, giọng cay đắng:

- Thì dĩ nhiên, không lẽ lại tùy vào ai khác đây!

33

- Nhưng tùy Ánh, bởi vì...

- Bởi anh chẳng hiểu chi! Thế thôi! Ánh sẵng giọng.

Nhân buột miệng:

- Bởi... bởi vì anh sợ. Anh nghĩ thời binh lửa sống nay chết mai! Anh không dám ràng buộc ai, không dám yêu ai! Và nếu có được yêu, thì tình yêu ấy thành hình phạt!

Ánh quay lại, quắc mắt:

- Anh đừng đổ cho thời binh lửa để biện minh cho cái chuyện không dám yêu. Hừ, như thế thì sao người ta vẫn lấy nhau, vẫn ngủ với nhau, vẫn sinh con? Càng gần sự chết, càng muốn sống. Càng muốn sống, càng yêu. Không yêu được, là đã chết rồi. Và thường, ai rồi cũng chết, không sớm thì muộn, chết nhiều cách, chết nhiều lần!

Cười khan, Ánh cay đắng:

- Bộ anh muốn Ánh bây chừ hỏi lại anh câu đó à... Ánh lấy chồng rồi, thưa anh. Chưa có tin Thuyết, Ánh chưa là gái góa. Mà chưa góa, ai lại nghĩ đến chuyện lấy chồng!

Nhìn Nhân mặt cúi xuống như chẳng còn dám đối diện với nàng, Ánh bỗng thấy mình bất nhẫn. Sống trong những căng thẳng, lời nàng như mũi tên nhọn khi thả dây cung lao đi thì nàng hết sức, chỉ còn một nỗi ngậm ngùi tràn ngập trong lòng. Ánh nghẹn giọng:

- Anh đừng để tâm, em nói như một kẻ cùng quẫn!

Nhân im lặng, xót xa nhìn Ánh. Vẫn mái tóc xưa nhưng nay trời im gió. Chàng thì thào:

- Ngày trước, khi nhận thư Ánh...

- Thôi anh! Anh đừng nhắc lại. Chuyện đã thành cổ tích mất rồi, Ánh vội ngắt.

Ngắm ánh nắng vàng ệnh nhuộm những ô lúa xa xa viền lấy chân núi, Ánh quay mặt đi, thẫn thờ:

- Nhanh thiệt. Thuyết đi lúc bé Quỳnh hai tháng. Giờ nó đã gần hai tuổi...

Khi cùng Bửu Chỉ nhảy núi, Thuyết có viết cho Nhân, vắn tắt nhưng quyết liệt " Mình không ở lại với Ánh và bé Quỳnh, thôi thì đành. Nhỡ mệnh hệ thế nào chỉ còn bạn, xin nhớ giùm. Là bác sĩ, chắc bạn yên lành hơn mình, không phải và không cần cầm súng!". Nhân chợt nhớ câu mình buột miệng, nếu Thuyết không bao giờ trở về... Liệu đó có phải là sự ao ước ngấm ngầm ẩn trong tiềm thức như con rắn ngỏng đầu chực phun nọc độc. Giọng ân hận, Nhân thiết tha:

- Mai, hai đứa mình cùng đi hỏi tin Thuyết. Đến chủ nhật anh mới hết phép, sáng thứ hai phải ra Phong Điền.

Tay vuốt mái tóc phất phơ bồng bềnh gió, Ánh không đáp. Lát sau, nàng buồn bã:

- Thuyết thì nhảy núi. Anh là bác sĩ, bác sĩ nhảy dù. Sao chỗ yên chỗ lành anh không chọn?

Thấy Nhân im lặng, Ánh tiếp:

- Hay anh cũng lại là Thiên Thần Mũ Đỏ, binh chủng lẫy lừng, anh hùng! Thiên thần, chắc bất tử, nhưng nhảy dù thì không, anh biết vậy chứ? Ánh nén thở dài, buột miệng - Chết đi để bỏ những người còn sống chưa chắc đã là anh hùng. Thậm chí ngược lại! Thuyết nhảy núi vì nếu không, người ta sẽ bắt bỏ tù đầy, thậm chí thủ tiêu. Nhưng anh, ai bắt anh phải nhảy dù?

- Dĩ nhiên là không ai ép buộc. Nhưng chính anh, anh sẽ có cảm tưởng ...trốn chạy ... nếu như anh ở lại phía sau chiến trường.

Ánh ngắt lời Nhân, run giọng:

- ... dù đằng trước là một cuộc chém giết ư?

Chỉ gượng gạo nói đến đấy, Ánh không giữ vẻ cứng cỏi được nữa. Nàng quay mặt giấu nước mắt, tay đưa lên ôm mặt. Một đàn quạ đen bay ngang, cánh đập phành phạch, oàng oạc kêu dọa dẫm. Nhân để yên cho Ánh khóc.

Tiếng mạ Ánh gọi. Ánh mỉm cười lau nước mắt rồi vội vã men ngách sân đi vào. Bé Quỳnh thấy mẹ, toe toét, tay giơ ra. Ánh bồng lấy con, miệng hỏi mạ. Bà nói, con bé cảm hàn, Sư đã bốc cho một toa thuốc nam. Nhân bước đến, nhìn rồi đưa tay về phía bé. Hết lạ, nó nhoẻn miệng, sà vào tay Nhân. Bế nó, lòng Nhân tự dưng thanh thản. Những nỗi oan nghiệt bỗng chốc tuyệt tăm như chưa hề có trên cõi đời này khi nó chúm miệng hôn lên má Nhân .

36

*

Hai người rủ nhau đi lên ăn cơm ở một cái quán cheo leo trên dốc. Quán vắng teo, khác hẳn lần Nhân ghé thời Huế còn thanh bình. Ông chủ quán chậm rãi ra tiếp khách. Ánh hỏi:

- Răng không chạy loạn?

Ông nhếch mép, bực dọc:

- Âm Phủ rồi, chừ chạy đi mô!

Nhìn từ quán cơm, ngọn đồi cuối tầm mắt u lên như thân một con voi già nằm phủ phục. Đâu đó, đèn nhấp nháy sáng. Voi hé cặp mắt nhỏ tí, mệt mỏi, đợi chờ vô vọng tiếng xênh nhịp phách của một thời quá vãng. Ánh so đũa, rót nước chấm chan cho Nhân. Nhìn Nhân trong bộ thường phục, Ánh thấy lại thuở mình mới vào Sài Gòn đi học. Thời con gái, Ánh chưa biết sự khắc nghiệt của cuộc nhân sinh, với tay là chạm được hạnh phúc. Nỗi đau nếu có chỉ trong những trang sách như không bao giờ là thật. Bên cạnh Nhân, kỷ niệm những ngày hồn nhiên khiến Ánh bỗng thấy lòng mình chùng xuống. Trong một thoáng, Ánh cảm thấy một nỗi thương xót dịu dàng trải lên mọi sự sống. Nàng khép mắt, buông mình thả vào cõi an bình tuyệt diệu dẫu chỉ một thoáng chốc.

Nhân vẫy tay, gọi một xị đế. Ngạc nhiên, Ánh thốt, giọng trách móc:

- Bây giờ anh cũng rượu rồi ư?

37

- Chỉ thỉnh thoảng thôi Ánh ạ, Nhân đáp.

Nhưng rượu trôi qua cổ sao lần này đắng lạ lùng. Ngoài trời, chớp sáng loé ném trên mặt dòng Hương những nét chém ngoằn nghoèo mang sắc kim lạnh buốt. Gió bất ngờ tạt ngang. Những tàn cây lặng lẽ đón dăm ba giọt mưa nặng nhọc buông mình tí tách. Ánh kêu, sắp mưa to rồi, phải về thôi. Nàng rót cho Nhân ly nước trà, ánh mắt giục giã.

Hai người gọi xích lô, đi về bến xe An Cựu. Hơi lạnh từ sông Hương bốc lên bờ. Người đạp xe, tuổi chắc đôi mươi, căng tấm bạt che mưa. Nhìn khách, anh dí dỏm, muốn đạp tới sáng cũng đạp, vì mai thì biết ra sao ngày sau? Những sợi tóc Ánh lại vương vào mặt Nhân. Chàng kín đáo hít nhẹ mùi hương da thịt Ánh, tay ôm hờ cái thân thể đàn bà hừng hực lên cơn sốt. Cả hai lặng nhìn Huế co ro trong mưa đêm. Dưới ánh đèn đường vàng vọt, Huế nay còn gì? Tiếng xe lôi run rẩy khằng khặc ho khan. Tiếng xe cứu thương thất thanh hụ còi như gọi những linh hồn đi hoang vất vưởng. Người người thảng thốt, chập chờn, thoi thóp trong một cõi nhân sinh vào cơn hấp hối. Bến xe toàn những kẻ tay xách nách mang. Họ ngơ ngác nhìn, thảng thốt nói như nói mê, lê lết từ chỗ này sang chỗ khác, mắt mệt mỏi nhớn nhác ngóng những chuyến xe xuống Đà Nẵng.

Nhân kéo tay Ánh nhắm hướng ngõ Âm Hồn đi giữa bóng đêm chập chờn, nghe trong cây tiếng gió thỉnh thoảng rì rào than vãn. Ánh thì thào, chỉ tối đêm mấy anh mới về Tuyệt Tình Cốc. Đó là nơi Nhân đã ghé lần ra Huế mấy năm trước. Khi ấy, Cốc vừa là « toà soạn », vừa là nhà in báo Việt Nam-Việt Nam. Hoàng Phủ Ngọc Tường, Cốc chủ, cũng là chủ nhiệm, nói tờ báo phải "rút vào bí mật" vì có tin báo Cảnh Sát Huế sẽ bắt bớ đàn áp. Toàn bộ ban biên tập - trẻ thì mười bảy, mười tám, và già cũng chỉ nhấp nhỉnh ba mươi - là những kẻ "dấn thân" rất " lãng mạn cách mạng". Họ rõ rệt: Mỹ là quân xâm lược, và họ có nhiệm vụ bảo vệ tổ quốc. Trên vách Tuyệt Tình, họ đề thơ Quang Dũng, thơ Phùng Quán...Họ tụ nhau làm việc thâu đêm, mơ mộng với nhau về một ngày mai cộng sản - thứ cộng sản nhân đạo như giấc mơ kiểu triết gia hiện sinh J.P.Sartre. Nhưng Huế không phải là Paris để mơ mộng như người ta mơ trong những quán cà phê trên đại lộ St Germain des Prés. Giấc mơ ở Huế thành những cơn ác mộng, bắt đầu bằng cái thế bị mật vụ truy lùng, sau đến An Ninh quân đội của tướng Nguyễn Chánh Thi "không đảm bảo tính mạng" cho những người làm báo như họ. Tường giả trang thầy dòng lẩn vào gió núi. Rồi lần lượt Nguyễn Đắc Xuân, Hoàng Phủ Ngọc Phan, Trần Vàng Sao... thành mây giang hồ. Đến hôm nay, chỉ còn họa sĩ họ Đinh náu lại cốc, trở thành hộp thư của những bức thư không tên người nhận, không chữ ký người viết.

Ánh lách vào, tay gõ nhẹ cánh cửa Cốc nay lung lay xộc xệch.

- Ai đó hỉ?

- Em... Ánh đây!

Một khuôn mặt ló ra dưới ánh đèn dầu. Nhân nhận ra người họa sĩ nhờ cái nốt ruồi nổi trên má. Còn họa sĩ, anh nhìn Ánh rồi nhìn bộ đồ lính dù rằn ri trên người Nhân. Ánh nhắc tên, anh lại à lên một tiếng, mở rộng cửa. Nhìn Nhân, anh lo lắng hỏi, đánh đấm thế nào? Nhân đáp, tướng Ngô Quang Trưởng sẽ là tư lệnh chiến dịch Tái Chiếm Quảng Trị.

Ánh thầm thì:

- Anh có tin tức gì của Thuyết không?

Nghe Ánh hỏi, lòng Nhân không hiểu sao lại nhói đau. Thật tình mong Ánh nhận được một chút tin tức của Thuyết, Nhân cảm thấy vai mình nặng như đeo đá khi thấy họa sĩ khẽ lắc đầu.

- Còn anh Kha? Ánh tiếp.

- Kha cũng luẩn quẩn đâu đây! Họa sĩ ngập ngừng - bạn bè mấy đứa bây giờ như ma chơi, lúc biến lúc hiện, nửa sống nửa chết!

Nhắc đến, Nhân lại nhớ đêm gặp Ngô Kha ở Tuyệt Tình Cốc. Người thi sĩ mảnh khảnh miệng khi nào cũng nhếch một nụ cười buồn kia đã chép lên vách những dòng thơ tài hoa:

...bây giờ trên mặt đất quê hương
tôi thắp muôn nến hồng nến trắng
những nến hồng đưa em vào mùa hè hốt hoảng
những nến trắng tiễn chân người chiến sĩ về hư vô
Ôi em...Xin nguyện cầu
lời cổ ngữ hằn đau trên phiến đá
nắm đất ải khô dành riêng cho bè bạn

nhỡ mai này từ giã cuộc đời với bàn tay vôi đá.

Tuyệt Tình cốc. Cái tên nơi xưa dăm sinh viên bỏ học "xuống đường" không thi kỳ một, về cặm cụi đèn sách thi kỳ hai. Họ hẹn với những nàng kiều nữ xứ Thần Kinh đến cuối mùa, thi xong, ta lại thò tay đụng vào Tình hoa, loại hoa đỏ tươi như máu, đụng một lần thì cứ vắng người yêu là thân thể quằn quại bốc cháy nhóm lửa địa ngục. Nhưng bên cạnh cây Tình hoa, thiên nhiên oái oăm sinh thành Tuyệt Tình. Hoa Tuyệt Tình màu tím nhạt, hương bay xa, cây đầy gai nhọn tua túa chĩa ra như lông nhím. Khi gai đâm, máu chảy thành giọt thì tim đóng băng, kẻ đã yêu một lần rồi sẽ không bao giờ còn yêu được lần thứ hai, người chưa yêu thì thôi, đường trần hết mọi tơ vương, cô đơn bước vào cõi giá băng miên viễn.

*

Họ ngồi với nhau, chuyện trò to nhỏ, thời gian cạn một bình trà. Với Huế kiêu sa, kinh đô một đế chế có gần trăm năm lịch sử, câu hỏi đi hỏi lại vẫn là sao mà những người con tinh anh của Huế giờ bỏ hết đi nhảy núi. Họa sĩ trầm giọng, khuôn mặt ẩn vào nửa ánh đèn dầu lạc lung linh hắt bóng ba người lên vách, tay vẽ trong không khí một vòng tròn:

- Khắc nghiệt vô cùng là sự lựa chọn rồi một lúc nào phải làm. Quyết định xong, người hôm qua là bạn nay hóa ra thù. Và ngược lại. Nhưng cứ chần chờ, bạn sẽ là kẻ bị đẩy ra ngoài. Sẽ thành một thứ cô hồn trên dương thế, ai cũng lánh xa, dè dặt, thủ thế. Và khi chẳng cần giấu, là thái độ khinh khi ruồng rẫy...

Ánh kể, trước khi Thuyết mất hút trong màu xanh của rừng, Thuyết đã trải qua những đêm không ngủ, mắt trống trơ chú mục nhìn lên trần nhà, rồi khóc rưng rức. Thuyết nói, cứ thế này sớm muộn không nhảy núi bên này thì cũng vô tù ngục bên kia. Rồi nắm tay Ánh, hỏi, em ơi thế nào là Tổ Quốc? Ánh thẫn thờ, kể:

- Khi đó em không biết, em nói, là cái gì thật thiêng liêng gắn định mệnh mình vào đất nước này? Bây giờ, nói thật, em thấy đó là hai chữ trống trơn như hai đầu sợi dây thòng lọng có thể tròng vào những cái cổ ...Rồi nay em tự hỏi, khi khoa trương sự thiêng liêng của hai chữ Tổ Quốc, có phải em cũng trách nhiệm phần nào việc nhảy núi của Thuyết?

Thình lình, họa sĩ nhìn Nhân, giọng ủ dột:

- Còn Nhân, sao lại chọn đi nhảy dù để ra chiến trường?

Cũng câu này, Ánh vừa trách móc và mẹ Nhân cũng đã từng hỏi. Chưa nghe Nhân đáp, mẹ sẵng, nuôi cho con ăn học, có phải để học xong là dấn mình vào chỗ chết đâu. Giọng day dứt, mẹ tiếp, thành bác sĩ, đi chữa bệnh cứu người, cứu được càng nhiều càng hay. Ra tiền tuyến, mỗi ngày cứu được bao nhiêu? Ở bệnh viện hậu phương cứu được bao nhiêu? Cứ so sánh, thì biết phải làm gì! Nhân vẫn im lặng khiến mẹ chỉ còn biết ôm lấy mặt. Lẳng lặng ngồi xuống cạnh, Nhân nói, ai cũng ở hậu phương thì lấy đâu ra y sĩ tiền tuyến. Mẹ đập tay xuống mặt phản, ấm ức, con là thủ khoa khóa Quân Y năm nay, con có quyền chọn cơ mà! Vâng, Nhân đáp, chính thế mà con phải chọn cái chỗ xứng đáng nhất, không phải là cho một thủ khoa, mà là cho một con người trách nhiệm chịu đầu sóng ngọn gió chứ không chỉ nghĩ đến sự an thân cho riêng mình.

Nhân với tay lấy tách nước trà, chưa kịp nói thì Ánh buột miệng mỉa mai, giọng đay nghiến:

- Thiên thần Mũ đỏ mình đồng da sắt hẳn chắc là bất tử...

Họa sĩ ngước nhìn, chẳng hiểu Ánh đùa hay thật. Phần Nhân, chàng biết là mình chưa bao giờ muốn làm anh hùng trong cái thế giới hung bạo này. Chàng hoàn toàn ý thức vai trò diễn viên phụ trong một bi kịch khổng lồ, thứ diễn viên tồi, như hề thương, rơi nước mắt để chọc cười. Cái cười chẳng lên đến mức cười ra nước mắt, mà là cười ngu ngơ. Kiểu một người chồng đi lượm mảnh đầu của vợ lắp vào cái xác không đầu. Kiểu một người cha đi nhặt cái tay của con lắp vào cái xác không tay. Kiểu một người con đi lùng hai cái cẳng của cha bị bom chém cụt, lựa bỏ cả đống những cái cẳng chân mang giày, thầm nhủ cha ta xưa nay suốt một đời chân đất... Hai tháng qua nằm chết dí trong vòng vây. Mỗi ngày Nhân xẻ, mổ, cắt vá hàng chục ca những Thiên thần Mũ đỏ gãy cánh dưới hỏa pháo lính Bắc. Chàng mục kích sự tan tác, ghê rợn, kinh hoàng nhất như một kẻ bàng quan đi xem chính mình, cái anh Trung Úy Phan Thượng Nhân, xem anh làm người ra sao, hận thù và yêu thương thế nào. Chiến trường là

43

địa ngục. Là những ngày mưa bom, mưa trúng chỉ một giọt cũng đủ tan xác. Là những đêm mưa pháo, pháo 82 ly rằng rặc, pháo 130 ly ào ạt, pháo trùm không gian bằng muôn vàn đóa hoa màu lửa ập xuống đánh cho thế gian vật vã vỡ ra trăm mảnh, tốc lên, bay xa như những tờ giấy vụn tươm tả trong những cơn gió lộng. Nhân biết, biết rõ. Và chỉ còn rờn rợn kinh tởm cả cái chết cũng như sự sống. Chàng định đáp lời họa sĩ, nhưng cổ tắc lại, tiên cảm thấy những điều mình sẽ nói chỉ có sống qua mới hiểu, bất khả diễn tả bằng lời cho bất cứ một ai. Thở dài, Nhân nhẹ nhàng, giọng có đôi chút ai oán:

- Thịt da ai cũng là người, Ánh ơi! Bất tử thì chắc là không! Và định nghiệp, thì vậy...

Ba người ngồi, không ai nhìn ai, im lặng. Trong vườn, côn trùng cất tiếng gọi đêm. Đâu đây thinh thoảng tiếng ễnh ương âm vang lên quanh mặt nước ao lung linh mầu sương trắng là lụa. Ánh đứng dậy. Chia tay, họa sĩ họ Đinh bùi ngùi hỏi:

- Chừ bao giờ mới gặp lại?

Không đợi câu trả lời, anh lẳng lặng quay người khuất sau ngưỡng cửa. Thời chiến, những hẹn hò đều ít nhiều là những câu có chút dối trá cho yên lòng kẻ ở người đi.

Trước khi rời Tuyệt Tình Cốc, Ánh kéo Nhân ra bờ ao sau vườn, nơi có hai loại hoa. Trời trên cao dệt một thảm sao, long lanh nhưng lạnh lẽo vô cảm. Kéo tay Nhân, Ánh chỉ, cây Tuyệt Tình đây, anh nhớ không?

Ánh nghiêm nghị, chúng ta không bao giờ bước qua cái vạch số mệnh đã vẽ ra. Chẳng đợi Nhân nói, Ánh mở bàn tay, đưa lên mắt nhìn chằm chặp, mặt băng giá. Thình lình, Ánh chụp tay xuống một bụi gai. Nhân nghe một tiếng rên ấm ức trong thanh quản. Nâng tay Ánh lên, bàn tay đã ứa đầy máu run rẩy như con chim non lìa tổ rơi xuống sỏi đá trên mặt đất trần trụi thương đau, chàng đau đớn áp mặt vào. Mặt Nhân bê bết những giọt máu Ánh. Thì ra đâu phải chỉ có súng, có đạn, có dao mới làm máu đổ. Ánh rên lên khe khẽ. Nhân nín lặng. Thình lình Nhân ôm lấy Ánh, như điên dại, miệng nói, Ánh ơi, giá mà anh nói yêu em trước ngày em lấy Thuyết. Giá mà anh lấy em, chịu cái phận hèn một y sĩ hậu phương, đẻ cho em một bé Quỳnh có cha có mẹ. Chỉ thế thôi, thì nào em có phải xoè tay chụp vào bụi gai Tuyệt Tình. Nhưng qua làn nước mắt nhoè nhoẹt, Nhân mơ hồ thấy Ánh vứt một bông hoa tím xuống ao. Miệng cười chua xót, nàng thốt lên, giá mà...Rồi nàng đẩy Nhân ra, đứng dậy.

*

Chia tay Ánh trong nỗi hững hụt sâu tựa một vực thẳm không biết đâu là đáy, Nhân lầm lũi xuống thang, không dám ngoái nhìn. Chàng nghe tiếng cửa đằng sau khép như khép lại cả một thời thanh xuân chàng vừa đánh mất. Nhân già hẳn đi khi ra đến con lộ. Về khách sạn, Nhân đi thẳng lên phòng, để nguyên quần áo nằm vật xuống giường. Chàng cố nhắm mắt quên đi, quên hết, cuộc chiến này với những oái oăm oan trái, những Ánh, những Thuyết, những người tưởng là bạn, những kẻ tưởng là thù. Lục balô lấy tuýp thuốc ngủ, Nhân bỏ hai viên vào miệng, chiêu một ngụm nước.

Cơn mê mụ từ từ xâm chiếm, đẩy đi xa lắc những âm thanh từ phố xá vẫn còn xe, còn người ồn ào trên bờ sông. Nhân thiếp đi. Không biết bao lâu sau, Nhân thấy Ánh đứng trên dốc núi Tam Thai, mái tóc bay ngược chiều gió thổi. Đến gần, Nhân gọi. Ánh quay người đi thẳng. Nhân đuổi, chân đạp vào hư vô, người rơi như một cục đá vào khoảng không với vận tốc chóng mặt. Như lần đầu chàng tập nhảy. Viên Thượng sĩ huấn luyện viên quát, Đi! Gió thốc, trời trước mắt bao la, dưới chân trống hun hút. Nhảy! Nhân tê liệt, cái sợ đóng cứng chàng vào khung cửa máy bay, tay bải hoải không còn một chút ý lực. Này, đi này...Viên Thượng sĩ co chân đạp. Người Nhân bốc bổng lên, và cứ thế, chao đảo. Gió quất vào mặt, thốc vào mũi. Trong một tích tắc, chàng tỉnh táo, tay đặt lên nút mở an toàn phụ. Co hai chân định hướng rơi, Nhân kinh hoảng ngước nhìn, thấy cái dù chính không mở, duỗi ra thành hình một thanh kiếm chọc thẳng xuống đất. Chắc chết! Nhân nhủ thầm, tay đập vào nút mở dù phụ. Dù phụ cũng không mở! Gió thốc chiếc nón đỏ lên trời. Nhưng lát sau vận tốc chàng rơi chừng như chậm lại. Phép lạ? Nhân không tin, mở tròn hai mắt, thấy thân thể mình đung đưa như lá cây tìm cội. Lấy lại thăng bằng, chàng đặt chân xuống một mỏm đá cheo leo, chung quanh là những dòng nham thạch sền sệt lấp loé lửa, lẫn lộn tro than, lừ đừ trôi trong màn khói âm u dày đặc. Ánh ơi, Nhân thét gọi, lúc một cấp bách, không biết đến bao nhiêu lần. Đáp lại là tiếng vang rền của những vách đá vây quanh miệng núi lửa đang gầm gừ há ra nuốt chửng thế gian. Bất chợt, ai đó thì thào, cứu lấy Ánh. Nhân nhìn lại. Một khuôn mặt đang bốc cháy nhăn nhó cười. Nhân thét, Thuyết đấy à? Tiếng thì thào nay lúc một lớn, cất lên thúc giục, về đi, về đi! Tránh cho xa cái trận chiến ngu độn này! Về an bình và cứu lấy Ánh! Nhân hét, còn Thuyết, nhảy núi làm gì, hả! Thuyết lắc đầu, mùi thịt người cháy khét lẹt. Thuyết cũng về đi, Ánh đợi, và bé Quỳnh cần có cha! Thuyết lắc đầu, miệng đỏ lè, thở hắt ra, kêu muộn mất rồi. Không, chưa muộn. Chúng ta có thể bắt đầu ngày mai bằng sự sống. Thuyết vẫn lắc đầu, mặt tiếp tục bốc cháy, nay còn một nửa mang hình dạng con người. Sau một tiếng nổ kinh thiên động địa, từ miệng núi lửa ộc ra hằng hà sa số những phiến đá đỏ hỏn văng cao, nhún nhảy bay lượn, trong tiếng cười ằng ặc của một ai đó vô hình đang đùa với lũ người bé tí trên mặt đất tang thương khốn khổ.

Nhân choàng dậy, tiếng nổ vẫn còn choáng tai, lảo đảo đứng lên. Từ cửa sổ căn phòng, Nhân nhìn ra bờ sông cuối tầm mắt, thèm ra đường, hít thở và nói một hai câu, bằng tiếng người, với bất cứ ai. Vẫy xích lô, tay chỉ về phía sông Hương, Nhân lơ lửng trôi theo con lộ lặng lờ trong một đêm hè oi bức. Ghé mua một Johny Walker cổ đen, Nhân hỏi, tìm cho mình một chỗ ngủ đò. Ông xích lô chừng đã tuổi tác, gật, cắm cúi đạp không nói thêm một tiếng. Trên bờ, con nhỏ cỡ mười sáu mười bảy ưỡn ẹo nhìn. Nhân chán chường xuống

47

khoang. Nè o, sang sông đi. Sang sông thì phải lụy đò, ta biết. Con nhỏ hấp háy cười, cong người xuống tay đẩy chèo. Xoáy nước lao chao, Huế xa xa dập đềnh. Đò đến giữa dòng, xuôi về phía Thiên Mụ, chèo vào gần bờ neo lại. Nhân hả miệng, tợp một ngụm, miệng cay sè. Nè, hò Huế nghe. Con nhỏ lắc đầu, kêu không biết hò. Nó lại hấp háy cười. Cầm chiếc nón của Thiên Thần mũ đỏ, nó đội lên đầu, lắc lư, tay chìa ra xin điếu thuốc Ruby Nhân đang hút dở. Nó ỏn ẻn, một trăm phần trăm đi anh ơi, đời lính mà. Rồi nó cởi áo, cởi quần Nhân, nói tiếp, ngoài nó đánh hung lắm. Quê em ở Nhan Biểu. Dân làng chết, chết hết rồi, nước sông Thạch Hãn nhuộm đỏ chân thành Quảng Trị. Nó lại hấp háy cười, răng sún, tay đưa lên che miệng.

Bỗng tiếng súng đì đùng. Một tràng liên thanh cất lên như một cơn ho khan. Con nhỏ kêu, chắc bắn nhau ở Cồn Hến. Nó tuột quần, giục, đi mau rồi về, anh Cộng Hoà! Nói xong, nó dạng chân, tay kéo. Nhân thở dài, gạt tay nó ra, ngồi lên nhìn ra sông. Nó trườn người áp ngực vào lưng Nhân, khúc khích, sợ hỉ, đàn ông chi mà vậy.

Đàn ông chi mà vậy.

Nhân điếng người. Từng chữ một, câu này là câu Nhân đã nghe một lần năm Nhân mười hai tuổi. Năm trước đấy, mẹ dỗ Nhân, hai mẹ con mình về nhà chú Hoàng ở Sài Gòn, vui lắm. Và từ rầy, con gọi chú là dượng. Con sắp lên trung học, mẹ con mình ở Hố Nai, đi học xa quá, con ạ! Ít lâu sau, mẹ chửa. Cuối năm, mẹ sinh em Lương. Dượng vui ra mặt, chiều chuộng cả nhà. Mẹ cũng thay đổi, hay cười chứ không như thuở xưa thỉnh thoảng cứ ngồi khóc một mình. Những khi ấy, Nhân hỏi mẹ, mẹ bảo nhớ cha và em Dân còn ở ngoài Bắc. Tại sao thế hả mẹ? Mẹ ôm Nhân, thì thầm, ý Chúa con ạ! Con cầu nguyện, xin thì Chúa sẽ để con gặp lại cha, lại Dân.

Ngày thôi nôi em Lương là ngày bắt đầu một thảm kịch. Đêm hôm ấy, trái với thói thường, mẹ lớn tiếng. Mẹ khóc. Dượng thì thào, dỗ dành to nhỏ. Nằm trên gác xép trong căn nhà hẹp, Nhân lắng tai. Thình lình, Nhân nghe mẹ thét lên:

- À thì ra thế đấy! Đàn ông chi mà vậy...

Tiếng mẹ bao nhiêu năm nay sao vẫn cứ thế vang vọng. Nhân ứa nước mắt thương thân. Ô hay! Ta đã làm chi đời ta? Yêu, không dám. Người ta yêu tỏ tình, quay mặt dối mình giả không yêu. Khi biết là yêu, thì ta đã mang mạng mình cống hiến cho một cuộc chiến đẫm máu. Than, thôi quá muộn, rồi buột miệng giá mà thế nọ thế kia, bám vào những giả định không thực tại để cố xác minh cho một cái gì ngu xuẩn. Như ưỡn ngực ra chốn lửa đạn, huênh hoang gọi là tinh thần trách nhiệm. Nhưng phải chăng đó chỉ là cách ta chạy trốn chính ta. Và cuối cùng, sống, ta không sống. Chết, ta chẳng chết. Ta, loài oan hồn, tuổi trẻ là ngày tháng hoang vu không nơi ở chốn về?

Đàn ông chi mà vậy...

Con nhỏ cạ vú, thịt nưng nức, nóng hổi. Nhân quơ tay lấy chai rượu. Đúng, Nhân thầm nói, ta rất có thể hèn, phải mượn hơi rượu làm đàn ông đây. Và làm đàn ông, có phải là làm con thú dữ sổng chuồng trong một đêm dập dềnh trên sóng, có tiếng súng nổ khan vô vọng, và tiếng thở dài khuấy động trăng sao.

15

CÁNH BƯỚM ĐEN

Giạt đến Duy Xuyên thì Tiểu đoàn 74 bị lực lượng Địch cắt làm hai mảng, đại đội 27 không còn cách nào giữ được vị trí, chạy xuống phía Nam. Mặt trời ngả xuống núi rừng chập chùng những đám khói còn bốc lên sau trận đánh bom ác liệt suốt hai ngày hai đêm. Xa xa, giải Trường Giang vạch một đường lấp loáng như lưỡi lê tuốt vỏ đằng sau những đụn cát tròn lẳn nhô lên phập phồng. Tiếng súng vẫn lâu lâu vang lên, khi thì hàng tràng khô khốc, lúc lại hồng hộc những tiếng bộc phá phẫn nộ. Thình lình, pháo 155 ly từ núi Quế rơi xuống như mưa trên đầu. Tiếng la thét hoảng loạn của thịt da vỡ vụn không còn âm hưởng con người vang vang theo những cơn gió thổi về phía biển. Đại đội 27 lùi không lùi được, tiến cũng không tiến được. Biệt Động Quân từ phía Bình

Lâm đổ xuống sau đám chiến xa M-41 đi mở đường. Phía Bắc, dưới đất lính Nam Hàn từ Duy Thành đánh thốc ra, trên trời một đàn trực thăng Cobra rập hỏa tiễn xuống. Ban chỉ huy Đại đội bị trúng pháo. Nay đơn vị nào lo cho đơn vị đó. Đại đội 27 vùng vẫy như đàn cá đồng đang mắc cạn vỡ ra tứ tán.

Tiểu đội 23 chạy bán sống bán chết băng quốc lộ 1. Một bên, lính Nam Hàn kẹp vào sườn. Bên kia, Biệt Động Quân khép vòng vây. Tiểu đội trưởng Phan Thượng Dân nhăn mặt kìm tiếng rên nơi cần cổ, tay đưa lên sờ vào đùi đẫm máu. Dân khát cháy họng. Bị thương từ xế trưa, máu Dân rỉ rả thấm qua lớp băng chảy dọc xuống ướt sũng ống quần, nhỏ thành giọt trên cát trắng. Nhìn đồng đội nép người dưới bờ đất, Dân xây xẩm, tay ghìm súng, thở hổn hển. Dòng sông dưới kia ánh lên trong tầm mắt. Dân suy tính. Từ chỗ nằm đến bờ sông, quãng hai trăm thước. Vượt sông ở phía đông quốc lộ, bên kia chắc là Bình Dương, nơi Tiểu đoàn 70 đóng chốt. Hai trăm thước ra sông có thể bị gài mìn. Cây cối thế này, phải trườn mình bò, bình thường mất độ trên dưới một tiếng đồng hồ. Đến được sông, phải bơi qua, mất thêm một tiếng là ít. Dân lại sờ chân, nghiến răng kéo chặt sợi dây buộc vòng quanh đùi để cầm máu.

Hàng, phải hàng. Ý định hàng loé lên như một ánh chớp.

Vẫy đồng đội, Dân thì thào:

52

- Các đồng chí đi đi, qua bên kia sông là chỗ ta chốt quân. Lựu đạn bỏ lại đây, tôi chặn hậu. Đi đi!

Cả tiểu đội nhốn nháo. Trường Sơn,người lính trẻ nhất bọn, hỏi:

- Anh không đi với bọn em?

- Tôi không biết bơi. Vả lại, chân bị đạn, đi theo thì anh em chậm lại. Thôi! Lệnh cho các đồng chí lên đường!

Đám bộ đội rục rịch rồi bắt đầu trườn đi. Tiếng súng đâu đây vẫn khục khặc nguyền rủa. Dân nhìn lên vòm trời thấp thoáng sao, gạt đống lựu đạn sang một bên, nằm ngửa người nhìn vào khoảng không trống ngắt. Thời gian co rút theo cách sắp đặt những biến cố. Thứ thời gian vật lý đồng bộ với cách xếp lớp lang từ sau đến trước không phải là thời gian của con người. Hiện tại cấu kết từ quá khứ và qua dự tưởng. Nhưng trí nhớ gạn lọc khiến lớp lang trở thành những điểm mốc thừa thãi.Và khả năng dự tưởng, khi tuyệt đối chính xác, biến tương lai thành hiện tại. Trò ảo thuật này, phi thượng đế, không ai bày ra để chơi được. Con người tham dự trò ảo này vừa như khán giả, vừa như diễn viên. Tất cả, trong một sân khấu không chỉ có ba chiều của không gian vật lý, mà còn đèo thêm chiều thứ tư, gồm cả hiện hữu, hồi tưởng và dự phóng. Tất cả quyện thành một tập hợp phức tạp. Nhưng thật buồn cười, thật ngô nghê. Như sắp tới, khi đối mặt với lính Cộng Hòa, Dân sẽ hàng, để toàn mạng. Lạy Chúa, đừng thằng nào ngứa tay bóp cò nhé. Tao sẽ khai tên mẹ tao đã di cư vào Nam từ năm 55, và cho địa chỉ một người quen ở họ đạo Hố Nai. Là hàng binh, chắc chắn mẹ sẽ nhận con là con của mẹ. Và nếu bị tù, thì cũng có ngày ra! Nhưng mẹ là ai? Trí nhớ Dân co rút nhưng chẳng gạn ra lấy được một hình ảnh nào. Thì mẹ, là bà ngoại trẻ đi hai mươi năm. Dân tưởng tượng ra bà đã nuôi nấng mình từ tấm bé, nhưng không cách nào khiến bà trẻ lại được. Đang mơ màng, Dân nghe tiếng động sau lưng. Ngoảnh lại, Trường Sơn ở đâu bò tới, thì thào:

- Em quay lại với anh, cùng quyết tử!

Nhìn Sơn, Dân cố kìm một cơn giận dữ. Anh lính trẻ vừa hai mươi, đang học Thủy Lợi thì có lệnh nhập ngũ. Vào chiến trường được đâu hai tháng, trận này với Sơn là trận đầu. Có nghĩa là Sơn chưa thật sự biết sợ. Và chưa hiểu ra chiến tranh không phải là trò bịt mắt bắt dê thời thơ ấu. Sơn vỗ vai Dân, giọng ngây thơ:

- Có anh có em, chặn chúng lại! Ta quyết tử cho tổ quốc quyết sinh!

Dân bật cười. Sơn được thể, tiếp:

- ...anh nhé!

Thò tay rút con dao găm nhét bụng, Dân thình lình dí mũi vào cổ Sơn, quát khẽ:

- Mày trái lệnh, ông đâm bỏ mẹ. Đéo quyết tử quyết sinh ở đây, cút mau cho khuất mắt ông!

Tay đẩy ngực Trường Sơn, mắt Dân quắc lên. Sơn còn lớ ngớ, Dân tống cho một đạp nhào ngược lại, gằn "Cút ngay!".

Trường Sơn ngạc nhiên, mắt rơm rớm, lủi vào bóng tối. Đợi một lát, Dân lại thở dốc, nằm vật xuống. Không biết bao lâu sau, Dân mới mở mắt ra. Vòm sao lúc một sáng, xoay vòng vòng, bắt đầu chầm chậm, sau xoay nhanh dần, rồi nhanh đến độ chóng mặt. Dân nhắm mắt, nhưng vòm sao vẫn bắn toé lên tựa pháo sáng, rớt xuống thành những vệt lửa ngoằn ngoèo trong không trung. Buột miệng, Dân kêu, bà, bà ơi! Tiếng nổ chói tai vang vang từng chặp. Phản ứng tự động, Dân rúc đầu vào đụn cát, loáng thoáng thấy vết rằn ri quần áo lính địch. Dân cảm thấy mình bay lên, nhẹ hẫng, và lướt đi trên cát trắng.Từ chút ý thức sót lại, Dân thầm nhủ, khi nói được Dân sẽ nói, tôi xin hàng. Nếu là lính Mỹ, Dân đưa hai tay lên đầu, kêu han-zớp[1].

*

Tay lần lên mép chiếc chõng tre, Dân có cảm giác đang nắm bắt dần dần một thực tại đã vụt mất không biết từ lúc nào. Ánh sáng mông lung hắt qua mảnh liếp toả xuống những vạch chéo đan vào nhau. Dân lắng tai, xung quanh chỉ có tiếng gió rì rào. Cựa mình, Dân đau nhói người, buột miệng rên lên. Mở mắt nhìn, Dân

---

[1] Hands-up : giơ tay lên (tiếng gọi hàng chứ không phải là xin hàng như Dân lầm)

ngạc nhiên. Đây là một căn hầm chữ A, thứ hầm chống bom chống pháo.Vậy, mắt mình đêm qua thấy quần áo rằn ri là mơ hay thật? Mình bị bắt, thì không thể ở trong một căn hầm như căn hầm này! Chân trái nhưng nhức co rút, vẫn đúng là vết thương do đạn M-16 lia vào. Dân chép miệng, đau nhưng ít nhất mình cũng còn sống. Tiếng kéo liếp sột soạt. Ánh sáng òa vào. Dân nhắm mắt vì chói nhưng cố hé nhìn. Một người đàn bà bước đến gần, cúi xuống. Chiếc khăn rằn thả rơi trên vai. Thôi, ta rồi. Khỏi phải han-zớp xin hàng. Dân thở dài, thều thào văng tục. Tình thế này có nghĩa là lại như mọi người, trị thương xong mà còn khả năng thì tiếp tục phục vụ chiến trường.

- A, anh tỉnh rồi! Người đàn bà ríu rít tiếng chim, giọng quê miệt Thái Bình.

Kéo tấm chăn đắp ngang người Dân, người đàn bà xem xét vết thương, miệng nói:

- Em là Mẫn, y sĩ. Đồng chí bị đạn, nhưng đã gắp ra và băng bó lại rồi. Khổ cái là mất máu nhiều nên bất tỉnh. May mà dân quân họ mang về kịp. Chỉ chậm vài giờ thì chắc nguy!

Dân xin nước. Uống xong một ngụm, Dân hỏi mới biết đây là thôn Bàu Bính, xã Bình Dương, điểm chốt của lực lượng cách mạng nằm giữa hai tỉnh Quảng Nam và Quảng Đà. Bàu Bính rộng đúng một cây số vuông, nằm kẹp giữa sông Trường Giang và biển, dân thôn cố trụ lại trên những trảng cát trắng xoá thấp thoáng giữa những hàng phi lao cong mình uốn gió.

Họ bất chấp những trận mưa bom B52, mưa pháo từ hạm đội Mỹ, bảo nhau "một tấc không đi, một ly không rời", chống lại chính sách dồn dân của chính phủ Việt Nam Cộng Hòa nhằm cô lập lực lượng cách mạng. Bàu Bính trồng trọt được là nhờ đất thổ. Đất nằm dưới mặt cát đào sâu xuống từ dăm ba đến năm bảy thước, màu đen sẫm, có thể trồng mè, đậu phộng, và khoai nếu đủ nước tưới. Đặc biệt là khoai, trồng thành vồng, lá to bằng bàn tay, tươi tốt xanh rói. Chốt lại Bàu Bính có Tiểu đoàn 70 cấp tỉnh, Đại đội 15 cấp huyện và lực lượng du kích. Lực lượng này thường khoảng năm, sáu mươi người, được trang bị nhẹ với AK và những khẩu M-16 địch vứt lại chiến trường khi rút chạy. Chính dăm ba anh du kích mặc giả quân phục Biệt Động Quân đã bốc Dân về thôn hai đêm trước, sau khi họ gặp tiểu đội của Dân vượt Trường Giang báo lại.

Đang chuyện trò với Mẫn, anh lính trẻ Trường Sơn cùng một cô bé độ mười sáu mười bảy lách vào hầm. Sơn nhìn Dân, reo:

- Anh đã tỉnh! Phúc lắm đấy. Nhìn Mẫn, Sơn tiếp - chị Mẫn có tiếng là mát tay mà! Tí nữa, cả tiểu đội sẽ đến thăm anh...Anh em ai cũng biết ơn anh đã hy sinh chặn hậu cho mọi người. Thật là may mà anh về đây an toàn!

Dân cười mếu máo, nhớ lại cái đạp Sơn và dự định đầu hàng bất thành của mình. Bụng bảo dạ ơn với chẳng nghĩa, Dân gượng gạo hỏi:

- Các cậu an toàn cả chứ? Có ai đạp phải mìn không?

*

Cô bé tên Giang, là y tá phụ cho Mẫn, nói giọng Quảng khó nghe đến độ Mẫn phải "dịch" đi "dịch" lại. Họ bàn nhau về những loại thuốc Giang lên khu dồn dân ở Xuyên Tân để mua. Hiện nay thôn gần hết thuốc, chỉ còn một ít trụ sinh. Vả lại, nghe đâu bên địch rục rịch sửa soạn một trận càn quét, đang kéo hàng đoàn chiến xa từ Đà Nẵng vào.

Mẫn và Sơn chui từ hầm ra ngoài. Chỉ còn cô bé Giang ở lại tháo bông băng và rửa vết thương cho Dân. Giang dong dỏng cao, tóc bỏ xõa ngang vai, mặt rám hồng vì nắng gió, mắt lấp lánh như chực cười. Vừa lau, Giang vừa nói:

- Eng à! Vết thương mưng tấy, bây chừ khép miệng!

Dân lắc đầu. Cái viễn ảnh phải cưa chân dưới căn hầm này khiến Dân sởn gai ốc. Thầm nhủ nếu mình bị bắt thì chắc sẽ có thuốc men hẳn sẽ không thành người thương phế, Dân vung tay đấm vào không khí, mặt nhăn nhó vì đau đớn. Hai ngày sau, vết thương nhức nhối. Mẫn chép miệng, quả nó mưng mủ, và không có thuốc trụ sinh thì khó mà lành được. Dân nói với Mẫn:

- Tháo đầu đạn lấy thuốc súng rắc lên miệng vết thương rồi đốt. Bọn chúng tôi trên chiến trường vẫn xoay xở kiểu này!

- Đau lắm đấy...và chẳng chắc!

Dân cáu lên:

- Đau còn hơn phải cưa chân. Gọi lính cho tôi!

Sơn hấp tấp chạy vào lán, lẳng lặng lấy thuốc súng, mặt tái mét. Lấy dây thừng cột chặt Dân xuống giường, Giang tọng rẻ vào mồm để Dân không thể cắn vào lưỡi. Mẫn tiêm cho Dân mũi thuốc tê. Lát sau, mùi thịt cháy bốc lên khét lẹt. Người ngã bịch xuống ngất đi không phải là Dân mà là Sơn. Giang đỡ Sơn lên rồi dìu Sơn về hầm của tiểu đội, miệng xuýt xoa, eng nè, đừng sợ. Sơn lúng túng không biết nói gì. Đám lính thấy Sơn, ré lên cười trêu chọc làm Giang đỏ mặt chạy như đi trốn. Phần Sơn, Sơn chỉ nhớ mùi con gái hoi nồng lần đầu kề cận với mình, nhìn theo bóng dáng Giang, ngẩn ngơ như đi lạc.

*

Bàn tính với cán bộ chỉ đạo xã xong, Mẫn xếp đặt cho Giang đi Xuyên Tân mua thuốc. Sáng sớm hôm sau, khi mặt trời mới lên đầu rặng dừa mọc ven biển, Giang lên đường. Khi đi, phải chọn lúc trời đủ nóng để sương bốc hơi xoá dấu chân, bảo đảm giữ bí mật đường ra lối vào cơ sở. Giữ quai nón trong gió sớm, Giang nhìn lên bầu trời xanh ngắt chẳng vẩn mây. Triền cát phía xa phơn phớt đỏ tươi dưới ánh dương đôn hậu nhóm lên sức sống đầu ngày. Tít tắp, một bóng người bất động. Đến gần, Giang nhận ra Trường Sơn.

- Eng đi mô! Giang ngạc nhiên.

Không thấy Sơn đáp, Giang hiểu ra, ghẹo:

- Chừ đón đường em hỉ?

Trường Sơn đỏ mặt, lúng túng. Cuối cùng đánh bạo, Sơn nói vội:

- Tôi ra để cám ơn o bữa qua...Và chúc o lên đường may mắn!

Giang cười, hàm răng trắng lên dưới ánh nắng mai. Nàng ngừng chân, đứng lại, chợt ngượng nghịu không biết nói gì. Sơn quay mặt, tay vặn vào nhau. Lát sau, nhìn những tràng cát nằm nghiêng về phía biển lấp lánh xa xa, Giang thốt lên, mơ hồ:

- Eng về đi! Mốt em trở lại mà!

Sơn vẫn đứng im, di chân trên mặt cát trắng xóa. Gần đó, một bờ thổ nhô lên chắn ngang tầm mắt. Không nói không rằng, Giang bước tới, rồi ngồi xuống. Sơn nghe Giang kêu nho nhỏ:

- Eng tới ngồi đây với em...

Chân quíu vào nhau, Sơn chậm rãi bước, rồi thình lình ngồi thụp xuống, hai tay vồ lấy bàn chân Giang, mặt úp vào để hôn. Sợ, nhưng Giang để yên. Ngoài khơi, tuần dương hạm duyên hải hụ còi vứt vào đất liền một tiếng doạ. Tiếng sóng ì ầm vỗ bờ, chu kỳ đều đặn lập đi lập lại, hắn nhắc nhở một điều gì chưa thành ngôn ngữ loài người, nhưng mang mang âm ba huyền diệu khôn cùng của sự sống.

Bóng hai người quyện lấy nhau bên cạnh biển thình lình cuồng nộ.

*

Bàu Bính bị đánh bom B52.

Bom từng đợt. Mỗi đợt ba trái, rải dọc chiều bay từ biển vào. Phải sáu đợt, bom mới xới được một vạch suốt Bàu Bính, trái bom nọ cách trái kia năm mươi thước. Và độ sáu mươi đợt, bom đan thành một cái lưới phủ lên khắp thôn như thuyền chài bắt cá. Người bắt cá, bắt cá sống. Nhưng lưới bom bắt người là người phải chết. Chết cháy, da đen thui tựa những con cá hong khô. Chết vì sức ép, mắt lồi, mồm há hốc. Chết vì công phá, xương thịt tanh banh, xác thành những mảnh vụn bay vào đất, lẫn vào cát. Chết, thường là trường hợp loại bom chui sâu vào lòng đất rồi mới nổ. Hoặc bom rơi trúng ngay vào công sự hay hầm bí mật. Hầm sụp, chết tắc thở. Vì thế, như lũ kiến, người thôn Bàu Bính đào hầm thật sâu, có ngách ngang, ống thông hơi, lương khô, nước uống. Ở Quảng Đà, thôn Bàu Bính với những hàng dương cháy rụi khẳng khiu là nơi những con người vẫn trụ lại, như kiến chui vào lỗ khi những con diều hâu cánh kim khí xé dọc bầu trời ở một độ cao mắt không nhìn thấy ọe xuống đất đủ loại bom bay, bom bi, bom khoan, bom nổ chậm.

Mẫn dựa người Dân ngồi vào một cái ngách ngang sát ngay hông hầm phẫu thuật, mỉm cười:

- Cái Giang thế mà may, đi khỏi là Bàu Bính bị bom ngay!

Tay kéo cái nải đựng thuốc, Mẫn dặn:

- Anh nhớ khi thấy tức ngực thì há mồm, và lấy tay day hai bên thái dương lúc nhức đầu!

Mặc tiếng bom gầm lên từng chặp, Mẫn thản nhiên, xếp thuốc men vào một góc. Giữa hai lần bom nổ, Dân hỏi:

- Chị không sợ à?

Mẫn lắc đầu:

- Có sợ cũng chẳng thay đổi được gì? Vả lại, có số cả anh ạ! Lúc nào còn sống, ta cố mà tránh cái chết. Và nhất là đừng nghĩ tới nó.

Dân vuốt mặt. Cái chết, là điều lính nghĩ đến khi chiến trường yên tĩnh. Nó là hạt sạn giữa những giấc mơ ngắn ngủi. Mơ về một quê nhà xa lắc. Mơ về một người yêu, một cảnh đời tương lai, trong hòa bình, vì cuối cùng rồi hòa bình cũng phải đến. Dân xung phong tình nguyện đi B, hy vọng thoát khỏi cái cảnh đời cũ, cảnh đời một kẻ ngoài lề từ thuở thơ ấu, rồi thiếu niên và sau là khi trưởng thành. Khi học hết cấp 3, đi thủy lợi vét mương cào đất đào kênh mà không thấy bất cứ một lối thoát nào, Dân mới xin nhập ngũ. Tin rằng nếu toàn vẹn mà về sau cuộc chiến thì chí ít mình cũng ở trong một tập thể bộ đội mang hào quang những kẻ sống chết vì giữ nước, Dân sẽ gỡ ra được kiếp sống ngoài rìa. Dân nói với bà ngoại, bà cho cháu đi, chỉ ba năm là về, bà ở một mình nhưng làng ta cũng còn người nọ người kia. Có thế, cháu mới có hy vọng sau được đi học, rồi có công việc tử tế để mà phụng dưỡng bà. Bà khóc, nói dỗi, mày muốn làm gì thì làm. Nhưng Dân xin, Ủy Ban xã cứ lờ đi, ậm ừ bảo còn xét. Cuối cùng, bà giúi vào tay Dân một cái nhẫn vàng, bảo cứ đưa cho bà Bí Thư xã, may ra...Sau bao nhiêu đợi chờ, Dân được gọi nhập ngũ. Khi lên đường, bà đọc cho Dân địa chỉ một người ở họ đạo ở Hố Nai, bảo tìm dịp mà gặp mẹ. Nắm tay Dân, bà thút thít, phải kín miệng và chớ có chết dại, rồi vội quệt nước mắt khi có người lạ đến gần.

Bom cứ thế rơi, và những con người cứ thế chúi vào cát trắng, tai ù, mắt lóa, đến một lúc thì mất cả khả năng sợ, trơ lì ra thách thức. Xế trưa, tiếng bom thưa dần rồi im hẳn. Đâu đấy đã có tiếng người gọi nhau. Trường Sơn bước vào hầm, giọng vui vẻ:

- Gớm, nó bom thế này thì ghê hơn cả bom ở mặt trận! Anh ra mà xem!

Mẫn ngắt, giọng có chiều trách móc:

- Các anh đàn ông trên chiến trường chỉ có đánh nhau thôi. Chúng em phụ nữ ở đây lúc đánh cũng phải đánh, nhưng không đánh thì trăm việc, từ làm đường, gùi lương, thồ đạn cho đến canh tác để có cái ăn, rồi chống đồn, diệt Ngụy. Dân ở đây khổ nhất là chia hai bên, bên cách mạng có, bên Ngụy cũng có. Diệt Ngụy, thì gia đình nó trả thù, tìm cách giết lại! Cứ thế, từ đời cha đến đời con...

Tay dìu Dân lên bờ thổ, Trường Sơn ngoái lại, hồn nhiên đáp:

- Bộ đội chúng em khổ nhất là đói. Mỗi lần đói, chỉ có một thứ thịt em không nghĩ đến ăn là thịt người! Được canh tác có cái mà ăn như ở đây thì tuyệt vời đấy!

Dân nhướng mắt nhìn ra tứ phía. Giữa những tráng cát trắng ngút mắt lỗ chỗ những hố bom sâu hoắm, đường kính độ mười thước, đất ở dưới là đất thổ khói còn bốc lơ lửng, hăng hắc mùi lưu huỳnh. Mẫn lên theo, trầm giọng:

- Nhìn từ bờ thổ cao này, Bàu Bính tựa mặt trăng. Khi bom đánh đúng vào mạch nước ngầm, dân đỡ phải đào giếng. Còn đất thổ bom xới lên cho, là lại trồng khoai, trồng mè. Mẫn đưa tay che mắt, tiếp - trận này chưa thấy ai lại trạm thương, cũng lạ!

Mẫn chưa dứt lời, Trường Sơn trỏ tay. Ở hướng Xuyên Tân, một bóng người xiêu vẹo bò trên đụn cát nhô lên trong tầm mắt. Gió phần phật thốc cát tung lên. Một giải tóc đen xõa ra bay ngược lại. Bóng người gập xuống gãy đôi, tay giơ lên vẫy cầu cứu. Trường Sơn bỗng rú lên. Anh ta buông Dân, lao chạy về phía bóng người nhập nhòa trong ánh thủy tinh vỡ vụn trên mặt cát đầy thương tích.

*

Cõng về đến trạm phẫu, Giang thều thào, tay chỉ vào miệng rồi vào bụng. Không một ai hiểu được gì. Mẫn hỏi, nhưng vô phương. Giang mồ hôi nhễ nhại, tay chân giật lên từng chập, mắt trợn lòi lòng trắng ra ngoài. Mẫn cặp đo độ sốt lên đến bốn mươi độ, chích một mũi thuốc an thần. Giang bắt đầu làm nhảm, nước bọt ứa ra trắng mép. Mẫn nhờ Trường Sơn dấp nước lạnh lên mặt, lên trán Giang. Thình lình, Giang chồm lên, người gập làm đôi, nôn thốc nôn tháo, tay bíu lấy tóc giật lấy giật để.

Đôi phút hiếm hoi tỉnh lại, Giang kể, Mẫn mới hiểu. Từ Xuyên Tân về với hai vốc thuốc đủ loại, Giang bị Biệt Động Quân bất ngờ chặn lại khám. Giang hoảng lên kêu, mấy chú cho con đi tiểu một cái! Sau lùm cây, Giang biết nếu lộ chuyện đi mua thuốc thì chỉ có chết. Một tên lính tiến lại, miệng thúc, lẹ lẹ đi bà nội... Cuống cuồng, Giang không có cách nào khác là nuốt cả hai vốc thuốc tây mới mua vào bụng. Sau khi bị khám, Giang làm bộ thong thả vô ngã ba ra Xuyên Tân rồi cắt đường đi xéo xuống cho nhanh. Nửa giờ sau, Giang thấy trong người bốc nóng, ở cổ, ngực, bụng. Ban đầu chỉ nóng ran ran, sau hực lên, lửa cháy khắp người. Giang chạy, sợ chết bỏ xác không ai hay. Có chết cũng phải chết ở Bàu Bính, Giang tự nhủ, và cứ thế nàng cắm đầu chạy trong một biển lửa. Cho đến khi có người gọi, ủa Giang, răng ri Giang? Nghe thấy, Giang ngã vật xuống. Mang Giang về trạm phẫu, nhưng bây giờ, chạy chữa thế nào? Mẫn xem lại danh sách, có đến

gần ba mươi loại thuốc, cả thuốc gây mê, trụ sinh, diệt
trùng. Mẫn quyết định rửa ruột cho Giang vẫn khi mê
khi tỉnh, tay từng chập quơ lên cào mặt giật tóc mình.
Rửa ruột, có ăn thua gì khi thuốc đã ngấm vào cơ thể.
Thôi, thì đành uống thuốc mát, hạ hỏa và giảm những
cơn điên. Mặt Giang méo xệch, tóc rụng sạch, miệng
xưng vếu, chân răng ứa máu, lưỡi rộp lên đến uống
nước cũng kêu buốt. Khi phát điên, Giang chạy đuổi
trẻ nít, hò hát, cười khóc, gọi anh bộ đội của em ơi, chừ
anh đi mô? Anh bộ đội nào? Có người hỏi. Giang kêu
không biết, hét năm trăm, năm trăm đây! Năm trăm là
năm trăm gam thuốc nổ trên mỗi trái thủ pháo, du kích
gọi là trái năm trăm. Sơn không dám nhìn Giang, tay
ôm mặt, mắt đỏ ngầu như cũng sắp phát điên. Niềm
căm hận khiến Sơn không còn biết sợ, nay chỉ mong
trút được oán thù lên bất cứ ai là những kẻ đã làm cho
Giang thân tàn ma dại.

*

Qua những mẩu tin Giang nói và phối hợp với
thông báo của tỉnh đội, ban bí thư xã đoán địch sẽ tấn
công Bàu Bính một trận tầm cỡ qui mô. Nghe đâu
chính tướng Hoàng Xuân Lãm sẽ đích thân nhổ cái gai
Bàu Bính, loại gai lưỡi long mọc lẫn vào cỏ diệc trên
cát. Hai ngày liền, máy bay L.19, HU1A, rồi OV.10 sà
xuống quần thảo. Tiếp đó, là pháo. Pháo bắn thật dai,
từ Cẩm Hà là pháo Đại Hàn, và từ Núi Quế là pháo Sư
đoàn 2 chiến thuật. Rồi pháo từ hạm đội Mỹ trên biển,
trái nào trái nấy to như bom tấn, nổ khoét từng cái ao,

lỗ chỗ khắp nơi. Mờ sáng, du kích xô ra vị trí chiến đấu. Người trong thôn ai cũng có trách nhiệm, chia thành những mũi chặn địch, phối hợp với du kích, Đại đội 15 của huyện, và một bộ phận của Tiểu đoàn 70.

Địch đổ vào hai ngàn lính, gồm Sư đoàn 2 bộ binh, Tiểu đoàn 37 và 39 Biệt Động Quân, có xe tăng, phi cơ chiến đấu và pháo tuần dương hạm của Mỹ trợ chiến. Trận tấn công rất bài bản. Ba ngày đầu, pháo bắn chuẩn, bắn chuyển làn, xe tăng lên trước, bộ binh bám sau. Bị chặn, chúng lùi. Lại pháo, từ xa phá hệ phòng thủ. Cứ mỗi ngày, địch đánh năm, bảy đợt. Tiểu đội của Dân được phân công chiến đấu với du kích, chấn ngay mũi chặn mặt địch. Du kích Bàu Bính có một trung liên, một B-40, một cối 60 không đế với súng tay loại AK-47 và lựu đạn. Còn lại, mũi phải là Đại đội 15, mũi trái là Tiểu đoàn 70. Hai đơn vị này quân số đều không đủ, nhưng có thể dựa vào công sự chiến đấu và tuyến mìn bố phòng dày đặc xung quanh rìa thôn.

Ba ngày đầu, địch đánh thăm dò, chủ yếu là tấn công ban ngày. Ta chiến đấu đến tối rồi tiếp tục củng cố công sự, gài lại mìn. Ngày thứ nhất, du kích hạ một xe tăng. Đám người lớn trẻ con trong thôn bò theo xem, đứng dậy la hò hoan hô bất kể bom đạn. Họ bị đuổi nhưng nhất định không về, cứ mon men sát chiến tuyến. Giang trong số những người đó. Nàng vỗ tay, miệng la, năm trăm...năm trăm. Bọn nít rú cười, đồng loạt hò theo, năm trăm đây.

Đến ngày thứ tư, địch phát hiện mặt du kích chống giữ hỏa lực tương đối yếu, tập trung thúc bộ binh theo sau tăng M-48 tiến vào. Đạn đại liên M-60 rít lên vèo vèo xé gió đệm cho pháo 155 ly bùng bục ho khan. Chẳng biết hiểm nguy, Giang thình lình đứng lên múa may la năm trăm, năm trăm đây... Dân ngoái lại nhìn, thét nằm xuống. Trường Sơn nằm bên, kêu Giang ơi nằm xuống, giọng hốt hoảng. Nàng vẫn thẳng người, tay giơ lên trời, lững thững đi từng bước về phía một hàng xe tăng lùi lũi bò như cua, miệng vẫn tiếp tục, năm trăm, năm trăm đây. Đạn xé gió rít lên. Nhưng thật là lạ, Giang vẫn bước. Dân lại quát, nằm xuống. Cả đội du kích hò lên, Giang ơi, nằm xuống. Giang quay lại vẫy, miệng mỉm cười, vẫn cứ bước. Bất ngờ, Trường Sơn bật dậy chạy về phía Giang. Chỉ còn cách nàng ba thước, thân thể Trường Sơn nhấc bổng lên trời như bay. Giang quay lại nhìn, bất thần tỉnh lại, rú thảng thốt. Nàng bước lại ngồi phịch xuống cạnh xác Trường Sơn vừa rụng xuống mặt đất như một con chim trúng đạn. Đúng chỗ đó, bụi đất bỗng bốc tung tưởi trong vòm lửa đỏ lè hực lên sau một tiếng nổ kinh hồn.

Giang và Sơn chết không cần chôn, thân xác tơi tả ra trong một chớp mắt để trở về cát bụi.

*

Trụ đến ngày thứ mười lăm thì Bàu Bính kiệt lực. Mặt giữa, du kích còn bốn tay súng, ba đội viên tiểu đội Dân và hai cán bộ xã. Số thương binh là hai mươi mốt, còn lại tử vong cả. Mặt phải, đại đội 15 vỡ, bị đánh bật khỏi công sự. Mặt trái, Tiểu đoàn 70 bị thọc ngang sườn, rút về tuyến phòng thủ 2. Đầu trưa, lãnh đạo tỉnh gọi qua điện đài PCR.25 bàn kế hoạch rút quân tản dân. Thôn Bàu Bính còn khoảng sáu trăm người, nếu không tản đi được chắc thế nào cũng bị tàn sát. Lệnh quân khu cho phép rút lúc năm giờ ba mươi chiều.

Trong chu vi năm mươi cây số, Bàu Bính là điểm chốt duy nhất vùng Đông. Tứ bề, nhan nhản đồn bốt địch. Miệt núi phía Tây là nơi độc nhất có thể rút, nhưng cũng là nơi địch đóng quân dày đặc. Chính đơn vị Dân đã bị đánh chạy từ núi dạt xuống Bàu Bính. Bây giờ, phải chạy ngược lên, với đám đàn bà trẻ con nheo nhóc. Nhưng nay không còn chọn lựa, đành tìm một ngách sống giữa cái chết. Kế hoạch rút rất táo bạo: vượt Trường Giang ở Duy Nghĩa, qua Xuyên Tân men sông đi ngược mười cây số đến đường số 1 ở Hương An trước khi trời sáng. Giấu dân một ngày, đêm sau đi về thôn An Tráng, xã Bình Lâm. Qua sông, phải đi mò thuyền mò ghe nhận dưới lòng sông. Được ba ghe, bốn thuyền thúng. Ghe, chở được năm, bảy người. Thuyền thúng, chỉ hai, ba. Người có sức, chặt thân chuối ôm bơi qua sông. Ghe và thuyền dành chở thương binh, người già và trẻ con. Chín giờ đêm, đi chuyến đầu. Đoạn sông này chỉ ba trăm mét, nhưng sao mà mênh mông, nhìn không thấy bờ bên kia. Một số người quyết định không vượt sông nhưng đi Hội An, sáng sớm gồng gánh lên chợ Nổi Rang tìm xe đò. Đến sáu giờ sáng, vẫn còn hai trăm người kẹt lại bờ bên này. Số qua đến Phú Diên bờ bên kia được ba trăm người.

Phải đến nửa đêm thứ hai, số dân kẹt lại mới qua hết sông. Địch lại bắn những chiếc đèn dù, chiếc này vừa tắt, chiếc kia đã bùng sáng, soi thứ ánh sáng nhợt nhạt ma quái lên giòng sông lặng lẽ. Pháo từ Tuần Dưỡng, pháo từ Hà Lam đuổi theo cầm nhịp suốt đêm. Mảnh pháo có loạt bay rào rào ngang đầu. Và đến sáng, phía sau địch truy đuổi. Phía trước địch thả quân bằng trực thăng chặn đường. Cuộc đuổi bắt ú tim kỳ lạ: một bên, ba trăm con người xác xơ, gồm người già, trẻ con, đàn bà và thương binh phải cáng. Họ len lỏi trong một vùng trắng dân, dày đặc căn cứ địch. Ngày thứ mười, hết sạch gạo. Rồi đau, ốm. Họ vật vờ như những bóng ma. Bên kia, những người truy đuổi với nào là xe tăng, nào là máy bay, không hiểu vì sao lại không thấy họ. Có người bảo, thánh che mắt kẻ truy đuổi. Có người cho rằng chính những người truy đuổi lơ đi không muốn thấy. Nhưng muốn hay không, khó có thể tin rằng đám lính Biệt Động đã chặn mọi ngả mà lại để cho một đoàn mấy trăm sinh mạng con người đi thoát được dễ dàng như vậy vì thánh che được mắt họ. Ngày thứ mười ba, đoàn người chạy thục mạng đến được An Tráng.

*

Dân thôn Bàu Bính chạy lên núi lập ra xã Bình Tân. Họ ngóng về phía biển, chép miệng nhắc những rặng phi lao và những mái nhà lợp bằng cỏ diệc, loại cỏ tự nhiên mọc lên năm xưa khi Bàu Bính bị cào trắng. Họ cố quên mười lăm ngày máu lửa trên một khoanh đất lỗ chỗ hố bom, quên cô bé Giang phát điên, quên những cái chết kinh hoàng để có sức lao vào một cuộc sống phải bắt đầu lại từ số không với hai bàn tay trắng. Vây bủa chung quanh họ vẫn là những con Ma, Thần Sấm, thiết vận xa M-113, đại bác 75 và đủ loại đồ chơi sắt thép giết người của thứ văn minh cơ giới lạnh lùng. Dân ở lại với họ cho đến khi liên lạc được với Tiểu đoàn 74. Đơn vị cũ nay chẳng còn được bao nhiêu người. Dân giữ được cho gia đình Trường Sơn cuốn nhật ký, di vật độc nhất của người lính trẻ đã hy sinh. Giở ra đọc, Dân mới biết Sơn người gốc Quảng Bình, đang học Văn ở đại học thì nhận lệnh động viên. Những giòng chữ giữa hai làn bom rơi trên thôn Bàu Bính kể lại mối liên hệ giữa Sơn và Giang.

" Ngày ...tháng...1971.

Dứt tiếng máy bay, bầu trời lại vút cao, gió lồng lộng và những hàng dương cháy như đuốc đốt. Bây giờ, thời gian đo bằng khoảng cách giữa những trận B52, những trận pháo kích. Tôi ra bờ thổ, thở không khí vào đầy buồng phổi, ngắm những vòm khoai lá chợt xanh hơn, tươi hơn. Có tiếng cười khúc khích. Eng bộ đội ơi! Hầm mấy eng an toàn hỉ? Nhìn lại, thì ra là Giang, cán bộ trợ y trạm phẫu thuật. Nàng đưa tay vén đám lá xanh bạc một loài cây mọc trên cát. Ô kìa, không phải là Giang nữa. Phép lạ nào đã khiến nàng thành một nàng công chúa nước Chiêm, áo chẽn, quần ống phùng, trang phục xanh tuyền ngọc thạch. Nàng nói, tôi chẳng hiểu gì, nhưng tôi cúi đầu, hai gối nhũn ra, quì xuống. Gió mơn man, thổi bay đi chiếc khăn nàng quàng đầu. Tôi cúi xuống nhặt, và nàng, nàng cũng cúi xuống, tóc vương vào mặt tôi, mắt vương vào mắt tôi, và tay nàng nằm trong tay tôi. Một

71

điệu nhạc cổ vang lên, tiếng hát vẳng lại nghe đâu như tiếng hát quan họ, nhừa nhựa, lê thê. Nàng lại nói, và tôi, tôi là anh lính trẻ đi từ xứ Nghệ theo Chúa Sãi, tôi hiểu tôi đã từng gặp nàng từ ba thế kỷ trước. Tôi chớp mắt. Trước mặt lại là Giang. Nàng bảo mai nàng sẽ đi mua thuốc trong vùng địch. Không hiểu sao, bụng tôi thóp lại. Tôi sợ, sợ rất vô cớ. Nàng cười, sợ răng mà sợ chi eng, em đi ra đi vô quen đường rồi. Mai, tay nàng chỉ, em đi về ngả Xuyên Tân. Đi lúc mặt trời lên, không để vết chân trên sương. Rồi nàng rút tay ra.

Suốt ngày hôm đó, tôi nghĩ đến những vết chân trên sương và lúc mặt trời lên. Phải chăng nàng hẹn tôi. Tôi không biết! Nhưng có một động lực nào đó khiến tôi cả đêm thao thức. Cứ chợp mắt, tôi lại thấy cô công chúa nước Chiêm ngồi bên, tay đưa ra luồn vào ngực, hỏi trái tim anh đâu. Ai cũng cần một trái tim. Kể cả lúc để chết! Nghe nàng nói, tôi vùng dậy, đáp, không thể được. Cần trái tim chẳng phải để chết mà là để sống. Nhất là thời gian để sống chỉ còn nhỏ giọt giữa bom đạn.

Sáng hôm sau, tôi ra đợi. Nằm úp mặt vào cát trắng mịn màng, tôi biết, đúng tôi là kẻ theo chúa Sãi vào Đồ Bàn. Có tiếng ngựa hí. Tôi ngước lên, nhướng mắt nhìn về phía thôn *khi mặt trời ló khỏi những tàn lá dừa mọc ven biển. Và tôi mê đi cho đến khi nàng hiện ra, nàng công chúa của tôi. Tôi chính là tên lính xâm lược kiếp nào xa xưa đã bỏ Chúa Sãi cứu lấy nàng. Và xin nàng làm vợ. Tôi chồm dậy, miệng thì thào, nàng đây rồi, nàng là ân oán truyền đời, nỗi đau và đồng thời là hạnh phúc của tôi. Không còn thời gian. Không* có trận chiến nào nữa. Chỉ còn một sợi dây định mệnh khiến chúng tôi lẫn vào nhau tựa những hạt cát sinh thành từ sự độ lượng giao hòa của đất với trời. Của âm với dương.

Vâng, tôi cần một trái tim. Để sống! ''.

Nhét cuốn nhật ký của Sơn vào ba-lô, Dân bần thần tự hỏi, mình có là tên lính xâm lược ngày nay đang theo một chúa Sãi hiện đại nào đó không? Không. Vì bom thả từ B-52 là bom Mỹ. Lính truy kích có Đại Hàn. Nhưng còn đám Biệt Động Quân, cũng dòng giống người Việt, có phải họ thật là tay sai ngoại bang, là ''Ngụy''? Nếu thế thật, thì tại sao họ nhắm mắt cho dân chạy về An Tráng? Những dòng chữ trong cuốn nhật ký chập chờn vây bủa Dân, với những câu hỏi không giải đáp. Và nhất là một nỗi xao xuyến đang thành hình. Nhìn xuống vết thương ở chân nay đã lên da non, Dân nhớ chính Sơn đã rắc thuốc súng rồi đốt tẩy trùng. Chàng bỗng ngậm ngùi. Sau khi chứng kiến tận mắt cái chết của Giang và Sơn, Dân tự hỏi, liệu cái ý đồ đầu hàng của chàng mới cách đây chưa đầy một tháng có hay không có nghĩa? Đúng là làm hàng binh thì sống, có cơ gặp mẹ, nhưng sống như thế có đáng để sống hay không trước những cái chết của đồng đội như Sơn? Dân ôm đầu, chợt thấy mình hóa ra một con kiến nhỏ nhoi quờ quạng trong một cơn hồng thủy không cưu mang cả thể xác lẫn linh hồn.

*

Về đơn vị một thời gian, Dân và một số lớn đồng đội được lệnh vòng sang Lào rồi ngược về Vĩnh Mốc, căn cứ địa làm chỗ dưỡng quân gần cửa Việt. Lính đùa bảo đấy là chỗ vỗ cho béo trước khi bị làm thịt. Ban chỉ huy tiểu đoàn hiện có Cự, phó bí thư chi bộ, xưa là bạn học với Dân. Tình hình chiến sự sắp đến thời cơ quyết định nên có nhu cầu bổ xung chẳng những lính mà còn cả những cán bộ chỉ huy cũng bị tổn thất rất nặng trong mùa mưa vừa qua. Cự xem hồ sơ của Dân, gặp và đề nghị giới thiệu Dân vào Đảng. Ban đầu, Dân nghi ngờ, chỉ ậm ừ. Cho đến khi chính Chính Ủy đại đội tận tay trao cho Dân một bản Điều Lệ Đảng, Dân mới thật sự tin và chờ ngày làm lễ kết nạp.

Đại đội trưởng kêu tên:

- Phan Thượng Dân!

Dân bước lên ba bước, nhập bọn với đám lố nhố năm sáu người, đứng như phỗng. Máu dồn lên mặt, Dân đứng nghiêm, mắt nhìn thẳng vào cờ đỏ sao vàng, đọc đơn xin kết nạp Đảng, câu cú đã chuẩn hóa, nghe máy móc vô hồn. Đến lượt bí thư chi bộ đại đội. Giọng đều đặn, anh ta đọc bản lý lịch, nhận xét, rồi quay sang hỏi ý kiến "quần chúng". Dĩ nhiên, quần chúng có ba anh lính tiểu đội của Dân. Một người kể, đồng chí Dân không ngại hy sinh, tự mình cản hậu, một mình chiến đấu chặn địch để bảo đảm an toàn cho đồng đội. Một người khác tiếp, bị thương, đồng chí Dân tiếp tục nhả đạn vào địch, hạ được sáu thằng. Người cuối cùng thuật lại cuộc tản dân từ Bàu Bính lên An Tráng, và dẫu vết thương chưa hẳn lành, đồng chí Dân vẫn góp sức bảo vệ an ninh, phá rẫy giúp đồng bào trồng trọt canh tác lập ra xã Bình Tân. Dân nghe câu được câu không, nghĩ đến những giấc mơ mình nói với bà khi tình nguyện xin nhập ngũ. Bà ơi, chỉ năm mười phút nữa cháu bà sẽ là đảng viên. Từ nay con đường tiến thân đã mở, cháu sẽ không mãi còn là cái thằng Dân vật vờ như xưa để cho người ta khinh rẻ trong làng. Ứa nước mắt, Dân cố kìm tiếng nấc trong họng, bụng căm căm một nỗi ai oán xưa nay chôn chặt trong lòng.

Bí thư chi bộ ê a đọc, mãn hạn ba năm nghĩa vụ, đồng chí Phan Thượng Dân đề đạt ý nguyện được tiếp tục phục vụ cuộc chiến đấu thần thánh của nhân dân ta anh hùng. Đồng chí thông suốt đường lối của Đảng, học tập xuất sắc, nêu gương đạo đức và phẩm chất người lính của quân đội nhân dân, xứng đáng trở thành Đảng viên. Và Dân thề:...thề bảo vệ danh dự uy tín của Đảng như bảo vệ con ngươi mắt mình!

Thế là Phan Thượng Dân được kết nạp, trở thành Đảng viên Cộng Sản ngày 19 tháng 8 năm 1971.

Sau lễ kết nạp ít lâu, Dân được phong làm Trung đội trưởng, qua mặt Trung đội phó Tạ, lính lâu năm hơn nhưng kém văn hóa, ăn nói lung tung, phát biểu khá tùy tiện. Bàn giao Trung đội cho Dân, có Tạ và Cự. Cự thuộc thành phần cơ bản, học lớp tám đã là đoàn viên. Sau lớp mười, Cự lên Hà Nội học tổng hợp Văn được ít lâu thì tình nguyện nhập ngũ, năm sau được kết nạp vào Đảng. Là người làng bên, Cự và Dân học chung trường cấp 3 ở Tiên Lãng, có quen nhưng không thân. Để chiêu đãi Dân, Cự mở một gói thuốc Tam Đảo và pha trà Thái Nguyên:

- Trung đội này chiến lắm, đánh đấm ở Khe Sanh được biểu dương thành tích nhé! Tiểu đoàn chúng mình đúng là "đèo cao thì mặc đèo cao, tinh thần đánh Mỹ còn cao hơn đèo!".

Tạ xen vào, cười hềnh hệch:

- Đúng thế thật, nhưng ở Khe Sanh phăng teo cha nó một nửa!

Cự ngắt, giọng không bằng lòng:

- Đánh nhau thì tránh thế nào được? Mình chết, nó cũng chết chứ!

Tạ lại hồn nhiên:

- Ờ, thủ trưởng đúng. Thằng nào chết nhiều, thằng ấy thắng! Mở tay áo, Tạ khoe một vết sẹo chạy từ bả vai xuống khuỷu tay, tiếp - Đồng chí Dân xem, tí nữa thì mất mẹ nó cái tay, may mà mảnh đạn nó chệch đi... Thế cũng ba tháng nằm viện bên Hạ Lào, nhưng được địa phương thưởng một ký đường. Bu nó đến trụ sở xã lĩnh, hân hoan viết thư, nhà nó ơi, tết năm nay làm bánh trôi bánh chay, cả nhà mừng lắm. A, cái con chết tiệt - Tạ lại cười - nó có biết đâu thằng này suýt cống hiến cái tay cho sự nghiệp chống Mỹ cứu nước, đổi lại là một ký đường! Hà, hà...

Thấy Cự nhăn mặt, Dân phà khói thuốc, cố nín cười, nghiêm giọng:

- Đồng chí Tạ, bao giờ đồng chí cho tôi biết chi tiết về từng đội viên? Thành phần, trình độ và phẩm chất và tinh thần tác chiến...

Tạ vẫn hềnh hệch:

- Đồng chí Trung đội trưởng này có vẻ còn nghiêm túc hơn đồng chí Trung đội trưởng trước đấy! Các đồng chí ơi, ngày rộng tháng dài, chưa cấy mà gặt ngay thế nào được, cứ từ từ rồi sẽ có bá cáo ngay ấy mà!

Cự đứng dậy. Vừa bước vừa ôm vai Dân, Cự nói nhỏ:

- Mỗi lần họp đại đội, cậu để tay này làm nhiệm vụ khác, không thì cứ phát biểu lăng nhăng, rách việc!

*

Thắm là đội viên cấp dưỡng trong ban tiếp vận cho Tiểu đoàn của Dân đóng ở Vĩnh Mốc. Nàng đến với Dân như một cơn cuồng phong. Ngay từ phút ban đầu, lòng Dân nổi giông bão. Gió lên, có lẽ là bởi khi nàng đến thì cơn bão cuối mùa cũng áp tới. Dân ra đón ở lối vào địa đạo. Biển cuối tầm mắt kéo từng đợt sóng trắng xóa giăng ngang chân trời đục xám sương mưa. " Chào đồng chí, chúng em muộn, đường vào đây cây cối đổ ngả đổ nghiêng. Bão năm nay to thật! ". Thắm tươi cười, tay đưa vạt áo lên mặt chùi nước mưa. Dân sững sờ khi nàng bỏ tay xuống, miệng thốt "...Ơ kìa, chị Nết đâu? Tôi cứ tưởng...". Thắm vui vẻ "Chị ấy bệnh, sốt rét cấp tính. Em là Thắm, em tạm thay chị Nết ". Thắm tinh quái tiếp " Chị Nết của anh kỳ tiếp

77

lương sau sẽ lên!" rồi khúc khích cười. "Không không! Chị Nết nào phải của tôi đâu...", Dân vội vã thanh minh. Thắm nguýt dài, vẫy tay gọi đoàn thồ lương vào, miệng trề ra nghịch ngợm "Thì của tất cả các anh vậy".

Bão mỗi lúc một lớn. Tối hôm đó, toán cấp dưỡng trú lại địa đạo. Anh nuôi trung đội chiêu đãi khách phương xa một nồi cháo măng nấu với tắc kè, chiến lợi phẩm thu từ những lần tuần canh cánh rừng phía nam. Khách làm văn nghệ đột xuất phục vụ bộ đội. Dưới ánh lửa chập chờn của hai ngọn đèn dầu soi căn hầm chỉ mươi thước vuông, lính chen vai thích cánh. Đến lượt Thắm, cả toán cấp dưỡng nhao nhao, chị Thắm ơi, cho nghe quan họ đi nào. Người ơi người ở đừng về nhé. Không, cấm. Chiến sĩ nghe nhụt lòng. Chị Thắm chọn đi! Nàng chớp mắt, hắng giọng, em hát phục vụ các anh bộ đội nhé. Nàng nhịp khẽ tay vào nhau, cất tiếng:

Anh cứ bảo, rằng em không thương
Em đo lường thì rất cặn kẽ
Bởi thương anh nên em bàn với mẹ
Lo cho anh, không để lạc đường ...
Giận thì giận...Thương thì thương...
Giận thì giận...Thương càng thương...

Điệp khúc thấm vào trong Dân, lắng xuống, đọng lại những hạt sương mong manh trên đầu cánh lá chớm lạnh lúc đêm về. Tạ đứng lên, ồm ồm hoan hô, vỗ tay bôm bốp. Nó kéo Thắm, ấy về phía chỗ Dân ngồi, kêu "Cô Thắm. Đến lượt cô mời thủ trưởng bọn tôi!". Nàng nhìn vào mắt Dân, nhỏ nhẹ "Mời thủ trưởng. Chiều em nào! ". Dân lúng túng lắc đầu. Ôi, chiều em nào, nghe ngọt ngào như cục đường phèn tan dần trong miệng. Cả Trung đội ồn lên, Thủ Trưởng ngâm lại cái bài Quê Hương đi. Dân bảo, quên sạch rồi. Thắm bảo, em nhắc. Và khi Dân ngâm đến câu " Nay yêu quê hương vì trong từng nấm đất, có một phần xương thịt của em tôi ", mắt Thắm long lanh ngấn nước.

Trời trở cơn. Mưa sa gió táp liền ba ngày ba đêm. Đồng đội than nhưng Dân hạnh phúc. Một thứ hạnh phúc ngấm ngầm âm ỉ. Dân lân la hỏi, biết Thắm quê ở Ý Yên, gia nhập thanh niên xung phong cùng thời Dân xin vào bộ đội. Mẹ nàng góa bụa, nay sống với gia đình người cô. Thắm ngậm ngùi, hết hạn, em xin về lo cho mẹ. Còn anh? Dân đáp, tôi mồ côi cả cha lẫn mẹ, chỉ còn bà ngoại. Bà một mình, nhưng có mấy người họ hàng ở gần, lúc hoạn nạn cũng không đến nỗi tứ cố vô thân. Thắm xoay chuyện, giọng nghịch ngợm, hỏi anh mơ ước gì sau này? Dân lắc đầu. Trả lời làm sao đây? Quả thật Dân chưa biết mơ ước. Có gì đáng để ước mơ bây giờ? Dân nói với nàng, cho Dân khất, để còn nghĩ đã. Không hiểu sao Dân mím môi quả quyết với nàng rằng mình vẫn còn khả năng mơ ước.

Mưa ngớt dần. Trận bão còn để rớt lại dăm ba cơn giông. Trận bão cho Dân ba ngày gần Thắm, ba ngày đoán bước Thắm đi, nghe tiếng Thắm thì thào, có dịp ngồi bên Thắm để kín đáo hít hương da thịt nồng nàn bốc lên trong những căn hầm ẩm thấp. Ba ngày ngắn ngủi. Thắm chưa đi, sao Dân đã nhớ. Đến phiên gác,

Dân dật dờ ôm súng. Ngồi dưới lều ngụy trang cạnh nóc hầm, Dân thẫn thờ nhìn về cuối chân trời, nơi loáng thoáng dăm cánh buồm nâu căng trên những chiếc thuyền chài ra biển. Dân vẫn nợ Thắm câu trả lời đã khất. Mơ ước? Mơ ước gì? Còn Thắm, về phụng dưỡng mẹ liệu có phải là một mơ ước cho Thắm?

Tiếng chân đâu đây như tiếng chân nai. Rồi tiếng áo mưa làm bằng nhựa thô loạt xoạt. Thắm hiện ra. Đến chỗ Dân đang bó gối, Thắm chìa cho Dân một củ khoai nướng. Ngồi xuống cạnh Dân, Thắm mỉm cười, nhìn bâng quơ ra biển. Dân lặng im, giữ cho thật thanh tịnh phút giây thần tiên một buổi sáng trinh nguyên vắng lặng. Tiếng sóng dập dềnh xa vắng lẫn vào tiếng chim ban mai. Thế gian lắng vào một cõi thực hư lẫn lộn. Thình lình Dân hỏi, Thắm mơ ước gì? Thắm cười, nói khẽ, em mơ thành bướm. Anh đã thấy những cánh bướm trên Trường Sơn chưa. Có con cánh to bằng bàn tay, đủ màu đủ sắc. Những cánh bướm trong bóng đêm sáng lên sắc lân tinh, xanh có, đỏ có, cam có. Đẹp, kỳ diệu. Thời gian trên rừng, em không bắt bướm. Em tìm những xác bướm chết, mang ép. Bộ sưu tập em thu nhặt được đến trên hai mươi loại. Người ta bảo có loại bướm trên mỗi cánh nhung tuyền là một nửa trái tim đỏ tựa màu đỏ hoa gạo. Em tìm, nhưng vẫn chưa thấy. Khi thấy, em chắc sẽ có được một trái tim nguyên vẹn. Và biết đâu đó lại chẳng phải là tình yêu tròn đầy. Dân buột mồm, tôi sẽ tìm cho em! Thắm cười. Bất chợt, nàng hỏi "Còn anh? ". Dân vội vã, lời bật ra như tên bay, " Mơ ước của anh là ...sau này gặp lại em! ". Hình như Dân chỉ ý thức được một phần ý nghĩa câu nói. Dân không đủ thời gian. Vì Thắm nức lên. Thắm ơi, đừng khóc. Dân ngần ngại đặt tay trên vai Thắm. Nàng ngật người ngả xuống lòng Dân như cánh bướm chao nghiêng. Dân ôm Thắm xiết lấy, sợ nàng biến đi vì cái phất tay ác độc của mụ phù thủy trong chuyện cổ tích. Thắm ghì lấy Dân. Rúc đầu vào mái tóc nàng nay xổ tung ra thành suối mát đầu nguồn, Dân thả cho bản năng giống đực dẫn dắt. Dân vục đầu vào ngực Thắm, hệt một đứa trẻ tìm căn nguyên sinh thành ra mình. Quăng khẩu súng vào bụi, hai tay Dân khoanh tròn quanh Thắm, vồ vào, vuốt ve. Đến cái lúc ấy, Thắm nắm hông Dân, đẩy ngược lại, miệng run rẩy, "Không ...không được!". Thắm dằn ngửa Dân xuống đất, cúi đầu, mặt áp xuống. Dân thấy giải tóc Thắm chập chờn, lên xuống, dập đềnh, chao lượn. Cứ thế, Dân tuột vào một niềm hoan lạc như chưa từng. Dân mặc cho mình hững hụt, không trọng lượng, rơi vào một nơi vô thủy vô chung. Chao ơi, Dân hực lên, tai văng vẳng âm điệu những bài thánh ca âm vọng ngàn trùng.

Khi Dân mở mắt, Thắm ngồi nhìn Dân, ánh mắt hiền dịu. Nàng bậm môi, nói một mạch " Em chẳng tiếc gì anh. Em nói thật, em đã... một lần, và người đó chỉ mấy ngày sau là chết trận. Còn anh, em không muốn mất anh! ". Nói đến đấy, nàng bật khóc ấm ức, rồi thình lình vỡ oà bật thành tiếng nửa như đau thương, nửa hạnh phúc.

*

Cô đội viên cấp dưỡng cùng đi với Thắm hớt hải nói rất nhanh, chị Thắm bị kiểm điểm, lệnh bắt trưa nay chúng em phải đi ngay. Dân điếng người, định hỏi nhưng cô ta làm ngơ, giúi vào tay Dân một chiếc khăn tay rồi thoắt biến sau lùm cây, gọi không quay lại. Dân cầm chiếc khăn màu trắng góc có thêu hai chữ D&T xoắn vào nhau, lòng bồi hồi. Kiểm điểm? Dân tự nhủ, rồi sẽ đến phiên mình. Thôi mặc, đến nước này thì kệ. Con đường độc đạo vào Vĩnh Mốc qua Xóm Rộc. Không nghĩ ngợi thêm, Dân lẩn vào những tàn lá còn ướt sau trận bão, nhắm hướng rồi đi xuyên rừng đón đầu. Xuống cuối dốc, Dân thu mình ẩn vào một lùm cây, mắt chăm chăm nhìn về phía con đường mòn chỉ một người đi lọt. Trên cành, hai con vượn chí choé chạy khi thấy bóng người, con chạy trước ôm theo một con vượn con bé chỉ bằng hai bàn tay. Dân thầm than, vượn có đôi có lứa, có con nối giòng. Còn con người? Dân nhớ chuyện một anh bộ đội con một trong làng mình, lấy vợ được hai tháng rồi đi B, đi nhưng vợ chưa thụ thai. Năm sau, anh «tút», lén lút về làng gặp vợ nhưng không dám để ai biết kể cả bà mẹ anh nay đã già yếu. Anh trốn trong nghĩa địa đồng mông quạnh, đào hầm ở chui, trên vách dán một tấm ảnh một đứa bé trai cắt từ báo Nhân Dân. Đêm đêm, vợ anh đến tiếp tế, ăn nằm với nhau, nhất quyết phải có kẻ nối giõi tông đường rồi đi đâu mới đi. Bốn tháng sau, vợ tắt kinh, anh lên đường tìm đơn vị, khai là mình lạc trong rừng. Nhưng chị vợ chửa bụng vượt mặt không biết ăn nói thế nào với làng xã. Chồng đi chống Mỹ cứu nước, chửa thì chửa với ai? Mẹ chồng ăn vạ, từ con dâu. Xã đội bắt chị giong lên Ủy ban, trên đường người làng nhiếc móc, có kẻ xông vào đánh đá. Bị bức bách đến độ cuối cùng chị khai thật, xã cứ thế báo lên đơn vị, và đến lượt anh chồng bị kỷ luật. Ba tháng sau, ông Bí thư xã đến báo mẹ anh bộ đội rằng anh bị tử hình. Chị vợ bụng chửa tám tháng treo cổ trên cành đa cạnh miếu Thành Hoàng đầu làng, đem chôn nhưng mắt vẫn trừng trừng, không một ai khép cho nhắm được. Cả năm sau, người làng cứ đi ngang miếu là nghe thấy tiếng trẻ khóc oe oe, ngày cũng như đêm, cho đến khi làng bị bom B-52 phá trụi.

Dân đợi độ khoảng xế trưa thì đoàn cấp dưỡng thấp thoáng đi đến. Nhẩy bổ khỏi lùm cây, Dân chồm lên chạy ra chặn. Được ba bốn bước, Dân chúi người ngã xuống đất. Một mũi súng lạnh buốt dí vào thái dương, rồi một tiếng cười gằn cất lên:

- Đồng chí đi đâu mà vội mà vàng thế?

Dân ngước nhìn chiếc băng đỏ cuốn quanh vòng tay áo xanh rêu của kẻ vừa thò chân ra ngáng, biết là đám quân báo rình bắt mình. Đằng xa, Thắm trong đoàn người nhưng Dân nào đã thấy bóng dáng. Dân gào, Thắm ơi, tiếng gào vang vang chuyền trong vách núi. Một bàn tay tóm lấy gáy Dân xiết lại. Vùng mình, Dân cố thoát ra, miệng tiếp tục gào, Thắm ơi, anh đây! Dân nghe văng vẳng tiếng Thắm:

- Cố sống về tìm em ở Ý Yên!

Nàng cũng gào lên, không phải một mà là nhiều lần, âm thanh mơ hồ đến từ nơi nằm ngoài cái cõi đời khốn nạn thời chinh chiến.

*

Cầm bút lên, tờ giấy trắng trên bàn bỗng thành mặt biển kề thôn Bàu Bính, nơi Giang và Sơn cùng chết. Giọng Chính Ủy đại đội gằn, đồng chí là đảng viên, lại là cấp chỉ huy mà đi hủ hóa, không biết tam khoan là gì à? Chưa yêu thì khoan yêu. Yêu rồi thì khoan lấy. Lấy rồi thì khoan có con. Dân ngao ngán hỏi lại, chưa chết nhưng phải khoan sống à? Một cánh bướm chao nghiêng cửa hầm, chập chờn đong đưa hình ảnh Thắm. Cuối tầm mắt, những đợt sóng xô nhau chạy vào bờ trong khoang trời âm u thu gọn biển vào một góc vòng cung lổn nhổn những gềnh đá nhô lên nhọn hoắt. Thắm phụng phịu nói dỗi:

- Em kể cho anh nghe hết về gia cảnh em, còn anh, anh bảo mật ghê quá! Không tin em ư? Hay là em chỉ là người dưng nước lã!

Dân kể mẹ Dân chết khi Dân lên bảy tuổi. Còn cha? Cha Dân ư, cha bận công tác, từ lâu lắm rồi Dân không gặp. Cha anh bận công tác gì? Bà anh bảo cha đi Liên Xô! Thắm bĩu môi, bận đến độ không gặp con? Dân chẳng biết đáp thế nào, im lặng một lát, rồi kể. Anh ở với bà ngoại. Bà kể mẹ anh lên Hải Phòng rồi mất biệt. Mẹ bế theo Nhân, đứa anh em song sinh của anh. Bà bảo, hai anh em, đứa một khoáy, đứa hai khoáy. Nhân có mẹ, may hơn anh, có lẽ nó một khoáy. Đứa nào hai khoáy là đứa vất vả. Nhưng cả hai đều không có cha. Và con không cha, bà ngoại thở dài, như nhà không nóc! Năm anh lên bảy, một người dong dỏng cao về làng, ôm lấy anh, gọi anh bằng con. Bà bảo đây là ông bác, anh của cha. Xẩy cha thì có bác, cũng như cha. Hôm ấy, nắng gắt đến độ dòng sông Văn Úc cuối tầm mắt bốc hơi giăng ngang lưng núi Voi ngày ngày ưỡn cái mông đá xám lên nền trời xanh ngắt. Cây sấu cúi xuống mặt ao lặng lờ, mặc những con bọ ngựa mầu ngọc non ve vẩy bám vào thân cây sần sùi đang tứa mồ hôi. Chỉ bọn châu chấu ma là bất chấp, vẫn lẩn vào đám cỏ cháy, búng chân nhảy nhót lách tách, mắt nhỏng lên nhìn như thể đất trời là của riêng chúng. Đến đêm, trời mát dần. Bác anh nằm cạnh, cựa nhẹ trên chiếc chõng tre cót két, thở dài thườn thượt. Bác quạt cho anh, thỉnh thoảng nhổm dậy nhìn ra ngoài. Tờ mờ sáng, bác dậy, thì thào với bà, rồi bác vào ôm anh, hôn lên má, lên trán. Tiếng cửa khép lại, anh biết bác lại vừa đi. Sáng ra, bà bảo, bác con lên Hải Phòng. Anh hỏi để làm gì? Bà quệt nước mắt: đi tìm mẹ mày với thằng Nhân. Hai mẹ con đi đã bốn tháng nay rồi, chẳng tin tức gì! Anh ấm ức, nhưng hy vọng bác đi tìm, ắt phải tìm ra chứ. Vài ngày sau, bác anh về. Bác về mà mẹ đâu? Thằng Nhân đâu? Không, không thể thế được. Bác ứa nước mắt, vẫy anh lại. Anh vùng chạy ra ngoài. Anh cắm cổ chạy, chạy cho đến lúc anh kiệt sức, lao mình vào đống rơm, đầu chúi xuống, mắt nhắm lại. Và anh cầu, như bà ngoại vẫn lầm nhẩm, lạy Chúa lòng lành, hãy cho con về nước Chúa, đừng bắt con nhớ mẹ, nhớ Nhân. Hãy cho con quên cha, cái con người xa lạ kia đã không trở về, và đó là một sự bội phản.

Anh lớn lên với cây sấu, những con châu chấu ma, dòng sông Văn Úc chảy ra biển và núi Voi bằng đá sừng sững chắn ngang tầm mắt. Một năm sau ngày bác đến nhà, bà nhận được tấm bưu thiếp của mẹ anh gửi từ Sài Gòn. Bà bảo, chỉ ít lâu nữa là Tổng Tuyển Cử, mẹ và Nhân lại về. Còn bác, hàng năm bác đạp xe đạp về, đến rồi thoáng một cái, bác lại biến đi như trò ảo thuật. Đến cuối năm anh học lớp bốn, bác không về nữa. Bà bảo, bác đi công tác tận Liên Xô tìm cha con, xa lắm. Thế còn mẹ và Nhân? Làm dấu thánh, bà quay mặt làm như không nghe câu anh hỏi. Phần anh, anh nghe câu trả lời đến từ bọn trẻ cùng trường cùng lớp. Mẹ mày đi Nam, con nhà phản động ăn bơ thừa sữa cặn! Anh ấm ức khóc, thét, nhưng tao có cha. Cha mày đâu? Cha tao đi công tác ở tận Liên Xô. Cha tao về thì chúng mày đi tù mọt gông. Ha ha, chúng tao không tin, cha mày công tác bên Liên Xô vĩ đại mà mẹ mày lại đi Nam theo Mỹ-Ngụy à?

Năm mười tám tuổi, học xong lớp mười, anh tình nguyện đi nghĩa vụ quân sự. Không được, phải là thành phần cốt cán, lý lịch trong sạch. Anh là con cháu địa chủ. Bà ngoại xưa có đến bảy mẫu ruộng, cống hiến hết cho xã, được chia lại hai sào, nhưng một ở đầu thôn là sỏi đá, một ở cuối thôn thì nước phèn ngấm đất. Ruộng như thế, bà bảo, thôi thì cho người ta canh tác.

Còn cháu, cháu xin vào hợp tác xã mà làm. Cậy cục mãi, anh được nhận vào đội thủy lợi. Năm mười chín tuổi, anh lại xin đi nghĩa vụ. Vẫn không được! Năm ấy, bọn trai làng đi khá nhiều. Chúng nó lên Thái Nguyên học quân sự đâu sáu tháng, rồi đi B. Anh lên hỏi xã đội. Ông ta nhìn anh, chửi nhỏ tiên sư khỉ, rồi xách mé, ngay vào đội tự vệ xã cũng chả được! A, tại sao? Ông xã đội, giọng bí mật, chẳng tại sao cả! Anh về nhà, lén lút như một thằng ăn cắp vặt, nằm vật xuống chõng tre, mặt quay vào tường khóc thút thít. Năm ngoái, một thằng ở thôn giữa đi B về, nó mất cánh tay trái nhưng bù lại, nó xin được đi học đại học, nghe đâu về ngành điện lực thì phải. Còn anh, nếu đi B về, dẫu có mất một cánh tay hay một cái chân cũng chẳng sao. Anh không cứ còn mãi phải đi vét bùn, tát nước, đắp đê. Năm hai mươi tuổi, anh lại viết đơn thỉnh nguyện cho anh được tòng quân giải phóng miền Nam. Sau đợt Tổng công kích Tết Mậu Thân, kỳ này tình thế đã có vẻ khác. Tuyển quân dễ hơn trước, nhưng không hiểu làm sao mà anh vẫn không được chấp thuận. Bà anh bảo, cháu đi thì mười phần chết bảy. Thôi cứ ở đây với bà, bà già rồi. Anh nói, cháu đang chết lần chết mòn bà ơi. Sống thế này, như cùi hủi, làm sao sau này ngước mặt lên được, hở bà! Bà anh khóc thút thít, hôm sau quày quả lên nhà Bí thư xã. Chiều bà về, bảo anh, lý lịch cháu không chỉ có thành phần địa chủ mà còn là Công giáo. Nhưng thế nào là Công giáo? Anh mượn bà anh cuốn Kinh Thánh bìa rách to bằng hai bàn tay, bà anh không cho. Bà đốt Kinh, nước mắt ròng ròng, làm dấu Thánh rồi đưa cho anh một cái nhẫn. Bà bảo, cái nhẫn này là nhẫn đính hôn của mẹ anh, mẹ để bà giữ hộ. Bà ngậm ngùi, con giữ hay con đưa bà Bí Thư xã là tuỳ con. Sang năm, con lại tình nguyện đi B, có bà ấy giúp may ra được!

Tiếng chân nện thình thịch ngoài cửa hầm kéo Dân về hiện thực. Chính Ủy bước vào, giọng ôn hòa:

- Đồng chí đã viết xong bản kiểm điểm chưa?

Dân đứng lên, tay chìa tập giấy, ngao ngán:

- Dăm bữa nửa tháng nữa là đánh một trận quyết tử! Kiểm điểm làm gì hở đồng chí?

Chính Ủy lướt mắt trên tập giấy không có đến một chữ, mặt xạm lại, tay đấm xuống bàn quát, tại sao? Giọng buồn rầu nhưng rành mạch, Dân nói như nói cho mình nghe:

- Đảng bảo chưa yêu thì khoan yêu, nhưng không dậy chúng tôi làm thế nào để khoan yêu cho được!

Mặc cho đồng chí Chính Ủy nói gì thì nói, Dân nhìn ra cửa hầm tìm cánh bướm. Mảnh trời xanh bên ngoài lơ thơ điểm chút mây. Cánh bướm nhung tuyền trên có một nửa trái tim đỏ mẩu hoa gạo chập chờn lượn là bay lên đậu vào một cụm mây trắng đến lóa mắt.

16

ĐIỆU LUÂN VŨ TRÊN MÁU

Đầu tháng 5, trung đội của Dân là đơn vị đầu tiên của sư 304 vượt cầu Nhung chốt phía nam con sông cắt ngang quốc lộ 1. Cuộc hành quân chớp nhoáng, bất ngờ vây thành Quảng Trị rồi tách ra thọc sâu về hướng Mỹ Chánh. Lực lượng Bắc quân không gặp một sự chống cự nào đáng kể. Sư đoàn 3 bộ binh miền Nam hầu như không đánh trả. Phi cơ Mỹ oanh tạc liên tục, nhưng mục đích là làm chậm bước tiến quân, cố bảo vệ cho một cuộc triệt thoái bất ngờ của lính lẫn dân. Mặt con đường từ bờ sông Nhung đến Mỹ Chánh lỗ chỗ vết cày của pháo đủ loại từ những ngọn đồi quanh Quảng Trị ụp xuống. Lính chết. Dân chết. Trâu bò chết. Chó mèo chết. Cây cối, thậm chí cỏ dại, cũng chết. Cái chết lên ngôi, và sự sống thu lại ẩn

89

náu trong xác suất li ti của những ngẫu nhiên con người gọi là ơn trên phép lạ.

Đại đội Dân được lệnh đào công sự phòng thủ. Chính ủy hân hoan vung tay nói, chiến tranh sắp kết thúc, ta không đàm ở Paris nữa, súng đã thay lời, toàn thắng ắt về ta. Dân bảo lính, đào hào cho sâu đắp bờ cho cao còn hưởng hòa bình. Dân văng tục rồi tiếp, chúng mày cố mà toàn thân, chết thì thôi, sinh Bắc tử Nam thế là xong, nhưng không chết mà mất chân mất tay thì ê chề hết một đời, sau chỉ có đi ăn mày mới có cái mà ăn. Chẳng cần dặn, lính đều biết. Thương binh về người ta hô anh hùng cho ít hôm, sau thành gánh nặng cho cả làng cả xã, có vợ vợ bỏ, cuối cùng chỉ có cái thẻ thương binh cho một chút đặc quyền để an ủi những mất mát. Đảo mắt, Dân tìm thằng Thục. Khi rời Vĩnh Mốc, Dân mới được đồng đội kể cho nghe Thục là kẻ đã báo cáo với chi bộ Đảng chuyện giữa Dân và Thắm. Nó thấp bé, mắt hiếng và có tật hay lấm lét nhìn trộm. Thường thì Dân găm trong lòng, nhưng hôm nay cơn giận trào lên như nước vỡ bờ. Đến cạnh Thục, Dân nhìn tròng trọc vào mắt, xách mé:

- Hòa bình rồi, anh làm gì?

- ...

- Nhưng bây giờ chưa hòa bình, thì đào công sự cho sâu. Bao cát, mỗi bao dày ba mươi phân. Đắp ba cát bao chiều dọc, sáu bao chiều ngang.

Ngắm nghía một bao, Dân thình lình rút dao đâm vào rồi rạch xuống, miệng quát:

- Thế này mà ba mươi phân à?

Thục cúi đầu, cười như mếu, lủi thủi lấy xẻng xúc cát, ậm à ậm ừ.

Đi một vòng kiểm tra công sự, Dân quay về vị trí của mình khi nắng bắt đầu tắt trên tàn những hàng cây dừa tít tắp phía biển đông. Xa xa, mặt nước ánh ráng hồng trong tranh sáng tranh tối đang phủ lên mặt đất một màu xanh thẫm mượt mà. Bọn lính đốt những ngọn đèn bằng vỏ hộp Coca Mỹ bấc nhỏ như đầu tăm, chơi trò bắt muỗi. Gần bờ sông lầy đất, muỗi chi chít. Chúng đủ loại, con to con nhỏ cứ thấy sáng là sà xuống rồi lao vào ngọn đèn đầy muội đen kịt. Đây, OV-10. Đây L-19. Con này nhanh, là F-108. Còn bay lừ đừ thế này, mày là B-52. Cuộc không chiến trong tưởng tượng ắt "phần thắng hẳn về ta". Lính so số muỗi chết, cười khúc khích phong nhau làm anh hùng diệt "muỗi".

*

Dẫu vẫn còn một ngày phép, Nhân rời Huế đi Phong Điền với tâm trạng hững hụt của kẻ vừa đánh mất một điều gì mơ hồ nhưng rất thiêng liêng. Quá giang xe nhà binh chở Thủy Quân Lục Chiến, Nhân ngoái đầu nhìn lại Huế lần lần biến sau rừng cây như một giấc mê hoảng giữa ban ngày. Nếu có chút dấu tích, bây giờ chỉ là vết máu trên bàn tay Ánh mà bụi hoa Tuyệt tình đâm sâu chạm trổ vào trí nhớ Nhân đang lắng xuống như gạn bùn khơi trong nước.

Dọc Quốc lộ 1, đàn bà trẻ con dắt díu nhau đi về Huế. Họ thất thần ngơ ngác, nét kinh hoàng đọng lại trên khóe mắt khô khốc, trắng dã, đi thất thểu trong câm lặng như một lũ âm binh. Đoàn xe ngừng lại. Trong lũ người dài dằng dặc, chợt có tiếng khóc. Một thằng nhỏ mặt lấm lem, áo thun, không quần vừa lê bước vừa kêu, chị Ba, cho tui về nhà. Chị nó, chắc chỉ đâu mười tuổi, tay nắm chặt tay em, kéo đi, miệng mím, nước mắt lã chã. Cho tui về, thằng bé tiếp tục rên rỉ, chân vẫn lê bước. Người lớn không ai nhìn, không ai nói. Chị Ba à, má đâu? Thằng bé dằng tay chị, hét, má ơi má!

Đám lính Thuỷ Quân Lục Chiến xì xào với nhau Lữ đoàn 1 Dù đã tới Mỹ Chánh. Pháo tầm xa Bắc Việt rót xuống, dân chạy, bảo nhau tránh bom tránh đạn thì phải tới Huế. Chiến tranh như cơn hồng thủy, nước tứ phía dâng lên, mùi máu tanh tưởi lẫn vào mùi thuốc nổ khét lẹt. Đoàn xe lại rồ máy. Tiếng súng ì ầm nghe mỗi lúc một gần. Trên đầu, phi cơ chiến đấu thỉnh thoảng xuất hiện, chao ngang, sáng lóe lên như cánh chim bắt lửa rồi lẫn vào chân mây. Viên Đại Úy ngồi cạnh Nhân mặt lạnh như thép nguội buột miệng chửi thề. Nhân hỏi. Hắn lẩm bẩm nói một mình:

- Đù mẻ! Chưa uýnh đã co chân chạy, cái bọn Sư Đoàn 3 như con cặc!

Nhân không nói gì thêm, quay mặt nhìn ra trời ngập nắng. Xe chạy với vận tốc rùa bò, lách từ từ giữa đám dân chạy loạn giong theo trâu bò, tay xách nách mang trăm thứ nồi niêu xoong chảo. Gió im phăng phắc. Cái nóng hừng hực ụp xuống nung chảy những lớp nhựa đường trên quốc lộ 1.

Mặt lộ rỉ mồ hôi ướt nhẫy, bốc hơi khét lẹt, từ xa nhìn có đoạn ánh lên như tráng gương. Tiếng đại bác thỉnh thoảng vẳng lại báo những bất an rình rập đó đây. Lâu lâu, máy bay trinh sát L-19 lượn lờ, rồi hàng đàn F-4 từ biển tạt vào, đuôi nhả những vệt khói trắng loãng dần trong vòm trời xanh ngắt.

Đến Phong Điền, Nhân liên lạc ngay được với Đại đội Quân Y trong dãy lều căng tạm trên có dấu thập đỏ. Thiếu tá Trực thấy Nhân, tay giơ lên trời, ồm ồm:

- Toa ra sớm, may quá. Tụi này oải lắm rồi, cắt vá khâu may cả đêm...

Tiếng cánh quạt trực thăng tải thương đập phềnh phệch. Đám y tá khênh băng ca tất tưởi, đầu cúi rạp, chúi người gò lưng cáng thương binh. Trực vỗ vai Nhân, bảo, cứ mười phút, một hai chuyến là thường. Đấy là lính, còn dân nữa, nằm đấy trong kia. Tay chỉ, Trực mệt mỏi, pháo thì pháo địch, nhưng còn bom, bom ta. Nói xong, Trực cắt việc cho Nhân ngay.

Ngày nghỉ phép cuối cùng, Nhân làm việc liên tục cho đến ba giờ sáng, xin một bát cháo, húp được một nửa, vừa đặt xuống thì thiếp đi ngủ quên, quên hết.

*

Đêm về. Trên chiến trường, một đêm không có hỏa châu và pháo kích là một đêm tuyệt vời. Đêm buông xuống êm đềm nhắc nhở chuỗi ngày hậu phương tưởng đã xa xôi, gợi nhớ mái ấm gia đình, vòng tay người yêu và những giọt nước mắt chia tay. Đêm thả trôi những câu tâm sự chắp cánh ước mơ, đặt móng những dự định cho một mai hòa bình. Những đêm ấy, không vẩn đục hận thù, không nhơ nhớp những toan tính nhỏ nhoi. Tương lai trong dự tưởng trong ngần, giản dị, tưởng cứ với tay là bắt được như bắt bươm bướm, bắt chuồn chuồn trong những ngày thơ dại. Lính thì thào to nhỏ, chẳng một ai nhắc đến sự chết chóc thương vong rình rập trước mặt. Không nói, nhưng nó vẫn đấy. Chập chùng giữa những giấc mộng đời cho một ngày mai, sự chết lầm lì không nói, chỉ nhìn cái nhìn nghiêng bằng một con mắt nửa lạnh lùng, nửa khinh miệt. Không nói, nhưng lính sợ. Những lúc ấy, vòm trời chi chít sao là chỗ bám víu. Mọi sinh vật đều tương ứng với một vì sao cầm tinh trên kia đang lung linh tỏa sáng. Vì sao ấy còn, người còn. Số mệnh vì sao, không tùy thuộc vào bom đạn vô tình của thế gian. Số mệnh đó được sắp xếp bằng một quyền uy ngoài cõi, theo thứ phương án bí ẩn gọi là định mệnh. Và từ cổ chí kim, không khi nào cả trời sao trên kia sụp xuống tan hoang một lúc, trong một thoáng, không còn gì. Cho nên, mỗi người đều có thể hy vọng mình là một trong những vì sao tiếp tục tồn tại sau mưa bom bão đạn.

Hoà bình. Lời chính ủy tiểu đoàn của Dân được lệnh bổ xung tăng viện cho sư 304 vang lên: ta đã cắm cờ tổ quốc lên Cổ Thành Quảng Trị. Mỹ-Ngụy cuống quít quay lại phong tỏa Hải Phòng, đánh bom Hà Nội, Vinh...Nhưng nhân dân ta anh hùng, nhất quyết không nề hy sinh, giữ vững từng phân vuông đất nước. Nên

94

dẫu đích thân Nguyễn Văn Thiệu bay ra Huế khảo sát
chiến trường, hay Ngô Quang Trưởng lên nắm chỉ huy
vùng chiến thuật này, hay Mỹ quay lại đánh bom miền
Bắc mới đây thì cũng chỉ là cái vùng vẫy tuyệt vọng.

Hòa bình. Đến được cái mốc ấy phải trả bằng máu.
Lữ Dù 1 và 2 quân miền Nam đã đến bờ sông Mỹ
Chánh. Lính hai bên sắp sửa mở chốt cửa địa ngục xem
mặt hòa bình ra sao. Dân chợt nghĩ đến Nhân, đứa anh
em song sinh. Nó cùng tuổi mình, chắc chắn cũng là
lính bên kia. Nó khác mình là chỉ có một cái khoáy tóc
trên đỉnh đầu. Nó liệu có ở trong đám lính Dù đang
sửa soạn phản công không? Dân nhắm mắt, tưởng
tượng mình tay cầm M-16, quần áo rằn ri, đầu đội nón
đỏ. Lính Dù, binh chủng thiện chiến nhất. Dân bên này
giờ thành Nhân bên kia, chỉ khác quân phục, đầu
mang mũ sắt ra trận. Nhân mang lon Trung úy, miệng
ngậm điếu thuốc, vẫy tay dặn lính, ''Trận này là trận
sinh tử, phải tái chiếm Quảng Trị trước ngày Hòa đàm
ở Paris. Nhảy dù cố gắng, anh em xông lên!''. Dân
hoảng sợ, ghìm khẩu AK-47, miệng gào ''Đừng! Nhân
ơi...''. Nhưng không kịp nữa. Nhân đứng ngay trên
mép hào công sự, chăm chăm nhìn, tay rút kíp lựu đạn.
Dân bóp cò. Trong bóng đêm, họng súng khạc ra
những chớp lửa liên tục thè cái lưỡi đỏ lè của những
con ma chơi trần truồng hiện ra bắt hồn người sống.
Nhân bị cái lưỡi ấy cuốn quanh, người quay vòng
vòng, chân quíu vào nhau. Cái lưỡi co lại, đẩy cho
Nhân ngã sấp mặt xuống, người đè lên Dân nặng đến
nghẹt thở. Dân thét ''Nhân, Nhân ơi!'', nước mắt trào
ra, hai tay quơ nắm tuyệt vọng.

95

Khi Dân mở được mắt, Tạ đang lay, miệng hềnh hệch, "Thủ trưởng nằm mơ thấy cái Thắm, phải không? Người cứ giẫy như con đành đạch, sướng chứ?". Đẩy tay Tạ ra, Dân ngồi dậy. Vuốt mặt cho tỉnh, Dân tìm bi-đông nước, đưa lên miệng tu rồi co người dựa vào vách hào. Tạ bô bô " Tớ thỉnh thoảng nhắm mắt cố nằm mơ thấy vợ mà đéo được!". Im lặng một lát, Tạ tiếp, giọng tiếc nuối "Sau Tết, vợ tớ tậu được một con lợn, định vỗ béo cho đến sang năm. Bây giờ Mỹ nó lại bom hậu phương, khéo toi con lợn".

Dân không nói gì, ngửa mặt nhìn lên trời sao. Ngôi sao nào là ngôi sao thủ mệnh của Nhân. Còn ngôi nào là ngôi của mình. Bất chợt, một ánh sao sa vạch nửa vòng cung cuối trời. Người ta bảo, khi thấy sao sa thì hãy nguyện cầu, cầu gì được nấy. Nhưng muộn mất rồi. Lời cầu chỉ linh khi sao chưa tắt. Dân tự nhủ, lần sau, ta sẽ cầu. Cầu cho Thắm yên lành. Cầu cho ta khỏi phải bắn Nhân như trong cơn ác mộng vừa rồi.

Cứ thế, Dân ngồi suốt đêm đợi sao sa.

*

Bãi đáp mé tây nam sông Nhung bị pháo Việt Cộng đánh banh ra thành một bãi sa mạc cát trắng trên ngổn ngang những thân cây cháy đen đủi nghiêng ngả đâm thốc lên trời. Tiểu đoàn 9 Lữ đoàn 2 Dù ở sườn đông bị chặn cứng, vùng vẫy, nhưng không mở được nút thoát. Bộ đội Phòng không Bắc Việt khạc hỏa tiễn tầm nhiệt, không làm sao đổ quân được bằng trực thăng. Tướng Trưởng ra lệnh, giá nào cũng phải vào Quảng Trị trước 27 tháng 7, là ngày hội nghị Paris họp lại để phân chia giới tuyến. Tiểu đoàn 11 Lữ Dù 1 sẽ mở một con đường bộ, đi vòng đánh xuyên qua sườn địch rồi chốt lại ở bờ Bắc sông Nhung, và khi bắt tay được với Tiểu đoàn 9 Lữ Dù 2, sẽ cùng tiến về La Vang.

Đi kèm Ban Chỉ Huy Tiểu đoàn 11, đám quân y gồm Nhân, một Trung sĩ và năm tà-lọt. Đêm đầu, khá yên tĩnh, không gặp Bắc quân. Lính Dù chia làm ba cánh, mỗi cánh là một đại đội. Thiếu tá Soạn, Tiểu đoàn trưởng, khóa 14 Đà Lạt, có tiếng là xung trận như một con cáo thành tinh, ra lệnh tiếp tục giữ đội hình cũng như vận tốc tiến quân. Đến trưa, đột nhiên pháo đổ xuống tới tấp, tiếng nổ đùng đục của đại bác 105 ly, tiếng chát chúa của hỏa pháo 122 ly đội lên khắp nơi. Soạn ra lệnh ém quân, đào hầm cá nhân, lỡ mà lui còn có chỗ tránh cái quào của "mụ già Định Mệnh". Tiếng điện đàm giữ liên lạc giữa những cánh quân mỗi lúc một khẩn trương. Soạn nói với cố vấn Mỹ, đề nghị trả đũa bằng dăm "passes"[2] bom. Quay sang Nhân, Soạn bảo:

- Bên thằng Năm, có mấy đứa "nằm", tu-bíp[3] qua "bển" coi giùm!

Đến gần vị trí Đại đội 5 đang bị chặn, pháo Việt Cộng rơi tua tủa mỗi lúc một khít. Mặt mũi đầy cát, ba người trườn mình trên những đụn cát trắng mốc meo, mùi thuốc súng xông vào mũi khét lẹt. Pháo bắn là loại cắm xuống đất một thước rồi mới nổ, cát bay bốc lên trời, rơi xuống rào rào

---

[2] lượt.

[3] tiếng lóng gọi bác sĩ.

như mưa. Đại úy Hiển, Đà Lạt khóa 16, phà thuốc, giọng tỉnh bơ:

- Tu-bíp hả! Một thằng "ngủ" rồi. Còn lại ba chú "nằm" bị miểng 75 ly, thằng đứt tay, thằng lòi ruột, còn một thằng thì cụt mẹ nó cái chân!

Nhân khom người chui xuống công sự đào tạm đêm qua, nhìn quanh đánh giá xem ai là kẻ bị nặng nhất. Đeo găng tay vào, Nhân lật ngửa một người bị thương ở bụng. Hắn khò khè, đầu óc đã mụ đi, nhưng mặt nhăn như một chiếc khăn ướt bị vắt khô, rên hừ hự. Nhân nhìn đống ruột bị lòi ra, chỗ trắng, chỗ nhớp máu đỏ lòm. Thò tay vào, người bị thương rú lên. Nhân mò, rút ra. Một mảnh gang, hai mảnh, rồi ba mảnh. Lấy ống thuốc sát trùng, Nhân nhấn vào vết thương, khởi động. Bấy giờ, người bị thương đã mê đi. Dùng cả hai tay, Nhân nhét phần ruột đã phòi ra, đẩy luôn cả băng bông máu đã thấm máu đỏ lè vào bụng rồi quấn băng vòng quanh, xiết cho chặt lại. Kèm vào một chai dextran có hòa thuốc chống xúc kích, Nhân chích thêm một mũi cầm máu nhưng thừa biết khó cứu mạng anh ta.

Pháo Bắc Việt tiếp tục đổ xuống. Người bị thương ở chân nằm bên cạnh người lòi ruột hét, em đau quá bác sĩ ơi. Hiển đến gần Nhân nhìn rồi hỏi:

- Bác sĩ có xin trực thăng tải thương không thì bảo?

Nhân gật, quay sang kẻ vừa hét. Xem xét vết thương rồi kéo cho chân co lên, Nhân thấy phản ứng chân anh ta trì xuống. Người bị thương chửi:

- Đù mẹ bác sĩ, làm con cặc gì mà đau dữ vậy!

Nhân mừng, bảo:

- May đấy, về mà không nhiễm trùng thì khỏi cưa, cha nội!

Băng bó xong, Nhân quay sang người bị mảnh 75 ly phạt cụt hẳn cánh tay trái. Tay lần động mạch, Nhân nhìn đồng hồ. Máu đã ra quá nhiều, mạch nhanh nhưng yếu. Anh ta bất tỉnh, mặt xám nghét, chỉ còn thở nhè nhẹ. Sai tà-lọt chích huyết thanh, Nhân cắt rồi khâu sơ qua bịt miệng vết thương lại. Không tiếp máu, cứ thế này, anh ta chỉ cầm cự thêm sáu tiếng là cùng.

*

Ba ngày đêm liên tiếp, hàng đoàn Con Ma tới tấp nhả xuống phòng tuyến dọc phía bắc sông Nhung hàng ngàn quả bom. Tiếng nổ vẫn lùng bùng trong tai dẫu đã nhét giẻ thấm ướt. Thần kinh doãi ra, chùng xuống. Lính nằm bẹp dí trong công sự, uể oải, tê liệt. Ban đêm, súng phòng không 57 ly ực lên từng chập nấc nghẹn, khạc ra những vằn lửa đỏ trong màn trời đen kịt.

Tiếng máy réo lên. Dân chụp ống liên hợp, ghé vào tai. Lệnh từ trên xuống, báo tiểu đoàn 11 Lữ Dù 1 đang di động đến chiếm bãi đáp làm chỗ đổ quân bằng trực thăng. Đại đội của Dân có nhiệm vụ chặn địch. Trung đội do Dân chỉ huy phải tiến về phía đông bắc, chốt phía dưới đường xe lửa, và ở đấy cho đến khi có lệnh mới. Nhìn bọn lính trẻ, Dân phổ biến nhiệm vụ, bảo Tạ phát BA-70, một loại lương khô cho lính, rồi dặn ''Chiến đấu là để sống, không phải để hy sinh. Sắp hòa bình, thằng nào chết thằng ấy dại. Thằng nào què cụt, thằng ấy ngu! Nghe chưa!''.

Lính lẳng lặng nhấm nháp lương khô trước khi lên đường. Thằng An, mặt búng ra sữa, vừa nhai vừa ngâm '' Chiến trường đi, chẳng tiếc ngày xanh!''. Tạ nghe, gầm lên '' Không im đi ngay ông nhét cứt vào mồm bây giờ. Thơ với thẩn. Địt mẹ, không tiếc thì chắc mày thừa ngày xanh à, thằng ranh con! Bọn chữ nghĩa láo cả! Ra trận, phải biết tiếc ngày xanh, tiếc để sống. Chúng mày phải chiến đấu để sống, đừng lơ ngơ nghe bọn làm thơ nó phỉnh!''. Nhét thanh lương khô vào túi xách, Tạ khạc đờm xuống đất rồi tu một ngụm nước. Tu xong, Tạ lại làu bàu ''...chẳng tiếc ngày xanh, hừm, thì còn cái đéo gì. Rõ thối!''. Thình lình, Tạ tóm cổ Thục, quát ''Còn mày, thằng bẻm mép. Tao biết hết. Lần này, cho mày báo cáo. Nếu còn về được mà báo với cáo!''. Thục run như cầy sấy, miệng í ới '' Ơ kìa, ơ kìa...''. Lúc đó, Dân gỡ tay Tạ, nói nhỏ ''Thôi! Sắp đi, để chúng nó yên!''

Đến rạng sáng, Trung đội Dân mới bò đến được vị trí chỉ định. Ở đó, một đơn vị bạn đã chiến đấu suốt ngày hôm qua. Họ bị thiệt hại khá nặng, số thương binh vẫn chưa mang đi được, tiếng rên rỉ vọng lên từ những giao thông hào nằm phía sau. Người chỉ huy nói, giọng mệt nhọc ''Ta chốt cứng, nhưng Dù nó theo đúng phương châm di động nhanh, tiêu diệt gọn. Bây giờ ta ở thế của địch, và địch ở thế của ta lúc trước!''

Sáng tinh mơ, sương còn phất phơ trên mặt đất lỗ chỗ vết đạn. Nắng ban mai phơn phớt vàng tươi lấn vào từng ngách công sự phòng không. Nắng hiền hòa, vô tâm, không mảy may mang bất cứ gì của một cuộc chiến khốc liệt đã bắt đầu. Đó là ngày mồng 2 tháng 7 năm 72. Cả một miền đang yên tịnh bỗng nhổm choàng dậy. Dưới đất, đại bác 155 ly chụp xuống. Ba trăm thước trước công sự, một hàng xe tăng ngỏng cao đầu pháo, từ từ sáp vào. Rồi chỉ còn tiếng động. Tiếng bom. Tiếng súng phòng không. Tiếng tên lửa. Tiếng AK đùng đục. Tiếng M-60 the thé. Tiếng B-40 hồng hộc. Rồi tiếng văng tục. Chiến tranh, cuộc hòa tấu lạ lùng. Có giọng người ở đủ mọi âm tiết đệm cho một giàn đồng-sắt nổ tung phẫn nộ, đánh banh mạng sống, đổ máu đỏ xương trắng làm chất liệu tạo hình vẽ trên mặt đất lồi lõm một bức tranh lập thể biết khóc và biết kêu.

Ôi, đất nổi tang thương, ruộng dâu đang thành biển cả.

*

Lính Dù bị pháo suốt ngày, không trực thăng nào lởn vởn đến được gần. Nằm bẹp trong công sự, nghe tiếng phi cơ đánh bom ì ầm, tiếng súng phòng không chống trả khục khặc ho khan từng chập, Hiển đùa với lính:

- Tối nay đi ''bùm'', thằng nào cần thuốc nhức đầu, ỉa chảy, di tinh, hượt tinh thì hỏi bác sĩ ngay!

Chiều về loang loáng trên những bãi cát trắng. Ánh hoàng hôn đỏ sẫm màu máu, âm u rồi tắt dần, vạch đen ngòm con đường dẫn vào địa ngục. Hiển lệnh cho lính ăn uống, liên lạc với thiếu tá Soạn để kết hợp giờ ra quân. Hiển buột miệng bằng tiếng Pháp, va y avoir de la casse [4]*! Thấy Nhân ngạc nhiên, Hiển cười:*

- Tớ học trường Nhà Dòng mà! Nếu cứ thanh bình, chắc tớ thành linh mục, bỏ đời đi cứu phần hồn. Nhưng bây giờ, Hiển chặc lưỡi, tớ lo giết phần xác. Chưa kịp nghĩ đến phần hồn của ai thì, Chúa ơi, phải giết người để cứu ngay cái xác chính mình!

Hai chữ Chúa ơi, Hiển cố kìm lại, mơ hồ nghe văng vẳng như một lời kêu van.

Tiếng reo máy truyền tin thình lình cất lên. Hiển nhận lệnh lên đường, bậm môi tính toán. Mình cách Đại đội 2 một cây số rưỡi. Mục tiêu tấn công thì theo đường chim bay là sáu cây, nhưng phải vượt qua sông Nhung. Thám báo cho biết lính Bắc đang chốt chặt, bám cứng bờ nam. Sườn bên trái, phía tây là rừng. Không thấy báo địch ém quân, nhưng chưa chắc là an toàn. Hiển nai nịt rồi vẫy tay làm hiệu. Trong bóng đêm, lính lên khỏi công sự, trườn trên cát trắng, nhắm hướng đường xe lửa bò tới. Đụng phòng tuyến đầu, sau một cây số, Dù như hổ xổng chuồng, chỉ nửa giờ là đánh bật lính Bắc ra khỏi giao thông hào đào dọc bờ nam sông Nhung. Chiến lợi phẩm là hàng chục AK-47, một đại liên, hai súng chống chiến xa và hai mươi ba cái xác chưa kịp mang sang sông.

---

[4] sẽ rồi có sứt mẻ!

Dù bỏ lại giao thông hào hai lính bị thương, liên tục pháo kích từ đồi C3 và Caravelle xuống bờ bên kia. Hoả châu bắn lên, lượn vòng rồi tỏa sáng, sắc lạnh ngắt. Trước mặt Dù, lính Bắc đào hầm, kê đại bác, đặt súng cối đủ loại cự ly nhả đạn giở trò chốt cứng, chặn đứng. Hiển bốc máy truyền tin báo Ban Chỉ Huy. Tiểu đoàn trưởng Soạn lệnh cho Hiển phải giữ khoảng cách an toàn, yêu cầu thằng cố vấn Martin gọi đánh vài ''passes'' B-52. Hiển mở địa đồ chấm tọa độ, vạch ''line''. Đêm hôm đó, Hiển dẫn lính vào rừng, đi dọc về hướng Bắc, trong tiếng bom nổ nhức óc đến độ lính phải nhét bông gòn vào tai. Đại đội 5, Tiểu đoàn 11, Lữ Dù 1 – tức thằng Năm – là đơn vị tiền kích chiếm lại La Vang, một địa điểm phòng ngự nằm phía tây nam cổ thành Quảng Trị.

*

Khi Dù chỉ còn độ trăm thước là đến phòng tuyến dọc bờ nam sông Nhung, máy bay ngưng ném bom. Chỉ còn tiếng súng cối ùng oàng. Tiếng đại liên, trung liên ròn rã. Lính Dù hét xung phong. Bám vào công sự, Dân ghì khẩu K-40, mặt căng thẳng, gân xanh hằn trên thái dương. Tạ quát lính trụ lại vị trí, thấy địch mới bắn. Ống liên hợp réo lên. Dân móc máy trên lưng người lính truyền tin, đặt vào tai. Đại đội trưởng ra lệnh chốt cứng. Pháo ta sẽ cản mũi địch, phải cho lại tọa độ thật chính xác. Tay mở bản đồ, Dân trả lời, mắt ghé sát vào những dòng số li ti. Pháo yểm trợ cho chốt bắt đầu bằng rơi hàng loạt. Địch trả đũa, cũng bằng pháo. Nhưng lính Dù lui lại. Đấy chỉ là bước đầu trong bản luân vũ. Kế đến, là bước sau. Lần này chiến xa M-113 vào trận nhưng đứng ở tầm B-40 không bắn tới được. Nhạc lại trỗi lên, đại bác đủ loại cự ly khạc đạn đệm cho bản tấu khúc biệt ly của thần chết ai oán cất những tiếng gào vô vọng.

Thằng Thục oặt người xuống. Nửa vai trái nó bị mảnh pháo chém dọc, ngực rách toạc lòi gân lòi xương, máu tứa ra. Dân gọi. Y tá biến mất, không thấy đâu. Dân quát, xé áo buộc chặt vết thương cho nó. Hai anh lính trẻ lóng ngóng, quay ngang quay ngược, thở hổn hển. Thằng Thục lả đi. Làm sao cầm máu cho nó, Dân hỏi Tạ. Lắc đầu, Tạ làu bàu, tìm cái thằng y tá chết tiệt chứ còn làm sao!

Dù lại xung phong lần thứ nhì. Điệu luân vũ tiếp tục, máu thấm đỏ sàn nhảy.

Nửa đêm, Chính ủy Đại đội báo cho mọi đơn vị rằng Tiểu đoàn 7 Dù 2 từ quốc lộ 1 vượt sông Nhung bọc xuống phía bắc chặn đường rút của ta. Nơi ban chỉ huy, hiện vòng vây đang khép lại. Lệnh vẫn là chốt, chốt đến cùng. Dân điểm lại số lính lành lặn của Trung đội. Rồi Dân đi nhìn tận mặt những kẻ bị thương. Khi thấy Dân, Thục rên:

- Thủ trưởng, em đau lắm. Xin thủ trưởng làm phúc cho em đi nhanh. Đằng nào cũng vậy!

Dân lắc đầu, quai hàm banh ra, nhớ đến lần bị kỷ luật ở Vĩnh Mốc và nhất là Thắm. Thục cố đưa tay nắm áo Dân, tha thiết:

- Thủ trưởng tha tội cho em, cái chuyện chị Thắm là chuyện em lầm lỡ... Đằng nào cũng thế, làm phúc đòm cho em một phát!

Dân bậm môi:

- Điều này trái quân luật! Không được...

Thục nức lên:

- Em đau... đau ghê lắm, đau như trong đầu có cả vạn con kiến lửa nó đốt. Máu ra thế này, chắc ngày sau thì mới chết được!

Không biết tự lúc nào Tạ đã đến đứng bên. Nhìn Dân, Tạ buồn bã:

- Để đó...

Cầm một túi giấy tờ của lính vừa chết vì bị thương, Tạ đưa vào tay Dân, nói nhỏ, ''Tếch thôi''. Dân ngửng mặt nhìn lên vòm sao hôm nào. Ôi, những ánh sao sa ở ngưỡng cửa tử sinh, hãy để cho tôi ước nguyện một điều thôi. Là đừng có bao giờ những con người phải tìm sự sống bằng cách giết những con người khác.

Dân quay bước, tai nghe một tiếng súng ngắn chát chúa. Dẫu gì, đó là tiếng súng nhân đạo độc nhất trong điệu luân vũ trên máu của những kẻ bị xô vào một cuộc chiến chẳng ai có quyền chọn lựa.

*

Men cánh rừng cho đến khoảng hai giờ đêm, lính Đại đội 5 đụng một cái am, đằng sau am là hai căn nhà lá vách đất. Hiển vẫy tay cho lính tản ra thành vòng cung rồi từ từ xiết lại. Chuẩn uý Cổn, mười lăm năm quân vụ, đi từ binh nhất lên, dẫn một Trung đội bò vào am, ngửi đâu đó thoang thoảng mùi hương mới đốt. Hiển thì thào, Việt Cộng mà cũng mê tín ra rít, thắp hương cúng Bác xin phù hộ không phải là chuyện lạ, tụi bay cẩn thận. Lính ập vào hai căn nhà. Thật lạ lùng, có một ni cô và tám đứa trẻ độ chín, mười tuổi. Ni cô miệng móm mém, da mặt nhăn nheo xệ xuống từ hai gò má nhô cao, bình thản:

- Tụi nít không cha không mẹ, chạy lạc trong rừng. Mô Phật, hết gạo hết khoai rồi. Mấy ông lính có chi bố thí cho tụi nó không hà?

Đám trẻ con thức giấc, co ro ngồi tụm vào với nhau, mắt sợ sệt cúi xuống nhìn nền đất. Nhân bỗng thấy chua xót. Có một lưỡi dao vô hình nào đấy đâm vào buốt nhói lòng, đau đứt ruột. Nhân khêu ngọn đèn, ánh sáng khiến đám trẻ che mắt. Có đứa khóc, nhưng không dám khóc thành tiếng, chỉ ậm ực trong cổ, nghe như oán hờn. Hiển hỏi ni cô, có thấy bóng dáng lính Việt Cộng không. Ni cô từ tốn, người tu hành không dính vào chuyện sát sinh. Chuẩn uý Cổn – thích lính gọi mình là Đội Cổn – trầm giọng:

- Vậy chứ khi Việt Cộng hỏi có thấy lính ngụy tụi tui không thì ni cô đáp làm sao?

Ni cô ngước nhìn, miệng niệm:

- Nam mô a di dà Phật, cứu khổ cứu nạn...

Hiển ra lệnh để lại một ít lương khô. Nhân lục túi cứu thương, chọn một ít thuốc kháng sinh và thuốc chống sốt rét, nhỏ nhẹ khuyên:

- *Vùng này đánh lớn, sao không mang mấy nít tránh cho xa?*

Ni cô cười mếu máo:

- *Đi mô chừ? Vô rừng, chết đói. Ra ngoải, chết bom chết đạn, chú à.*

Hai người lính chạy vào ghé tai Hiển thì thào. Lính Dù nằm vòng ngoài xôn xao, thấy những bóng trắng đi lại quanh am, có kẻ còn kể là bị nắm áo giật, nghe tiếng ma mắng mỏ xua đuổi. Ni cô đoán được sự việc, trầm tĩnh:

- *Am đây kêu là am Cô Hồn. Tháng trước mấy ông lính Việt Cộng có tới, cũng bị âm hồn xua đuổi, làm vậy đặng phù hộ bao bọc cho bọn nít côi cút đó!*

Nhân cay đắng. A cái thời khốn nạn này, người chết phải lo cho những mầm sống vừa nhú ra đã buộc phải chạm mặt với đạn bom! Bất chợt, Nhân nhớ lại lời anh tài trên đường ra Huế hôm nào. Chết thế này ở mặt trận Quảng Trị, có lẽ trọng lượng những linh hồn đã làm lệch cán cân về cõi âm, khiến những hồn ma nay lo bảo vệ người sống hòng giữ thăng bằng cho qui luật ông Trời.

*

Trung đội Dân "mẻ" một phần ba khi chốt ở bờ bắc sông Nhung. Phi pháo, rồi hải pháo hạm đội Mỹ rải xuống không ngóc đầu lên nổi. Lính rúc vào lòng đất như kiến chui xuống tổ. Cứ thế, hai ngày hai đêm... Hết lương khô, cả Trung đội nằm gí trong công sự đói lả ra. Thằng Phi, người làng Dân, mới được bổ xung tháng trước . Nó dúm dó như một mớ rẻ, thì thào, anh

Dân ơi, về được thì báo cho thầy bu em biết em chết ngày nào nhé, không thì thành ma đói mất. Ăn cháo lá đa tháng bảy tủi lắm. Dân quát, im, chết thế đéo nào được! Nó tức tưởi, em thoát mà anh mệnh hệ gì thì em cũng báo cho bà ngoại anh, anh nhé...Tiên sư mày, nói gở! Với lấy ống liên hợp, Dân ghé vào, gào '' Báo cáo thủ trưởng, lính Dù chỉ cách độ trăm thước, di động có thiết giáp kèm! Lính ta đói, sợ chạy cũng không đủ sức!''. Tiếng Chính ủy đại đội '' Chưa có lệnh rút. Cứ bám, tối nay sẽ tiếp tế!''. Thằng Phi nắm lấy vai Dân, nói, em hết chịu nổi rồi. Gỡ tay nó ra, Dân áp tai vào máy, nhưng không còn nghe thấy gì. Quay sang lính, Dân nói lớn "Lệnh là chốt. Địch càng gần thì càng bớt bom!''. Nhìn ánh mắt dọ hỏi của Tòng, tên lính giữ máy truyền tin, Dân bảo, mày rỉ tai lính, đại đội báo tối nay sẽ tiếp lương. Nghe đâu có tiếng Tạ văng tục, rồi lầu bầu, hứa như cuội, hứa đã hai hôm nay rồi!

Nửa đêm, pháo 105 ly nổ liên tục. Bây giờ, Đại đội 74 Tiểu đoàn 7 Lữ Dù 2 đánh vòng từ phía bắc sông Nhung đã áp vào. Nhìn từ giao thông hào, những chiếc xe thiết vận M-113 lù lù tựa một đàn quái vật xếp hàng ngang. Tạ thụp xuống, lại lầu bầu ''đánh đấm thế đéo nào được! Phăng teo cả thôi''. Dân nắm máy liên hợp "Báo cáo thủ trưởng, cho rút...Nếu địch bắn pháo sáng thì chịu, không "phớt" được''. Chính ủy Đại đội hét '' Đợi lệnh. Chưa có phép!''. Bỏ ống nghe xuống, Dân thầm nhủ, không rút thì chắc toi. Có rút, cũng sẽ bị pháo kích, nhưng còn đường sống. Thằng Phi lết đến, nắm tay Dân lắc lắc. Dân hỏi, cái gì đấy? Nó bảo, em thèm một bát cháo gà. Quái, lúc này mà thèm ăn thì gở thật rồi.

Ngẫm nghĩ một lát, Dân khều Tạ bảo đồng chí lệnh cho anh em sửa soạn rút, trên cho rồi. Cầm lại ống liên hợp, Dân gọi đại đội ''Chúng nó vẫn pháo, sẽ chốt đến cùng!''. Mặc cho Chính ủy nói gì thì nói, Dân kêu ''Alô, alô... không nghe thấy gì . Xin nhắc lại. Alô, trung đội chốt đến cùng!''. Dân lập lại ba hay bốn lần. Thằng Tòng chẳng hiểu ất giáp gì, cứ kêu ơ kìa, ơ kìa. Dân quát, ơ kìa cái mả mẹ mày, muốn sống hay muốn chết? Khi hết pháo, Dân bảo Tòng, quẳng cha nó cái máy này lại. Nó nhìn Dân ngạc nhiên. Dân cương quyết, máy cồng kềnh, chạy không nổi. Tạ hiểu ngay. Nó giật cái máy ném khỏi giao thông hào, nháy mắt, nói khẽ vào tai Tòng ''Trung đội rút vì mất liên lạc, mày không trách nhiệm vì tội mất máy, mà vì máy hỏng! Đừng lo cái máy, lo cái mạng mày đã!''.

*

Hiển cho lính tản ra, lên đường đi thêm độ một giờ, rồi nghỉ. Lính người chăng võng, người nằm gốc cây, cố nhắm mắt. Ai cũng biết ngày mai này sẽ là một ngày của máu và lửa. Ngả lưng cạnh chỗ Nhân nằm, Hiển châm một điếu Quân tiếp vụ, đóm thuốc thỉnh thoảng cháy lòe lên. Hiển tò mò:

- Sao anh không thành một ông bác sĩ hậu phương cửa cao nhà rộng mà lại xông pha vào chỗ xương máu?

- Bởi tôi không giữ được hòa bình, Nhân ngắt ngang. Và tôi có trách nhiệm!

- Ai giữ được hòa bình! Không có cá nhân nào làm nổi việc đó! Khi những thế lực siêu cường vương bá trên trái đất này chưa triệt tiêu được nhau thì chỉ có chiến tranh mà thôi. Vì thế, ai trách nhiệm? Ai không?

Nhân cười buồn:

- Ai chả ý thức được sự bất lực của mỗi cá nhân! Nhưng mặt khác, trong tâm linh, tôi vẫn cứ thấy trách nhiệm. Sau đó, chỉ một cái nhích chân, là mặc cảm phạm tội! Vì thế, tôi có mặt để chia sẻ khổ nạn của mọi người, cũng là khổ nạn của chính tôi!

Tiếng Hiển vang lên, rạch ròi:

- Ai trách nhiệm? Thì Đấng Chúa Cha chứ ai khác được! Nói tiếp bằng thứ tiếng Pháp tinh ròng, Hiển cười nhạt, giọng nhạo báng...Người lại cho Đức Chúa Con xuống chịu nạn để cứu chuộc cho chúng ta là những kẻ có tội!

Nhân thở ra:

- Người quyền lực vô biên, sao lại sinh ra chúng ta, ai ai cũng là những kẻ có tội? Tội từ bà Êva, tội từ ông Adam trở đi, cho đến hôm nay, vẫn tội, tội, và tội... Rồi Người lại tự cho thêm cái quyền cứu chuộc chúng ta tội lỗi, vẽ ra viễn ảnh mê hoặc một Thiên Đàng, có hay không nào ai biết!

Hiển phá lên cười ngao ngán:

- ...và trong khi chờ đợi, trần gian này là Địa Ngục. Vì thế nên Thiên Đàng càng mang sức thôi miên của cái gì không thể với tới được!

110

*

Trung đội Dân luồn đi trong đêm, ven theo Quốc lộ 1 ngược về phía bắc. Tiếng đại bác lâu lâu lại vẳng lên trước mặt. Địch bắn chặn đầu cuộc triệt thoái của Trung Đoàn 94. Thằng Tạ quát nhỏ "...về đến An Thái mới có công sự. Phải đi thật nhanh, chúng mày ạ! Cái gì nặng, vứt hết. Bây giờ mà nó bom nó pháo là về hầu các cụ ngay. Nào!". Nó nhô lên phía trước, chạy như chạy tập trong quân trường. Dân nán lại phía sau, thúc những lính chậm chân.

Đến mờ sáng, từ phía nam hai chiếc máy bay vụt tới, đảo quanh, thình lình cất lên bay ngược lại. Tránh khả năng bị phi cơ oanh tạc, lính chui vào bụi, rời Quốc lộ đi tản vào làng xã xung quanh. Tiếng ì ầm từ xa. Cuối tầm mắt là những vệt khói trắng vẽ một vòng trên trời. Vượt qua những khúc đường bom đạn cấy vết lỗ chỗ đan vào đất, mùi xăng đặc lẫn đâu đó mùi tanh sực vào mũi. Nhìn lên, những cây dừa cụt đầu, tàn lá cháy xém loang lổ. Nhìn xuống, tất cả là tan hoang. Nhà vách đất bị quật ngã, cột kèo trống trơ còn âm ỉ khói. Đây đó, những hố bom cào sâu vào lòng đất, có cái sâu đến độ nước rỉ ra thành ao, có cái chỉ vừa đủ phô ra lớp nâu vàng ươn ướt đỏ.

Chung quanh lính là thứ im lặng của thần chết ngậm miệng rình rập. Nhìn bọn lính đói lả ra, Dân bảo, ta xục vào, có gì lấy ăn được thì chia nhau. Nhưng vào làng, phải cảnh giác! Nói xong, Dân ghim đạn lên nòng khẩu AK-47, kẹp vào nách. Cho từng tốp ba người ra khỏi bụi, Dân vẫy tay ra lệnh tiến vào. Lính đi từng bước, mắt căng tròn, tai vểnh lên, súng lăm lăm chĩa ra. Nhưng không, chỉ cây xiêu, nhà đổ, và những ngọn khói chập chờ của lửa than tàn lụi. Tất cả im ắng rợn người. Không có đến cả tiếng chó sủa. Lính đi vòng con đường mòn quanh ao. Đây đó rải rác xác người, xác chó, xác trâu bò... Tất cả đều cháy, cong queo, đen đủi, vô tri. Mọi sinh vật đã hóa ra tro bụi sao? Lạy Chúa tôi, có phải lửa luyện ngục vừa cháy trên thế gian trong một cơn bom lửa của ngày phán xét? Bỗng văng vẳng trong gió sớm tiếng rên rỉ van kêu. Lính nhìn nhau. Không ai bảo ai, cả bọn ngược chiều gió đến gần.

- Eng ơi! Chừ bỏ mạ con tôi, eng đi đâu, eng ơi...

*

Sáng tinh mơ, nghe đâu đây có tiếng gà rừng đánh thức. Mắt mở hé, nắng non còn đẫm sương mai tươi màu mỡ gà nhuộm suốt một giải cây xanh mươn mướt. Gió mong manh mơn trớn những tàn lá chồi mơ hồ đong đưa. Chiến tranh thốt nhiên xa hẳn như chưa từng xảy ra, chưa bao giờ hiện diện, và chẳng có cái lý lẽ gì để đến bìa rừng yên lành êm ả này. Cái am Cô Hồn, ni cô luống tuổi, tám đứa trẻ mồ côi, những bóng ma màu trắng, tất cả bỗng lui lại thành một điểm không có trọng lượng trong trí nhớ. Lạy Chúa ba ngôi, lạy Phật vô thượng, lạy Ala uy hiển, lạy gốc cây bồ đề, hạt sương long lanh, tia nắng ngọt ngào, lạy tất cả để cúi xin cho thế gian khác đi, trở về khởi đi từ thuở hồng hoang, không quá khứ mịt mùng, và không hiện tại thương đau. Xa

112

xa, mái chuông Thánh Đường La Vang thấp thoáng. Tại sao nơi đó là chốn hẹn hò của lính, hẹn với cái chết, chết tức tưởi, chết tan xác, chết nát, chết tươi?

Lính Dù lịch kịch sửa soạn khí giới, nai nịt lại, lầm lì không nói năng. Hiển rót vào ca cho Nhân ngụm cà-phê bột cuối cùng, trầm ngâm, với bộ điện đàm gọi về tiểu đoàn. Đại đội 2 và 3 đã sang sông, nhích vào được hai cây số. Ban Chỉ Huy cùng Đại đội 4 vẫn tiến sau. Đại đội 2 bị tổn thất mất một nửa, nhưng chiếm được công sự phòng tuyến vòng ngoài của lính Bắc. Đại đội 3 chỉ bị trầy da, đã ''bắt tay'' được với Tiểu đoàn 9 của Lữ Dù 2. Kế hoạch như vậy triển khai mười trên mười. Đại đội 5 tiếp tục giữ vai trò tiền kích, có nhiệm vụ thọc vào sườn phía tây La Vang và tiến chiếm Ngã Ba cầu Ga xe lửa. Hiển buông máy, nhìn Nhân, giọng bỗng nghiêm trọng:

- Bác sĩ đi sau Trung đội của Chuẩn úy Cổn, đừng lên phía trước, vướng... Lần này, sẽ chơi nhau đến ứa phở, không đùa được!

Quả thế thật. Lính Bắc đào giao thông hào gần Mai Đẳng, phía tây La Vang, hàng ngang toàn Trung liên nồi RPK, và đệm vào là tiếng bộc phá của B-40 . Hiển nhìn ống nhòm, tính toán, chấm tọa độ. Phải vượt một cái đồi cát rồi mới xáp vào được phòng tuyến Bắc Việt. Như vậy là Dù phải đi ''đầu trần'', leo đồi thì thành bia cho ''tụi nó'' bắn. Men chân đồi mà vào, đường dài ra bốn trăm thước, tránh được hỏa lực đại liên, nhưng ''tụi nó'' chắc sẽ đổ pháo.

Nhìn Hiển vẫy tay, lính Dù men theo đồi vòng về phía Mai Đẳng. Cát lún dưới chân, đi như lết. Càng đi, nỗi kinh hoàng càng ghê gớm. Xác lính Bắc bị pháo những ngày vừa qua nằm phơi nắng phơi mưa hàng tuần, hàng tháng, rữa ra, bốc lên một mùi thôi khăm khẳm, thốc tháo sực lên từ từng hạt cát nhuộm khói bom và thuốc đạn nhìn như muối tiêu. Xác có cái mất tay, cái mất chân, cái mất đầu. Có cái mất hết, giờ là một đống bùi nhùi vải lính xanh rêu, đầu chỉ còn xương sọ trắng hếu. Bên cạnh, cái nón cối vẫn đó, trơ trên, lăn lóc. Rồi xương. Người bị bom đánh vỡ toang, xương văng ra. Cái dài, cái ngắn. Xương sườn, xương vai. Xương tay, xương chân. Có những khúc xương còn bám thịt, ruồi bu đen ngòm, vo ve bay tứ tung khi lính bước lại gần. Lính bịt mũi, đã vào sinh ra tử nhưng không dám nhìn. Tận thế là ở đây, ngày này tháng này? Đằng xa, mái chuông thánh đường La Vang thấp thoáng. Cây thập tự mờ nhạt trên nền trời trong suốt. Những hạt cát đong đưa xô đẩy cho những khúc xương người ráp vào nhau thành bộ, đứng lên nhảy múa, rồi thình lình lại sụm xuống, lăn long lóc, cắm vào mặt đất bi thương quần quại, dần dần bất động để rồi đàn ruồi lại sà xuống bu vào, vo ve tấu lên thứ nhạc nghe như tiếng máy bay Con Ma, Thần Sấm.

Bất chợt, pháo rơi từ trời xuống. "Tụi nó" phát hiện, chơi mình đây, Hiển quát. Lính cài dây mũ sắt, co chân tăng tốc. Có tiếng xích nghiến trèo trẹo. Đụn cát trước mặt như bốc lên. Tăng T-54 trang bị đại bác 85 ly của "tụi nó" tiến vào xung kích. Hiển thét gọi tiểu đội chống chiến xa, hô, chúng mày kéo lên lưng chừng đồi, chơi lại cho đẹp. Tiếng rít gió của hỏa tiễn M-72. Ầm. Trúng một con. Rồi lại ầm, ầm. Hiển nghe lính reo, "rang" được ba con cua rồi Đại uý. Ba con còn lại đang chạy lui. Hiển quát, không phí đạn, chưa dư tiền đừng chơi "xả láng"!

114

*

Người đàn bà quắt queo nhem nhuốc ngồi cạnh đống tro than khét lẹt, mi mắt sưng vù, nước mắt chan hòa chảy theo đường nhăn của lớp da xám xịt xuống má, xuống cằm. Tiếng khóc than lập lại:

- Eng ơi... chừ bỏ mạ con tui eng đi đâu, eng à...

Bên cạnh người đàn bà, một đứa trẻ nằm im lìm ngủ. Nhìn kỹ, bà ôm trong lòng một xác người chết cháy. Xác cong queo, một cánh tay chỉ còn chút thịt đỏ hếu bám trên khúc xương trắng, tay kia không biết đâu. Bà vuốt vuốt cánh tay còn lại, cúi xuống, lại rên rỉ:

- ...chừ eng đi đâu, eng ơi!

Đứa trẻ vẫn im lìm, mắt nhắm nghiền, miệng hé tựa như cười trong một giấc mơ. Người đàn bà đưa tay vuốt cái đầu cháy xém một nửa, hốc mắt lõm sâu, thò ngón tay móc móc xua những con kiến đang rúc vào. Kiến chạy toán loạn, có con rơi xuống đất bò lên tay đứa trẻ, có con bò lên vai lên ngực người đàn bà:

- Eng ơi eng, chừ eng đi đâu...

Cả trung đội lính sững lại như bị thôi miên. Nhìn người đàn bà ôm xác chồng, lính quên tất cả, từ tiếng máy bay gầm rú, tiếng cánh quạt trực thăng xoành xoạch quay trên không, đến cơn đói ba ngày không có cái mà ăn. Trước mặt, giờ đây chỉ có sự khốn khổ tột cùng của kiếp người trong cơn binh lửa.

Thằng Phi bỗng gập người nôn oẹ, miệng ứa ra mật xanh mật vàng. Như bị lây, cả trung đội uạ thốc uạ

115

tháo. Người đàn bà như không thấy lính, tay tiếp tục vuốt ve cái đầu cháy xém một nửa, mắt cúi nhìn xuống đứa trẻ nằm im, miệng vẫn chỉ rên rỉ đúng một câu mê hoặc:

- ... eng ơi, chừ bỏ mạ con tui eng đi đâu...

Thình lình, tiếng cánh quạt trực thăng vù vù ngay trên đỉnh đầu. Đạn đại liên tủa xuống, đập vào cây, ghim vào đất. Có lẽ hai chiếc máy bay ban sáng đã phát hiện ra bọn lính bôn đào. Rốc-két phóng xuống nổ choáng tai. Lính bừng tỉnh từ một cơn mê ngủ. Lẩn cho nhanh vào bờ vào bụi, Dân vẫy tay quát, không bắn trả. Bắn bây giờ chỉ lộ thành bia cho chúng nó bắn lại. Rồi lính cắm đầu bò như những con rết. Hai chiếc máy bay A-34 ào đến thả bom. Nếu còn cái gì sau trận đánh bom hôm trước, thì tất cả lại bốc lửa. Từ những thân cây xạm đen cho đến cột kèo đang cháy dở. Từ người đàn bà ôm xác chồng cho đến đứa trẻ nằm im lìm bên cạnh. Anh chồng người đàn bà đó thế là chết hai lần.

Đến lúc điểm quân, không thấy Phi. Nó vẫn chưa được ăn bát cháo gà.

*

Đại đội 5 mất sáu tiếng mới bò được từ chân đồi vào, đánh lính Bắc bật ra khỏi phòng tuyến vòng ngoài phía tây La Vang, chiếm được giao thông hào và công sự. Lính Bắc chân xiềng vào súng lớn, khi chết, chết hàng loạt, mắt đứa khép, đứa mở. Chuẩn úy Cổn lục soát, cả một kho đạn 105 ly và đạn súng phòng không 37 ly mới vơi chừng một phần tư.

Lại bắt được một khẩu cao xạ 57 ly , thứ mới xuất hiện trên chiến trường lần đầu. Cổn lôi một tên bị thương kéo lên. Người nó rũ xuống, mắt vẫn rừng rực lửa. Nó cười khẩy, giọng rặc nước mặn đồng chua vùng Nam Định, sinh bắc tử nam mà người anh em!

Nhân kiểm tra số thương binh Dù, báo cho Hiến, nặng có sáu, nhẹ mười ba và loại còn chiến đấu được là hai mươi bảy. Cộng với số tử vong, Đại đội chỉ còn một phần tư lực lượng để tiếp tục cuộc chơi. Việt Cộng biết rõ tọa độ chiến hào bị Dù chiếm, giải pháo vào với một độ chính xác toán học. Pháo nổ chậm cắm xuống đất, vỡ toang ra thành những cái hố sâu khiến nước ngầm phun lên. Lính Dù nằm nhẹp, co chân, ở cái thế cọp bị nhốt, hệt như lính Bắc cách đây ba tiếng đồng hồ.

Có tiếng rú, rồi tiếng Chuẩn úy Cổn văng tục. Nhân chồm sang. Bật đèn rọi, Nhân thấy ngực áo Cổn thẩm máu. Vạch cánh tay Cổn, Nhân chích thuốc gây tê, thuốc chống nhiễm trùng, thuốc làm đông máu. Tà-lọt lấy kéo cắt áo Cổn. Ngực anh ta lõm vào một lỗ sâu hoắm, mảnh đạn đục từ trước ra sau, xương lồng ngực lòi ra ngoài, máu phun có vòi. Nhân vòng cuộn băng quanh người Cổn xiết lại, nhưng chưa được hai vòng thì máu lại đẫm ướt, nhỏ giọt, nhiễu dài chảy xuống bụng, xuống chân. Không thể làm gì khác, Nhân tiếp tục, răng nghiến, quai hàm bạnh ra, kéo băng xiết cho thật chặt. Cổn thẫn thờ nhìn lên trời. Không sao, không trăng, trời đen ngòm sâu hút. Lâu lâu, chỉ có những ánh lửa bay lên từ mặt đất nhịp theo tiếng nổ đạn đại pháo, lịm đi, tắt ngúm.

- Có nặng lắm không bác sĩ? Cổn hỏi, mắt đại đần.

117

- *Thường thôi* – *Nhân đáp* – *Trực thăng tải thương thế*
nào cũng đến, và thế thì OK!

Lính Bắc ép tới, Dù lại lùi, đến mười giờ sáng trở về
phòng tuyến đã chiếm ngày hôm trước. Nhân truyền huyết
thanh cho Cổn, chích thêm một mũi thuốc cầm máu. Để
giảm đau, Nhân tiêm vào tủy sống Pontocaine hòa với
Dextran 10%. Cổn nhợt nhạt, cố gắng nhếch miệng lên
cười, tay chỉ vào túi áo zết. Nhân thò tay lần được cái ví. Ở
trong ví, có một bức ảnh. Cổn áp bức ảnh lên môi, mắt rừng
rực đam mê nhưng có thoáng chút tuyệt vọng. Nhìn ảnh
một người đàn bà tóc dài, mắt một mí, miệng cười e thẹn,
Nhân dịu dàng:

Đây là vợ Chuẩn úy?

Cổn lắc đầu, thều thào:

- Không, chị tôi đấy. Di cư vào Nam chỉ có hai chị em.
Tôi yêu chị đến độ chị sợ, chị bỏ trốn! Nước mắt ứa ra, Cổn
thổn thức - còn tôi thì đi Nhảy Dù để xa chị, thậm chí để
chết, cho chị an tâm!

Nhân lặng người, không biết nói gì. Giọng mê hoảng,
Cổn tiếp:

- Thời đó chị còn trẻ...Và tôi, tôi chỉ mong chị sống bình
thường, lấy chồng, có con, như mọi người! Vào lính được
một năm, tôi nghe tin chị xuống tóc... Chị giờ là sư nữ trong
chùa Vĩnh Lạc.

Nhân không kìm được, thốt:

- Một người đàn bà đẹp đến thế mà đi tu ư?

Cổn nhếch mép:

- Chứ sao... Thoát bể khổ, tìm được an lạc, ai lại chê! Còn bác sĩ, có vợ chưa?

Nhân lắc đầu. Cổn gượng cười, yếu ớt:

- Vậy chắc là có người yêu... phải không?

Nhân thót bụng, xót xa nhớ đến Ánh. Bụi gai hoa Tuyệt Tình bỗng đâm vào bàn tay Nhân, máu dính tay là máu Cổn, nhưng sao Nhân vẫn thấy đau nhói tâm can. Tiếng lính Dù gọi nhau chuẩn bị rút. Cổn níu tay hỏi. Nhân bảo Việt Cộng kẹp gọng kềm, chắc ta phải chạy. Cổn lắc đầu, miệng xệ xuống như mếu, hơi thở thoi thóp. Gắng sức, Cổn thều thào:

- Thôi, tôi chẳng đi đâu nữa! Sinh là ký, tử là qui...Đã đến lúc tôi về! Bác sĩ báo cho chị tôi là tôi chẳng ân hận tiếc nuối gì trên cõi hồng trần nhơ nhớp máu người này nữa! Còn bác sĩ, cố sống mà về với người yêu...

Nhân lặng người, nhìn đầu Cổn ngoẹo xuống, môi gượng nhếch lên cười, không kịp nói cho hết lời. Cái cười nửa khinh mạn, nửa xót thương. Một dòng máu ứa ra từ khoé miệng chảy xuống. Nhân bật khóc, vuốt mắt cho người chết. Nhưng chưa buông tay ra, Nhân thấy mình vừa vuốt mắt tượng Đức Mẹ. Môi mấp máy, Đức Mẹ thì thào, các con của Mẹ ơi, Mẹ thương các con vô cùng! Tai Nhân ù đi. Gục mặt, Nhân nghe đâu đó văng vẳng vẫn tiếng hát lê thê mê hoặc:

''...Mẹ ngồi ru con, đong đưa phận người, đong đưa phận mình...''.

*

Khi Chính ủy Tiểu đoàn hạch tội Dân đã rút quân mà không có phép từ bờ bắc sông Nhung về An Thái, Tạ phát biểu: " Báo cáo Chính ủy, không có lệnh rút quân nên cả đại đội bị pháo mười phần chết đến chín. Nếu Trung đội chúng tôi không nhanh chân chắc chẳng có đứa nào ở đây để nghe đồng chí giảng đạo đức cách mạng với lại tinh thần bách chiến bách thắng của quân đội nhân dân anh hùng". Chính ủy đập bàn: "Cậu này phát biểu lung tung, tùy tiện", và thế là Tạ cũng như Dân bị phạt bằng cách giúi cả hai vào một đoàn lính « tơ » nay vào đây nếm mùi chiến trường sau ba tháng huấn luyện. Lính mới ồn ào, mồm hăng tiết vịt, sợ không đúng chỗ sợ, liều chẳng đúng lúc liều, nghe tiếng súng có đứa tè cả ra quần. Đơn vị được Tư lệnh Sư đoàn phổ biến quyết tâm tử thủ thành Quảng Trị, thay phiên cả đêm lẫn ngày đào thêm công sự phòng thủ. Địch rải bom, bắn pháo như rắc hoa. Mặt Đông cổ thành, Thủy quân Lục chiến quân miền Nam thúc vào. Mặt Tây Nam, Lữ Dù 1 nghe đâu đã đánh chiếm La Vang và đang uy hiếp nhà Ga. Mặt chính Nam, Lữ Dù 2 ép sườn. Quốc lộ 1 thành Đại lộ Kinh Hoàng. Dài 9 cây số kéo từ An Thái cho đến Ngã ba Long Hưng, cứ mỗi mét đại lộ ít là có hai người chết. Đại đội của Dân và Tạ bị Tiểu đoàn 7 Lữ Dù 2 dồn lùi về đến cái ngã ba mang cái tên là Ngã ba Máu.

Hạ tuần tháng bảy, chiến trường Quảng Trị ghê rợn kinh khiếp hơn tất cả những gì trí óc con người có thể tưởng tượng. Vạc dầu, là bom xăng. Xăng đặc. Xăng lỏng. Nồi lõng võng, xăng cháy phừng phực trong giao thông hào, trong công sự nước ngập đến đầu gối. Rút lưỡi, xẻo tai, bẻ răng dưới Địa Ngục. Ô, chỉ chuyện vặt. Trên dương gian này, pháo mới ghê. Thịt xương bốc lên thành trăm mảnh, ruột gan phèo phổi lính tráng bắn văng ra tứ phía, bám vào quần áo những thằng còn sống, ba bốn ngày sau là giòi bọ nhung nhúc, mùi khăm khẳm sực mũi, ăn không được, ngủ cũng không được. Cả sống lẫn chết, sướng nhất là khi bị bom B-52. Lỗ bom cầy xuống thành vũng thành ao, người còn sống khỏi phải đào, cứ thế mà ném xác đồng đội vào. Còn chết, vù một cái, chẳng thấy gì, nghe gì, chết ngay chứ không thương tích ngắc ngoải. Tiếng radio ra rả '' Bám chắc, địch có kế hoạch cắm cờ trên thành Cổ trước 27 tháng 7, ngày tái họp hội nghị Paris. Lệnh Quân Ủy Trung Ương phổ biến là giữ từng phân vuông tổ quốc!''. Tạ nghe, văng tục rồi kết luận hùng hồn, mất cho thằng đéo nào mà sợ. Đất có cạp đi được đâu!

Thế là những thằng lính cả hai phía giằng co nhau trong một điệu luân vũ nhịp bằng tiếng nổ chói chan của B-40, hòa vào tiếng hỏa tiễn tầm nhiệt, tên lửa tầm xa, pháo 175 ly, 105 ly. Thiết giáp T-54, vờn nhau với xe tăng M-113, đạn the thé cười đùa rin rít. Từng chập, hỏa châu chiếu sáng mặt đất xanh lè, sau lịm dần, tái nhợt màu da kẻ chết trôi. Lữ Dù 1 tiến 500 thước mất ba ngày. Lữ Dù 2 không qua được đường xe lửa phía Tây Nam. Pháo binh hai bên nhả mỗi ngày hàng mấy chục ngàn viên đạn. Oanh tạc cơ Mỹ lại tham chiến. Bộ chỉ huy phổ biến, hôm qua bắn rơi hai B-52, và bốn

Con Ma F-8. Hoan hô các chiến sĩ phòng không! Tạ lầu bầu, đúng là phét lác, bắn được mà nó bom thế à!

*

Hiển nhận được lệnh xông lên khỏi giao thông hào, kéo lính tiến về La Vang Chính Tòa. Thiếu tá Soạn chỉ huy Tiểu đoàn cao giọng trong máy truyền tin:

- Thằng nào vào trước ôm hôm chân tượng Đức Mẹ đầu tiên, sẽ lên một lon, nghe chưa?

Trận tiến chiếm La Vang diễn ra trong mười hai tiếng đồng hồ máu xương. Lính Bắc chống trả điên dại. Vương Cung Thánh Đường tan nát thành những mảnh vụn. Mái chuông nhà thờ ụp xuống, chuông đồng chổng ngược lên trên mặt đất. Giờ đây chuông câm nín, và sẽ chẳng bao giờ gióng giả ngân nga nâng phần hồn con người lên một Đức Chúa Cha, tai đã ù điếc vì những tiếng đại bác và những tiếng bom mà con của Người gửi cho nhau như quà tặng trong ngày tận thế.

Đại đội 5, đơn vị tiền kích của Tiểu đoàn 11 Dù, vào được sân Vương Cung Thánh Đường chẳng chịt giao thông hào. Tiếng súng ngưng. Chỉ còn tiếng rên la của những kẻ bị đạn xuyên xẻ ngực, chém cụt tay, phạt đứt chân! Tượng Đức Mẹ bị sạt một mảnh vai, nhưng cây đa làm bằng xi-măng tan nát, chỉ còn những thanh sắt chống làm sườn vẫn đẩy nhưng cong queo mang hình thể một bộ xương dị dạng. Hiển ngước mắt nhìn lên, miệng định đọc kinh Kính Mừng nhưng mắt bỗng hoa lên, bức tượng lung lay, chao đảo rồi sụp xuống, đầu rời khỏi cổ, mặt úp xuống đất. Hiển chạy lại ôm chân cái tượng không đầu, vừa hôn vừa chửi, đù mẹ, thế này là thế nào! Nhân lẳng lặng ra nâng đầu tượng Đức Mẹ lên. Trên khuôn mặt hiền dịu, những giọt nước mắt ứa ra, màu đỏ nhạt như có pha máu người. Nhân lẩm nhẩm đọc kinh Kính Mừng trong tiếng rên la vọng lại khắp nơi. Lính Bắc thương vong nằm ngổn ngang. Chỉ đi chừng trăm thước, số thương binh lên hai mươi bảy. Nhân gọi tà-lọt theo, đánh giá nặng nhẹ, xem phải băng bó ai trước, ai sau. Một thằng bé, tuổi chỉ mười lăm mười sáu, mặt bê bết đất, rên rỉ, bu ơi bu, sinh ra con làm gì cho khổ thế này. Nhân cúi xuống. Nó ngước lên, quát, thằng ngụy, đừng đụng vào bố mày đây. Tay chỉ vào balô cứu thương trên có vẽ thập tự màu đỏ, Nhân nhỏ nhẹ, tôi là bác sĩ. Thằng bé nhổ phì phì khinh bỉ, thét thằng ngụy, đừng làm cho tao bẩn, rồi khom người tay thọc vào bụng. Một người lính đi sau Nhân xông lại, chân đạp vào tay thằng bé. Một quả lựu đạn chưa kịp rút kíp lăn ra quay vòng vòng. Hiển rống lên:

— Bác sĩ, không cứu ''tụi nó'', để thuốc men băng bông cho mình!

Nhân chưa kịp nói ta hay địch cũng là người thì đã nghe tiếng súng Colt chát chúa. Đầu thằng bé ngật ra rồi ngoẹo xuống. Nhìn cặp mắt Hiển đỏ máu, tóe lửa, Nhân biết có nói gì cũng vô ích. Nhân lạnh người. Thằng bé học gì mà hận thù biến thành một thứ bản năng, ''ngụy'' là quỷ sứ, và nó sẵn sàng đổi chính mạng sống mình để giết '' thằng ngụy'' mà chẳng cần đôi co suy nghĩ. Hiển có lẽ chỉ phản ứng lại hận thù. Những ngày nằm chịu pháo ở mặt trận An Lộc, Nhân từng thấy những phản ứng tương tự khi lính miền Nam nhìn đồng đội thương vong. Phản ứng ấy chốc lát, đến từ cảm tính, chứ không phải là thứ hận thù có trau luyện, thả vào nuôi như nuôi giống trong những bộ não đã tẩy sạch để chỉ đơn giản còn hai điều thiện - ác. "Ngụy" tất nhiên là ác, không còn là người, và ta cứ giết, càng giết nhiều càng là thiện, là tiên tiến, là phấn đấu, là anh hùng, là dũng sĩ. Nhưng giết như thế ta có còn là người không thì chưa là điều cần lý giải vội. Chiến thắng trước, rồi sau mới tính đến những còn mất. Và biết đâu vậy là quá muộn, quá lỡ làng, cho một mai hậu!

Lính nghe hai mươi sáu tiếng súng Colt. Sau đó, chiến trường trở nên yên tĩnh đến rợn người.

*

Đặt đại liên lên miệng chiến hào, lính trung đội do Dân chỉ huy nổ súng, tay bóp cò đến tê cứng, cứ thế bắn đến lúc nòng súng bốc khói khét lẹt. Thằng Thao, đái vào đây cho tao, Tạ chìa bi-đông, quát. Nó nắm bi đông nước đái dội lên nòng, tiếng xèo xèo, mùi khai len mùi khét, thật khó tả. Pháo ta nổ từng hồi, bụi đất mù mịt. Máy bay địch xé ngang bầu trời, bom chênh chếch hàng loạt rơi nghiêng. Dàn phóng tên lửa bên phòng không khản đặc, rồi ồ lên, từng chập, từng chập. Trần gian lại thêm một lần biến thành lửa luyện ngục, diêm vương giờ đây khỏi phán xét, bắt chết hàng loạt, không cần định tội, hạch họe, đôi co. Cứ thế, đến xẩm tối. Trời rỉ rả mưa. Lính Dù vẫn can đảm xông vào. Bám lấy những mô đất lồi lõm bị bom cấy lên, lính Dù dàn ngang, cứ thế nhích lên từng bước, từng bước, nhắm đánh chiếm công sự. Trong bóng đêm dày đặc,

124

hai bên chỉ cách chừng chưa đến hai trăm mét, lựu đạn từ xa phóng vào hào, xương thịt lính vung vãi, đất đá bay loạn xạ tứ tung. Vào đường cùng, bộ đội phòng không lính Bắc chúc ngang nòng súng cao xạ nổ vào lính Dù. Máy bay tiếp tục trút Na-pan. Xăng krếp nổi lềnh bềnh trên nước ngập chiến hào loang ra, bùng cháy. Có tiếng kêu cứu. Tạ thét ''Thành cha nó bún chả à!''. Dân quát, xông ra, bò về phía lính địch, ít là không bị bom nó đánh. Dân dặn, mật khẩu hỏi là một, đáp cũng một. Cố mà dính vào nhau, lạc là chết. Chụp điện đài liên lạc, Dân báo cho đại đội. Không thấy trả lời, Dân lại gọi về tiểu đoàn. Thằng Thao vừa khóc vừa kéo, thủ trưởng nói nhanh, xăng cháy đến nơi rồi. Quay mình nhảy lên bờ hào, Dân quát, lên hết, bò cho nhanh, khi có pháo sáng, nằm xuống. Lính thành loài bò sát, bụng ép xuống đất, tay ôm AK, nhấp nhổm như những con tắc kè bò cho xa chiến hào rừng rực lửa. Đạn bay líu ríu sát đầu, chỉ ngóc lên là toi. Dân kêu một. Bên cạnh, lính hỏi, gì đó thủ trưởng. Dân phát cáu. Phải đáp một, lần sau không đáp thì tao đâm. Chúng mày lắp lưỡi lê vào, cứ hàng ngang, bò về phía trước. Đằng sau nó bom như thế, thằng nào lui là phăng teo ngay. Trung đội không biết giờ suy xuyển bao nhiêu, cứ thế mà tìm cái sống trong con đường sáp vào lính Dù, binh chủng thiện chiến lừng danh trên mọi chiến trường.

Pháo sáng lại bắn lên. Dân ngoái cổ nhìn ra sau. Trời ơi, thấp thoáng áo rằn ri. Nhìn phía trước, rồi phải, rồi trái, có cả lính ta lẫn lính dù. Lính hai bên đã vào thế gạo lẫn với đỗ, sôi lẫn với đậu. Pháo sáng nhạt dần. Rồi bóng đêm lại ụp xuống. Có tiếng quát, giọng miền Nam " Đù mẹ, chơi dao găm thôi. Tụi bay sờ thấy nón cối là chơi, nón sắt là mình nghen". Dân ra lệnh, rút lưỡi lê ra, ở nguyên chỗ, đứa nào đến thì đâm. Cứ pháo sáng, lính nằm như chết. Tối đen, lục đục đâm nhau. Dân quơ tay, đụng vào cái nón sắt, thọc ngay mũi dao găm, rút ra đưa lên cứa ngang cổ. Tiếng rú, tiếng ẳng ặc, tiếng hớp không khí. Xung quanh, bản đại hòa tấu vang lên tiếng rên la, tiếng kêu cứu, tiếng chửi rủa. Máu đỏ hôi hối vọt thốc vào mặt Dân. Đẩy cái thân người đang gãy gập, Dân bò lùi trở lại, thất thần, nằm mọp xuống. Dân bàng hoàng, tay sờ vào lưỡi dao loang lổ máu. Thì ra mình vừa giết người. Giết bằng dao khác với bóp cò súng hay rút lựu đạn quăng ra. Giết kiểu hiện đại, dẫu có kẻ tử vong, người giết không thấy kẻ bị giết tận mặt. Không có những vòi máu phụt ra, dính vào tay, vào cổ, vào ngực. Không gây ra cái ấn tượng khủng khiếp là giết người tựa mình đang giết chính mình. Bởi một phần trong mình chết đi, chết lặng, chết trong nỗi kinh hoàng, tự hỏi mai này còn sống mình sẽ là ai? Thình lình, hình ảnh Nhân, đứa anh em song sinh, trở về ám ảnh. Dân rùng mình, nhỡ ra mà Nhân đâu đây? Nhỡ ra chính mình thọc mũi dao vào ngực rồi quơ lên cắt cổ Nhân? Bủn rủn chân tay, Dân cảm thấy ngực nhói đau như có ai đấy đâm vào. Ném con dao găm xuống đất, Dân đưa tay lên cổ, lòng đau đớn.

Giết người! Biện minh thế nào đây?

126

Tự nhủ thì ta có chính nghĩa? Không! Chính nghĩa nào trước cái chết cũng huyễn hão. Giết người là không còn chính nghĩa. Sự biện minh dính máu người tự nó dối trá. Tự nhủ, thì giết người hay là người giết ta? Giết thế vì bản năng sống còn. Nói thế, thì cũng là ngụy biện. Không thể bảo là từ bản năng con người cứ bắt buộc đặt nhau vào cái thế một sống một chết. Thảm kịch giết lẫn nhau này đến từ những mỹ từ lổn nhổn. Như quốc gia, cộng sản, dân tộc, độc lập, cách mạng, giải phóng, tự do... Đằng sau những mỹ từ lấp ló toàn những tính toán quyền lực, so đo danh vọng của lũ chuột nhe răng hòa đàm ở những nơi không tiếng súng, sẵn xâm banh mở để ăn mừng một cuộc bắt tay lịch sử.

*

Lính Bắc phục hận. Trời tờ mờ sáng, bộ binh theo tăng T-54 tiến lên phản công. Nhìn từ xa, lính từng đoàn trên triền đồi nối đuôi đi. Súng chống tăng đạn sắp hết. Đếm, chỉ còn đủ để gãi ngứa Trung đoàn Thiết giáp vừa kéo từ Hạ Lào qua chiến trường Quảng Trị. Hiển báo rõ tình hình. Ban chỉ huy ra lệnh rút. Hiển cho kéo lính bị thương trước, đích thân đi chặn hậu với chục tay súng thiện chiến.

Tiếng súng phía sau nổ ran. Hiển chụp ống nhòm, đưa lên nhìn. Cách đấy năm trăm thước, nhấp nhô bóng tăng T-54 và bóng quân thiết kỵ. Lính Bắc đã bọc hậu, Hiển thốt lên, ngậm ngùi. Quơ máy truyền tin, Hiển gọi ban chỉ huy Tiểu đoàn. Không có tiếng trả lời. Hiển ngửa mặt lên trời:

- Đù mẹ... thế là "mồ côi" rồi! Thôi, vào rừng vậy!

Vào bìa rừng, lính Dù gặp ngay một đoàn T-54 trên thân xe cây non mọc rễ từ thuở Việt Cộng tiến chiếm Hạ Lào. Bắc Việt sửa soạn trận Quảng Trị từ lâu rồi, giành tiên cơ về mọi mặt, nhất là chiến lược, kết hợp tỉ mỉ quân sự và ngoại giao. Những tướng Trưởng, tướng Đống miền Nam đánh bi- da dưới tướng Lê Trọng Tấn, Lê Quang Đạo của lính Bắc một cơ trong Đợt 1 chiến dịch tái chiếm Quảng Trị . Mặc dầu, nói cho thật công bình, Trưởng và Đống nào có quyền quyết định gì ngoài vấn đề chiến thuật trên một bàn cờ thắng thua đã rõ rệt.

Phải, thắng thua đã rõ rệt từ khi người Mỹ đến Paris hòa đàm mất rồi. Đi sau những tiếng hô đòi hòa bình ở mọi góc trời Tây xa lạ, xe tăng T-54 lầm lũi hai mặt ép vào lính Cộng Hòa. Súng chống tăng hết đạn đã quăng đi. Dăm khẩu M-16, M-79 làm gì được? Hiển điểm quân. Còn đúng hai mươi mốt mạng nguyên vẹn, và bốn mươi sáu thương binh ngổn ngang chiến hào. Đại úy Nguyễn Quang Hiển, đại đội 5, Tiểu đoàn 11, Lữ Dù 1 ra lệnh kéo cờ trắng. Lính ngóng cổ nhìn. Hiển sửa lại quân phục ngay ngắn, hiên ngang bước thẳng về phía lính Bắc, giơ tay ngang mũ chào theo đúng quân kỷ. Bộ đội ngơ ngẩn. Hiển quát, chỉ huy các anh đâu. Lát sau, một sĩ quan áo xanh rêu bước ra. Đó là Chính ủy Tiểu đoàn 8 Trung đoàn 64, thuộc Sư 325. Anh ta giơ tay lên trán chào Hiển.

Về chiến hào, Hiển bảo lính:

- Tao đòi thêm một tiếng tự do, để thằng nào có ăn thì ăn, có thuốc thì hút, còn rượu cứ uống, bằng hết thì thôi. Từ nay, Bác và Đảng sẽ nuôi chúng mày!

Nghe thế, lính Dù đờ đẫn, mất hồn, có thằng bật khóc. Hiển cười ằng ặc, quát, tao cấm chúng mày khóc. Tí nữa thằng nào khóc thì tao bắn bỏ. Hàng cho hiên ngang, như chiến đấu, hiểu chưa!

Nhân cúi đầu, người bải hoải, tâm trí vữa ra như những mảnh vôi tróc trên vách đổ một căn nhà tan nát. Ra ngồi cạnh Nhân, Hiển móc túi zết lôi ra một bình dẹt to bằng ba bao thuốc lá, mở nút, đưa lên miệng tu. Đưa cho Nhân, miệng bảo Martel đấy, Hiển châm thuốc, ngửng mặt phà khói vào trời cao rồi lừng thừng ra đứng gác chân trên chiến hào. Rượu trôi qua cổ sao lần này đắng lạ lùng. Nhân nhớ lời Ánh dằn vặt hôm nào, thiên thần, chắc bất tử nhưng Nhảy Dù thì không, anh cũng biết vậy chứ? Rồi lời mẹ da diết, nuôi cho con ăn học, thành bác sĩ là để chữa bệnh cứu người, cứu được càng nhiều càng hay. Ra tiền tuyến, mỗi ngày cứu được bao nhiêu người? Ở bệnh viện hậu phương cứu được bao nhiêu? Cứ so sánh, thì biết phải làm gì! Thời đó Nhân lẳng lặng ngồi xuống cạnh mẹ, thầm thì, ai cũng ở hậu phương ư? Mẹ đập tay xuống mặt phản, con có quyền chọn cơ mà! Vâng, chính thế mà con phải chọn chỗ xứng đáng nhất cho một con người trước xã hội, chịu đầu sóng ngọn gió, chứ không chỉ nghĩ đến an thân cho riêng mình. Mẹ bật khóc. Một lát sau, mẹ thẫn thờ, cha con trên hai mươi năm trước cũng đúng một câu ấy, và vì thế mà lỡ làng cả. Bất lực, mẹ nắm tay Nhân, giọng nhẫn nhục, con có Dân, đứa em song sinh, chắc bây giờ cũng là lính, nhưng lính bên kia. Chỉ cần con cứu được Dân, với mẹ là đủ!

Bây giờ, Nhân thầm nghĩ, bộ đội Bắc Việt hàng trăm nghìn, biết ai là Dân mà cứu. Nhưng chẳng hiểu vì một lẽ gì, giờ phút sắp thành hàng binh và mất hết tự do, Nhân linh cảm Dân ở đâu đây, rất gần. Nhưng có làm gì được cho Dân không là chuyện khác! Biết đâu nếu bị thương, Dân cũng như thằng bé định rút kíp lựu đạn giết Nhân, gào lên, thằng *"ngụy"*, đừng đụng đến tao!

Nhân đứng dậy, tay vuốt mặt, lòng trơ trơ gỗ đá đi đến cạnh Hiển. Đợi cho người lính cuối cùng hai tay giơ lên quá đầu, bước lê về phía đồng đội xếp hàng một, Hiển nhìn sâu vào mắt Nhân, miệng nhếch lên, ngạo mạn:

- Thôi, bác sĩ lên đi!

Vừa lên đến mặt đất, Nhân nghe một tiếng súng Colt rất chát, rất đục, rất gọn. Mặt đất tròng trành. Nhân ngoái lại nhìn một xác người đổ xuống, tiếng đập vào mặt đất nghe như tiếng chửi cái thân phận mình. Đại úy Nguyễn Quang Hiển là người độc nhất không đầu hàng, ngay cả với số mệnh mình.

Nhân chóng mặt. Đất trôi đi dưới chân. A, cái mặt đất đã tuyệt tình này trở thành biển đang nhận chìm cả loài người tay đầy gai của một loài hoa quái đản.

17

MÙA RỪNG ĐỘNG

Cánh rừng khép lại nuốt chửng toán người cuối cùng. Chưa đầy trăm thước sau, khoảng trời biến mất, trên đầu nay chập chùng lá, từng lớp, từng lớp. Ngửa mặt nhìn, tầm mắt chẳng quá dăm thước cao. Quay đầu, lại cũng lá. Và dây leo dày dặc, đan chéo, xiên ngang, chọc thẳng. Thật may, con đường xuyên rừng đã có những toán đi trước phát quang. Đó là toán gồm những kẻ còn sức. Toán cuối, một đám người sắp kiệt lực và hai cáng thương. Một trung tá Biệt Động quân và người kia dân sự, hình như là một ông Quận Trưởng, nhưng không rõ ở đâu.

Bộ đội Bắc Việt tản mỏng quanh đoàn tù binh. Trong khu rừng này, dẫu tù có trốn cũng chỉ vài ngày sau đói là lại ra, lén lút nhập vào đoàn. Phần lớn tù trốn chẳng biết lối nào mà mò, cứ hướng đông đi, một ngày hai ngày mới biết loanh quanh xoay chân ốc trở lại điểm xuất phát. Không có la bàn, không một ánh sao, chỉ trượt một cái dốc là mất hết phương hướng giữa trùng trùng cây lá. Rừng ngút ngàn vây bủa, chưa kể đến thú dữ và đám trực thăng thỉnh thoảng đảo ngang đảo dọc. Xạ thủ thấy động là phóng rốc két, xả đại liên, chẳng phân biệt ta hay địch, bạn hay thù. Vì vậy, tù cũng sợ lộ hành tích như những kẻ giải tù, lộ là tất cả nếm mùi bom tọa độ từ trời tỏa xuống đánh vào những con người xương thịt mỏng manh.

Trong rừng, lá mục thoang thoảng mùi tanh những con cá sông vừa bị câu lên. Khí ẩm tinh quái len lỏi qua lớp vải kaki vốn đã dầy, nhưng vẫn thấm vào buốt đến thấu xương. Sau vài ngày, khí ẩm luồn lách đến những bắp thịt nhễu nhão, thình lình bị chuột rút, tê cứng, đau đến ná thở. Nhưng dẫu gì, cứ phải đi. Ông Quận Trưởng bị mất máu khá nhiều, bắt đầu mê sảng. Nhân đến gần một anh bộ đội, nói:

- Xin anh báo với cấp trên, người này có thể chết vì máu cứ tiếp tục chảy. Cứu, thì cần thuốc cầm máu.

Anh bộ đội không đáp. Anh ta trông rất trẻ, chỉ độ mười bảy, mười tám. Người nhỏ bé, anh xách khẩu AK kéo lệch một bên vai, báng súng lắm lúc quệt xuống mặt đất. Nhân lập lại. Anh bộ đội chẳng buồn quay lại, gióng không:

- Sắp đến chỗ nghỉ, lúc đó hẳng hay!

Hai giờ sau, đoàn tù binh ngừng chân. Một liên lạc viên chạy đi tìm chỉ huy. Trong khi tù ngồi nhai cơm sấy, anh liên lạc quay lại. Đến trước mặc Nhân, anh ta cộc lốc:

- Không có thuốc gì cả!

Nhân ngoảnh lại, buồn rầu. Tay vuốt mắt cho người bị thương mất máu vừa chết, Nhân lẩm nhẩm, sống khôn chết thiêng, đưa mọi người đến đâu bình yên thì đưa.

Anh em tù được phát ba cái xẻng. Họ đào một cái lỗ sâu chưa đến một thước, dài thước tám, rộng độ năm mươi phân thì vừa vặn đến giờ lên đường. Vùi thây người bất hạnh, lại đi. Kẻ trước người sau như con rắn dài ngoẵng uốn mình giữa cây lá chẳng chịt. Thỉnh thoảng ngước lên, trời thu nhỏ vào cái nia sàng thóc, mây xám xịt buổi chớm đông ẩn nhẫn lặng lờ bay như đi kèm đám bại binh lê chân trong rừng rậm.

Đi suốt đêm. Đi thế này, chắc là đã vượt biên giới vào địa phận Nam Lào. Đến sáng, trời quang hơn. Đâu đó đôi ba người kiệt sức, ngồi thụp xuống, lưng dựa gốc cây, mắt nhắm nghiền. Bộ đội thét:

- Đứng lên! Đi...

Cuối trời, những tiếng ì ầm trùng trùng điệp điệp từ đâu ập về dọa nạt. Lính biết B-52 đang vào trận, bom tọa độ rơi từng loạt. Hết đợt một, tay Trung tá Biệt Động quân tên Thiệp bảo:

- Bom phía Đông, cách chỗ này chừng hai mươi cây số.

Bộ đội giải tù binh nhớn nhác. Đám liên lạc viên chạy lên chạy xuống. Mặt xám ngoét, anh bộ đội nhỏ người khoác AK lên vai, giọng cố trấn tĩnh:

- Yêu cầu hàng binh lên đường. Đây là lệnh... Nào!

Có tiếng văng tục. Một người râu ria tua tủa đứng dậy:

- Hàng cái con cặc! Hết đạn thì thôi bắn... Đù mẹ, hàng bây cái con cặc tau!

Tù binh lục đục đứng lên. Có tiếng can:

- Thôi đi Cao... Đù mẻ nó, hàng hay tù thì cũng zậy!

Đoàn tù lại tiếp tục lê lết trong rừng khi đợt bom lần hai nghe chừng nhích dần về phía Tây. Nhân vẫn đi kèm cáng thương.

- Cứ đẹp trời thì bom. Thời tiết xấu thì thôi, lại có cơ sống. Thiệp gượng cười - ...ông Tạo oái oăm thật!

Nhân ngẩng lên. Qua những tầng lá cọ, quả thật trời thoáng xanh. Dăm giọt nắng nhiễu xuống mặt đất trêu chọc. Nhìn Thiệp, Nhân đáp không đáp, chỉ mỉm cười.

*

Viện 203 bị bom. Đợt một, bom vào kho D8, D12. Đợt hai, Khoa Ngoại. Cách Khoa từ tám đến mười lăm cây số, kho thường là mục tiêu đánh phá đầu tiên của địch. Ngay đầu đợt một, Thiện đã ra lệnh cho cán bộ Khoa chuẩn bị. Ưu tiên, chuyển thương bệnh binh vào hầm. Thứ đến, phải bảo quản y cụ, thuốc men, và sửa soạn máy thông hơi để chống ngạt. Hầm chữ A sâu đưới mặt đất ba mét, cao vừa tầm cho một người đứng, chống bằng những thân cây to cỡ nửa bắp đùi. Nếu hầm ẩn vào lòng đất thì phải đục lỗ thông hơi. Chỉ có hầm giải phẫu và ban chỉ huy mới có trang bị máy phát điện và máy bơm không khí. Thiện tính nhầm, có một trăm mười tám thương bệnh binh, thế thì đè lên nhau cũng chẳng đủ chỗ trong hầm Khoa Ngoại. Thiện bàn với Chung, y sĩ phụ tá cho mình. Cả hai quyết định những trường hợp bị thương nặng phải cáng vào hầm ngay, nhẹ đưa vào sau, hoặc chưa cần có thể để ở bên ngoài nếu tương đối an toàn. Công việc tải thương chưa xong thì bom đợt hai ập xuống. Ngồi co gối, mồm há, tay bịt lấy tai, Thiện có cảm tưởng mặt đất đang trôi đi, dập đềnh, chựng lại chao đảo như gặp vật cản, thình lình sụt xuống rồi lại trồi lên. Cứ thế cho đến khi B-52 bay đi. Nhưng tiếng bom ầm ầm vẫn nổ trong tai, không biết bao lâu mới lặng dần.

Kiểm tra sơ bộ, Khoa Ngoại lạc mất hai cán bộ, một là y công tên Hoan, và hai, Y- Then, người dân tộc trong tổ hậu cần. Thương bệnh binh chết ba, có thể vì sức ép của bom. Còn lại, tạm kể an toàn. Y cụ, thuốc men giữ được 95%, coi như không tổn thất vật chất. Thiện điện thoại cho Ban Lãnh Đạo và đợi gọi họp toàn Viện với Ban Chỉ Huy Mặt Trận.

Xế chiều, Thiện đến Viện sau hai giờ đường rừng. Đặc nhiệm Ban Chỉ Huy Mặt Trận tóm tắt:

Địch cố dựng cờ trên Cổ Thành Quảng Trị, hiện Thủy Quân Lục Chiến địch từ phía đông đang đánh vào. Bộ đội ta nhất định tử thủ. Bệnh viện Dã Chiến Z29 sẽ chuyển thương binh về các Viện "hậu phương", số lượng có thể lên cả ngàn.

Dựng cờ là biểu tượng có tác động lên hòa đàm ở Paris. *Thắng lợi sẽ đến, nhưng vùng vẫy trước phút cuối cùng, địch sẽ điên rồ phiêu lưu hơn. Nhằm giải tỏa sức ép ở Quảng Trị, chúng ta sẽ đẩy mạnh chiến dịch Tây Nguyên, có thể thừa cơ giáng một đòn chí tử.*

Sau khi khẳng định theo thông lệ là *Không có gì quí hơn Độc Lập, Tự Do*, buổi kiểm điểm của Viện bắt đầu. Chính Ủy tên là Toán mới được cử vào lãnh đạo Viện ba tháng nay lược qua tình hình. Đến phần tổng kết, Toán phát biểu: "Chắc chắn biệt kích và thám báo "ngụy" đã cho tọa độ chính xác để B-52 bom. Viện một mặt phải di tản, mặt khác, sẽ tiếp nhận thương binh từ Bệnh Viện Dã Chiến 21. Các đồng chí phụ trách Khoa và khâu Hậu Cần phải gấp gáp triển khai công tác lập căn cứ mới. Tiết kiệm được một giờ, là bớt một giờ tổn thất, một giờ máu đổ. Bộ phận chỉ đạo sẽ chỉ định nhiệm vụ chính trị thêm sâu, thêm sát ".

Một buổi sáng mấy hôm sau, Chính Ủy Toán xuống Khoa gặp Thiện, khệnh khạng nói chung chung:

- ... nói cho cùng, tổn thất cả vật chất lẫn nhân mạng thấp, tức là cả tập thể chúng ta đã làm tốt nhiệm vụ Cách Mạng.

Thiện cười, giọng thật thà:

- Chúng tôi may, bị bom khoan ngay bên cạnh hầm bảo vệ cán bộ. Đồng chí biết, loại bom này đục sâu vào đất khoảng tám đến mười mét mới nổ. Nhưng không! Nó vào được năm mét và tịt. Các chị y tá sáng ra chỉ thấy ngay cạnh hầm một cái lỗ rộng như cái nia, tiếp tục đánh răng, làm vệ sinh, buổi trưa lại rủ nhau lên ngồi trên miệng lỗ, hát « Bác mến yêu đang cùng chúng cháu hành quân... », *cứ như không có gì!*

Toán giơ tay, ngắt:

- Đồng chí đề cập đến may mắn. Đúng, đó là một yếu tố giúp ta đạt thắng lợi. Nhưng còn một yếu tố khác, không kém quan trọng, thậm chí quan trọng hơn, đó là trí tuệ!

Ngưng nói cốt để tạo thêm sự chú ý, tay vỗ vai Thiện, Toán đổi giọng chân tình:

- Khoa Ngoại phấn đấu, xưa nay ai cũng biết là rất tốt. Nhưng có ưu, cũng có khuyết chứ, biện chứng mà! Là đồng chí, tôi thử nêu một gợi ý: khi chọn thương bệnh binh để tản vào hầm trú an toàn, Khoa ưu tiên thương bệnh binh bị nặng nhất. Xin hỏi, như thế, liệu Khoa có đóng góp tích cực cho chiến thắng của Cách Mạng không?

Tất cả cán bộ im lặng. Toán nhắc lại câu hỏi. Không thấy ai phát biểu, Toán chém tay vào không khí:

- Không! Tại sao không? Vì nhu cầu phục vụ chiến trường ở thời điểm hiện tại. Thương binh bị nặng không có khả năng tiếp tục vào lại ngay chiến trường để đóng góp cho chiến thắng cuối cùng đã cận kề. Đồng chí Trưởng Khoa chắc nhất trí, rằng lẽ ra, phải để thương binh nhẹ ưu tiên an toàn, và chỉ sau một thời gian, họ sẽ có khả năng góp tay vào chiến thắng trên chiến trường. Trên chiến trường và chỉ ở chiến trường mới quyết định ai thắng ai, phải không các đồng chí?

Toán nhìn mọi người, đợi nhưng vẫn chẳng một ai nói gì. Thình lình, Chung giơ tay. Toán cười khuyến khích:

- Mời đồng chí phát biểu.

- Dạ, nếu tôi hiểu, thì Chính Ủy đề nghị thương binh bị nặng cứ để đó, chết cũng không quan trọng bằng ưu tiên cứu những thương binh có thể quay ngay lại chiến trường, có phải không ạ?

Toán nghe, có cảm tưởng kẻ đặt câu hỏi vừa chăng bẫy. Hình ảnh một con nhím bị kẹp chân dưới hố khiến Toán rùng mình. Kinh nghiệm dạy Toán là khi đó con nhím phải giương lông ra và trầm tĩnh đi những nước đôi, vừa thế này, vừa thế nọ. Toán nhếch mép, giọng kẻ cả:

- Đồng chí nói, có cái đúng. Đúng, là phải phục vụ chiến trường, không sợ gian nan, không ngại khốn khó. Nhưng có cái chưa thật đúng. Đó là chuyện khi chưa tổn thất, thì tránh tổn thất, tránh với trí tuệ và tình yêu thương Cách Mạng. Tôi nói, ta bảo vệ các thương binh, vì họ đã cống hiến tính mạng họ cho Cách Mạng. Phải bảo vệ! Tôi không bao giờ nói không! Nhưng bảo vệ cách nào, ở mức độ nào? Với quan điểm nào? Chúng ta sẽ đào sâu ở cấp chi bộ, các đồng chí có đồng ý không?

Để chấm dứt cho nhanh, tiếng hô đồng ý ran lên. Toán quay nhìn Chung. Lấy giáng hể hả, Toán tiến đến, giơ tay bắt tay Chung, quay dặn Thiện lên ban Chỉ Huy Viện. Đợi Toán bước ra khỏi căn hầm, Thiện nhìn Chung, nói nhỏ:

- Nói lắm, chỉ rách việc!

*

Vòng qua chân một ngọn núi, cây cối thưa dần. Đoàn tù binh được lệnh dấn bước. Có kẻ đã lả đi vì đói. Vì kiệt sức. Đi vòng vèo, không một ai biết đây là

138

đâu. Người đi cạnh Nhân, có lẽ thuộc binh chủng Mũ Đỏ, buột miệng « Nhẩy dù! Cố gắng! ». Trung tá Thiệp không nhịn được, bật lên cười.

Bộ đội tập hợp từng nhóm hai mươi tù binh, lần lượt đi vào trại K7. Trại gồm một số nhà lợp tạm, xung quanh rào dây thép gai. Đến giờ cơm chiều, thấp thoáng khói bếp bay lên. Tù hít không khí, ngừng nhìn trời cao. Bây giờ, không còn ba tầng lá đan nhau chập chùng, mây phía xa lắc rám hồng sau một ngày có mặt trời đang khuất dần sau dãy núi sừng sững cuối tầm mắt. Thiệp ngóc cổ lên nhìn.

- Vẫn Trường Sơn. Có lẽ ta đang ở bên Lào, Thiệp rì rầm.

- Trại lộ thiên, Việt Cộng không sợ bom à? Cao thắc mắc.

- Vì bên Lào nên không sợ! Với lại, biệt kích và thám báo biết là trại tù binh, chẳng lẽ lại bom vào phe mình à? Thiệp cười, nhưng mặt nhăn lại vì đau.

Nhập trại, ai nấy ngạc nhiên. Có cả đàn bà, trẻ con. Họ là gia đình lính Tiểu Khu, lục đục theo chồng, theo cha bị vây bắt ở miệt Đức Cơ. Bọn trẻ con ùa ra trố mắt nhìn rồi reo hò vỗ tay chỉ trỏ « ...lính mình đó, lính mình đó ».

Tù binh mới nhập trại được tập trung nghe trại trưởng huấn thị. Đó là một người tuổi trung niên, mắt đeo kính cận dày như ve chai, khi nói nhịp tay như một nhạc công đánh nhịp, và mỗi lần ngắt câu là nghiến răng nuốt chữ nghe cho thật quyết liệt. Sau khi vòng vo giải nghĩa cuộc chiến tranh chống Mỹ cứu nước thần thánh, trại trưởng để mười lăm phút nói về lượng khoan hồng của Cách Mạng và tinh thần hòa hợp hòa giải, mười lăm phút về kỷ luật trại. Đến phần kết luận, trại trưởng nói qua qui chế trại: tù binh được tiêu chuẩn 250 gam gạo, hai ký lô rưỡi khoai sắn, "chất tươi" thì phải lao động "tăng gia" với những đội canh tác trồng rau, trồng khoai. Anh tù râu ria hay văng tục tên Cao giơ tay cộc lốc:

- Ăn rứa thì chết đói!

Trại trưởng cau mặt, quát:

- Anh "ngụy" kia, anh có biết đó cũng là tiêu chuẩn của bộ đội chúng tôi không? Tay chỉ bộ đội bảo vệ canh tù đứng xung quanh, trại trưởng gằn - Đấy! ăn như các anh cả đấy, lại phải chiến đấu giải phóng dân tộc! Các anh được đối đãi như vậy mà không biết điều! Từ nay về sau, tù binh phát biểu phải có trước có sau, có tình có lý!

Cao ngúc ngắc định cãi nhưng Nhân bóp tay ghìm lại. Lầm bầm văng tục, Cao giằng tay ra, mặt nghênh lên thách thức. Thiệp ngước nhìn Nhân, cười trêu "Đúng là Quảng Nam hay cãi".

Sau đợt kiểm tra tù binh, Nhân là bác sĩ nên được phân công phụ trách y tế cho trại. Phần Thiệp, sĩ quan cấp bậc cao nhất trại, sẽ làm đại diện mỗi khi "tập thể" tù có việc liên lạc với trại trưởng. Còn lại, người ốm đau thì được miễn nhưng những người có sức đều vào cái tổ "tăng gia", kẻ làm nương, kẻ phát rẫy, kẻ gieo trồng... Thỉnh thoảng, máy bay ì ầm trên cao. Dẫu trấn an lẫn nhau, nhưng thật chẳng một ai yên bụng. Đội bảo vệ có công sự hầm hố chống bom, nhưng tù thì không, chỉ đầu trần, và mỗi lần nghe tiếng máy bay, đàn bà con gái rì rầm cầu Trời khấn Phật.

Bọn trẻ con gần hai chục đứa chẳng đứa nào biết sợ là gì. Chúng chỉ tay lên trời, lắng tai đố nhau loại máy bay gì bay ngang? B-52 hay B-57? Thần Sấm? Con Ma? Rồi cãi cọ chí chóe. Trong số đó, một con bé không bao giờ tham gia. Nó thường đến những trạm gác, ngồi xa xa, đầu gục xuống gối, im lặng. Ai hỏi gì, nó cũng mím môi, đáp ''Không!''. Riết, bọn trẻ đặt tên nó là ''Nhỏ-không'', trêu chọc đến khi nó òa lên khóc mới thôi. Đám Bảo vệ bênh nó, dậm dọa những đứa trẻ kia. ''Nhỏ- không'' tức tưởi, lại đến mô đất gần trạm canh ngồi một mình.

Một hôm, người ta khênh con bé vào lán cứu thương. Đang làm rẫy, Nhân tức tốc về. Con bé mắt nhắm nghiền, mặt tái nghét. Nó lên cơn sốt, thân nhiệt lên 40 độ, môi khô rang, miệng thở khò khè, nhưng người lại run bần bật. Nhân lên trại trưởng xin thuốc sốt rét. Không có. Nửa ngày sau, cơn sốt không hạ. Trung tá Thiệp cho đi hỏi xem tù binh có ai có thuốc không. Người ta lắc đầu. Nhân lúc đó mới biết con bé chỉ một thân một mình. Cha nó đang bị giam ở K11, là một trong số cả chục trại tù rải rác quanh chân núi. Đang lúng túng, Nhân nghe có tiếng chân. Một anh bảo vệ ló đầu rồi bước vội vào lán, miệng rì rầm ''Tôi có thuốc!''. Nhân quay lại. Anh ta nhìn chỉ độ mười sáu, mười bảy, tay đang chìa cho Nhân một vỉ có ba

viên ký-nin vàng ệch. Ngồi thụp xuống, anh tay áp vào
trán con bé, vẻ lo lắng. Anh ta kể, khi gia đình con bé
bị bắt, cha nó giấu được một khẩu súng lục, rút súng
bắn vào đầu vợ, rồi đầu đứa con còn ẵm ngửa. Con bé
thét lên, cắm cổ chạy. Cha nó đuổi theo thì bảo vệ chặn
lại, vật xuống lấy súng. Vừa chống cự, vừa thét ''Tụi
tau không muốn sống với bây, đồ Việt Cộng!'', hắn bị
giộng một báng súng vào ngực, té xỉu, và từ đó mang
cái tên thằng ''Ác ôn''. Về đến K7, ''Ác ôn'' bị biệt
giam, nhưng trốn ra. Hắn đi tìm con, và thình lình
xông vào bóp cổ. Nghe con bé thét gọi, chính anh bảo
vệ trẻ này chạy lại giằng tay ''Ác ôn''. Nhưng ''Ác ôn''
không nới tay, sau phải hai người nữa mới lôi được
hắn ra, cứu mạng con bé. Đêm hôm đó, ''Ác ôn'' thét cả
đêm '' Cho tau chết với con tau!''. Rạng sáng, hắn cắn
lưỡi tự tử, nhưng không chết. Bấy giờ, phải chuyển
''Ác ôn'' qua trại khác, nhưng con bé sợ quá hóa ra ngớ
ngẩn. Tháng đầu á khẩu, nó chỉ lắc đầu. Tháng sau thì
nó mím miệng, đáp ''không'' bất kể ai hỏi chuyện gì.

Anh bảo vệ sau đó thỉnh thoảng vào lán thăm
''Nhỏ-không'', đem cho nó một cái lược làm bằng
nhôm vỏ thân máy bay Mỹ. Con bé từ từ bình phục,
chẳng hiểu vì vài viên ký ninh hay vì cái lược nhôm lúc
nào nó cũng ngắm nghía rồi áp vào ngực, miệng mỉm
cười. Buột miệng hỏi nó đã hết lạnh như mấy bữa
trước chưa, Nhân thấy mình ngớ ngẩn, đợi nó nói
''không''. Nhưng thật lạ, ''Nhỏ-không'' đáp '' Dạ, hết''.

*

Men qua hố bom cắm xuống lòng đất một cái ao nước rỉ lên đỏ nhờn nhợt, Thiện leo lên cái dốc cao đến chóng mặt. Sườn núi bên kia, bộ đội bảo vệ cơ sở thỉnh thoảng chặn hỏi khẩu mật. Vừa đi, Thiện vừa tự hỏi, đã kiểm tra xong mọi tổn thất của Khoa Ngoại sau trận đánh bom, có việc gì mà Chính Ủy Toán phải điều Thiện và bí thư chi bộ Thành đến họp. Chậm bước, Thiện đợi Thành. Khi Thành theo kịp, Thiện hỏi. Thành đáp:

- Tôi hỏi qua điện thoại nhưng anh Toán bảo "mật".

- Chắc là có việc quan trọng.Việc thì vô số kể, đầy ra. Hai ngày để họp về những chuyện ba lăng nhăng thì...

- Chờ xem, Thành vừa thở vừa nói.

Hầm chỉ huy Bệnh Viện 203 đào sâu vào lòng núi. Thấp thoáng trong thân cây, những lòng súng AK chĩa ra. Biệt kích và thám báo của địch đã một lần nhảy dù xuống gần, từng phá hoại được một số kho thuốc, kho lương thực. Liên lạc viên ra đón. Thành và Thiện xuống hầm. Đến phòng họp, Toán vui vẻ đứng lên giới thiệu, hai người mới biết có cả đồng chí Thiếu tướng Đ. chỉ huy Mặt Trận. Thiếu tướng Đ. phổ biến tình hình. Sau khi tổng hợp tin chiến trường ở mọi nơi, ông ta nói:

- Ta vẫn cố thủ cổ thành Quảng Trị. Ngụy khoe khoang là cắm được cờ, nhưng thật ra chỉ là dựng cảnh cắm cờ để thu hình nhằm mục đích tuyên truyền. Hội nghị Paris vẫn dằng dai, và khả năng Mỹ đánh bom trên toàn miền Bắc khá rõ. Hiện chúng đã bom Quảng Bình, Nghệ An và Thanh Hoá. Lệnh sửa soạn sơ tán khỏi Thủ Đô và những tỉnh lớn được phổ biến. Chúng ta cảnh giác đối phó với địch đang ở đường cùng. Chúng điên cuồng đánh phá, nhưng ta nhất định giữ tinh thần Cách Mạng tiến công, chấp nhận tổn thất phải có, chiếm thế thượng phong ở Hội Nghị. Giá của hòa bình trả bằng máu, dẫu bao nhiêu cũng phải trả.

Sau đó, Ban Chỉ Huy điều nghiên kế hoạch di chuyển bệnh viện đến một địa điểm an toàn nhưng không xa chiến trường để sửa soạn tiếp nhận số thương binh chắc chắn sẽ tăng vọt. Vấn đề khó giải quyết là địa điểm những kho lương thực, thuốc men. Kho phải gần những tuyến tiếp vận bằng xe tải, lại đừng quá xa địa điểm bệnh viện. Di chuyển hàng bằng gùi trên lưng, mười, mười lăm cây số đường rừng cần hai ngày và khá nhiều nhân lực, kể cả những toán bảo vệ phải đi kèm để phòng trường hợp biệt kích ngụy tấn công. Chính Ủy Toàn đề xuất một phương án khá táo bạo: đưa bệnh viện về giữa những trại tù binh. Toàn trầm giọng:

- Dĩ nhiên ''ngụy'' biết trại tù binh ở đâu, vì thế sẽ không có nguy cơ bom ''giải thảm'' có thể giết những người đồng ngũ. Ngay như những kho hậu cần cho tù binh, ta biết địch cũng ít đánh phá. Tranh thủ di chuyển bệnh viện về đó, dùng kho của trại tù, xử dụng nhân lực tù để tăng gia ''chất xanh'', sẽ vừa an toàn vừa thuận lợi. Dĩ nhiên, càng bí mật càng hay!

Thiếu Tướng Đ. đồng tình và kết luận:

- Kế hoạch đồng chí Chính Ủy đề xuất là chui vào lòng địch và lợi dụng yếu tố tình cảm con người của địch để tăng sự an toàn cho ta. Đúng là có một chút phiêu lưu, nhưng với tình hình chiến trường hiện nay, nó phù hợp và thực tế.

Ban Chỉ Huy Mặt Trận nghiên cứu tăng viện bộ đội bảo vệ, đề phòng biệt kích "ngụy", và sẽ đánh nghi binh kéo chúng về một hướng chiến thuật khác!

Hội nghị tổng kết và chấp nhận đề xuất của Toán. Sau đấy, mọi người đến bắt tay Chính Ủy. Thiện nắm tay Toán vừa lắc vừa nghĩ bụng nếu "ngụy" mà như "ta", nghĩa là không yếu đuối và đừng "tình cảm con người", thì "ta" nguy to. Nhưng Thiện không nói gì. Toán vui vẻ dặn Thiện và Thành sau bữa ăn tối đến trao đổi về một vài vấn đề riêng tư của Khoa Ngoại.

Liên hoan với Chỉ Huy Mặt Trận xong, Thành và Thiện đến văn phòng Toán. Một cô cấp dưỡng tên Y Ban đến bầy lên bàn chai rượu Lúa Mới và một đĩa kẹo lạc. Ban người dân tộc, da đen hồng, cổ quấn chiếc khăn rằn thường thấy trong hàng ngũ chiến binh và du kích Giải Phóng Miền Nam. Toán rót rượu, đẩy đến trước mặt Thành và Thiện:

- Quà Hà Nội mới nhận được đấy, mời hai anh!

Với tay lấy một thỏi kẹo, Toán đưa cho Ban, giọng vui vẻ "Đây! Phần đồng chí!" rồi xua tay ý bảo đi ra. Đợi Ban kéo bức màn ngăn văn phòng với bên ngoài, Toán vào chuyện:

- Mình có thắc mắc là cái đám cưới của anh Chung và cô Mai, cả hai là y sĩ Khoa Ngoại. Trong tình hình chiến trường thế này mà chi bộ Đảng lại đồng ý, thế là thế nào?

- Thưa anh, Chung và Mai đã biết nhau năm năm nay. Họ là những đồng chí rất tận tụy, tốt bụng và đều từng được bình bầu tiên tiến, Thành đáp.

- *Nhưng còn chính sách "ba khoan", Toán ngắt. Chưa yêu thì khoan yêu. Yêu rồi thì khoan lấy... Đảng viên mà không nghiêm chỉnh chấp hành chính sách Đảng thì quần chúng nghĩ sao?*

Thành lúng túng nhìn Thiện. Ngập ngừng, Thiện lên tiếng:

- *Thưa anh, đúng là cơ quan chúng tôi cũng có khuyết điểm. Chi bộ cơ sở Khoa Ngoại cũng thảo luận mãi rồi mới ủng hộ nguyện vọng của anh Chung và chị Mai. Chính cũng vì dư luận quần chúng, chúng tôi mới đồng ý xây dựng chính thức cho anh chị ấy...*

- *Thế là thế nào? Nhìn Thành, Toán gặng.*

- *Thưa anh, chị Mai đã có mang hai tháng. Thế nên sợ người ta xì xào!*

- *A, thì ra thế! Yêu rồi thì khoan lấy. Lấy rồi thì khoan có con. Vậy tức là chưa lấy mà lại có con, nhảy qua hai cái khoan một lúc...Toán gần như quát lên, rượu Lúa Mới phun ra ướt mép - Đấy! Thế là "sung sướng trái phép"!*

Thiện nhẹ giọng:

- *Thưa anh, con người cả! Họ yêu nhau mấy năm rồi, và họ đều rất nhiệt tình, không nề gian khổ...*

Toán ngắt, tay chém vào không khí:

- *Nhưng họ "sung sướng trái phép", đồng chí nghe ra chưa! Đảng phải có thái độ, không thể chấp nhận tự do luyến ái đến mức sự đã rồi!*

146

- Chi bộ cơ sở đều nhất trí, bây giờ không lẽ lại quay ngoắt lại hay sao! Nhất đây là lúc phải động viên để chuyển bệnh viện, một công việc khẩn trương và nặng nề, Thành kiên quyết. Có gì, anh cứ khiển trách một mình tôi. Theo đúng nguyên tắc...

Toán đứng phắt dậy, nhìn tròng trọc vào mắt Thành:

- Đồng chí nói chuyện nguyên tắc dạy tôi phải không? Được! Nguyên tắc nhé: đồng chí không được đại diện chi bộ tham dự đám cưới, không phát biểu "Vui duyên mới chớ quên nhiệm vụ", và không cho phép liên hoan quá nửa giờ. Tình hình chiến trường rất khẩn trương là thế. Chúng ta ở đây để giành chiến thắng, chứ không phải để "sung sướng trái phép".

Quay sang Thiện, Toán gằn giọng:

- Đồng chí cũng vậy, không nhân danh chủ nhiệm Khoa Ngoại tham dự đám cưới. Vỗ ngực, Toán tiếp - Cách Mạng cần những đảng viên bản lĩnh, linh hoạt chớ không chỉ vờ tận tụy để rồi lén lút yêu, lén lút sướng, và xin với Đảng công khai hóa việc không chấp hành chính sách, các đồng chí hiểu chưa!

Họng đắng vị rượu hăng nồng nuốt vừa mới trôi qua cổ, Thiện cũng đứng dậy. Cố giữ giọng từ tốn, Thiện chậm rãi:

- Tôi xin cùng Đảng ủy chi bộ Thành chịu trách nhiệm về việc đám cưới của anh Chung chị Mai. Họ đã cùng tôi công tác chiến trường năm năm nay, không hề sai trái, là những chiến sĩ một lòng với Đảng, với dân. Về khuyết điểm yếu đuối của họ, chi bộ Đảng đã phê bình họ trước khi nhất *trí ủng hộ yêu cầu làm đám cưới. Tôi bảo lưu ý kiến này, và xin đồng chí cho ghi biên bản...*

- A, được! Được! Nhìn Thiện, Toán gần, còn cái phép của đồng chí, tôi giữ đây. Đã sáu năm đồng chí chưa về thăm gia đình thì phải...

Thiện ngắt:

- Vâng. Nhưng tình hình chiến trường khiến tôi nghĩ lại. Cái phép đó, đồng chí cứ giữ lại, với sự đồng ý của bản thân tôi. Điều này, Thiện rành rọt từng chữ, cũng xin đồng chí ghi vào biên bản!

*

Tù binh được huy động đi đẵn tre, đốn cây, và phải chia một phần ''chất xanh'' cho nhu cầu bộ đội. Ít ngày sau, tù hiểu lính miền Bắc đang xây dựng cơ sở ở gần trại, nhưng không rõ với nhiệm vụ nào. Trại trưởng K7 tập hợp tù, thông báo những nơi quanh trại đã gài mìn, cấm không được lai vãng. Tù đồn ''mình'' đang thắng, Biệt Động sẽ đến giải cứu. Vợ tù than, ''đụng'' thế này thì tù chết trước, mót khoai sắn giấu đi, lỡ có bề nào có cái mà ăn.

Tù có sức vóc phải đi đốn cây trên núi. Công việc do một toán bộ đội lạ mặt đến đôn đốc. Cây chắc hẳn dùng để xây công sự, đường kính càng lớn càng tốt, nhỏ cũng độ hai mươi phân là tối thiểu. Đốn xong, cứ hai người tù khuân một thân cây dài dăm bẩy mét xuống chân núi, dồn thành đống và đến đêm xe tải sẽ chuyển đến một nơi bí mật. Khuân cây xuống núi không dễ. Dốc cao, kẻ đi trước phải bấm chân vào mặt đất toàn sỏi đá, đẩy cả người về phía sau để giữ thăng bằng. Kẻ đi sau ghì lại, thừng buộc thân cây vào lưng, trượt chân là kể như tuột xuống vực bên cạnh dốc. Ngày đầu, hai tai nạn, một người chết. Ngày thứ hai, một tai nạn, một người bị thương. Tù đề nghị không buộc thừng vào lưng, chỉ cột vào vai, lỡ mất thăng bằng thì để thừng tuột ra, mất cây nhưng không tổn thất người. Đội trưởng toán đôn đốc chửi:

- Mẹ tụi ngụy, nhát như cáy. Cơm thừa sữa cặn của Đế Quốc nên không biết làm, chỉ biết ăn!

Anh Đội trưởng này thấp bé, mắt ti hí, ngực ưỡn ra khi đi đứng, và cứ nhấp nhổm trên đầu ngón chân lấy thêm một vài phân chiều cao. Nhất định không chịu, anh quát tháo om xòm. Hôm đó, lại thêm một lần tai nạn. Trung tá Thiệp đại diện tù xin gặp Trại trưởng K7. Ông này cùng đi với Thiệp đến địa điểm đốn cây quan sát, đồng ý với tù và gặp anh Đội trưởng đội đôn đốc thuyết phục. Nhưng anh ta không chịu nghe. Trại trưởng lắc đầu. Thiệp bảo: ''Mai không ai đi, cứ ngồi ở sân...''. Thấy vậy, anh Đội trưởng đến, hả miệng ra thóa mạ, lệnh cho dăm anh đội viên lên đạn dọa nạt. Thiệp phản đối với Trại trưởng. Khi ông này can thiệp, anh Đội trưởng đôn đốc sẵng:

- Đồng chí không có quyền quản lý công tác của chúng tôi. Và để thị uy, anh nhìn tù binh, cao giọng - tụi '' ngụy'' bay liếm gót giày Đế Quốc, phản bội nhân dân, không chửi bay sao được!

Tù binh ngồi lì ở sân. Cuối cùng, anh Đội đành nhượng bộ, chấp nhận thôi không buộc thân cây vào lưng tù. Hậm hực, anh càng chửi, càng thóa mạ. Thiệp nhìn trại trưởng K7, hỏi:

- Làm nhục chúng tôi thế này có nằm trong qui ước tù binh Genève không?

Trại trưởng ngượng ngập, chỉ lập đi lập lại, việc đôn đốc không do trại quản lý và không có thẩm quyền can thiệp.

Cao và Nhân cùng trong một ê-kíp đốn và khuân cây. Tính khí cương cường, Cao nghe chửi mãi, bực tức thốt "Cha mi, Cách Mạng chi mà vậy". Một bữa, đến eo con dốc, Cao khụyu chân, kêu Nhân hạ đầu cây xuống. Lát sau, anh Đội trưởng cũng đổ dốc. Vừa tới gần, anh la:

- "Ngụy", sao lại ngồi đó? Khuân cây đi chớ, cản đường như vầy thì ê-kíp sau nghẽn, là nghẽn hết! Cha tụi chây lười, đứng lên...

Cao đau , méo mặt than:

- Tui trặc chân, cán bộ!

Anh Đội trưởng quát:

- Đi, trặc chân cũng phải xuống!

Tối hôm đó, Nhân bóp dầu nóng vào cổ chân Cao sưng tấy lên, nghe Cao lầu bầu chửi nhỏ rồi khều

150

Nhân, thầm thì " Đù mẻ... thằng chó! Nó chết bọn mình đỡ khổ, phải không Trung úy?".

Hai tuần sau, đến đúng cái eo dốc khi trước, Cao kêu " Trung úy, ngừng một lát". Đặt khúc đầu thân cây xuống, Nhân hỏi:

- Lại trặc chân nữa hả?

Cao lắc đầu, bước về phía Nhân, mắt ánh lên sát khí của loại beo rình mồi trong cơn đói. Tay chỉ xuống vực, Cao dằn giọng:

- Rớt xuống là chết! Vậy mà thằng Đội nó bắt tui trặc chân cũng phải khênh cây xuống bữa nọ. Nay trời quả báo, nó sẽ rớt xuống thế mạng tui. Chút nữa nó sẽ qua đây, đứng đúng chỗ này, và lại sẽ chửi như bữa trước... Trung úy thấy rồi, cái eo dốc này nhỏ xíu, tui quăng cái cây, tất nó lăn xuống vực. Tai nạn mà!

Nhân lặng người. Nhìn ánh mắt Cao, Nhân biết khó có thể cản được, miệng nhỏ nhẹ:

- Chắc thằng này "nhảy núi", muốn lập công, "biểu diễn lập trường" nên mới lộng ngôn như vậy. Phần tôi, tôi tha nó...

- Móc một hòn đá nhọn ra, Cao tiếp – Tui quăng cây rồi sẽ bò xuống vực, nếu nó chưa chết thì có cái này! Phần tui, tui cũng sây sát bị thương... Tai nạn mà! Còn Trung úy, bây giờ vô can. Sau này, Trung úy muốn khai tôi đã sắp đặt giết nó, là chuyện của Trung úy, muốn làm chi cứ làm. Tui thì nhục quá, chịu không nổi, nó không chết tui không sống... Vậy đó!

Ngồi lên tảng đá cạnh mé vực, Nhân nhìn xuống, cảm thấy mình nhỏ nhoi, bất lực trước một cái chết sắp đến. Ánh chiều đã chớm sắc tím nhuộm phớt thảo mộc một màu ảm đạm. Xa xa, là một cánh rừng hoa trắng, cánh mỏng, chắc chắn là hoa dại, có lẽ chưa có tên. Hoa hình búp, vươn lên rồi cong mình về hướng mặt trời, chao nghiêng trong gió núi lướt qua từng chặp. Những giải hoa trắng trải ra thành một bình nguyên, sinh động lạ thường, nổi lên chìm xuống như sóng cuộn, bềnh bồng trôi đi cho đến hết tầm mắt. Nhân ngậm ngùi, tay vẫy Cao:

- Nhìn đi! Đẹp quá. Mong manh quá...

Cao cúi xuống. Thời gian bỗng đóng cứng vào những cánh rừng hoa nhấp nhô như biển sóng khiến có cái gì đó đang từ từ chiếm ngự thế gian, vượt lẽ vô thường, đẩy cả ý thức lẫn vô thức vào cái vĩnh cửu của chỉ một thoáng nhìn. Nhân bồi hồi, nước mắt ứa ra, ngơ ngẩn:

- Chẳng lẽ để máu người dính vào những cánh hoa trắng dưới kia ư? Có cách nào khác không?

Một đàn quạ đen ở đâu bay ngang. Nhân ngửng lên. Chúng không kêu, chao nghiêng đúng một vòng thì đập cánh vút lên trời. Cao nghe Nhân nói, ngỡ ngàng. Trong tầm mắt, cánh rừng hoa tỏa thứ ánh sáng lung linh phủ pha lê lên ráng chiều đẹp đến thôi miên người nhìn. Nhưng sao cái đẹp mong manh đến vậy? Cao thầm nghĩ, người chết, cái đẹp này sẽ biến đi, và thật đáng tiếc. Vô cùng đáng tiếc.

Anh Đội trưởng đội đôn đốc đang lừ lừ đổ dốc. Thấy Nhân và Cao cạnh bờ vực ngẩn ngơ nhìn xuống, anh ta quen miệng quát:

- ''Ngụy'', làm chi rứa? Ai cho tụi bay ngừng ở đây, hả?

Cao đứng dậy, ủ rũ. Cái sát khí mới đây biến đâu mất. Cao bước về phía anh Đội trưởng. Tay chỉ xuống vực, Cao nói từng chữ, giọng buồn buồn:

- Đợi cán bộ ở đây, đúng chỗ này, tui quăng cái cây xuống vực cho cán bộ nhào theo. Nếu cán bộ chưa chết, Cao chìa cục đá nhọn, thì có cái này đập cho cán bộ vỡ óc. Nhưng thôi...

Anh Đội trưởng cứng người ra, miệng lắp bắp, ''...bộ tính giết tui hả?'', câu chữ không xếp được thành lời. Nỗi sợ khiến anh không kìm được, nước đái chảy ròng ròng xuống hai ống quần. Thình lình, anh ta quì xuống vái, cây AK quăng sang một bên, miệng rên rỉ ''Lạy Trời!''. Cao bước đến đầu thân cây, quấn thừng rồi làm hai vòng đưa vai vào, người đứng nâng thân cây lên. Không nhìn anh Đội, Cao nói trống không:

- Hãy lạy những bông hoa trắng dưới vực. Đúng! Không thể để hoa vấy máu người được!

Nhân cong người để khúc cuối thân cây lên vai, có cảm tưởng nó nhẹ hẳn đi. Hai người chập choạng từng bước xuống dốc.

Khoảng một tháng sau khi khởi công, Khoa Ngoại xây dựng gần xong cơ sở mới. Sau nhiều kinh nghiệm phổ biến, cơ sở theo sát những qui định chặt chẽ. Địa điểm, nằm khu trung tâm những trại tù binh nhưng vẫn ẩn dưới ba tầng cây, nắng trưa cũng không rọi sáng được một khoảng rộng hơn cái nia. Ở cạnh những con suối nhỏ, lán nọ cách lán kia ba mươi mét. Mỗi lán không ở quá sáu người, làm thấp hơn mặt đất và một ụ đất cao ngang đầu người bọc xung quanh để nhỡ bom nổ, có hất người lên cũng đỡ thương vong. Và nhất là những hầm chữ A để nấp khi bị oanh tạc. Vật liệu làm lán là tre, nứa. Tốn công nhất là việc lợp mái. Lần này, mái dùng lá " trung quân", một loại lá dài, cứng, được ghép dọc theo những thanh nứa dài thành những tấm lợp. Sau là đến công đoạn xây hầm cho thương bệnh binh. Rồi các phòng: điều trị, mổ, hồi sức, thay băng. Cái lo cho mọi Khoa vẫn là lương thực. Vấn đề tổ chức chuyển những kho lương thực thuốc men về gần địa điểm mới của Viện trở thành sống còn. Từ địa điểm mới đến khu vực kho có gần cũng mất một, hai ngày đường vừa đi vừa về. Gạo phải gùi, trung bình ba mươi, ba mươi lăm ký lô mỗi người. Trong khi đó, ngày nào máy bay trinh sát OH-110 cũng vo ve ít nhất là một hai lần. Chung trực tiếp trách nhiệm chuyển kho, báo cáo vài ngày gần đây trực thăng bay hàng đoàn xung quanh. Có lẽ địch đã đánh hơi ta đang di động.

Ở sát nách những trại tù binh, không sợ B-52 rải thảm nhưng Viện vẫn có thể bị đánh bom lửa, bom bi, bom khoan. Để sửa soạn tình huống phải hoạt động dưới tầm hỏa lực, Khoa Ngoại xây dựng các kiểu hầm. Hầm mổ, hầm che *thương binh, hầm dược liệu, hóa nghiệm. Tất cả khoảng ba mươi hầm và nhà. Thiện lệnh cho nhân viên tiếp tay với đội xây dựng, mỗi ngày thi công từ sáng tinh mơ cho đến tối mịt. Tay cuốc tay xẻng, cán bộ, nhân viên cùng thanh niên xung phong vừa đào, vừa hát " Mẹ vẫn đào hầm. Từ lúc tóc còn xanh. Nay mẹ đã phơ phơ đầu bạc. Mẹ vẫn đào hầm trong tầm đại bác...". Nhưng hát thì quên chứ không hết mệt. Mệt vì làm. Và mệt vì đói. Chờ đêm, mong ngủ cho quên ăn. Nhưng đói, rất khó ngủ.*

Công tác chuyển kho bị địch phá. Trực thăng từng toán sáu chiếc bay sát những tàn cây rừng như những con quạ đói, thỉnh thoảng nhả vu vơ một tràng đại liên, dăm trái rốc-két. Bộ đội bảo vệ kho được lệnh không bắn nếu địch chưa thực sự phát hiện và tấn công kho. Khi trực thăng lượn trên đầu, súng nghếch nòng lên, nhưng tuyệt đối chỉ khai hỏa khi có lệnh. Những con mồi của bầy quạ đen nép người vào công sự, đợi chúng đập cánh bay đi, lại tiếp tục cho vào gùi thuốc, bông băng, cồn, rồi dầu mỡ, muối... cho đến khi tối trời mới bắt đầu lên đường đi đến những địa điểm mới.

Trưa hôm ấy, không khí oi nồng đến ngạt thở. Chung đang đôn đốc công việc thì bộ đội bảo vệ kho báo động. Thoắt một cái, ai về vị trí nấy. Nâng AK lên vai, Chung nheo một mắt, ngắm và đợi. Tiếng cánh quạt trực thăng xua gió phành phạch xô giạt những tàu lá rừng. Lính Mỹ bi bô nói điện đàm nghe rõ mồn một. Ầm, ầm, chúng phun hai quả rốc-két. Anh Đội trưởng bảo vệ áp tai vào ống liên hợp, miệng nói "Chờ! Chúng nó bắn cầu âu!". Chung ngước lên. Tên lính Mỹ trần trùng trục nhô người ra khỏi cửa trực thăng. Chung thấy cả lông lá xồm xoàm trên ngực nó, lên cơ bắp, mắt ngắm, tay để vào cò súng. Thình lình, hàng loạt

*rốc-két nổ. Tiếng đại liên ằng ặc từng tràng điên loạn. Từ
xa, lửa bốc lên thành cột. Tiếng B-40 thì thụp. Anh Đội
trưởng nói lớn '' Các đồng chí! Sửa soạn. Kho 6 bị rồi!'' Áp
tai nghe lệnh, anh nhìn chiếc trực thăng xà xuống, thình
lình đứng dậy quát ''Bắn!''. Chung bóp cò. Tên lính ngực
lông lá chao người, tay cố níu thành cửa trực thăng đang
lạng đi hắn định bay lên cao. Nhưng đã quá muộn. Đuôi
trực thăng bị đạn B-40 phạt một góc khiến không còn giữ
được thăng bằng, quật mình vào đám cây rừng rồi bốc cháy.
Anh Đội trưởng hét ''Bắt sống! Không được giết...''.*

*Lính Mỹ giơ tay lên quá đầu, lênh khênh như thân cây
dại lạc lõng trong khu rừng bốc lửa. Chúng tất cả bốn tên, bị
sây sát xoàng. Tên thứ năm bị đạn ngã khỏi trực thăng,
được cáng về. Chung rút dao cắt áo ngoài, nơi thẩm vết máu
trước ngực. Ngoài vết đạn phá vỡ một phần lồng ngực, hắn
còn gãy chân khi ngã từ trực thăng xuống. Vừa tiêm thuốc
cầm máu, Chung vừa tự hỏi, mình bắn rồi bây giờ mình cứu
hắn, thế có oái oăm không?*

*Phải di chuyển thật nhanh. Có thể Biệt Kích dù sẽ nhảy
để giải cứu lính Mỹ. Không chần chờ, đội bảo vệ kho thúc tất
cả lên đường. Lần này, phải cáng cả tên lính Mỹ bị thương.
Anh đội trưởng nói, Chung dịch, giọng ngọng nghịu:*

- Các anh là tù binh, sẽ được đối xử đúng qui chế.

*Lính Mỹ như ngớ ngẩn, bảo gì làm nấy. Chúng nó cũng
phải gùi như đám thanh niên xung phong đi dân công, vừa
lách những bụi cây rừng vừa thở hồng hộc. Một thanh niên
sấn đến trước mặt một tên lính cao lêu nghêu, chửi ''Tổ cha
mi, quân xâm lược!'' Tên lính cười cười '' my name is Bill*

156

Thompson, Captain of First Air Cavalry Division![5]" Anh thanh niên quay hỏi Chung " ...nó nói gì đấy, đồng chí?".

*

Ngày đám cưới Chung và Mai, Thành vắng nhưng Thiện là chủ nhiệm cơ quan có mặt. Đại diện cho toàn Khoa Ngoại và cả Chi bộ Đảng, Thiện đứng lên chúc mừng đôi "uyên ương nơi tuyến lửa", cách nói của những chiến sĩ tiền phương. Mặc dầu Thành giữ kín lệnh Chính Ủy Toán đưa Mai ra chiến trường Quảng Trị, Chung cũng nghe phong phanh, nhưng không rõ hết sự tình. Thành báo cáo lên Toán rằng Mai bệnh để giữ lại, nhưng không thể cứ trì hoãn mãi. Khi Chung biết, Chung xin lên gặp Toán, xung phong ra chiến trường để Mai bụng mang dạ chửa phục vụ hậu phương. Toán không cho gặp, chỉ nhắn Chung đã được giao nhiệm vụ chuyển các kho lương, kho thuốc, phải ở lại.

Cặp vợ chồng trẻ chia tay nhau hai tuần sau ngày cưới. Mai dặn " Đảng bảo đâu, mình đi đó, nhưng em mong anh cũng như em, hết sức bình tâm, tránh dao động! Vả lại, tình hình này thì chiến tranh sắp chấm dứt rồi, anh đừng lo!". Thiện đến động viên và đưa cho Chung xem văn bản ý kiến của Khoa Ngoại đề đạt lên Đảng ủy xin cho Mai tiếp tục công tác tại Khoa. Chung cắn răng chịu đựng, không nói, chỉ thở dài.

Mấy hôm nay, địch tăng hoạt động quanh vùng. Phản lực, trực thăng đánh ngày. B-52 đánh đêm. Chỉ có một khoảng thời gian xế chiều là tương đối an toàn. Tổ tải vận

---

[5] Tên tôi là Bill Thompson, Đại Úy Sư Đoàn Kỵ Binh 1...

*phát hiện hoạt động của địch, chia người thành nhóm nhỏ, đi
ra kho lấy hàng rồi về thật nhanh, tránh những giờ oanh tạc.
Ban Chỉ Huy báo địch thả bom trên vị trí những kho cũ rồi
thả một trung đội biệt kích xuống đường rừng đặt mìn. Suốt
đêm, hai chiếc C-130 vo ve trên trời thả pháo sáng. Sáng
sớm, B-52 thả ba loạt bom tọa độ. Sau đó, hàng đàn phản lực
và trực thăng đánh phá liên tục đường xe ô-tô. Việc chuyển
gạo và thuốc men về những kho mới xây thế là tắc. Thiện
giảm tiêu chuẩn gạo dành cho thương bệnh binh từ 650 gam
xuống 400 gam. Cán bộ, nhân viên và thanh niên xung
phong chỉ còn 200 gam, khoai và sắn thì xin trại tù cung cấp
phụ vào.*

*Chiến sự càng ngày càng khốc liệt. Nixon quyết định tái
oanh tạc miền Bắc. Đêm đêm, khi chui vào hầm, Thiện dán
tai vào đài bán dẫn, nghe tin từ phát thanh Hà Nội. Bom tọa
độ rơi khắp nơi. Sau Quảng Bình, Nghệ An tới Thái Bình,
Nam Định. Đê sông Hồng bị uy hiếp, cảng Hải Phòng bị
phong tỏa. Tháng 9 năm 1972, thương binh từ mặt trận
Quảng Trị cáng về hàng ngàn. Khoa Ngoại nay phải chữa
chạy cho 431 người nặng nhẹ khác nhau, được bổ xung một
đội y tá mới vào chiến trường. Một cô, tuổi chắc chỉ mười
bảy, mười tám, thấy máu me ré lên khóc. Thế là đám y tá
xúm lại, sụt sịt rồi không kìm được, cùng nhau khóc ran
chen giọng vào bản hòa tấu bi tráng của bom đạn.*

*Căn cứ Khoa Ngoại bị pháo liên tục đã hai ngày ba đêm.
Những trường hợp phải mổ cấp tốc có đến ba, bốn chục ca
mỗi ngày. Thiện phân công nhiệm vụ cho bốn bác sĩ, năm y
sĩ và hai chục y tá tập hợp thành bốn ê-kíp, mỗi ê-kíp chuyên
về một khâu phẫu thuật. Nói chuyên, nhưng thật ra, bác sĩ*

mắt cũng phải vá phổi. Bác sĩ tai mũi họng cũng cưa chân, xẻ tay. Trong hầm mổ, máy điện và máy cung cấp dưỡng khí chạy, tiếng rè rè đều đặn như câu kinh tụng niệm. Côn diệt trùng gần hết, bông băng cũng thế. Đành nấu nước sôi lên thay. Bông băng đem giặt, hong cho khô để dùng lại. Chung nay đã quay về Khoa, hốt hoảng:

- Báo cáo anh, thuốc gây mê sắp hết! Làm ăn thế nào bây giờ?

Thiện rùng mình, ngước lên. Bóng Chung mờ mờ ảo ảo đung đưa. Thiện giụi mắt. Sau hàng tháng ngủ một đêm ba giờ, ngày giải phẫu chục lần, thị lực của Thiện xuống đến mức tự mình không khâu lại được những vết mổ. Thiện lắc đầu:

- Chịu! Anh báo về Chỉ Huy Viện xin cung cấp tức thời. Hôm nay tập trung vào những ca nhẹ, và dùng thuốc tê, trừ trường hợp không mổ thì chết ngay!

Đoàn tải thương ở phía Đông vừa đưa thương binh vào, kỳ này bảy mươi tám người. Thiện làm kiểm tra sơ khởi. Số bị nặng là hai mươi bảy. Người bị đạn vào ngực. Kẻ vào bụng. Một người, chân từ đùi trở xuống sưng to như chân voi, mủ loe loét thấm vào những vòng băng cuốn, mặt xanh nhợt, mắt nhắm nghiền. Tiếng rên rỉ kêu đau cất lên. Tiếng chửi. Chửi trời. Chửi đất. Chửi Mỹ đế quốc. Chửi ngụy. Rồi chửi cả ông bà, cha mẹ. Tính nhẩm, Thiện biết phải xin tăng viện, chẳng những thuốc men mà còn cả người. Lại điện thoại về Chỉ Huy Viện. Đầu dây bên kia, vẫn lại hứa sẽ cố gắng. Chung gọi cho Trại trưởng tù binh K7, hỏi xem có giúp gì được. Anh ta báo trại có một bác sĩ và hai y tá '' ngụy''. Thiện bảo:

- Cậu xin cho họ qua đây! Thêm tay thêm chân, nếu không, chẳng cách nào ta kham cho nổi!

- Mình chưa có phép. Phải xin lên Chính Ủy viên!

- Được! Mình sẽ xin. Bây giờ, cứ xin họ qua ngay!

*

Ra đến cổng trại, Nhân thấy "Nhỏ không" đứng đợi, đưa bàn tay nhỏ xíu ra vẫy vẫy. Từ ngày được Nhân săn sóc, nó thỉnh thoảng sán đến gần tròn mắt nhìn Nhân mỉm cười. Liên lạc dẫn đường cắm cúi bước. Đi khoảng hai tiếng đường vòng qua những hố bom chi chít, Nhân và hai y tá đến địa điểm Khoa Ngoại vào lúc xế trưa. Khi đó, Thiện vừa mổ xong một ca khó. Thương binh bị vết thương động mạnh dưới xương đòn, phải mở lồng ngực thắt lại. Thiện bước khỏi phòng mổ, chào ba người tù binh và nói ngay:

- Chúng tôi mong các anh giúp sức vì không đủ nhân sự phục vụ cho nhu cầu thương binh. Nhưng chúng tôi không dám ép, để các anh tùy nghi!

Nhân nhìn Thiện. Người vừa tầm nhưng chắc nịch, Thiện lắc lư mái tóc đã chớm bạc, răng đen sin khói thuốc, miệng nhếch lên cười khi dứt tiếng. Hai y tá nhìn Nhân. Chậm rãi, Nhân đáp:

- Nếu từ chối, chúng tôi đã không đi. Đến đây, chúng tôi sẽ làm trong khả năng có được của mình. Tuy hai chiến tuyến, nhưng vẫn có một cái chung, là con người!

160

Thiện tiến về phía Nhân, đưa tay ra bắt. Cái nắm tay của Thiện khiến Nhân bớt hẳn nghi ngại. Thiện hỏi Nhân về kinh nghiệm nghiệp vụ, và yêu cầu Nhân giúp khâu phẫu thuật. Nhìn Nhân, Thiện ngần ngại:

- Các anh muốn, chúng tôi xin cung cấp quần áo... như chúng tôi. Ăn mặc như thế, bớt vấn đề với cán bộ, bệnh nhân!

Nhân từ chối, giọng ôn hòa:

- Chúng tôi không muốn giả trang. Nhưng có một yêu cầu...

Thiện ngước mắt, chờ đợi. Nhân từ tốn:

- Các anh đừng bao giờ gọi chúng tôi là ''ngụy''!

Nhân được phân công những ca mổ không phức tạp lắm. Chung là y sĩ chính, thường cùng Nhân xem xét những tấm X-quang và cùng quyết định phương án giải phẫu. Học xong cấp 3, Chung được đào tạo hai năm, kiến thức y học ở mức căn bản nhưng dày dạn kinh nghiệm. Chỉ khi thật cần, Thiện mới trực tiếp đến hội chẩn. Ra Đại học Quân Y từ khi còn kháng chiến trên Việt Bắc, Thiện được bổ túc ở Cộng Hòa Dân Chủ Đức sau khi hòa bình lập lại, từng là giảng viên ở Đại Học Y Hà Nội. Nay, mắt Thiện kém, lắm khi phải thay hai, ba lần kính khi làm phẫu thuật. Sinh hoạt ở Khoa rất căng. Sáng, một bát cơm độn sắn rồi đi thăm thương bệnh binh mới nhập. Sau đó, theo dõi thương binh bị nặng, hội chẩn và xuống hầm mổ. Với trách nhiệm chủ nhiệm Khoa, Thiện phải theo dõi khâu X-quang, Hóa nghiệm và Dược. Ngoài ra, Thiện cũng trách nhiệm việc điều động tổ chức các tổ tải vận, tổ "tăng gia", trong đó tổ "săn" để bồi dưỡng "chất đạm" rất quan trọng.

Săn thú rừng, khó. Nhưng gay hơn là làm sao đưa thú về cho đơn vị mà thịt còn tươi. Nếu thú là loại nhỏ như con cheo, con vượn thì còn có thể gùi thẳng về. Nhưng nếu thú là loại to như nai, lợn rừng... thì phải quay về báo, rồi dẫn đường cho toán tải vận vào rừng chặt thịt, chia nhau gùi về. Thịt muốn không ôi, phải sấy, nhưng sấy thì cần đốt lửa. Lửa đốt cao, sợ địch tới đánh. Để tránh chết vì miếng ăn, chỉ còn cách dùng điện thoại. Nhưng điện thoại chỉ được dùng như đường dây thông tin trong công tác chỉ huy chiến trường. Vì thế, phải báo "chui", nói mật hiệu. Đêm qua, tổ trưởng tổ "săn" gọi, báo "năm gùi hàng cần lấy gấp". Như vậy, cần năm người đi lấy, được hai con nai. Khi chia nhau, thương binh lẫn nhân viên mỗi người bình quân chưa được một lạng thịt. Chỉ có thế, cả Khoa đã reo lên hồ hởi.

Nhưng cũng đêm hôm đó, Chỉ Huy sở báo tin một tên có khả năng là thám báo địch trà trộn vào thương bệnh binh vừa mới trốn. Nó khai là thường dân ở Đức Cảnh, mông bị đạn 20 ly phạt một mảng, được bộ đội cáng về. Sau hai tuần chữa chạy, nó đã bắt đầu đi lại được, lộ một số cung cách khả nghi, rồi biệt tăm. Chính ủy Toán điện cho từng Khoa cảnh báo, điều động đội bảo vệ phân ra ba hướng đi truy lùng ngay trong đêm. Sáng ra, hai chiến sĩ bảo vệ cáng một người bị thương vào Khoa Ngoại. Thiện nhận ra, ngạc nhiên đến sững sờ. Người bị thương là cô bé tên Y Ban, nhân viên cấp dưỡng phục vụ ban Chỉ Huy Viện, Thiện đã gặp cách đây hai tháng.

*

Sáng tinh mơ, Nhân vừa đụng đũa vào bát cơm độn sắn, Thiện đã đến với vẻ mặt khẩn trương. Thiện dặn Nhân ăn sáng xong thì vào ngay hầm mổ. Hầm đào sâu, chia làm ba phòng, trang bị một máy điện chạy bằng dầu và máy hút hơi không khí. Khi Nhân đến, cuộc hội chẩn có thêm một bác sĩ chuyên gây mê đã bắt đầu. Thương binh là một chiến sĩ bị bom đánh dập đùi ở Quảng Trị. Đội tải thương chuyển anh qua sông Thạch Hãn, bị máy bay bom và trực thăng truy kích, mất đến năm ngày mới vượt núi đưa đến viện 203. Mặc dầu chân đã sưng tấy, lại phải mất thêm ba ngày thương binh mới vào Khoa Ngoại. Thiện ước đoán giải phẫu phải ít là ba giờ, nhưng không dám làm ngay vì Khoa đã hết thuốc gây mê. Lại đợi thêm một ngày, chờ thuốc tăng viện. Sáng nay, thương binh bắt đầu hôn mê.

Thiện biết cách duy nhất cứu mạng anh thương binh là cưa cái chân thương tích. Và cưa ngay vì để lâu máu nhiễm độc. Bác sĩ chuyên gây mê lắc đầu ngần ngại. Hiện Khoa Ngoại chỉ còn thuốc tê. Đành tiêm, và chọn những chỗ tác động trực tiếp từ nơi mổ đến hệ thần kinh, hy vọng giảm được đau đớn. Thiện phân công cho Nhân, Chung và ba cô y tá. Trước tiên phải buộc thật chặt anh thương binh, phòng trường hợp cơ thể phản ứng giãy giụa không kiểm soát được. Tiêm thuốc trợ tim rồi sợ anh ta cắn vào lưỡi, nhét băng vào miệng và sẵn sàng chụp ống oxy vào mũi. Và nhất là giải phẫu thế nào cho thật nhanh, sau sẽ tiếp máu ngay.

Nhân tiến đến cạnh anh thương binh. Dây buộc anh vào giường mổ như bó giò khó cựa quậy được. Mắt nhắm nghiền, anh ta thở ra từng chập rồi hít vào khó nhọc. Mùi thịt lở thối hăng sực vào mũi đến lợm giọng. Thiện mím môi, kính trễ xuống mũi, hai tay giơ ra. Một y tá bưng khay dao kéo đủ loại xếp theo một thứ vị định sẵn đến bên cạnh. Trước khi mổ, Thiện nhìn Chung và Nhân, khẽ gật đầu.

Bây giờ, phải quên con người dưới lưỡi dao phẫu là da là thịt. Phải gạt sự đau đớn xác thân qua một bên, đổi lại là nhanh tay, càng nhanh càng tốt. Động mạch lớn trên đùi rạch ra, buộc ngay lại. Máu tung toé. Anh thương binh rướn mình lên, rú tên ai đó. Nhân cầm dao cưa, đưa ngang, rồi mạnh tay nhấn xuống, đưa qua kéo lại. Tự nhiên, Nhân thấy đùi chính mình đau nhói. Cố lên. Lại cưa. Phải tiếp tục. Chao ôi, sao đùi tôi đau thế này? Nhân nghiến răng, mắt mờ đi, tay vẫn một động tác, nhưng khả năng ý thức cứ lùi dần vào một mảng tối mơ hồ. Ai đứng đó nhìn mình hả. Một ông cụ lạ mặt, tay phải chống một cây gậy, tay trái rũ xuống, đang chăm chú nhìn, miệng mấp máy một điều gì nghe không thành tiếng. Nhân hả họng như hớp không khí. Tiếng Thiện văng vắng. Phải tiếp tục, dẫu đứng chỉ một chân, chân kia hững đi như tuột vào một nơi không còn trọng lượng. Đầu Nhân mụ đần, và lúc lưỡi dao cưa xuống như không còn gì cản lại nữa thì Nhân chao người, lơ mơ nghe ai đó gọi ''Bác sĩ Nhân, bác sĩ Nhân!''.

Khi Nhân mở mắt, Chung đứng bên cạnh. Thiện đã tiêm cho Nhân một lượng thuốc hồi sinh. Miệng đắng chát, Nhân hỏi:

- Thế nào?

- Giải phẫu tốt! Xong rồi... Anh thương binh thoát chết, chỉ mất một chân, Chung đáp.

Nhân mỉm cười. Không hiểu thế nào, chân Nhân tê tê. Chàng cựa quậy, tay đưa xuống. Không! Chân mình vẫn còn đây. Nhắm mắt lại, Nhân mường tượng lại ông già lạ mặt chống gậy, hỏi Chung. Ngạc nhiên, Chung đáp:

- Làm gì có ông cụ nào vào hầm phẫu. Chắc bác sĩ hoa mắt đấy...

- Vâng, chắc vậy!

Nói xong, Nhân lại thiếp đi. Trong giấc ngủ mê muội, Nhân nghe văng vẳng tiếng anh thương binh rú gọi tên một người, nhưng lại tưởng ra khuôn mặt Dao Ánh đẫm nước mắt cạnh bụi hoa Tuyệt Tình, tay bị gai đâm, máu ròng ròng ứa ra nhiễu thành giọt.

*

Xông khói đuổi muỗi cả tối không xuể, Nhân đành buông chiếu màn rách tươm có lẽ chủ nhân nó khi xưa không thèm nhặt khi phải rời chỗ. Che được phần trên mặt trên cổ, người nhắm mắt chờ giấc ngủ. Tối, khí ẩm khiến trời lạnh buốt. Thỉnh thoảng, hàng đoàn máy bay từ biển Đông xẹt ngang trời. Từ đâu đó, văng vẳng tiếng người kêu. Không phải một. Có lẽ phải ba, bốn người. Họ rì rầm như than vãn. Dăm ba phút sau, họ đồng thanh:

- Y Ban, Y Ban... *togú ubé* – nào dậy đi...

Cứ thế, tiếng đồng thanh cất lên, từng chập. Nhân đếm có đến trăm lần họ gọi Y Ban. Không ngủ được, Nhân vùng dậy. Khoác lên vai chiếc chăn dạ, Nhân khom lưng chui khỏi hầm. Khí lạnh lùa vào khiến Nhân rùng mình co người lại. Trên cao, trăng chập chờn qua kẽ lá rừng xao động trong gió đêm. Dưới ánh trăng, những căn lán của Khoa Ngoại xanh nhợt nhạt nhô ra chân núi khấp khểnh.

Bước dăm bước về phía con suối nhỏ cách dãy lán độ trăm thước, Nhân giật mình đứng lại. Cạnh một gốc cây, Thiện đưa tay lên miệng ra dấu cho Nhân im lặng, tay chỉ hướng cuối dốc. Cả hai im lặng đến gần nơi có những bóng người thấp thoáng. Ba thiếu nữ người dân tộc làm nhiệm vụ tải thương từ chiến trường Quảng Trị phủ phục cạnh một cái lỗ đào sâu xuống đất sát dòng suối.

Họ châu đầu chúi xuống lỗ, đồng thanh gọi '' Y Ban, *swaih yok*, dậy thôi nào'', dăm phút sau mới ngửng lên. Rồi cứ thế, lại cúi xuống, lại gọi. Thiện khẽ nói:

166

- Họ gọi cho hồn cô cấp dưỡng Y Ban biết đường trở lại. Họ gọi từ chiều. Họ tin hồn người bị nạn đi lạc, không biết lối về với xác. Đây có lẽ là những người đồng '' buôn'' với Ban, xưa chắc rủ nhau đi phục vụ...

Chợt có tiếng cười nhạt. Thiện và Nhân quay lại. Chung đến ngồi xuống mô đất bên cạnh, giọng buồn bã:

- Y Ban vừa thở hơi cuối cách đây vài phút rồi!

Chung là y sĩ phụ Thiện giải phẫu Y Ban vào buổi trưa. Họ gắp đạn ghim vào phổi Y Ban, cắt xương lồng ngực, thắt động mạch chính bị một ổ máu tụ đe dọa vỡ ra bất cứ lúc nào. Thiện đưa tay lên vò đầu, không nói gì. Chết hay sống ở chiến trường quyện vào nhau. Chết, không sống lại được, nhưng sống thì chết nay, chết mai, chết bất cứ lúc nào, theo thứ may rủi chẳng biết ai định đoạt.

- Thủ trưởng! Chung thì thào – Em khám lại và khẳng định là Y Ban có thai. Còn đạn gắp ra, là đạn AK mình, không phải đạn Mỹ...

Thiện nhồm người, mắt nhíu lại. Y Ban, Y Ban *togú ubé*. Tiếng gọi hồn vẫn vang lên. Vỗ nhẹ vai Chung, Thiện bảo:

- Cậu xuống báo cho họ biết! Gọi hồn vô ích. Nhìn lên trời, Thiện buột miệng – Ông Trời ông ấy bắt mất rồi...

- Thủ trưởng! Một cán bộ cấp dưỡng ở Ban Chỉ Huy phục vụ Chính Ủy mà lại theo đoàn lính chiến đấu đi truy kích một thám báo địch, thế là làm sao? Không thể cứ đổ tội mãi cho ông Trời được!

Chung gằn giọng.

- Cậu xuống báo cho ba cô dưới kia biết đi! Thiện ngắt lời Chung, kéo Nhân đứng dậy.

Nhìn Chung xuống dốc, Thiện đăm chiêu. Tuy không biết đích xác, Nhân mơ hồ cảm thấy có một chuyện gì cấn cái mập mờ qua mảng đối thoại vừa nghe.

*

B-52 thả bom tọa độ đánh thủ đô Hà Nội. « Đây là đài tiếng nói Việt Nam, phát thanh từ Hà Nội, thủ đô nước Việt Nam Dân Chủ Cộng Hòa... » bị tiếng bom át đi. Nhưng chỉ dăm phút sau, tiếng phát ngôn viên lại trở lại, nhắc nhở chiến sĩ trên mọi chiến tuyến giữ cao ngọn lửa căm hờn, quyết tâm bảo vệ Tổ Quốc. Đầu tháng 11, Nixon được tái nhiệm Tổng Thống. Tháng 12, Kissinger trở mặt, họp báo đổ tội đối phương kéo dài cuộc đàm phán. Lê Đức Thọ bay về Hà Nội, báo có khả năng ký kết Hiệp Định trước lễ Giáng Sinh nhưng đêm 18 tháng 12, từng đoàn B-52 cứ ba chiếc một nối đuôi bay từ Thái Lan đến Tây Nguyên thì quay ngoắt sang hướng Bắc. Bom giải trên đầu Thủ Đô, bất kể trường học, bệnh xá. Sáng 19, không bắt được đài Hà Nội. Đợi. Và sợ. Vài giờ sau, tiếng rè rè đưa tin Hà Nội bắn rơi bốn B-52. Sang ngày 20, giọng cô phát ngôn lại cất lên cao đọc một bài phóng sự mô tả trận đánh vào khu Khâm Thiên. Thiện bủn rủn. Gia đình Thiện ở ngõ Văn Chương. Nghe tin đài, số B-52 bị bắn rơi tăng dần, năm, mười... rồi đến ba mươi bảy chiếc. Nhưng còn gia đình mình, Thiện giấu lo lắng, gắng giữ bình tĩnh để không ảnh hưởng đến tinh thần cán bộ trong khoa. Đến khi chỉ còn một mình, Thiện ngạc nhiên thấy nước mắt mình đổ ra chan hòa, chảy xuống má, xuống cằm. Và cái viễn tượng gia đình tan nát chập chờn như đoạn kết một cơn mơ cuối giấc.

Một anh y tá từ trại tù chuyển qua tăng viện cho Khoa Ngoại bị mấy chú bảo vệ xô lại túm đánh. Một cậu mới vào chiến trường xông đến bóp cổ, quát:

- Cha tiên nhân thằng Ngụy, gọi máy bay Mỹ xâm lược đến ném vào làng ông...

Vài anh thương binh vừa lại sức cũng hăng tiết to tiếng " Giết mấy thằng Ngụy, rồi muốn đến đâu thì đến". Thiện buộc phải đưa Nhân và hai y tá vào hầm chỉ huy để bảo vệ. Tiếng quát của anh thương binh vẫn vang vang trong đầu. Nhân ứa nước mắt, nhìn Thiện, lòng chua sót. Giết, giết, giết! Nhưng giết ai? Và ai giết? Nhân nghe hàng trăm lần chiến tranh này là người Việt đánh nửa triệu lính Mỹ xâm lược với sự đồng tình của chính quyền Ngụy. Nhưng Mỹ nay rục rịch rút quân, mục đích Việt Nam hóa chiến tranh nhằm đổi màu da trên xác chết thì ai giết ai chết phần lớn đều là những người anh em cùng huyết thống. Nhân rùng mình khi Thiện nắm tay mình an ủi. Mỹ rút, nhưng nếu chiến tranh này trở thành một cuộc nội chiến thì đất nước sẽ đi về đâu? Thiện lẩm nhẩm nói gia đình mình ở nơi bị đánh bom rồi quay mặt đi. Nhân bóp chặt tay Thiện, nói nhỏ, tất cả chúng ta đều cần may mắn!

Chính Ủy Toán xuống Khoa trấn an. Không ít cán bộ và nhân viên cho rằng ta bị Mỹ lừa, chẳng còn khả năng giải quyết sớm cuộc chiến. Toán khoa tay, phát biểu như ta vừa thắng lớn khiến Mỹ điên cuồng đánh phá vì tuyệt vọng. Lúc đó, cán bộ ở Hà Nội và những thành phố lớn chưa biết tin gia đình nghe nhưng không mấy nhiệt tình, đến vỗ tay ''nhất trí'' cũng quên không làm, lầm lũi lảng đi.

Toán hỏi Thiện về tình trạng của Y Ban. Thiện báo cái chết của cô cấp dưỡng, nhưng thình lình Chung xen vào, giọng gay gắt:

- Báo cáo đồng chí Chính Ủy, đồng chí cấp dưỡng Y Ban ''sung sướng trái phép'', kéo theo cái chết của một bào thai. Về hai viên đạn lấy ra, một từ phổi và một cạnh cột sống, đạn là đạn AK... Và thế là do ta bắn chứ chẳng phải biệt kích biệt kiếc gì cả!...

Toán giơ tay ngưng Chung nói, mặt tái đi, giọng nghiêm nghị:

- Bắn nhầm trong chiến tranh là chuyện cơm bữa. Xin các đồng chí đừng phổ biến những việc có thể gây dao động trong hàng ngũ chúng ta...

Chung cười nhạt:

- Báo cáo, cái thai trong bụng nạn nhân chỉ vài ba tháng. Còn kẻ hoặc chủ mưu hoặc đồng lõa '' sung sướng trái phép'' thì chưa biết nó là thằng nào. Đề nghị đồng chí cho điều tra, và biết đích xác thì phổ biến, để tránh cho chị em phụ nữ Viện bị nó lừa vào những hành động có ảnh hưởng tiêu cực đến cuộc chiến đấu thần thánh chống Mỹ cứu nước...

170

Cười nhạt, Toán gật đầu. Làm như không có Chung trước mặt, Toán kéo Thiện đi ra, miệng giả lả:

- Tôi nghe nhà anh ở khu bị B-52 đánh phá. Tôi vội làm ngay giấy phép để anh về. Vậy anh ghé lên Viện lấy giấy. Anh phục vụ lâu gấp hai lần người khác, về là chính đáng. Tôi sẽ cho người thay anh nội trong hai tuần. Anh đồng ý chứ!

- ...

- Anh giúp tôi, tránh làm sao đừng để những phát biểu kiểu linh tinh vừa rồi xảy ra. Anh biết, tình hình bây giờ là lúc phải giữ vững tinh thần, Toán khẩn khoản.

Đúng lúc ấy, ba thiếu nữ người dân tộc ở đâu xô ra. Quây lấy Toán, họ lớn giọng, nhưng nói bằng ngôn ngữ của họ nên chẳng mấy ai hiểu.

*

Hiệp định Paris ký ngày 27 tháng 1 năm 1973.

Nói là ngưng bắn nhưng súng vẫn nổ. Bộ đội Bắc Việt tiếp tục mở rộng vùng giải phóng, cắt đường 14 và 19 áp sát Pleiku, Komtum. Sáng 30, vẫn nghe tiếng máy bay và tiếng bom. Nhưng không thấy B-52. Các cấp Đảng Ủy phổ biến lệnh tiếp tục cảnh giác và đề phòng "ngụy" đánh chiếm lại đất, tiếp tục mở rộng vùng ta chiếm đóng cho đến khi Ủy Ban Quốc Tế tới giám sát. Chiến sự trở nên ác liệt hơn sau khi cả thế giới vỗ tay cho nền hòa bình ký trên giấy chưa ráo mực.

Sau Tết, cuộc trao trả tù binh bắt đầu dưới sự quan sát quốc tế và các cơ quan truyền thông. Cán bộ quân y mọi Khoa, ngành được điều động đến những trại tù. Để giữ hình ảnh một miền Bắc tốt đẹp trong dư luận thế giới, tù binh được săn sóc sức khỏe trước khi xuất hiện trước ống kính máy quay phim, truyền hình. Trại K7 náo nức. Đám trẻ con vừa đi vừa hò "hoà bình, hoà bình...". "Nhỏ không" lẽo đẽo theo sau, mắt tròn như hòn bi, miệng chỉ nhếch lên cười. Đến cạnh Nhân, nó nắm tay lắc lắc, ngây ngô hỏi "hòa bình là gì, chú?"

Thiện dẫn một đoàn cán bộ Khoa Ngoại sang K7. Gặp Nhân, Thiện vui vẻ chào. Từ dạo B-52 oanh tạc Hà Nội gây ra những xúc động không thể kiểm soát được của một số nhân viên, Thiện buộc phải trả Nhân và hai y tá " ngụy" về trại tù để tránh những diễn biến phức tạp. Nhân bắt tay Thiện, hỏi ngay:

- Gia đình anh ở khu Khâm Thiên thế nào? An toàn chứ?

- Cám ơn anh, bom B-52 đánh phía trái. Ngõ nhà chúng tôi bên phải nên người không sao, chỉ nhà là cháy!

Nhìn quanh, Nhân không thấy Chung. Thời gian làm ở Khoa Ngoại, Chung là người Nhân cộng tác hàng ngày. Trực tính và hồn nhiên, Chung có gì nói nấy, không cân nhắc e dè như phần đông những cán bộ khác. Một hôm chuyện trò, Nhân mới biết Chung lấy vợ cách đây không lâu, và mười lăm ngày sau thì vợ phải ra bệnh viện dã chiến Z27 phục vụ tuyến đầu trên chiến trường Quảng Trị. Chung chép miệng: "Ấy cái số mình nó thế, anh ạ! Thôi thì ở hiền gặp lành, nhờ giời chứ biết sao". Bật cười, Nhân đùa: "Các anh mà cũng tin Trời à? Tôi cứ tưởng các anh sắt đá, duy vật và chỉ tin Đảng thôi chứ!". Chung thở ra: "Ấy, tin Đảng thì phải tin chứ! Còn duy vật thì cấp 3 được học qua loa, đến nay cũng chẳng có thời giờ mà nghĩ tại sao nó lại đưa đến đấu tranh giai cấp. Bên ngoại, ông tôi bị qui địa chủ thời Cải Cách Ruộng Đất, nhưng đến khi sửa sai thì xuống trung nông, dặn con cháu khi chết lập bàn thờ phải ghi rõ ràng thành phần giai cấp!". Nhân gặng hỏi, giọng nghịch ngợm: "Thế còn Trời? Bàn thờ ghi thành phần là...". Chung cười phá lên, ngắt: "...là để có xuống Địa Ngục thì Diêm Vương cũng không kết nạp. Đấy ông tôi nói thế!". Hềnh hệch, Chung tiếp: "Thời trước nó thế, giờ khác rồi. Chiến tranh nên chỉ còn một thành phần, yêu nước cả, cho gọn. Đảng bảo đi là đi, đánh là đánh. Gian khổ bao nhiêu cũng ba sẵn sàng. Còn sống chết thì có số, sợ cũng thế mà không cũng vậy!"

Không thấy Chung đi kèm Thiện như thường lệ, Nhân ngạc nhiên, hỏi:

- Anh Chung chắc sắp đến? Dạo này anh ấy thế nào?

Thiện ngoảnh mặt, đáp vội:

- Chung không đến được nữa...

Linh cảm một điều chẳng lành, Nhân nhìn vào mắt Thiện, sửa soạn tâm thế đón nhận mọi bất ngờ. Chần chờ một lát, Thiện kể:

Trưa hôm ấy, tôi trốn xuống hầm, nằm quay mặt vào vách giả như ngủ, nhưng nước mắt cứ ứa ra. Xế chiều, tôi cầm tờ công văn của phòng Chỉ Huy Mặt Trận, thu hết can đảm, đưa vào tay Chung, không nói thêm một câu. Chung rú lên, vùng mình đập đầu vào vách hầm. Tin báo Mai đã hy sinh trong trận đánh bom cuối cùng ở bờ Tây sông Thạch Hãn đúng ngày Chúa Giáng Sinh. Chung gào thét suốt một buổi. Sau đó, Chung chửi. Trời, rồi Phật. Rồi Chúa. Chung quát vào thinh không, '' Bọn mi xuống đây, chỉ báo tin của sự chết. Vậy thì ta nguyền, bọn mi đời đời là bóng tối trên mặt đất này!''.

Sau hai ngày vật vã, Chung có vẻ nguôi ngoai, ngồi im lặng hàng buổi, tay ôm khẩu K-54 thường chỉ lúc cần tự vệ cán bộ mới lôi ra. Vuốt ve qui lát, rồi thông nòng súng, Chung lẩm bẩm một mình. Tôi lo, nhưng chẳng biết làm gì, chỉ lẳng lặng theo dõi. ''Biến đau thương thành căm thù!'' Chung đáp khi tôi hỏi, tay vỗ vào báng khẩu K54 giắt trong bụng. Nhìn lên trời, Chung tiếp, quai hàm bạch ra như một con rắn hổ mang sắp sửa phun nọc: ''Tôi sẽ xin Chính Ủy cho ra mặt trận như một chiến sĩ... Biến đau thương thành căm thù! Phải thế!''. Nhìn lửa bùng lên trong ánh mắt Chung, lòng tôi bỗng như một phím đàn chùng, âm điệu lạc lõng, tâm trí lãng đãng không chỗ víu bắt. Thế rồi Chung năn nỉ cho mình lên Viện kỳ giao ban giữa những Khoa để trình bày nguyện vọng với cấp Ủy. Đang họp, thình lình

174

Chung xông vào. Mũi K54 chĩa vào ngực Toán, Chung quát:

- Mày giết vợ tao, con tao!

Chưa ai kịp phản ứng, Chung bóp cò. Toán ngã xuống. Chung nhảy xổ đến, chúc mũi súng vào đầu Toán, bắn thêm một phát. Quì xuống, Chung há miệng ngậm đầu nòng, đưa mắt nhìn như trối trăn một điều gì không thể nói bằng lời. Tất cả kết thúc bằng một tiếng súng cuối cùng. Như tiếng vỡ giọng của một niềm tuyệt vọng không lối nào thoát ngoài sự tự hủy diệt để giải thoát.

*

Ngày trao trả tù binh.

Tù được cấp phát quần áo lành lặn. Đoàn bảo vệ cũng vậy, trông khác hẳn thường lệ. Lính Cộng Hoà được phép tìm vợ, con. Trên con dốc dẫn tới địa điểm trao trả tù binh, họ đi từng gia đình, nói cười cứ như đi trẩy hội. Nhân viên Ủy Ban Quốc Tế có mặt từ sớm, nhận danh sách, kiểm tra những thủ tục qui định. Lính gọi nhau ầm ĩ. Ở tù thì chung chạ, ra tù chia tay, chắc ai ở binh chủng nào ắt về binh chủng ấy.

Tách ra theo chân bố mẹ, bọn trẻ con cười nói bi bô. Trừ " Nhỏ không''. Nó đi cạnh Nhân, tay nắm lấy chéo áo. Không ai nhận, trại trưởng K7 đành nói " Bác sĩ lo hộ con bé. Cha nó bây giờ điên điên tỉnh tỉnh, chẳng biết là thế nào''. Theo lời trại trưởng, "Ác ôn'' chuyển qua K11. Tù trại này cũng sắp sửa tới địa điểm trao trả, nhưng đến muộn vì có một số phải cáng. Khi Nhân nhận lời, anh bảo vệ, người đã cho "Nhỏ không'' cái lược làm bằng nhôm vỏ máy bay Mỹ mới đến gần, ngậm ngùi " Thôi mày về với ông bác sĩ, ông ấy lo cho! Ở với chúng tao thì chỉ có ăn sắn..." Nói xong, anh quay vội đi, không nhìn lại để thấy "Nhỏ không" ngượng nghịu giơ bàn tay nhỏ xíu lên vẫy biệt.

Đoàn tù bắt đầu xuống dốc. Hai bên lối đi là những bãi mìn, nay bảo vệ cắm bảng trên đề « NGUY HIỂM » và vẽ cái đầu lâu đỏ chét dưới có hai khúc xương làm thành hình chữ X đen xì. Đi cạnh Trung tá Thiệp, Cao cười ha hả:

- Về đến thị xã Quảng Trị là phải đòi phát lương rồi đi "đá" một phát, Trung tá muốn thì em tiền kích dẫn đường.

Thiệp cười. Cao quay sang Nhân:

- Cả bác sĩ nữa. Vùng chiến thuật này, "ổ" nào tui cũng đã vô "nằm vùng", biết ráo trọi. Nhìn " Nhỏ không", Cao cụt hứng, chép miệng – nhưng bác sĩ còn cái "nợ" này, chắc kẹt!

Cao chưa dứt lời thì có một người cao lòng ngòng ở đâu xô đến. "Nhỏ không" rú lên, nép mặt vào Nhân, vừa giãy vừa khóc. Nhân bồng nó, quay phắt lại nhìn. Người đàn ông giơ về phía Nhân một tấm giấy gấp làm tư, miệng lắp bắp " Làm ơn, làm ơn...". Cao hiểu ra anh ta chính là "Ác ôn", xông vào đứng chặn, miệng quát:

- Đừng có nổi cơn điên nghe, cha nội!

"Ác ôn" lắc đầu, tay đưa tấm giấy cho Cao, tay chỉ Nhân, vẫn lắp bắp " Làm ơn, làm ơn..." rồi quì xuống lạy. " Nhỏ không" ôm chặt lấy Nhân, không dám ngó xuống. Nước mắt ròng ròng, "Ác ôn" nhìn lên, rên rỉ. Khi đó, thấy huyên náo, hai bảo vệ trờn tới, xốc "Ác ôn" dậy, lôi về phía sau. "Ác ôn" vùng chạy, vừa chạy vừa la lớn, " Sương ơi, tha lỗi cho cha!", cắm đầu nhắm bãi mìn có cắm bảng vẽ chiếc đầu lâu đỏ chót.

Một tiếng nổ. "Ác ôn" ngã xuống, rồi lại nhổm người lên bò bằng đầu gối. Lại thêm một tiếng nổ. Đất cấy tung lên, khói đen bay lờ mờ che hai chữ NGUY HIỂM viết trên chiếc bảng cắm gần đấy. Bấy giờ, đoàn tù binh đứng khựng lại. Tiếng xôn xao tự nhiên im hẳn. Đám bảo vệ nhìn nhau ngơ ngác. "Nhỏ không" vẫn rúc đầu vào ngực Nhân thút thít. Nhân mở tấm giấy gấp tư, đọc nhanh: "Bà nội nhỏ Sương, tên Nguyễn Thị Mừng, bán trái cây ở chợ Tân Cảnh". Trung Tá Thiệp thở dài, giọng buồn rầu:

- Hắn tỉnh rồi. Điên không ai chết như vậy!

Chân tay bủn rủn, Nhân ngồi xệp xuống. "Nhỏ không" tên Sương hai tay quàng xiết cổ Nhân. Ôm lấy nó, Nhân thầm thì:

- Vết thương do những lầm lỗi của chiến tranh chỉ có thể lành bằng sự sống gầy lại được, từ mọi hủy diệt...

Nhân biết con bé không thể hiểu gì ngay. Nhưng sống, có thể một ngày nào đó nó sẽ hiểu. Hiểu để quên đi được cái chết của mẹ nó, của em nó. Và bây giờ, ở cái phút lẽ ra có thể khác được, cái chết của cha nó.

177

Bể Dâu II

18

XÁC KÉN

Bên kia sông, là nơi chôn nhau cắt rốn. Nếu đi từ đây đến nơi có chiếc cầu vắt ngang, chắc phải đến ba cây số. Bến đò ngày xưa, chỉ cách đây độ trăm thước. Vỗ vào chiếc nạng, Dân thầm nhủ, thôi thì đi đò. Tiếng lộc cộc đều đặn gõ xuống con đường đất nện ven con sông hiu hắt vàng nắng cuối ngày. Dò dẫm từng bước xuống bến, Dân vào cái quán cạnh bờ, gọi một bát nước chè xanh. Bà cụ mắt lèm nhèm ngước lên, toét miệng ra cười. Tay rót nước, bà thân mật:

- Lại phục viên! Ấy, sống được là may. Đẩy bát nước về phía Dân, bà mở chạn lấy một thỏi kẹo lạc chìa ra - Tôi biếu!

Thấy Dân ngần ngừ, bà thật thà:

- Các anh xả thân cứu nước, mà lại chẳng có gì khao công...

Dân cười, lòng cảm động. Sau Hiệp Định Paris, Dân được chuyển từ bệnh viện 203 ở biên giới Lào vào khu an toàn để dưỡng thương. Y tá đo đạc để thợ thửa cho Dân một cặp nạng. Lần đầu, Dân ứa nước mắt, nhìn cái chân chỉ còn phần từ nửa đùi trở lên. Cô y công vỗ vỗ vào chiếc nạng, cố vui giọng, anh đi quen, nhiều khi còn nhanh hơn cả người lành. Đến khi đi lại được thì bệnh viện đưa Dân về Txê-pôn bên Lào đợi hồi hương.

Thương phế binh lên một giẫy cam-nhông ngồi như cá mòi, kẻ hớn hở, người lo âu. Ngồi cạnh Dân, anh bộ đội cụt hai chân và một tay, vừa khóc vừa gầm gừ "Tiên sư cha đời, thà chết mẹ nó đi!". Anh rên hừ hừ, cứ thế lẩm bẩm suốt chặng đường mất gần một ngày mới vào địa phận Nghệ An. Dân an ủi, bảo sống khó, chết thì dễ thôi! Anh ta đáp, mắt đỏ lên " Còn có một tay, miệng cắn thì rút được kíp lựu đạn, nhưng có đâu nữa mà rút!". Người ngồi bên phía phải độc miệng " Có răng, cắn lưỡi được!" . " Sợ nhất là gặp lại vợ... ", anh phế binh lại nấc lên, giọng đứt quãng " Vợ thì mới đôi mươi. Tiên sư cha đời!".

Trên đường về, đến đâu có dân là có tiếng reo hò. Mỗi khi xe ngừng, người ta đổ vào vây quanh, kẻ cho nước, kẻ mang hoa quả giúi vào tay bộ đội, miệng suỵt soạt những lời mừng, lời chúc. Có lúc nước mắt ứa ra, Dân bỗng cảm thấy sự hy sinh của mình và của những người đồng đội không phải là không có ý nghĩa. Xe qua Thanh Hóa, vào Ninh Bình. Nơi nào cũng chăng bảng chào mừng, chữ kẻ chói đỏ, chào mừng dũng sĩ diệt Mỹ. Dũng sĩ thương phế, thân thể không khác gì quốc lộ 1, chỗ bom trốc lên, chỗ bom khoan xuống, lồi lõm tang thương. Đoàn xe chạy như những con trâu lừ đừ, lúc chúi xuống, lúc xốc lên chồm về phía trước như chực phát rồ. Hai bên lộ, nơi bom đào thành hố nước phun lên chỗ đỏ ối chỗ đen xì, váng đóng trên mặt óng ánh dưới nắng chang chang.

Dũng sĩ ở địa phương nào thì về đó. Khi xe đến Nam Định, chỗ ngồi thoải mái, không cứ lèn vào nhau như cá mòi. Dân chợt nhớ đến Thắm, lòng se thắt lại. Chàng quay hỏi người ngồi cạnh " Ý Yên ở phía nào hả anh?''. Người đó chỉ tay, không nói gì. Dân nhổm lên. Người đó lại bảo ''Chẳng thấy được đâu! Đây vào đến Ý Yên, ít thì cũng ba mươi cây số''. Dân ngồi xuống, người hững đi, mắt rưng rưng. Thắm nay ở đâu? Sống hay chết? Dẫu ký Hiệp Định, nhưng quân chỗ nào đóng chỗ ấy, thậm chí có những nơi bộ đội được lệnh phải tiếp tục lấn chiếm. Thế thì ai cho Thắm về? Chỗ nào khó, có thanh niên. Chỗ khó, hẳn cái chết dễ như lật ngửa một bàn tay. Dân nhìn cái chân cụt, ống quần duỗi xuống bất lực. Chàng van xin ''Đừng chết Thắm ơi!''. Và bất ngờ, một ý nghĩ thoáng qua cửa não bộ như một lưỡi dao cùn. Chàng thầm mong nếu sống Thắm cũng tật nguyền như chàng. Có thế, nàng sẽ không phụ rẫy. Nghĩ rồi Dân đau đớn, hỏi Trời ơi, làm sao con người có thể thấp hèn đến độ mong cho người yêu què cụt? Dân đưa tay che mặt như cố giấu nỗi đớn nhục với chính mình.

Bà cụ bán quán rót thêm nước cho Dân, ê a kể, thằng cháu trai độc nhất đi B viết thư báo chưa được về. Dân an ủi "Chưa về, nhưng thế là sống bà ạ!". Mắt nhìn về phía con đò bờ bên kia đang chuyển động, Dân chống nạng đứng lên, lòng khấp khởi. Dăm phút sau, đò cập bến, đổ lên ba người đàn bà. Một người nhìn sững Dân rồi buột miệng rú lên:

- Ối, anh Dân đây này. Chạy lại níu tay Dân, người ấy hỏi - anh có nhận ra em không?

Dân nhìn, ngờ ngợ.

- Em là Duyên, em anh Thành đây!

À, thì ra thế. Thành kém Dân một tuổi nhưng đi nghĩa vụ trước Dân một năm. Đám trẻ trong làng gọi là Thành "cối xay" vì gia đình Thành phụ trách khâu xay gạo trong Hợp tác xã. Trong những ngày đói kém, chính Thành đã nhặt những hạt gạo sót trong cối, gom góp được nắm nào là giấu đưa cho Dân nắm ấy. Duyên tíu tít:

- Anh Thành nhà em về được hơn một năm rồi. Nhìn xuống chân Dân, Duyên tiếp, giọng bùi ngùi - anh ấy thì mất một tay, anh ạ!

Dân vội vã:

- Bà tôi. Duyên biết chứ, bà tôi nay ra sao?

Câu trả lời dẫu lí nhí của Duyên tác động chẳng kém gì bom đạn chiến trường. Dân choáng váng, chiếc nạng văng ra. Chàng ngã dập mặt xuống ven sông. Mắt nhìn mây trời trên dòng nước vỡ trôi theo đám lục bình dập dờ, Dân thảng thốt hỏi đi hỏi lại rồi lảm nhảm:

- Hả... Thật hả, trời ơi!

*

Con đò chở Dân sang sông. Duyên bỏ công việc đi kèm. Ông lão chèo đò đứng cuối mũi cong người đẩy mái chèo, chân chống vào thành đò, mắt nhìn Dân đăm chiêu. Mỗi lần có thương binh, ông không bắt đợi, chèo ngay qua sông, hiểu cái háo hức bồn chồn của những người trở về. Nhưng lần này, lúc ông giúp Duyên dìu Dân xuống đò, ông nghe Duyên thì thào vào tai, khẽ thở ra, rồi uể oải cắm sào đẩy đò xa bờ nước. Im như thóc, ông chẳng buồn nói những câu vè xã đội phổ biến cho dân kiểu ''chào anh chiến sĩ vinh quang . Đánh thắng Mỹ cút, đánh ngang Ngụy nhào ''. Dân dựa lưng vào thành đò, hai tay ôm lấy mặt, đầu gục xuống gối. Đầu óc chàng lùng bùng ở trạng thái không biết mình mơ hay tỉnh. Nhắm mắt, sự trống rỗng ban đầu như hạt đỗ, lát sau to dần rồi mở ra hoang hoác, cứ mỗi lúc mỗi mênh mang. Cho đến khi sự trống vắng vượt quá tầm chân trời thì nước mắt Dân trào ra thứ mưa tầm tã đầu một mùa úng nước.

Đò cặp bến. Hai đứa bé vắt vẻo trên mình trâu nhìn xuống. Duyên đỡ Dân, vai quàng chiếc ba-lô, chập choạng lên trước. Con đò tròng trành. Ông lão chèo đò vẫn im lặng. Một đứa bé thấy Dân kẹp vào nách cặp nạng, hò lên ''Dũng sĩ diệt Mỹ!''. Đứa kia chạy biến đi. Dân không cất lời, cắm cúi khập khiễng theo chân

Duyên, tiếng nạng gõ vào mặt đường đất nện nặng chình chịch. Chàng chẳng buồn nhìn quanh, miệng nuốt những tiếng ừng ực xuống bụng, răng cắn lại. ''Dũng sĩ...'', đứa bé chỉ trỏ. ''Hoan hô anh hùng chống Mỹ cứu nước!'', đám trẻ con không biết thế nào đã ùn ùn kéo tới. Lát sau, một số dân quân tự vệ cũng ào ra, đi đầu là Kiên, người phụ trách Thường Vụ của Uỷ Ban xã.

- Xin chào mừng đồng chí hồi hương! Tay chìa ra, Kiên tiếp - Mời đồng chí lên ngay Ủy Ban để làm thủ tục. Xã ta vẫn chưa được thông báo, đồng chí thông cảm.

Lòng nát dạ tan, Dân chưa biết nói gì thì một người ở đâu xồ đến, miệng reo:

- Dân hả? Thành đây, có nhận ra tao không?

Nhìn lên, Dân khẽ gật. Đồng chí Thường Vụ Kiên cũng chạc tuổi Thành, lại lập lại yêu cầu. Duyên nhỏ nhẹ:

- Anh ấy mệt lắm, sao không để thư thả...

- Không, không được. Cứ phải thủ tục cái đã!

Gạt nhẹ Kiên ra, Thành nắm lấy cánh tay Dân, giọng ngậm ngùi:

- Tưởng là chẳng bao giờ thấy nhau nữa! Quay nhìn Kiên, Thành tiếp - Anh ấy cụt một chân, chạy đâu được mà phải vội trình diện!

Một đám bộ đội phục viên đến vây quanh Dân. Họ vẫn mặc áo lính xanh rêu. Cả kẻ cụt chân, cụt tay lẫn người còn lành lặn đều hớn hở. Cả bọn đưa Dân trên con đường đi về nhà, mặc cho Kiên và dăm ba dân quân tự vệ đứng ngơ ngác một lúc rồi cũng bước theo.

Đợi người trách nhiệm của Ủy Ban tới mở cửa, Thành dìu Dân vào nhà, quay lại nói với đồng bạn:

- Cho anh Dân nghỉ đã, mai lính sẽ tổ chức liên hoan với nhau.

Duyên vào theo. Ngồi xuống chiếc chõng tre, Dân đưa mắt nhìn quanh. Thoáng một cái, đã gần năm năm Dân xa nhà. Cảnh không đổi. Vẫn cái chạn ở góc nhà, dưới gầm là dăm cái nồi đất. Vẫn cái bếp, ba cục gạch sạm khói chụm đầu. Nhưng còn người. Nước mắt lại ứa ra, Dân thầm gọi "Bà ơi, cháu về mà bà đâu rồi?". Tiếng gọi lắng xuống như bóng chiều rơi trên những mái rạ nhuộm tím không gian. Thành ngồi ở bực cửa, thỉnh thoảng nhìn Dân, cố làm vẻ như lơ đễnh.

Duyên về, rồi quay trở lại với vài cây nhang và một cây đèn dầu. Ngần ngừ, Duyên đưa mắt hỏi Thành. Lắc đầu, Thành nhìn ra ngoài. Trời phăng phắc gió, tiếng bọn trẻ đánh trâu về í ới gọi nhau, tiếng vắng lên thúc giục. Dân buột miệng thở ra. Thành nhẹ giọng:

- Đi ra đốt cho bà nén nhang, trời sắp tối rồi Dân ạ!

Dân cố ngồi lên. Với cây nạng để cạnh chõng, Dân chống tay nghiêng người đứng dậy. Thành xốc nách Dân, đi sau là Duyên. Tiếng nạng lộc cộc buồn bã. Nghĩa địa ở ven làng ngổn ngang gò đống hiện dần trong tầm mắt. Xa xa, có đúng một con cò co chân đứng, bơ vơ, lạc loài.

Duyên bảo " Mả bà đây rồi!". Dân đứng lại. Sẵn sờ. Tê cứng. Dưới ba tấc đất kia là nắm xương con người thân thiết độc nhất của mình trên đời này ư? Dân ứa nước mắt. Không, Dân thầm nhủ. Mình còn mẹ và đứa anh em song sinh trong miền Nam. Ông bác ngày xưa còn bảo cha mình vẫn ở bên Liên Xô, thế nào rồi cũng về. Dân ngồi thụp xuống, tay vuốt ve lớp đất đắp mả. Duyên châm lửa vào những cây nhang, tay vẫy, miệng khấn rồi đưa cho Dân. Thành chắp tay, cúi đầu. Dân quì một chân, tay cắm nhang vào mô đất, miệng thì thào:

- Bà ơi! Cháu về với bà đây, bà linh thiêng bà nhận cho cháu ba lạy này...

Dân thì thụp gập người chắp tay lạy. Thấp thoáng một bóng người áo trắng quần thâm. Dân căng mắt ra nhìn. Người đó đứng, một cánh tay rũ xuống, xa nên không rõ mặt.

Khi bóng đêm chụp xuống thế gian, ánh đèn sáng lên lập lòe trong làng. Duyên khẽ khẽ nói, về thôi. Thành lại xốc Dân dậy. Tiếng nạng lộc cộc. Đi và về, chỉ khác nhau ở một khoảng thời gian chẳng biết thực ảo thế nào. Lộc cộc. Lộc cộc. Cũng như tiếng đồng hồ tích tắc, tiếng lộc cộc từ nay hẳn đo được thời gian một đời thương phế? Chợt Dân ngoái về phía sau. Chỉ có màu đen thẩm như quầng mắt lo âu trũng xuống. Dân thì thào vào tai Thành:

- Cái người đứng trước mả lúc nãy đâu rồi?

Ngạc nhiên, Thành hỏi Duyên. Lắc đầu, Duyên đáp:

- Làm gì có ai! Chắc anh Dân mệt nên hoa mắt đấy!

Dân nghe Duyên nói, lòng vẫn ngờ, nhắc lại:

- Mình rỏ ràng thấy mà...

Tối hôm đó, Dân về nhà Thành. Bữa ăn chỉ có tép rang, khế thái nhỏ và cơm độn với sắn. Duyên giục, nhưng Dân không ăn được, miệng đắng ngắt.

*

Năm năm, thời gian đủ để đánh dấu đổi thay trong một cái làng thời chiến. Số trai tráng đi bộ đội chết hay mất tích không kể, bọn thương binh hơn ba chục mạng đếm ra là già nửa số phục viên. Nói cho đúng, phục viên không què cụt thì cũng tâm thần, phân biệt lành lặn với thương phế không phải hiển nhiên. Thằng An chẳng hạn, nó ở Tây Nguyên tám năm, đêm đêm cứ thức giấc là gào " Pháo... chúng nó pháo!", ban ngày gặp ai cũng dặn " Bọn Mỹ chưa rút, phải cảnh giác, nghe không!"

Trên Ủy Ban xã, bí thư bây giờ là một cán bộ Huyện phái xuống. Nghe nói, ông Bí thư thời Dân nhập ngũ lăng nhăng với vợ bộ đội đi B, tai tiếng đến độ cấp trên phải "đá" ông lên làm Ủy viên Thường vụ Huyện. Chủ tịch Ủy ban hành chính xã vẫn trụ lại. Vì có bà vợ, tên Quyên, rất đanh đá nên ông không dám hủ hóa. Bà được giao làm chủ nhiệm Hợp tác xã nhưng dân cứ gọi bà là Bà Chủ tịch, ý cho rằng "chỗ đứng" của bà là do ông, vốn thuộc thành phần cơ bản, lại có cha đã hy sinh trong cuộc kháng chiến chống Pháp. Đồng chí Thường vụ tên Kiên phụ trách an ninh xã là một cán bộ trẻ được đào tạo ở trường Công An tỉnh. Đồng chí con một, được miễn nghĩa vụ, rất nguyên tắc và hô hào '' đánh cho Mỹ cút'' đến cùng, khéo léo nửa úp nửa mở rỉ tai làng xã rằng mình đã xin đi chiến đấu nhưng ''trên'' không cho để bảo toàn cán bộ lãnh đạo tương lai. Đồng chí hình như mặn mòi với Duyên, thường lai vãng làm thân với Thành, nhưng ông cụ cha Thành không ưa, ít khi mời vào nhà trò chuyện.

Sinh hoạt của xã không thay đổi. Sáng, đánh kẻng để xã viên trong Hợp tác xã ra đồn. Vẫn con trâu đi trước, cái cày theo sau. Vẫn bừa, vẫn cuốc. Ruộng tốt thì lúa, ruộng cằn thì màu, trồng ngô, khoai, sắn. Ngô khoai sắn nấu độn với gạo ăn vì nguồn viện trợ từ Trung Quốc đã bắt đầu bị cắt giảm. Khẩu hiệu '' hạt gạo cắn ba chia cho hai nước anh em Lào và Campuchia'' không ai nhắc lại. Nhưng Mỹ đi, Ngụy còn. Muốn Ngụy nhào để thống nhất đất nước, nhiệm vụ của hậu phương vẫn cứ là dành tất cả cho tiền tuyến. Ông Bí thư xã nói với Dân như vậy. Ngắm nghía Dân, ông tiếp:

- Đồng chí phục vụ tốt, được kết nạp, lại cấp ủy trong quân đội và có trình độ văn hóa cấp ba. Tôi đã hội ý với lãnh đạo, đề nghị đồng chí phụ trách sổ sách cho hợp tác xã. Với lại, nhìn chân Dân, ông tiếp - có muốn thì đồng chí cũng chẳng vào khâu lao động tăng gia được!

Dân mỉm cười, lòng chua xót. Lao động hồ hởi nhất lúc đánh kẻng vào xế chiều. Về, là chúi mũi vào "kế hoạch bồi dưỡng gia đình", nuôi con gà con vịt, trồng mớ rau, mớ cỏ. Ông Bí thư cũng loại con một, về xã để nhấp nháy chờ đến lượt được thăng quan lên huyện, lên tỉnh. Nghe nói ông từng học trường Trung cấp Nguyễn Ái Quốc, lẽ ra không phải xuống cấp xã nhưng ông tự nguyện để đi sâu đi sát với quần chúng nông dân. Không như đồng chí Kiên Thường vụ, ông kín đáo hơn, và nhất là không để mất lòng một ai trong đám cán bộ đảng viên. Nhìn ông đang ngửng lên đợi một câu trả lời, Dân thong thả:

- Cám ơn đồng chí chiếu cố. Nhưng xin đồng chí cho tôi được dưỡng sức ít ngày đã...

- Dĩ nhiên, ông Bí thư cười cười, bây giờ chớm đông, chẳng mùa màng gì nên không phải vội. Phân công người tốt việc tốt là lên kế hoạch cho quí tới thôi, đồng chí khỏi phải lo, cứ nghỉ ít lâu đã.

Dân về nhà Thành, kể lại câu chuyện trên Ủy ban với ông Bí thư. Bố Thành năm nay bảy mươi mốt tuổi, móm mém buông một câu:

- Làm thư ký Hợp tác xã phải lo việc chấm công và chia công điểm. Người nhiều của ít, thế nào cả làng cũng sẽ chửi bố lên cho!

Thấy Dân ngỡ ngàng, ông tiếp:

- Thời thế bây giờ khác hồi Tây. Xưa, kể từ Lý Trưởng xuống đến thằng Mõ, làng nuôi chừng chục người. Bây giờ, cứ đếm khắc biết, từ Ủy ban đến dân

189

quân đâu cũng cả trăm, ăn không ngồi rồi, đi đi lại lại...
Đã thế, cầy bừa thì lúc bom, lúc đạn, lúc thiếu phân,
khi thiếu nước nên ra đồng là ra cho có mặt. Người
nhiều của ít, chỉ một vốc gạo cũng kèn cựa, nào ruộng
xấu ruộng tốt, thế nọ thế kia, điều tiếng nhộn nhạo
lung tung!

Thành xen vào:

- Đấy, tao làm thư ký đúng một vụ rồi phải xin
nghỉ. Nhìn Dân, Thành tiếp - mày đảng viên, chắc Bí
thư xã nghĩ người ta vì nể hơn!

- Cứ có miếng ăn vào, chẳng ai vì nể ai cả. Ông bố
Thành ngắt - Đảng hay không đảng, cũng thế! Đấy, tôi
đã bảo thằng Thành ngay từ đầu, nhưng nó trứng
khôn hơn rận, cho là tôi "tồn cổ", không tranh thủ
phấn đấu trong xã hội mới!

Thành bẽn lẽn:

- Thầy cứ nói, có ai bảo thế đâu!

Bị thương ở chiến trường An Lộc, Thành về làng
trước Dân gần một năm. Sau vụ mùa, Thành thôi Hợp
tác xã, xoay sang làm dịch vụ nuôi thỏ bán lên Hải
Phòng. Nhưng chỉ ít lâu sau thì thỏ lăn ra chết cả đàn.
Từ đó, thỉnh thoảng Thành đi buôn chè Thái Nguyên
và sắn sấy khô, vất vưởng sống qua ngày với cái đồng
lương bộ đội phục viên mỏng mảnh ăn không đủ nửa
tháng. Để an ủi mình, Thành có dịp là lạc quan " để
cho Mỹ cút Ngụy nhào xong, cả nước sẽ công nghiệp
hóa, sướng cho mà xem!".

Dân cười phân vân. Duyên ở ngoài đi vào, tươi tỉnh:

- Có mớ tép với hai con rô. Anh Dân xơi cơm với thầy em nhé...

- Thôi, để khi khác Duyên ạ!

Dân chào rồi đi ra ngoài cửa. Thành theo sau, tay khoác vai Dân.

- Sao? Làm thư ký cho Hợp tác xã phức tạp lắm hả? Dân hỏi.

Thành kể, xã có ba đội sản xuất. Mỗi đội lại chia thành tổ, tối tối tổ họp lại để khai công ghi điểm. Đội đưa điểm lên Hợp Tác xã, thư ký tưởng chỉ có việc cộng lại là xong. Nhưng nào có đơn giản như vậy đâu! Khổ là vì móc nối khai gian, chuyện chia công nặng nhẹ vô nguyên tắc. Rồi chuyện không chiếu cố đúng mức những gia đình neo đơn, gia đình con đi bộ đội, gia đình liệt sĩ... Ngừng lại nuốt nước bọt, Thành chép miệng:

- Cuối vụ, tính toán thu hoạch thì Ủy ban khi nào cũng đòi vượt kế hoạch để khai báo thành tích tìm cơ cho các ông các bà cán bộ thăng tiến. Càng vượt, càng thuế, càng đóng góp nghĩa vụ. Phần còn lại để chia cho nông dân lại càng ít. Làm mà không có ăn nên người ta bảo nhau lãng công, có mặt để có điểm, giữ sức về mà làm kinh tế gia đình. Ai cũng chân trước chân sau, chờ kẻng đánh là lỉnh, kẻ về lo con gà con lợn, người sẵn tay cầy cuốc trên đất khoán cho tư nhân!

Dân chặc lưỡi:

- Thế không ai có ý kiến gì để khắc phục à?

191

Thành chép miệng, lắc đầu:

- Không phải đơn giản như ở chiến trường, tiến là tiến, lui là lui. Đời thường lắm lúc có lúc lui là tiến, và khi nhìn như tiến thì lại hóa lui. Bộ đội chúng mình ngây thơ lắm...

Dân ngắt, chua chát:

- Có ngây thơ thì mới thằng thí cái chân, thằng thí cái tay cho cái cuộc chiến thần thánh kia chứ! Nhưng bây giờ, phải ổn định để mà sống. Mày lêu bêu mãi thế này sao được!

Thành thở dài:

- Thì tao cũng biết, nhưng chưa nghĩ được ra con đường nào! Thầy tao ngày nào cũng giục tao lấy vợ. Đéo mẹ! Ốc chưa lo được mình ốc, đèo bồng nữa thì chết. Trên Ủy ban, người ta khuyến khích phụ nữ "xây dựng" với bộ đội thương binh. Trai thiếu, gái thừa nên đám quá lứa thì què cụt nó cũng lấy, cần gì ai khuyến khích!

Dân ngẫm nghĩ, im lặng. Đến chỗ cái miếu thờ Thành Hoàng, Thành chia tay Dân. Đi ngược được một khúc đường, Thành ngưng bước, tai lắng nghe.

Lộc... cộc...lộc...cộc...lộc cộc!

Ôi chao!

Tiếng nạng nện trên đường nghe sao mà khô khốc đến vậy!

192

*

Nghe tiếng kẻng, Dân mở cửa. Sáng tinh mơ, gió sớm chở hơi sương lùa cái lạnh qua lớp vải cái áo lính cồm cộm. Nắng nhợt nhạt như kẻ nằm bệnh ngả xuống cánh đồng làng đã trơ gốc rạ. Dân chậm rãi bước. Ngày còn thơ, qua làng bên Dân vù một mạch đi chỉ mất nửa tiếng. Bây giờ, Dân nhẩm trong đầu, thời gian chí ít cũng gấp ba.

Con đường làng không khác gì thời Mỹ chưa ném bom. Dấu vết chiến tranh chỉ để lại dọc sông Văn Úc, con sông dẫn ra biển như một trong những trục giao thông, nhiều lần bị đánh phá. Thỉnh thoảng, Dân mới gặp người làng. Kẻ chào một câu, người cười, tay vẫy. Họ hồn nhiên, mặc dầu chẳng gia đình nào là không tang tóc. Dân chợt nhớ lại thời mình ở Bàu Bính và những mảnh đất đào xuống lòng cát để có thể trồng khoai, trồng củ. So với lính, dân khổ nhưng chẳng kêu ca. Và họ bị quên lãng dẫu chính họ mới là những con người phải được phong anh hùng trong những chiến công ghi lại bằng những tấm huân chương gắn trên ngực lính.

Dân đến trước căn nhà bà Nhiễu khi sáng bảnh mắt. Đi lại với bà mình từ thuở Dân tấm bé, nghe đâu bà Nhiễu có họ hàng xa. Con trai chết trong chiến dịch Điện Biên, bà sống với con dâu và hai đứa cháu, một đi B trước Dân hai năm. Dân gọi cửa. Tiếng guốc lẹt quẹt đáp lại.

- Ai đấy hử? Tiếng khàn khàn cất lên.

- Có phải bà Nhiễu đấy không? Dân hỏi

Cánh cửa hé ra. Bà cụ trong nhà hấp háy mắt:

- Ai đấy?

- Cháu là Dân đây, bà có nhớ không?

- Giêsu ma lạy Chúa tôi. Bà Nhiễu reo khẽ, tay mở rộng cửa - Dân đấy hả? Có thật không?

Dân nắm tay bà Nhiễu, cổ họng đắng chát. Bà còm hẳn xuống, đầu chít khăn mỏ quạ, mắt kéo màng gần như chẳng còn nhìn thấy gì. Nghe tiếng nạng lộc cộc, bà hỏi:

- Què hả cháu?

Không kìm được, bà nức lên:

- Thằng Tự cháu bà chết ở Quảng Trị mất rồi! Nó được phong liệt sĩ, Chúa tôi ơi!

Đợi cho bớt xúc động, bà tiếp:

- Què còn hơn liệt sĩ, cháu về được là bà mừng lắm! Lạy Chúa lòng lành!

Chợt có tiếng khóc oe oe đằng sau. Bà Nhiễu đứng lên:

- Chắt bà đấy, con thằng Lập, may mà nó không phải vào bộ đội.

Bà tất tả vào căn buồng cuối nhà. Tiếng khóc im dần, võng đưa kẽo kẹt. Lát sau bà ra. Dân bấy giờ mới hỏi:

- Bà cháu lúc qua đời chắc chỉ có bà là người gần gụi?

Bà Nhiễu gật đầu. Bà chậm rãi:

- Lúc đó là tháng tư. Sau khi chôn cất ông bác thì bà cháu bị cảm hàn, thuốc men chỉ có thuốc Nam, toàn rễ với lá, uống chẳng ăn thua gì...

- Ông bác nào, hả bà? Dân ngắt.

- Thì cái ông anh của cha cháu, cái ông ở Hà Nội ấy mà! Ông ấy về thăm bà cháu rồi nghe đâu đi Hưng Nguyên ít lâu. Cuối năm, ông ấy quay lại, trước dịp Giáng Sinh dăm ngày. Lúc đó, Mỹ ném bom khắp nơi. Thế là ông ấy ngã bệnh, đâu độ ra giêng thì mất. Bà cháu bảo ông ấy chẳng muốn sống nữa, cơm không ăn, nước không uống...Chết, bà con làng nước chôn ông ấy ở nghĩa địa làng cháu. Lúc chôn là lúc Mỹ đánh phá ác liệt. Chôn rồi, Ủy ban xã đi sơ tán ở đâu mò về, bắt ne bắt nét bà cháu!

Bà Nhiễu thở dài, tiếp:

- Sau, là đến lượt bà cháu. Bà cháu ốm, không có ai săn sóc, nhờ người qua nhắn. Bà qua, nhưng cũng già rồi, đi đi về về khó khăn, cứ dăm ngày một bận, mỗi lần đến thì ở qua đêm. Khi chắc không qua được, bà ở lại với bà cháu những ngày cuối cùng. Bà cháu đưa cho bà một cái bọc, dặn thằng Dân sống mà về được thì trao lại, và nhớ bảo nó đi Hưng Nguyên tìm cha Nguyễn Trường Tín ở Giáp Đoài có chuyện hệ trọng.

Nói đến đó, bà Nhiễu vào buồng trong lục lọi một lúc rồi ra trao cho Dân cái bọc vải. Dân ứa nước mắt, tay gỡ nút buộc. Trong bọc, có quyển Kinh Thánh, cây thập tự làm bằng hai đốt tre buộc lạt. Và dăm bức ảnh có Dân, có Nhân khi còn thơ, có mẹ chàng lúc ấy chỉ mới quá đôi mươi, tóc để chấm vai, đứng cạnh hình một người ảnh bị cắt một nửa nên không thấy mặt. Bà Nhiều thẫn thờ:

- Tội cho bà cháu, lúc mê sảng cứ hỏi con Huyền đâu, thằng Dân đâu. Giêsu ma lạy Chúa lòng lành! Cuối cùng thì chính bà vuốt mắt, đọc Kinh Vực Sâu cho bà cháu đi yên ổn...

Dân ù tai, không nghe thấy gì nữa. Hình ảnh bà choáng ngợp khiến Dân bất động, tay chân tê cứng, nỗi xót xa trào lên nhận cho chìm cả thế gian. Tấm hình mẹ nhập nhòa hư thực. Dân nhớ mình từng mưu tính đầu hàng trước ngày dạt đến Bàu Bính, với cái hy vọng gặp lại mẹ trong miền Nam. Nhưng thế, có nghĩa là chàng đã có ý định bỏ mặc bà mình bơ vơ ở cái xã hẻo lánh đất Kiến Thụy này. Một niềm ân hận buốt nhói đâm vào tim Dân, mặc dầu rồi cuối cùng chàng có làm được thế đâu.

Tiếng bà Nhiều lại cất lên:

- Nhớ đi Hưng Nguyên, như lời bà cháu dặn, Dân nhé!

Dân nắm tay bà Nhiều, gật đầu, quên mất bà đã lòa chẳng thể thấy gì trong cái cõi người khốn khổ này. Đứa bé lại khóc. Bà Nhiều ra sau, ru nó:

'' Bé bé mày ngủ cho lâu
Mẹ mày đi lội đồng sâu chưa về

196

Bắt được con trắm con trê...''

Giọng bà kéo dài ra lê thê như những ngày trước mặt. Đêm hôm ấy, Dân lại nằm mơ. Cơn ác mộng chiến tranh trở lại, với tiếng hò hét ở Ngã Ba Máu. Dân quát lính '' Nằm yên, khi hết pháo sáng là quơ tay, mũ sắt thì đâm, nón cối là ta!''. Rồi Dân quơ tay, nhưng chỉ thấy tóc. Đâm hay không đâm đây? Đùi Dân bỗng đau nhói lên. Một người lớn tuổi, tay trái rũ xuống, đứng bên nhìn Dân thương xót trong tiếng kim khí lách cách.

*

Duyên ra hiên ngoài, nhìn quanh quẩn rồi cất tiếng gọi. Nghe Thành đáp, Duyên vòng ra sau vườn. Ngồi xổm, Thành cắm cúi nhổ cỏ dại, lưng quay về phía cầu ao sóng sánh nước ánh lên xanh biếc trong nắng hanh.

- Có việc gì vậy Duyên? Thành hỏi.

- Ngưng tay đã! Cầm bát nước chè đưa Thành, Duyên giọng hậm hực - em hỏi tí chuyện...

- Chuyện gì?

- Cái nhà anh Kiên là Thường vụ xã ấy mà! Anh ấy hỏi thanh nữ cả xã đang xung phong ''xây dựng'' mà em thì cứ lảng. Vậy muốn lấy lành hay lấy què?

Thành bật cười:

- Nó chớt mày đấy mà. Thế mày bảo nó sao?

- Em bảo em lấy què! Anh ấy gắn giọng hỏi, có phải anh Dân không? Em tức, em gật đầu!

197

- Cái con này, đoảng! Người ta đùa mà mày hỗng...Thế nó nghe, nó phản ứng thế nào? Thành hỏi.

- Anh ấy quầy quả bỏ đi, mặt tím lại - Duyên cười - Thật cho đáng đời, ai bảo!

Thành ngẫm nghĩ. Cả xã biết Kiên lân la với Thành là vì Duyên. Làm Kiên mất mặt, đúng là chuyện không nên. Giọng có chút lo ngại, Thành nhìn em:

- Mày nói thế, có ai nghe thấy không?

- Ờ, lúc đó có mấy đứa con gái. Chúng nó rũ ra cười! Duyên thích chí, tiếp - Có đứa còn ré lên, lấy què lấy cụt là phấn đấu đúng chính sách, đồng chí ơi!

Không nói gì thêm, Thành lắng lặng châm thuốc lá. Cụt một tay như mình, Thành có thể đi cấy, thậm chí khỏe thì chân dẫm lên cái cày tay giong trâu cũng được. Cụt chân, còn hai tay thì đan rổ, rá, nong, nia. Hoặc làm gạch. Ông bố cứ giục Thành lấy vợ. Nhưng lấy ai? Thành sợ nhất là lòng thương hại. Và nhất là sự ngu ngơ của những cô gái quê cứ hay phấn đấu để được làng xã vỗ tay hô tiên tiến. Thình lình, Duyên cất tiếng:

- Anh Thành này, em hỏi cái này nhé!

- ...

- Lấy chồng cụt chân, liệu khi đẻ con nó có bị di truyền không?

Thành đang trầm ngâm mà cũng phải phá lên cười. Thương hại em, Thành nhịn cười, bảo:

- Không! Không sợ con cái cụt chân đâu! Nếu di truyền thế, thì cái đất nước anh hùng này sẽ đẻ ra toàn là bọn tật nguyền à! Nhưng mà mày phải suy tính chứ đừng nghe chị em xui dại. Lấy chồng thương binh thì sẽ vất vả lắm đấy, chẳng trông cậy gì được nhiều đâu!

Duyên vênh mặt:

- Em thì em chẳng sợ! Cứ thuận vợ thuận chồng, tát biển đông cũng cạn!

Thành buồn bã:

- Như tao, chỉ tát cái ao sau vườn cũng khó. Thôi, đừng nói chuyện trời biển nữa!

Nhìn Duyên đi khuất, Thành ngẫm lại cách em mình đối đáp với Kiên. Có lẽ nó nói thật chăng? Từ ngày Dân về, nó lăn xăn giúp Dân, mang khoai về ủ trong bếp nhà mình. Thỉnh thoảng vét được ít tôm ít tép, nó xẻ ra một ít, kín đáo mang sang nhà Dân, nói bố em bảo chia cho anh đấy. Chắc chắn là Kiên biết. Nhưng thế rồi sẽ rách việc. Công an xã vẫn là công an. Chúng nó kiếm chuyện thì có là Dũng sĩ diệt Mỹ cũng mệt chứ chẳng chơi.

Thành đứng lên rồi đáo qua xem cửa ngõ nhà bạn. Dân đã đi Hưng Nguyên mười hôm nay, nhờ Thành trông nhà hộ. Thật là tội, Thành thầm nghĩ. Xưa nay, Dân chỉ có bà ngoại. Này bà mất rồi, Dân lủi thủi vào ra như chó vắng chủ, lắm khi trông như người bị hớp hồn. Khi ngồi nói chuyện với nhau về tương lai, Dân chỉ thở dài. Một hôm, Dân bảo:

- Khi xong cấp 3, tao chỉ muốn đi học tiếp. Nay chẳng hiểu có được không?

Thành chua xót:

- Còn tao, xung phong đi bộ đội lúc học hành chưa ra đâu với đâu. Bây giờ, chẳng nhẽ lại cắp cặp đi học lớp 8 với mấy đứa trẻ con?

- Què cụt thì phải bù trừ bằng cái đầu, mày ạ! Tạm thời, tao sẽ nhận làm cho Hợp tác xã... Ông cụ mày bảo chuyện chấm công phức tạp là phức tạp thế nào?

- Mày biết, dây mơ rễ má với cán bộ trong Ủy ban rất là đông trong xã mình. Ai cũng muốn có phần hơn, nhất là bà Chủ tịch. Gay nhất là đất Hợp tác xã, năm phần trăm chia để nông dân canh tác kiểu tư hữu. Chia đất, toàn là chia cho gia đình có liên hệ với cán bộ xã. Ruộng năm phần trăm xanh rì, trong khi đất Hợp tác xã thì lắm lúc như bỏ hoang. Đến khi thu hoạch, Hợp tác xã làm chẳng được bao nhiêu, chia công điểm cuối vụ là cả xã so bì, rối tinh lên. Mà của đáng tội, có được bao nhiêu đâu! Toàn chuyện gà què ăn quẩn cối xay thôi, nhưng nhức đầu lắm. Có lẽ tay Bí thư thấy mày chỉ có một mình, lại Đảng viên, nên cho rằng sẽ ít điều tiếng. Khi tao làm, thì dân xã đổ vấy cho tao là tao thiên vị chấm công nhiều cho nhà cái Tình để ve vãn lấy nó. Thế là sau vụ gặt, nó xấu hổ trốn lên Hải Phòng!

Nhìn qua song cửa nhà Dân, Thành chua chát, rớt mồng tơi thì có gì mà phải sợ trộm với cắp. Bỗng có tiếng gọi. Quay lại, Thành thấy Kiên đi tới, miệng hỏi:

200

- Anh có biết anh Dân đi đâu không?

- Biết!

- Anh ấy đi gặp ai nhỉ?

- À, đâu là một ông chú họ xa...

- Tên ông ta là gì?

Thành đáp không rõ, rồi chột dạ nhớ lại câu chuyện Duyên mới kể. Quàng tay lên vai Kiên, Thành nói giọng khẩn khoản:

- Cái Duyên em mình nó dại mồm, cứ bộc tệch bộc toạc. Vừa rồi, mình đánh cho nó một cái tát, dặn phải đi xin lỗi cậu. Nay gặp, để mình thay nó xin cậu đừng chấp!

*

Được báo, cha Tín tất tả từ ngoài đồng về nhà Chung. Nhìn qua song cửa, Tín chỉ thấy lưng một người mặc áo bộ đội, đầu gục trên cánh tay, chân duỗi ra. Tín nhẹ nhàng bước vào. Nghe tiếng ngáy, Tín rón rén bước tới. Trên một nửa khuôn mặt người nằm ngủ, râu ria đâm ra tua tủa. Mắt nhắm nghiền, anh ta thở phì phò. Tín lắng lặng ngồi đợi. Lát sau, anh ta cựa mình, tay đụng vào chiếc nạng, tiếng rơi đập vào sàn gạch khiến anh ta nhổm dậy. Tín bấy giờ mới thấy hết khuôn mặt. Một nét thân quen khiến Tín xáp lại, giọng bồi hồi:

- Có phải là Dân đấy không?

201

Nhìn Dân lúng túng gật đầu, Tín hai tay nắm lấy vai, nhìn vào tận mặt, miệng mím lại:

- Chú đây... Chú là Văn, em của cha con tên là Nguyễn Trường Võ ở Bùi Chu. Bà ngoại con có bao giờ nói cho con rõ không?

- Không! Võ thì không phải. Tên cha tôi là Phan Thượng Chính!

- Thôi, thế là đúng rồi! Võ đi làm Cách Mạng đổi tên là Chính. Còn mẹ con, tên là Huyền, phải không?

Nhìn Dân gật đầu, Tín bấy giờ ôm chầm lấy, nước mắt ròng ròng, cắn răng kìm xúc động. Buông Dân ra, Tín lùi lại nheo mắt ngắm. Bấy giờ, Dân mới nhìn Tín, ngờ ngợ như đã từng gặp. Tín nhặt chiếc nạng dưới đất, bùi ngùi:

- Con bị thương hả? Bao lâu rồi?

Dân đáp. Tín trầm ngâm, hỏi:

- Thế con đã về Kiến Thụy gặp cha con chưa?

Ngớ người ra, Dân kể từ ngày tấm bé, bà ngoại chỉ bảo cha mình đi Liên Xô rồi không về nữa. Còn khi Dân trở lại Kiến Thụy thì bà đã mất, chỉ trối lại dặn là phải tìm cha Nguyễn Trường Tín có việc quan trọng, không hiểu là việc gì. Dân nhấn mạnh:

- Tín, chứ không phải là Văn...

Tín cắt ngang:

- Xưa tên chú là Văn, sau mới đổi thành Tín. Nhưng cha con không ở Kiến Thụy thì đi đâu?

Dân đáp, có ông bác nhưng chết trước bà, chính tay bà chôn cất. Chợt hiểu ra, Dân giật bắn người, thất thanh:

- Thế thì ông bác đó là cha con rồi chứ còn ai vào đấy nữa!

Tín lặng đi, lẩm bẩm:

- Lạy chúa tôi, thế là xong... Chúa tôi cứu rỗi cho!

Ngả người vào lưng ghế, Dân cứng ra, cổ họng nghẹn lại. Nhắm mắt, Dân cố tìm lại hình ảnh ông bác. Dịp Tết ngày nào bỗng chập chờn. Chiếc tàu thủy làm bằng nhôm thả trên ao nước chạy quanh quanh. Dân hò, ra khơi nào, ra khơi. Và ông bác, lúc nào cũng trầm ngâm, nhìn mình với cặp mắt buồn rười rượi. Ồ, thì ra ông bác là cha mình. Nhưng tại sao bà lại không nói, mà bảo cha ở Liên Xô? Có phải đó là điều bà dặn là quan trọng? Dân níu lấy tay Tín, miệng hỏi dồn dập, mắt trợn lên trừng trừng. Tín gỡ tay, lẳng lặng đến quì trước bức tượng Giêsu treo trên bức tường vôi trắng ố những vết nước mưa lâu ngày chưa quét lại, miệng lẩm nhẩm cầu nguyện.

Đêm hôm đó là một đêm dài nhất đời Dân. Tín kể lại Chính, cha Dân, đã về Hưng Nguyên quí cuối năm 72, ở mươi ngày rồi ra Kiến Thụy. Khi chia tay, Chính nói với Tín rằng mình chỉ còn mong ước độc nhất là chiến tranh chấm dứt để có hy vọng gặp lại Huyền, Nhân và Dân. Viễn vọng ký kết Hiệp Định Paris tiếp cho Chính một nguồn sinh lực tưởng đã cạn kiệt sau hơn mười năm đi tù vì cái tội đã không ủng hộ đường lối giải phóng miền Nam bằng bạo lực Cách Mạng. Tín ngưng một lát sau, rồi thì thào:

- Có lẽ khi Mỹ tái oanh tạc miền Bắc, cha con đã tuyệt vọng không muốn sống nữa chăng?

Nói như nói một mình, Tín thả mắt nhìn vào khoảng không trước mặt, lẩm bẩm:

- Chắc là vậy, chắc là vậy!

Nghe Dân hỏi về cha mình, Tín kể chuyện trận đánh cướp trại lính Nam Đàn hơn bốn mươi năm trước khiến Nguyễn Trường Võ lấy tên Phan Thượng Chính, một đảng viên Tân Việt đã hy sinh. Sau, Chính theo Quốc Dân Đảng, tham gia khởi nghĩa Yên Bái, rồi trở thành đảng viên Đảng Cộng Sản Đông Dương trong nhà tù Sơn La. Thời Cách Mạng tháng Tám, Chính là một trong những cán bộ chủ chốt giành chính quyền ở Thủ Đô, sau lên Việt Bắc tiếp tục kháng chiến chống Pháp. Tín thở dài:

- Trước chiến thắng Điện Biên Phủ, bà nội bị qui địa chủ. Chú tin để cha con về cứu bà, nhưng cha con không làm được, lại suýt bị mất mạng, may mà chỉ bị đánh đến liệt một cánh tay!

- ...liệt một cánh tay!

Dân nhắc lại, kinh hoảng. Chàng nhớ lại ngày chàng bị cưa chân mà không có thuốc mê ở bệnh viện 203, gần đường 9 Nam Lào. Trong cơn đau đớn cùng cực, chàng đã thấy một người tay trái rũ xuống đứng nhìn mình thương xót. Rồi mới hôm nào ở nghĩa địa làng, cũng hình ảnh người đó thoắt hiện thoắt biến khi chàng ra thăm mộ bà ngoại.

Tín vào căn phòng bên cạnh, lát sau đi ra, tay cầm một cái phong bì. Ngồi xuống trước mặt Dân, Tín chậm rãi, giọng ngậm ngùi:

- Cha con dặn chú nếu sau có gặp con, hay gặp Nhân thì trao tận tay. Đây là tất cả những gì cha con để lại!

Hai tay, Dân đỡ lấy. Gia tài của chàng chỉ có vậy, nhưng sao một cái phong bì mà nó nặng đến độ chàng sụp người quỵ xuống. Đêm hôm ấy, Dân đọc một bức thư tuy dài nhưng vẫn chẳng đủ để đo hết nỗi cay đắng một người không mang lương tri mình ra làm trò thỏa hiệp.

*

Tiếng nổ òa ra, không khí thành sóng. Dân cố mở mắt, nghe mình gọi tên Tạ nhưng âm thanh cứ loang xa như những gợn nước. Không biết bao lâu sau, Dân choàng dậy. Nhìn lên, những hòn đá tảng. Bên cạnh là công sự, bao cát xếp chồng lên nhau che được nửa thân người. Vẫn tiếng pháo, nghe như pháo không giật 106 ly. Như vậy, mình không còn ở Ngã Ba Máu nữa rồi. Có lẽ trung đội đã lùi về Cổ Thành. '' Tạ, Tạ ơi!'' Dân lại gọi. Tiếng đại liên M-60 át đi. Rồi F-4 xẹt ngang. Lửa na-pan bốc lên đỏ rừng rực. Dân định lăn người, nhưng đau, đau không thể tả xiết. Có lẽ " bị" rồi. Dân cố, một nửa người nhói lên, mắt nổ đom đóm.

Đến lúc tỉnh dậy, người Dân trồi lên sụp xuống dập dình trong tiếng lội nước bì bõm. Ai đó bảo "Năm mươi thước nữa là đến bờ". Bờ nào? Chẳng lẽ mình đang băng sông Thạch Hãn? Đêm âm u. Chợt pháo sáng lóe trên trời cao. Dòng sông bỗng lấp lánh hàng hàng những chấm sáng. Tiếng trực thăng quạt gió. Súng nổ hàng tràng. Pháo sáng tắt. Đêm đen làm nền cho những luồng đạn đỏ tua tủa cắm xuống mặt nước. Vẫn tiếng bì bõm. Dân có cảm tưởng mình bị nhấc bổng lên. Một tiếng trong trẻo cất lên " Các đồng chí theo tôi. Từ đây đến đường 9, ta đi lối tắt". A, ôi cô giao liên. Bài hát ca ngợi người chiến sĩ đó vẳng lại, thắm thiết nhưng hùng hồn. Dân nghe thấy mình hỏi " Đi về đâu thế, đồng chí?" nhưng không ai trả lời. Lát sau, tất cả bất động. Dân mở mắt, trời hằng hà sao lấp lánh. Sao Bắc Đẩu nằm chỗ nào? Còn chùm Ngưu lang - Chức nữ đâu? Có ai đó động vào người Dân. Lại đau. Miệng Dân khô ran, hả ra nhưng không hỏi xin nước được. Tiếng ồ ồ bên tai "Anh tiêm cho thương binh này thuốc cầm máu. Xem nhịp mạch, nếu quá yếu thì tiếp một ít huyết thanh".

Trời sao lơ lửng trôi theo nhịp cáng cứu thương. Đi, cứ đi. Suốt đêm. Dân khi tỉnh, khi mê. "Sống mà về được thì tìm em ở Ý Yên nhé", tiếng Thắm văng vẳng. Khỏi phải nói, anh không về Ý Yên thì về đâu, hả Thắm. Anh sẽ sống, không như Sơn ở Bầu Bính. Em sẽ sống, không như Giang ở Bàu Bính. Và anh sẽ đi tìm

những cánh bướm đẹp nhất xuyên con đường xẻ dọc
Trường Sơn. Nhất là, anh hứa, anh sẽ tìm ra loài bướm
cánh đen trên có một trái tim màu đỏ. Chính Ủy đơn vị
có kiểm điểm cũng mặc. Chưa yêu thì khoan yêu. Giời
ơi, khoan thế nào, hả Thắm.

Sáng ra, Dân có cảm tưởng mỗi lúc lên một cao.
Trong đoàn tải thương, một người nói ''...bên kia là
Trường Sơn Tây, sẽ giao ban với một đơn vị mới''.
Thương binh nay phải buộc cho thật chắc vào cáng
đang di chuyển trên những dốc đá tai mèo. Đội cáng
thương nay là những cô gái người dân tộc. Chân trần,
họ vẫn bước băng băng, hồn nhiên cười cứ như chiến
tranh dưới kia không liên quan gì đến họ. Đoạn đường
khó nhất là khi leo lên đỉnh núi. Dân mở mắt. Thân gần
như dựng đứng. Dân nhìn, ở dưới kia, ôi chao, cây
xanh và vực sâu. Chỉ một cái trượt chân, hỡi hai cô gái
cáng thương, là cả ba chúng ta sẽ hiến mình cho thần
chết. Dân nhắm mắt lại. Thôi, nhìn làm chi. Vực đủ
rộng và sâu để chôn những người hụt bước vì quên cái
chết tinh quái rình mò. Cứ thế leo trên lưng tử thần.
Leo, leo, chân bám chặt vào đất, mắt ngẩng nhìn lên
cho đỡ chóng mặt. Đến quá trưa, đoàn lên đến đỉnh.
Bên kia là lãnh thổ Lào, yên ổn hơn nhưng vẫn bị bom
và không kích, nhất là ở những tụ điểm có kho vật liệu.
Nghỉ được hơn một tiếng.Viên bác sĩ giọng ồ ồ đến
cạnh Dân, tay bắt mạnh, mắt nhìn đồng hồ. Lát sau,
thêm một y tá trợ y. Lại tiêm. Thuốc tê. Thuốc cầm
máu.Và tiếp huyết thanh. Dân định hỏi, nhưng không
mở miệng được. Dân vẫn chưa biết đích xác phần cơ
thể nào của mình bị thương.

Lên đường. Lệnh phát ra, đoàn cứu thương tục tục sửa soạn. Lần này, xuống dốc Tây Trường Sơn. Eo ôi, xuống dốc mới khổ. Người cáng thương đi trước phải ngả lưng về phía sau ghìm, trong khi người đi sau co người kéo ngược cáng lên, chân vẫn từng bước bám vào con đường đá nhọn tua tủa. Bụng Dân thót lại. Như một phản ứng tự động, Dân khẽ xoay người. Cô gái người dân tộc đi trước trọ trẹ kêu " Đừng! Nhắm mắt lại anh chiến sĩ!''. Các cô đã quen công việc tải thương, bình tĩnh tiếp tục xuống những con dốc định mệnh, miệng vẫn cười tươi tắn. Xuống hết con dốc gần như thẳng đứng mất ba giờ. Ở dưới, một đội tải thương khác tiếp tục công việc. Vị bác sĩ phân loại thương binh, trường hợp cấp cứu có xe trở đi. Dân lên xe, và nửa đêm thì đến được một bệnh viện nằm trong rừng. Từ đó, Dân hôn mê. Khi tỉnh lại, Dân có cảm tưởng hàng nghìn con kiến lửa đốt lục phủ ngũ tạng. Dân nghe loáng thoáng ''Nhiễm độc mất rồi!''. Một bác sĩ đeo kính vạch mắt Dân ra chiếu đèn pin vào. Ông ta quay lại nói với trợ y ''Phải mổ ngay. Sửa soạn tiếp máu!''. Dân lại thiếp đi. Chàng lơ mơ, nghe mình gọi tên Thắm. Ai đó đến cạnh, mắt nhìn chàng thương xót. Chàng không rõ mặt nhưng người có một cánh tay rũ xuống, chỉ nhắc đi nhắc lại ''Phải sống! Nhất định sống! ''. Rồi trời ơi, chưa bao giờ có một nỗi đau ghê gớm đến thế. Mắt chàng nổ hàng vạn con đom đóm đỏ. Còn đầu, nó như vỡ ra rồi văng lên như cát bay túa lên từ mặt đất bị bom xới lên. Người đàn ông có một cánh tay rũ xuống vẫn đứng đó.

*

Dân vùng dậy, quơ tay kêu "Cứu tôi với!", đụng vào ai đó đang nắm lay chàng. Tín kéo cho Dân ngồi lên, giọng thân ái:

- Con nằm mê đấy! Gớm, mê gì mà cứ hét lên như vậy?

Đưa tay xoa mặt cho tỉnh, Dân nhìn ra. Bấy giờ, Dân thấy Tín chẳng khác gì lắm với người đàn ông có cánh tay trái rũ xuống. Chàng lẳng lặng gấp bức thư cha chàng viết, bỏ vào chiếc phong bì, thẫn thờ:

- Thưa chú, lại một cơn ác mộng của lính!

Thầm nhủ có lẽ cha chàng - người đàn ông tay rũ xuống - từng có mặt trong nhưng giây phút hiểm nghèo nhất của đời mình, Dân áp phong bì vào lòng, cảm thấy bớt cô độc. Tín thủng thỉnh:

- Chú phải đi dâng lễ!

- Ngay bây giờ? Dân ngạc nhiên.

- Ừ, lễ sớm lắm, trước kẻng Hợp tác xã gọi ra đồng! Giáo dân đi lễ vì thế ít, nhưng vẫn có!

Tín và Dân sang nhà nguyện. Giáo dân, chỉ có hai đang khom người quì. Một ông cụ và một bà cụ. Cả hai lưng đã còng, đứng lên khi Tín bước vào. Dân ngừng lại ở ngưỡng cửa, không làm dấu thánh. Tín nhìn Dân, nhưng Dân lắc đầu. Tín hiểu, chỉ nói:

- Thôi... Chúng mình chắc còn thời gian và nhiều điều để nói.

Tín đưa Dân về thăm mộ phần họ Nguyễn ở thôn Bùi Chu. Chỉ vào mộ ông cố, Tín dịch nghĩa câu chữ Nho khắc bia:

Anh hùng dụng võ phi vô địa
Chiến thắng thành công tắc hữu thiên.

là kẻ anh hùng chớ sợ không đất dụng võ, nhưng thành bại ra sao thì cũng tùy Trời. Tín kể đây là hai câu ông cố Nguyễn Trường Tộ làm khi viếng mộ Hạng Võ, và nói cho Dân nghe về những bản điều trần của ông thời Tự Đức. Đến đời Đồ Cửu, Tín tiếp, nước mình thành thuộc địa, và như mọi người yêu nước, ông Đồ cũng tham gia công cuộc giành độc lập.

- Khác với cha con, ông không chấp nhận con đường bạo động đề xướng bởi Phan Bội Châu mà chủ trương theo khuynh hướng "chấn dân khí - hưng dân trí - hậu dân sinh" của Phan Chu Trinh... Còn đây là mộ bà nội. Bà con chết trong Cải Cách Ruộng Đất!

Làm dấu thánh giá, Tín hồi tưởng ngày bà đồ chết độc chỉ có một con chó bên cạnh. Thời gian đó, Chính đang trên đường về Thanh Hóa. Tín kể cho Dân nghe về Xoan, người vợ cả của Chính. Ngậm ngùi, Tín chép miệng:

- Con có một người chị, tên Bình Minh, nhưng đã hy sinh trong chiến dịch Điện Biên. Chị con chết mất xác...

Dân bàng hoàng, không ngờ gốc tích của mình lại là từ cái thôn Bùi Chu hoang vắng và những nấm mồ nằm đây. Nhưng còn một điều khiến chàng trăn trở. Mím môi, Dân hỏi:

- Chú có biết vì sao mẹ con mang Nhân đi Nam không?

- Đến cha con cũng chẳng biết. Khi cha con về đây, chú hỏi thì cha con cũng chịu...

Một niềm tủi hận Dân giấu kín trong lòng suýt bật ra thành lời hờn oán. Dân kìm lòng, quay mặt nhìn ra xa, thở dài:

- Chắc "hoàn cảnh" lắm! Mẹ con và Nhân ở Sài Gòn có lẽ yên ổn chứ không đến nỗi nào, nhưng tin tức thì con vẫn chưa hề biết!

Hai chú cháu lững thững đi về Giáp Đoài sau khi quét dọn những ngôi mộ cho sạch sẽ . Vừa bước, Tín vừa hỏi:

- Dân định thế nào? Nay Dân tính toán tương lai ra sao?

Dân nói về dự định xin đi học và kể được phổ biến chính sách Nhà Nước đặc biệt dành ưu tiên cho thương binh. Tín chặc lưỡi:

- Thế còn lý lịch? Nhất là chuyện cha con...

Kể cho Tín nghe khi về Kiến Thụy cha chàng đã cẩn thận không tiết lộ tung tích, Dân đăm chiêu:

- ...chắc xã cũng chưa xác định được vì khi chôn cha con, Ủy Ban xã đi sơ tán, lúc về thì vẫn phải đối phó với bom đạn là chính, không quan tâm gì.

- Thế cũng tạm ổn, lạy Chúa. Nhưng còn cái gốc công giáo?

Nhớ lại lúc Dân từ chối không vào dâng lễ, Tín chua xót tiếp:

- Ờ, cái gốc ấy nay cũng phai nhạt lắm rồi. Bây giờ, tôn giáo là tôn giáo mới của giai cấp vô sản, cái kiểu vô sản mất thì không mất gì mà được, là được cả thế giới, nghe hấp dẫn hơn Thiên Đàng nước Chúa nhiều! Dân có tin là thế không?

Dân lắc đầu, lẳng lặng nhìn lên trời. Mây tụ lại tạo ra đủ loại hình khối, lúc là những con thú nhe nanh múa vuốt, khi thành những con người há miệng, lưỡi lè, trợn mắt trừng trừng cắm xuống mặt đất cái nhìn hung hãn. Không! Nhìn lại thân mình, Dân chỉ thấy mất, chẳng được một chút gì dẫu Dân nay hiển nhiên là một thứ vô sản chính cống. Thế mà lạc mẹ, mất cha, đến khi xin đi nghĩa vụ để tìm đường tiến thân cũng phải biếu bà Bí thư ngày xưa cái nhẫn mẹ để lại như kỷ vật duy nhất. Rồi năm năm, lúc nào cũng phân biệt địch - ta, một bên thì hò bảo vệ tự do, bên kia hô giải phóng dân tộc, thống nhất đất nước, hỏi ai - thắng - ai với đủ thứ súng đạn ngoại bang. Dân chống mạnh chiếc nạng xuống đất, nhìn ống quần phất phơ quanh cái chân bị cụt, lại lắc đầu. Chúa ơi, nếu thực sự Người quyền năng vô biên thì tại sao trái đất này lại đầy rẫy những khổ đau như thế? Hay là Chúa tôi cũng bất lực để những kẻ tông đồ mang những huyễn vọng ra mê hoặc hòng thu vào trong tay cái quyền lực trần gian làm bằng máu và nước mắt? Dân ngừng bước. Nhìn vào mắt Tín, Dân thình lình hỏi:

- Thiên Chúa là gì? Và đã mang lại được gì cho nhân loại?

Tín ngạc nhiên, không ngờ Dân tra vấn quyết liệt đến thế. Nhỏ nhẹ, Tín đáp:

- Thiên Chúa là tình nhân ái! Điều mang lại cho mỗi con người là điều chỉ thấy được khi cái sống kề cận sự chết.

Dân nhìn chú, không giấu được ánh mắt hoài nghi. Hai người lại tiếp tục đi. Về đến Giáp Đoài, trời đã xế trưa. Nghe một giáo dân thường giúp việc cho nhà thờ đến rỉ tai, Tín bước vội vào nhà nguyện. Lưng quay về phía cửa, bà cụ lưng còng đang quì, tay lần tràng, miệng lẩm nhẩm đọc kinh. Nghe tiếng động, bà chậm rãi đứng lên, mặt thư thản, miệng nhếch lên chào. Tín lại gần rồi cúi xuống. Bà cụ thì thào, chỉ thấy Tín gật đầu. Đợi bà cụ đi ra xong, Tín bước đến cạnh Dân, giọng xúc động:

- Ông cụ chồng bà vừa ở đây sắp về nước Chúa. Dân sẽ thấy điều Thiên Chúa mang lại tận mắt...

Tín vào buồng, lát sau ra mang theo một cái bọc, ra dấu cho Dân đi theo. Tín nay mang trang phục một vị linh mục, một tay cầm Kinh Thánh, tay kia cây Thánh Giá bằng gỗ mun có nạm đồng. Bà cụ ngồi cạnh chiếc chõng, mái tóc bạc phơ tỏa sáng một góc nhà. Trên chõng, ông cụ nằm, chiếc chăn trải từ ngực xuống phủ

213

hai chân. Tín đến bên, cúi xuống. Một nỗi vui chợt lóe trên cặp mắt nửa khép nửa mở.

Tín vẩy nước thánh, chậm rãi ngồi xuống chiếc ghế để sát bên chõng. Mở cuốn kinh, Tín bắt đầu đọc. Nét mặt ông cụ hấp hối thư giãn dần. Dân không hiểu gì, để hồn mình lắng vào tiếng trầm bổng buổi rửa tội cuối cùng một đời người. Thật lạ, bà cụ bình tĩnh chứ không kêu khóc như những người đàn bà sắp mất một kẻ thân yêu. Bà cụ cũng lẩm nhẩm cầu kinh. Dân nghe loáng thoáng bà kêu Đức mẹ Maria. Tín nghiêng người, làm dấu Thánh trên khuôn mặt nhăn nheo của một trong số hiếm hoi vài giáo dân còn đi lễ vào lúc tinh mơ trước khi Hợp tác xã đánh kẻng.

- Nhân danh Cha, và Con, và Thánh Thần... Amen.

Dân nhìn qua vai Tín. Ông cụ nhếch cười, cái cười hạnh phúc. Bà cụ đến nắm tay ông, cũng cười, nhẹ nhàng. Tín quay sang Dân, thì thầm:

- Sống nhân ái thì khi chết, thanh thản về bên Chúa. Đức tin khi đó cứu rỗi phần hồn. Đó là điều Thiên Chúa mang lại cho con người trong giây phút trọng đại nhất của mỗi đời sống, là lúc chạm mặt với hư vô, lênh đênh vào cõi không ai biết, không ai hay!

*

Tiếng lộc cộc trên con đường làng khiến bụng Duyên thắt lại. Không nói không rằng, Duyên tung cửa chạy ra đồng tìm Thành, miệng reo, anh Dân về rồi. Vắng Dân cả tháng, Duyên khám phá ra là mình thấp thỏm chờ đợi một điều gì chính nàng cũng không biết chắc. Rửa hai bàn chân đầy bùn, Thành xỏ đôi dép Bình-Trị-Thiên, tất tả đi về. Xồng xộc đẩy cửa vào nhà Dân, Thành gọi thì Dân ở sau vườn bước lên.

- Chuyện làng xã có gì mới không? Dân hỏi.

- Cũng vẫn vầy vậy! Trừ một chuyện...

-???

- Từ từ, rồi tao sẽ kể! Tối nay qua nhà tao ăn cơm. Ông cụ nhà tao cứ nhắc mày. À, anh Cự xưa ở đơn vị mày đã về Nghi Dương, ghé đây hỏi thăm mày!

Dân nhớ ngày mình được kết nạp và thành Trung Đội trưởng. Không có Cự là người đề bạt thời đó, chắc gì Dân đã thành đảng viên hôm nay. Hình ảnh Thắm chợt ập về, như một cơn giông. Giữa tiếng mưa ngày nào, tai Dân lại văng vẳng tiếng Thắm réo lên ở Vĩnh Mốc gọi mình ngày chia tay. Xua tay để trở về thực tại, Dân hỏi Thành:

- Anh ấy nguyên lành hay cũng sứt mẻ như bọn mình?

- Nguyên lành, chỉ có cái là cứ ho sù sụ. Anh ấy bảo xưa bị sức ép của bom nên bây giờ thở có chút khó khăn!

- Thế là may, Dân thở ra. Được, tối tao qua chào ông cụ nhà mày!

Dân vào nhà lấy quần áo rồi ra sau vườn múc nước trong chum tắm giặt. Sạch sẽ, Dân đi ra nghĩa địa tìm mộ cha. Nơi mộ phần chôn người ''ngoài'' là chỗ giáp

215

với con đường dẫn qua làng bên. Trông đám gò đống, thật khó biết mộ ai. Dân vạch cỏ, và không biết vì sao chàng thụp xuống một nấm đất cỏ vàng mọc quanh, linh cảm là mộ cha. Rút bó nhang ra, chàng châm lửa, khấn cha có linh thiêng xin về chứng giám trước khi cắm vào lòng đất. Một cơn gió thốc từ trời thổi xuống thế nào khiến đầu những cây nhang đã tắt lửa chợt bùng lên cháy. Ngạc nhiên, Dân nhìn theo những làn khói mỏng nhuộm xanh không trung, hy vọng sẽ thêm một lần thấy hình bóng người có một cánh tay rũ xuống. Nhưng mắt chàng tối sầm lại, tai nghe một tiếng cười nhẹ như tiếng tơ vương vào cõi người ta thật oái oăm nhưng chẳng dễ gì dứt bỏ.

Sẩm tối, Dân sang nhà Thành. Chẳng như mọi lần, Duyên ở sau bếp. Nàng dọn cơm, không lên ngồi ăn như lệ thường, thỉnh thoảng ló mặt nhưng chẳng nhìn Dân. Cơm nước xong, ông bố Thành mới đem ra một vò rượu mới cất. Ông khề khà:

- Mẻ này khá. Cầm chén rượu đưa ngang mắt, ông ngắm nghía - sủi tăm thế này, chôn xuống ao ba tháng sau thì đầm lắm, hà hà...

Thành hỏi sao Dân đi lâu thế. Không muốn kể là mình ở lại để Tín dạy cho một số khái niệm cơ bản trong văn phạm Pháp, Dân nói lảng rồi thắc mắc:

- Có gì mà sáng mày bảo tối nay mới kể?

Nhìn ông bố, Thành im lặng. Ông nốc một ngụm rượu, ề à:

- Ờ, chuyện cái Duyên ấy mà! Anh Kiên thường vụ nhờ bà cô đến đánh tiếng mối mai, nhưng nó cứ giẫy nẩy lên. Nó lại nói nó đúng chính sách, sẽ xây dựng với một anh thương binh như Đảng vận động... Anh Kiên hận lắm, giờ chẳng đến thăm hỏi nhà này như xưa!

- Nhưng thế thì có làm sao? Dân hỏi. Chuyện vợ chồng là chuyện hệ trọng, bó buộc nhau thế nào được!

Ông bố Thành ngắt:

- Ấy nhà này thì khác. Bố mẹ đặt đâu con ngồi đấy. Từ ngày mẹ chúng nó đi, tôi gà trống nuôi con hai mươi năm nay mà tôi lại không có cái quyền gì à?

- Thế bác tính thế nào?

- Ờ ờ... tôi bảo anh Kiên là người trên Huyện, thế nào thăng quan tiến chức là cũng sẽ mang vợ đi. Nếu cái Duyên ưng, là tôi mất con gái! Tôi nói thế, vơ vào mình để nhà anh Kiên anh ấy có thù oán thì chỉ mình tôi. Già thế này, kề miệng lỗ thì có sợ gì... Thế là bắt đầu rách việc!

- Rách thế nào? Dân thắc mắc.

- Ấy... cái thời Cải Cách Ruộng Đất, nhà tôi bị qui là trung nông, rồi đánh xuống nên chỉ mất vài sào ruộng nhưng yên ổn. Nay bỗng dưng Ủy Ban gọi lên, nói là có kẻ mật báo ngày xưa tôi chôn của, ''lừa'' nhân dân qui sai thành phần, phải xét lại. Thế là công an đến bắt cuốc cả mảnh vườn đằng sau lên. Không biết thế nào, họ bảo họ bắt được một cái chum, trong đó có gì thì họ không nói, chỉ lập biên bản bắt ký vào.

217

Thành thở dài:

- Chuyện xong đã hai mươi năm rồi, nay lôi ra sinh sự thì thật là vô lý. Ngẫm lại, có lẽ chỉ vì cái Duyên mà ra!

Quay nhìn ông bố Thành, Dân hỏi:

- Thế bác có ký không?

- Không! Ông bố Thành lắc đầu - Có tận mắt thấy gì đâu mà ký. Cái nhà anh Kiên anh ấy sừng sộ, nhưng may lúc đó có cả Duyên và Thành ở nhà. Chúng nó bảo không ký kết gì và đòi khiếu nại!

- Nói thế thôi, chứ chuyện con kiến mà kiện củ khoai, khiếu với nại gì, Thành chua chát.

- Chỉ có một cách... -ông bố Thành nốc rượu, tiếp - ...là cái Duyên lấy chồng thương binh thật. Khi ván đã đóng thuyền thì chắc chẳng ai hoạnh họe gì nữa. Nhất là lấy được một anh thương binh đảng viên thì "hết ý"!

Dân bấy giờ hiểu ra. Chỗ chân bị cưa nhói lên. Thì ra Duyên tránh mặt là vì thế. Tội nghiệp con bé. Mình coi nó như em. Cái tình anh em không phải là tình trai gái. Vả lại, hình ảnh Thắm vẫn đó. Những đêm bị ác mộng hành hạ, Dân gọi tên Thắm và khơi lại hình ảnh nàng như một liều thuốc an thần. Nhắm mắt, Dân tưởng tượng Duyên nằm cạnh như một người vợ. Thế thì mình thoát những cơn ác mộng thế nào? Gọi Thắm là phản bội Duyên. Nằm với Duyên, là phản bội Thắm. Trừ phi Thắm cũng đã hy sinh! Nhưng lạy trời, đừng

bắt Thắm phải chết. '' Sống thì về Ý Yên tìm em nhé!''.
Đúng rồi, phải đi Ý Yên. Dân vỗ nhè nhẹ vào chiếc
nạng gỗ, phải đi thôi! Tự nhiên, ý nghĩ gặp Thắm làm
chàng rùng mình. Chỗ chân cụt lại nhói lên, nhắc Dân
ngày xa Thắm chàng nguyên vẹn chứ không tật
nguyền, nhưng nay chàng là một gánh nặng cho
những người kề cận.

Dân cắn răng đứng lên. Phải đi ngay, tránh cho
những người trước mặt nói thêm bất cứ một lời nào.
Dân chống nạng ra cửa. Một cặp mắt long lanh nhìn
theo Dân. Và kèm thêm một tiếng thở dài, rất nhẹ.

*

- Đất nước chúng ta còn nghèo! Ai cũng phải thắt
lưng buộc bụng! Nói xong, Bí Thư xã thỏa mãn như
vừa tìm được chân lý.

Bà Chủ tịch trách nhiệm Hợp Tác xã gắp mời ông Bí
Thư, miệng trơn như lớp mỡ bóng nhoáng trên môi,
xởi lởi:

- Đúng! Chưa thống nhất đất nước là còn cứ hy
sinh. Bây giờ nghèo cả, có ăn hơn người bên cạnh một
miếng cũng chẳng no được! Có phải không chú Dân?

Không biết từ lúc nào bà thân mật xưng chị và gọi
Dân bằng chú. Bà suỵt soạt ''Lãnh đạo xã đặt chú vào
làm cán bộ quản lý Hợp Tác xã là sáng suốt tài tình
lắm. Có việc gì cứ hỏi chị, chị ''báo cáo'' cho chú để
chú làm việc tốt. Úi dào, cứ người tốt việc ắt tốt. Ai chứ

219

chị thì chị tin chú!". Nói thế, nhưng ở cương vị chủ nhiệm, bà khéo léo lèo lái để Dân "báo cáo" chuyện phân bố công điểm thế nào cho đúng "truyền thống". Mùa gặt vừa xong, nhiều vấn đề lộ diện. Người ta đếm những lần Dân xuất hiện có bà Chủ tịch xã bên cạnh, và đoán cái phần công điểm của mình. Ông Chủ tịch sợ vợ, chuyện gì cũng giả cười hềnh hệch. Ông Bí Thư chân trước chân sau chỉ chực về Huyện. Đồng chí Kiên thường vụ không khác mấy, nhưng vì ôm mối hận với cái Duyên, tuyên bố nhất định lấy vợ ở đâu thì lấy chứ không lấy gái "nhà quê". Không lấy, nhưng lại lăng nhăng. Những cô gái đi thanh niên xung phong trở về xã chẳng được như bộ đội phục viên. Không chỉ tay không, họ oằn lưng đèo gánh nặng của thứ thành kiến làng xã hẹp hòi, cho họ là những kẻ đã chung chạ ăn nằm với lính tráng. Trả công cho những phụ nữ đi xẻ đường, lấp hố, tải thương và hàng trăm thứ việc linh tinh đếm không hết là sự khinh miệt xa lánh của đồng hương. Một chị uất lên, treo cổ cạnh miếu thổ thần, để một mảnh giấy tuyệt mệnh trên viết " Nguyền cho dân chúng mày ở xã này ăn không nên, làm không ra, chẳng bao giờ ngước mặt lên được". Ít lâu sau, một số bỏ lên Hòa Bình vào trại trồng cam của thanh niên xung phong. Số ở lại làng cắn răng nhẫn nhục, vì họ đều có cha mẹ già không có ai là người nương tựa. Làm như thông cảm, Kiên đưa các chị này vào đội dân quân tự vệ, điều kiện là chính mình có được sự thông cảm tương xứng, chân tình, và kín đáo của các chị.

Bà Chủ tịch rót rượu cho Dân, giọng hể hả:

- Thật chịu chú! Định theo gương Bác nhất định không lấy vợ phải không? Ấy, đứa con gái nào xã mình cuỗm được chú làm chồng là hồng phúc cho nó. Không trai gái điều tiếng, chú lúc nào cũng chấp hành nghiêm chỉnh. Chí công vô tư như chú thì quả là Đảng viên cán bộ điển hình... Dạo này cái Duyên thế nào?

Kiên giả vờ quay mặt đi không nghe. Phần Dân, chàng biết bà đang dùng một phát súng bắn hai con chim. Không trai gái là bắn Kiên. Còn chí công vô tư, bà nhắm đến việc Dân đi hỏi từng hộ trong xã về những khúc mắc và nguyện vọng của xã viên, bỏ ngoài tai lời khuyên của bà là chuyện chia công điểm cứ việc lật sổ năm ngoái ra xem, trước sao sau vậy. Dân biết bà muốn đưa mình và Kiên vào thế kình địch, nhẹ nhàng đáp:

- Lâu nay tôi bận công tác, rất ít qua nhà anh Thành, chẳng biết gia đình anh ấy thế nào! Nhìn Bí Thư xã, Dân khẩn khoản nhắc - với lại, lãnh đạo xã biết là tôi đã xin đi học lại. Công tác ở xã với tôi chỉ tạm thời, lúc nào tham gia được là tích cực góp tay vào việc tập thể, trong khi chờ quyết định ở trên Huyện!

Kiên bĩu môi. Ông Bí Thư chưa đáp thì bà Quyên hớt ngay:

- Chú có trình độ, đi học là đúng quá, phải công tác ở cấp tỉnh, cấp huyện mới xứng đáng. Tạm thời, bà cười cợt, ở xã thì cứ được lòng mọi người là "tối ưu" đấy.

Dân cười, cố giấu vẻ bực dọc. Đến từng hộ về việc chia công điểm đã gây ra tiếng xì xào rằng Dân đang vận động quần chúng "chống" lại lãnh đạo, thậm chí đi "ngược" lại đường lối của Đảng. Ông Chủ Tịch nhắc khéo Dân, ý bảo muốn chuyện đi học suôn sẻ, hãy tránh mọi việc có thể gây ra "ngộ nhận". Và khi Dân phân trần với ông Bí Thư, ông ta giả lả "Chuyện gì thì cũng từ từ giải quyết trong tinh thần đoàn kết và liên đới trách nhiệm". Không thấy Dân uống, bà Chủ tịch giục, nâng ly lên nào. Dân gượng gạo nốc một hơi, hy vọng chặn cơn buồn nôn đang trào lên cổ họng.

*

Về đến nhà, Dân vừa đẩy cửa thì nghe thấy tiếng thút thít. Trong bóng đêm, ai đó ngồi cuối thềm, tay bưng lấy mặt. Dân nhận ra Duyên. Đến cạnh, Dân bỏ cây nạng, lẳng lặng ngồi xuống.

- Có chuyện gì thế Duyên? Dân nhẹ giọng.

- ...

Trăng lưỡi liềm lên gần đỉnh ngọn tre phất phơ gió. Xung quanh, tiếng côn trùng rỉ rả. Ếch trong ao sau vườn thỉnh thoảng ồm ộp kêu. Đom đóm hàng đàn bay trên mặt ao, ánh sáng lấp lóe chiếu hàng cây ven bờ nghiêng như chực ngã xuống nước. Dân lại nhắc:

- Làm sao lại khóc hở Duyên?

Không nhịn được, tiếng thút thít vỡ òa nức nở. Lát sau, Duyên ậm ực:

- Nhục lắm rồi... từ đầu thôn đến cuối thôn, người ta bảo...

- Bảo gì?

- ...bảo em phải lòng trai, nhưng có quì xuống mà xin "người ta" cũng chẳng đoái hoài!

Dân im lặng, lòng đau thắt. Định nói về Thắm, nhưng Dân ghìm lại, chỉ thì thào:

- Duyên ạ! Người lấy được em là người có phúc....Anh nói thật, em xinh đẹp, lại tốt bụng, thẳng thắn. Cả xã mới có được một như thế!

- Vậy, tại sao "người ta" hắt hủi em?

- Hắt hủi thì không! Dân nghẹn giọng - Liệu anh có được quí mến em bằng cái tình anh em như xưa không? Chắc em hiểu tình vợ chồng khác! Vả lại, què cụt như anh, làm sao em hạnh phúc được!

Duyên khóc nức lên, tay cào vào mặt. Giằng tay Duyên lại, Dân cắn răng thì thào:

- Với lại, từ ngày bị thương anh chẳng chắc anh có làm được một người đàn ông không! Em hiểu chứ!

Nghe đến đó, Duyên rú khẽ rồi ôm choàng lấy Dân, mặt áp vào vai, cứ thế khóc.

- Giời ơi! Duyên thầm kêu, thì ra thế ư?

Cắn răng, Duyên thì thào: " Dẫu gì thì em cũng chịu được mà!" nhưng Dân im lặng thở dài. Không biết bao lâu sau, Duyên đứng lên, tức tưởi:

- Thôi, em đi!

Dân nhìn theo bóng Duyên khuất vào bóng đêm xanh mướt ánh trăng ma quái, thẫn thờ chống tay nhổm dậy.

Rạng sáng hôm sau, Thành hớt hải gọi Dân. Ra cửa, Dân nghe Thành nói:

- Cái Duyên nó đi mất từ tối hôm qua rồi!

*

Giằng co mãi giữa một bên là đặc lợi những người được Ủy Ban xã bao che, bên kia là sự ta thán của xã viên ấm ức bất bình, cuối cùng thì Dân cũng phải làm cho xong việc chia công điểm của Hợp Tác xã. Dân lẩm nhẩm ''Đúng là làm dâu trăm họ'' khi đưa hồ sơ lên cho Bí Thư, Chủ Tịch, Thường Vụ và chủ nhiệm Hợp Tác xã duyệt xét. Ông Bí Thư cười cười: '' Có khó mới giao cho đồng chí chứ!'' nhưng mặt xám ngoét lại khi Kiên vội vã chạy vào báo là đám bộ đội phục viên đòi gặp lãnh đạo. Kiên bực bội thốt: '' Lại cái máu ''công thần'' vây vo đây!''. Ông Chủ Tịch góp lời '' Hay nhất là ta yêu cầu họ bầu ra một hay hai đại diện, sáng mai Ủy Ban mời vào để lắng nghe! ''. Nhìn mọi người gật đầu, Kiên tất tả đi ra, môi gắn một nụ cười giả tạo. Mươi phút sau, Kiên vào báo:

- Chúng nó không chịu, đòi gặp lãnh đạo xã ngay. Để tôi gọi công an tự vệ đã rồi các đồng chí hẵng ra!

Rách việc! Bí Thư vừa lắc vừa nói. Nhìn Dân, ông ta hạ giọng:

- Đồng chí là cấp Úy, lại đảng viên có uy tín. Chúng tôi tin tưởng có đồng chí là "thông", không ngờ thế này! Hay đồng chí ra trước xem sao?

Dân bận môi, đăm chiêu. Đúng như lời ông bố Thành, Ủy Ban hy vọng Dân là người có thể thỏa hiệp được với những gia đình đã bất bình từ vụ mùa năm ngoái. Họ có con có cháu là bộ đội phục viên mới hồi hương, nghĩ rằng ở thế có cơ giật lại quyền lợi mà đám Ủy viên xã đã giành cho những người thân thích của họ. Nhìn Bí Thư, Dân nghiêm giọng:

- Tôi ra, nhưng chẳng chắc gì cả!

Bên ngoài, lố nhố vài ba chục người, lành có, cụt có. Thấy Dân, họ nhao nhao hỏi:

- Bí Thư với Chủ Tịch đâu?

Bội đội phục viên phần đông là những kẻ đồng lứa với Dân, xưa cùng đi học, đánh đinh đánh đáo, nên quan hệ cũng có khác. Dân chống nạng đi xuống tam cấp, tiếng lộc cộc còn vang lên thì ở đâu đám công an và tự vệ đã quây lại. Xưa là trinh sát, thằng Sự vốn chẳng sợ trời sợ đất gì, hùng hổ:

- Bây giờ xã định mang lực lượng ra đàn áp dân hả?

Phanh áo vạch ngực ra, Sự quát:

- Chúng mày có giỏi thì cứ bắn vào chiến sĩ đi B để cho chúng mày yên thân nằm gí ở hậu phương đi! Cha tiên nhân quân ăn cháo đá bát. Tao hy sinh để rồi chúng mày nhảy lên đầu lên cổ tao hả?

225

Sự hầm hầm đi về phía Kiên. Tay này lùi ra sau trong khi Dân vội vã chống nạng xen vào giữa, giọng nghiêm nghị:

- Anh em, bình tĩnh! Chuyện đâu còn đó, không được làm bậy!

Sự lừ đừ quắc mắt nhìn Kiên, rồi quay sang Dân, gầm gừ:

-Anh cũng vào phe chúng nó à?

Lắc đầu, Dân xuống giọng:

- Cán bộ ở vị trí nào cũng là đầy tớ của nhân dân...

Không ngờ, cả đám người lố nhố nghe rồi phá lên cười. Dân ngượng, nhưng không khí đang căng lắng xuống được chút ít. Khi đó, Bí Thư và Chủ Tịch xã đều bước ra. Đồng chí Bí Thư đề nghị anh em phục viên cử đại diện, nói:

- "Trao đổi" như thế cho có chất lượng và đúng nguyên tắc tập trung dân chủ!

Thêm một lần, đám phục viên lại phá lên cười. Một người lớn tiếng:

- Và đúng cả nguyên tắc nói với cái đầu gối!

Lần này, có kẻ bò ra, cười lấy cười để, cười ra nước mắt. Khi ngơi tiếng, Thành bước lên một bước, giọng quyết liệt:

- Chúng tôi đưa chuyện công điểm của Hợp Tác xã lên lãnh đạo Huyện. Và đồng thời, xin trên giải quyết những oan ức khác.

226

Có tiếng hô:

- Nơi nào có áp bức, nơi ấy có đấu tranh. Hồ Chủ Tịch muôn năm!

*

Tiếng gọi cất lên giữa trưa. Chồm dậy, Dân nhìn qua song cửa. Người lạ khom mình loay hoay dựng chiếc xe đạp Phượng Hoàng vào dậu, mặt khuất sau chiếc nón cối sùm sụp che nửa mặt. Giụi cặp mắt còn ngái ngủ, Dân chờ anh ta ngửng lên. Nhổm người, Dân cất tiếng reo "A, anh Cự!", vội vàng chống tay ngồi dậy. Chống nạng ra đến cửa thì Cự vừa vào. Nhìn xuống chân Dân, Cự nói, giọng bùi ngùi:

- Cậu bị thương tôi có được báo. Nhưng không biết là phải... cưa chân.

- Ôi chao, chuyện đã rồi! Sống được là còn may. Anh vào đã!

Cự giúp Dân đun ấm nước. Nhìn Cự có già đi nhưng Dân vẫn nhận ra, nhất là giọng nói. Dân vui vẻ:

- Tôi biết anh có ghé thăm nhưng không gặp. Còn tôi, chân thế này có muốn qua Nghi Dương với anh cũng khó...

- Cậu có qua, cũng chẳng gặp mình, vì sau đó mình đi ngay lên Hòa Bình. Và mới về được nửa tháng, rồi bù lên đủ chuyện.

- ...

- Chuyện riêng tư ấy mà. Báo với cậu là mình sắp lấy vợ!

- Mừng cho anh. Chắc là chị ở làng chờ anh từ khi đi B?

Cự cười:

- Không! Mình gặp Xuân ở mặt trận đường số 9 giáp Khe Sanh, trước khi về đại đội có cậu. Sau chiến dịch Quảng Trị, mình bặt tin Xuân. Trở về, mình mới biết Xuân bị thương, điều trị xong thì về Phúc Xá. Mình đến Phúc Xá, Xuân lại lên Hòa Bình. Đấy, chuyến đi Hòa Bình là vì vậy!

- Thôi, thế là trời có mắt. Tối nay, mình uống với nhau một chén rượu mừng!

Cự ngắt, mắt hóm hỉnh:

- Còn cậu? Lần mình ghé đây gặp Thành, nghe nói hình như Duyên, cô em Thành, ''tích cực'' với cậu lắm mà!

Cười buồn, Dân thở dài:

- Không xong đâu! Duyên nó còn bé, biết gì...

- Còn bé? Ở cái tuổi bẻ sừng trâu mà cậu bảo còn bé... Hay là vì chuyện cậu xin đi học trên đại học, cậu ngại đèo bồng vợ con thì sẽ cản trở?

- Không, không phải thế... Nhưng sao anh biết tôi xin đi học?

- Thì mình ghé Ủy Ban Hành chính Huyện, anh Cần phụ trách thương binh-xã hội có nhắc chuyện này. Anh ấy cho biết Huyện đã đồng ý, chỉ còn đợi ý kiến của xã nữa là xong. Ủy Ban xã có trao đổi với cậu chưa?

Dân thót bụng, không đáp nhưng hỏi lại:

- Trên Huyện họ đồng ý bao giờ?

- Chắc cũng hai ba tháng rồi, trước ngày mình lên Hòa Bình...

Một cơn giận ùa đến. Máu bốc lên mặt, Dân cố dằn lòng, giữ vẻ thản nhiên. Cự ôn tồn khuyên:

- Lấy vợ cho nó yên thân, còn việc học thì cứ đi học. Cậu biết, có an cư thì mới lập nghiệp được. Nghe chuyện Duyên có ý xây dựng với cậu, tôi đã mừng...

Dân giơ tay chặn lời Cự, nói nhanh:

- Nhưng Duyên không còn ở xã nữa!

Cự điếng người, nhìn Dân, ánh mắt dọ hỏi. Dân kể cho Cự nghe buổi tối hôm Duyên bỏ nhà ra đi. Bàng hoàng, Cự nhỏ giọng hỏi:

- Cậu bị " hỏng" cả... cái ấy nữa à?

- Tôi nói thế thôi chứ lý do là tôi không quên được Thắm. Và chẳng muốn lường gạt tình cảm của Duyên!

- Thắm... À cái cô cấp dưỡng ở Vĩnh Mốc phải không?

Dân gật đầu. Cự im lặng nhìn Dân. Hai người không nói gì, cùng lảng nhìn ra ngoài. Một lúc sau, Cự hỏi mới biết đến nay Dân vẫn chưa có tin tức gì của Thắm. Nay nàng sống hay chết? Nguyên vẹn hay tật nguyền? Cự ngẫm trường hợp mình với Xuân. Hiểu nỗi sợ của kẻ đi tìm mà chẳng biết người mình yêu nay ra sao, Cự nhỏ nhẹ:

- Giá nào thì cậu cũng phải tìm Thắm. Rồi ra sao thì ra... Chứ cứ vật vờ thế này, làm sao yên cho được!

Nhìn xuống cái chân cưa quá gối, Dân cắn răng không nói, tay vỗ nhè nhẹ vào cây nạng để bên, nói với Cự như hỏi chính mình:

- Một người đàn bà có thể hạnh phúc với một kẻ què cụt à!

Cự ngẫm nghĩ, cười một tiếng rồi đáp:

- Xuân bị mảnh đạn đánh vào khớp chân. Và tôi, tôi nghĩ tôi có thể hạnh phúc với Xuân dẫu Xuân tật nguyền, Dân ạ!

*

Hai Ủy viên của Huyện xuống xã làm việc để tìm phương án giải quyết vụ việc tranh chấp giữa đám bộ đội phục viên và gia đình của họ với chính quyền cấp xã. Đồng chí Trưởng phòng kinh tế Huyện đòi ông Chủ Tịch Ủy Ban xã và chủ nhiệm Hợp Tác xã trình hồ sơ về việc chấm công, giật mình khi Dân báo cáo:

- Có hai bản hồ sơ. Bản đồng chí đang xem là bản do đồng chí chủ nhiệm Hợp Tác xã đề xuất. Bản tôi đưa trình lên Ủy Ban xã là bản này...

Cầm văn bản Dân chìa ra, Trưởng phòng kinh tế hỏi:

- Có khác nhau nhiều không?

Bà Chủ tịch cười xuề xòa:

- Bản Ủy Ban xã đề xuất dựa trên cơ sở bản của đồng chí Dân, khác thì có, nhưng nhiều thì không! Đồng chí Dân mới công tác nên chưa rõ " truyền thống " xã chúng tôi. Khác là ở chỗ ấy!

Đưa mắt nhìn, Trưởng phòng kinh tế có ý đợi Dân cho ý kiến. Ngẫm nghĩ, Dân chậm rãi giải thích từng điểm, từ việc chấm công không được nông dân đồng tình cho đến thuế nặng, nghĩa vụ cao vì thổi phồng thành tích khiến trên thực tế, tổng số công chia cho xã bị trừ giảm đến hai mươi phần trăm. Dân nhấn mạnh chính vì nông dân làm nhiều ăn ít nên mới lãng công, tranh thủ thời giờ làm kinh tế "gia đình", và chín mươi nhăm phần trăm đất hợp tác xã là đất canh tác kém cả lượng lẫn chất. Dân kết luận:

- Thưa đồng chí, tóm lại khó khăn vì ruỗng ra...

Trưởng phòng kinh tế ngắt, giọng nghiêm khắc:

- Đồng chí bảo ruỗng... ruỗng gì?

Dân trầm giọng, nói từng tiếng:

- Đầu tiên là ruỗng niềm tin vào sự công bằng xã hội. Rồi sau, ai cũng lo riêng thân mình, phó mặc sản xuất tập thể, chạy chọt kiếm ăn bằng đủ hình thức từ làm bún, đắp than, làm gạch, nuôi gà vịt mang bán chợ Huyện. Thế, chỉ có đói... Đói, là ruỗng ruột! Như xác kén mùa khô!

231

Bà Chủ Tịch, chủ nhiệm Hợp Tác xã, giọng chua ngoa chen vào:

- Đồng chí nó thế là nói xấu chế độ, không được!

Dân nóng mắt, nhìn lên, gằn:

- Lính chúng tôi suýt bỏ mạng trên chiến trường, được Đảng giáo dục là đi chiến đấu chẳng phải chỉ giải phóng dân tộc, thống nhất đất nước mà còn nhắm xây dựng một xã hội công bằng, không có chuyện người bóc lột người. Cho nên biết có ruỗng thì mới sửa được! Nguyên tắc là phê, và tự phê. Cứ mỗi lần phê mà bị chụp cái mũ nói xấu cả chế độ thì còn ai dám mở miệng nữa!

Trưởng phòng kinh tế thấy găng, đứng dậy. Ủy viên thứ hai của Huyện phái xuống là Cần, người trách nhiệm công tác thương binh - xã hội. Gặp Thành, Sự và cả đám phục viên bất mãn, Cần hiểu là Dân ngấm ngầm ủng hộ họ. Khi Dân đi tìm hiểu nguyện vọng của xã viên, Thường Vụ xã báo cáo đó là một hình thức vận động quần chúng chống lãnh đạo. Dẫu biết ngành công an là một ngành nhìn đâu cũng thấy kẻ thù, nhưng báo cáo đó đặt ra những nghi vấn. Cần đề nghị trao đổi với Dân. Nghe Dân trình bày xong những vướng mắc với lãnh đạo xã, Cần ôn tồn:

- Bộ đội chúng mình với nhau, tớ nói thật. Tại sao cậu đã được chấp thuận nguyện vọng đi học mà lại dính vào những chuyện rách việc thế này?

- Anh Cự có cho tôi biết, bảo là Huyện còn chờ ý kiến cơ sở xã về chuyện này...

Cần ngắt lời Dân, giọng bực bội:

- Thế nhưng "người ta" báo về công an Huyện bảo cậu đang lũng đoạn chính sách để làm áp lực lên chính quyền cơ sở thì chúng tôi trên Huyện làm gì được? Thời thế này, thằng dại chết, thằng khôn cũng chết! Chỉ thằng nào biết sống thì sống! Nói thật cho cậu nắm, với tình hình hiện nay, cậu ở lại xã này sẽ chẳng xong đâu. "Họ" rồi moi móc đủ chuyện cho mà xem!

Chia tay, Cần khuyên:

- Dân ạ! Phải thỏa hiệp, thậm chí nhượng bộ. Tôi sẽ điều đình!

Cán bộ lãnh đạo Huyện và xã họp kín với nhau. Bàn bạc thế nào mà tối mịt thì Cần đến gõ cửa nhà Dân. Phương hướng giải quyết: dỗ ăn một số để chia rẽ lực lượng đối kháng, đồng thời đàn áp đám đầu đàn nhằm dập tan những mầm mống biến động trong tương lai. Dỗ ăn, cho không một số công điểm cho những gia đình có bộ đội phục viên nhưng chưa công ăn việc làm ổn định. Đàn áp, dĩ nhiên Dân là đối tượng đầu. Cần nói:

- Đề nghị anh viết một bản kiểm thảo nội bộ cho chi bộ Đảng, tự phê đến nơi đến chốn, ít nhất là nhận có những sơ hở có tính « hành chính » vì thiếu kinh nghiệm nên gây ra tình trạng dao động trong xã viên. Thứ đến, anh xin thôi công tác để đi học như đã đề đạt từ trước. Cuối cùng, cần có "biện pháp" với một đối tượng "điển hình". Đối tượng đó kích động, xúi giục quần chúng, thông tin sai lệch khiến anh "mất lập trường". Có thế, mọi việc sẽ được giải quyết thông suốt...

Dân hỏi:

- Đối tượng điển hình là ai?

- Anh Thành, Cần trả lời.

Ngẫm nghĩ một lát, Dân kể lại cái việc Duyên và Kiên, biết Kiên muốn trả thù vì mất mặt trong xã. Cần thở ra, lắc đầu rồi dặn:

- Đêm nay viết bản kiểm thảo. Nếu mọi chuyện tốt đẹp, tôi sẽ mang tay báo cáo của xã về nguyện vọng tiếp tục đi học của anh. Đến trưa, chúng tôi phải quay về Huyện, cố làm cho nhanh gọn nhé!

Chia tay Cần, Dân vào chong đèn rồi giở bức thư của cha mình ra đọc lại, nước mắt ròng ròng trên má. Dân lẩm bẩm "Không thế được! Nhất định không thể thế được!". Ngồi xuống, rồi lại đứng lên, Dân lê bước đi đi lại lại, tiếng chiếc nạng gỗ lộc cộc gõ trên nền đất.

Đến sáng, Dân viết xong bản kiểm thảo, trong đó có đoạn:

" Tôi chưa đi sát thực tế, nóng vội nhìn hiện tượng mà không phân biệt với bản chất, đã nhất thời mất lòng kiên định, dao động và vì thế tạo ra dao động trong tập thể xã viên. Tôi khẳng định tôi hoàn toàn trách nhiệm, không hề bị ai kích động hay xúi dục, sẵn sàng chịu mọi kỷ luật của Đảng. Trong trường hợp này, tôi xin Đảng cho phép tôi được ngưng công tác ở

Hợp Tác xã, như một cách thể hiện khuyết điểm của tôi trước quần chúng...''.

Đưa bản kiểm thảo vào tay Cần, Dân buồn rầu:

- Tôi chỉ làm được có thế này thôi, anh Cần ạ. Dẫu sau có thế nào, tôi cũng xin cám ơn anh.

Lãnh đạo lại họp. Rất căng. Cuối cùng, đến chiều thì cán bộ Huyện mới rời xã đi về, sau khi bà chủ nhiệm Hợp Tác xã đã gói ghém ít thứ quà tặng lặt vặt bà ngọt ngào gọi là đặc sản quê em.

*

Ít lâu sau vụ gặt, xã viên lại lao vào trăm thứ việc. Cày lại đất, rồi bừa, sửa soạn gieo mạ cho mùa sau. Người đông, hợp tác xã quyết định thôi không xin Huyện đưa máy cày, máy kéo đến làm thay người để khỏi phải trả chi phí qui ra thóc. Nhằm xoa dịu một số bất bình, Huyện giảm nghĩa vụ cho xã, tuyên dương đồng chí Chủ Nhiệm Hợp Tác xã đã ứng xử linh động phục vụ xã viên, và đồng ý ngưng công tác để đáp ứng nguyện vọng được tiếp tục đi học của Dân.

Ngày tháng như dài ra. Dân nay bỏ thời giờ học tiếng Pháp. Một tháng ở cạnh Tín, Dân đã cố nắm văn phạm cơ bản. Khi chia tay, quà Tín tặng là một cuốn từ điển Pháp - Việt, một cuốn sách tựa là '' Les Misérables'' của Victor Hugo và bản dịch đã mất bìa tên '' Những người khốn khổ''. Tín dặn, cứ đọc nguyên bản và khi không hiểu, tra bản dịch. Trong khi chờ đợi tin nhập học, Dân hay sang nhà bà Nhiều, mỗi lần ở một hai ngày rồi mới về. Liên hệ với Thành không còn như thuở Duyên chưa bỏ nhà ra đi. Khi gặp nhau, Dân có cảm tưởng phạm một thứ tội lỗi mà không sao chuộc lại được. Đối với xã viên, Dân tránh. Có những người thông cảm với Dân. Nhưng cũng có nhiều kẻ không. Sự hùng hổ: " Thế là vì chuyện đi học mà mày thỏa hiệp với bọn cường hào ác bá mới! ". Dân ngỡ ngàng khi Sự thay đổi cách xưng hô, không gọi mình là anh như trước. Rồi Sự bô bô: "Ai chứ thằng Sự này thì sẽ đấu tranh để có một xã hội công bằng, mỗi người cho mọi người, mọi người cho mỗi người! ". Cũng vì bạo mồm nên Sự chỉ có vài anh phục viên cứng cựa dám gần gũi, còn lại thì đều lảng, sợ vạ lây.

Dân quyết định đi Nghi Dương chào Cự khi biết mình được nhận vào khoa Văn ở trường đại học Tổng Hợp Hà Nội. Sáng bảnh mắt, Dân đã lên đường. Đến xế chiều, Dân mới vào được nhà Cự, mồ hôi nhễ nhại, chiếc chân lành còn lại mỏi nhừ. Cự hỏi:

- Đi mệt lắm hả?

- Nó thì không! Dân vỗ vào chiếc nạng, giọng vui vẻ.

Cự mừng cho Dân có dịp thực hiện một ước mơ, chỉ thắc mắc:

- Sao lại chọn Văn! Thời đại chúng ta là thời đại kỹ thuật khoa học cơ mà!

- Thì anh biết, lính chúng mình kè kè với những thứ kỹ thuật giết người nên giờ tôi sợ kỹ thuật lắm...

- Làm gì với kỹ thuật là chuyện con người! Cự ngắt.

- Vâng! Chuyện làm gì của con người thì khoa Văn đóng góp được! Ngập ngừng, Dân tiếp - Vả lại, ý tôi là xin vào Sư Phạm với ước nguyện học xong thì xin đi dạy Văn cấp 2. Nhưng Hà Nội bảo Sư Phạm hết chỗ, xếp tôi học ở Tổng Hợp! Hôm nay, có dịp xin anh kể thêm về chị Xuân. Tôi sợ vẫn chưa đủ can đảm đi tìm Thắm!

Kể sơ cho Dân nghe mình gặp và yêu Xuân trong hoàn cảnh nào, Cự bảo từ khi vào Vĩnh Mốc sửa soạn trận Quảng Trị thì bặt tin. Sau Hiệp Định Paris, Cự dò hỏi, biết Xuân bị thương và có thể đã hồi hương. Tìm đến Phúc Xá ven sông Hồng dịp trước Tết, Cự gặp chị của Xuân. Chị bảo " Em nó nhắn có anh Cự đến tìm thì bảo lên Nông Trường 3 Hòa Bình, hỏi thì hỏi Xuân « quê »". Cự lặn lội đi ngay, hiểu chữ « quê » đệm vào tên là Xuân cố ý báo cho mình biết trước, tìm hay không tùy mình. Đến Nông Trường, Cự báo tên, xin gặp. Xuân không ra, viết " Anh đã nghĩ kỹ chưa?". Cự đáp " Rất kỹ, anh đợi ". Nửa ngày sau thì Xuân xuất hiện, Xuân nghẹn ngào "Ở Nông Trường này ngoài đám thanh niên xung phong chúng em, thấy bóng là chỉ bóng những con khỉ. Không ai còn mơ ước được một người đàn ông vào thăm, anh đến đúng là phép lạ! ".

Dân thở ra, ngậm ngùi:

- Chị Xuân đi, sợ gặp anh rồi bị hất hủi. Anh đi tìm chị, dễ hơn nhiều! Còn tôi, tôi ở trường hợp chị Xuân chứ không phải trường hợp anh!

Cự chép miệng:

- Nhưng Dân không thể sống với một sự hoài nghi, nhất là hoài nghi đối với một người mình yêu. Nói dại, Thắm đã hy sinh thì thôi, nhưng nếu Thắm sống, chắc chắn yêu cậu thì Thắm cũng đang chờ như Xuân đã chờ tôi. Mình không chủ động sẽ không bao giờ có cái phép lạ như cách Xuân nói, Dân ạ!

Ở chơi với Cự thêm một ngày, Dân về để sửa soạn chuyến đi Hà Nội. Buổi tối, Dân thu xếp đồ đạc. Vài quyển sách, bức thư của cha, tấm ảnh có mẹ chụp với Nhân và Dân thời thơ ấu, và tấm ảnh của cha thời thanh niên mà chú Tín còn giữ được. Ngoài ra, hai bộ quần áo, vẫn là quần áo bộ đội. Và bốn mươi mốt đồng, để ít ra có tiền đi xe và tiền ăn trong một tháng. Ngày hôm sau, Dân ra viếng mộ bà và mộ cha. Tay nhổ đám cỏ dại, lòng Dân lắng xuống, bâng khuâng tự hỏi nguồn cội của mình là đây nhưng rồi cũng phải bỏ mà đi. Và đi lần này, Dân nhớ câu nói của Cần, người phụ trách thương binh-xã hội, có về thì chắc cũng không sống nổi với làng xã. Dân ngậm ngùi nhìn xung quanh, cố ghi nhớ nơi đã nuôi nấng chàng và cũng là nơi chôn xuống ba tấc đất những người chàng yêu thương nhất.

Sau bữa cơm chiều, Dân xách nải chuối và nửa tá cam sang nhà Thành. Mở cửa, Thành không có vẻ ngạc nhiên. Dân nói:

- Sáng mai tao đi. Cho tao chào ông cụ nhà mày. Chìa quà ra, Dân tiếp, đây là hoa quả tao cúng bà tao, mang qua biếu ông cụ.

Thành cầm lấy, lẳng lặng đưa mắt bảo Dân theo vào. Dân chỉ vào hàng hiên, bảo:

- Ở tí thôi, ngồi đây cho mát.

Lát sau, ông bố Thành đi ra, nách cắp chai rượu. Từ ngày Duyên đi, đây là lần đầu Dân có dịp uống với ông. Giọng cố làm vui, ông ề à:

- Uống chén rượu tiễn... Mai cháu đi hả?

Nhìn Dân gật đầu, ông ói Thành:

- ...mang mấy củ lạc ra đây, Thành ơi?

Ba người ngồi, nhưng chẳng ai nhìn ai. Có một cái gì như bẽ bàng, mặc dầu thật ra chẳng có chi đáng để thế. Dân bặm môi, đánh bạo:

-Thưa bác... nhà có tin em Duyên chưa?

Không đáp, ông bố Thành đưa mắt nhìn ra khu vườn ánh chiều nhuộm hồng những tàn cây đung đưa. Thình lình ông khóc tu tu lên:

- Bu mày bỏ tao rồi lại mày... Sao thế hả Duyên? Mày để bố mày với anh mày như hai con gà trống nhìn nhau mãi mà phát chán!

Dân chẳng biết nói gì, chỉ im lặng nhìn Thành. Lát sau, Dân kiếu. Tay nắm lấy tay ông bố Thành, Dân linh cảm như lần này là lần cuối. Thành đưa Dân ra đến ngoài con đường đất nện. Khi chia tay, Dân thì thào, tay đưa cho Thành một phong thư:

- Bao giờ gặp Duyên, mày chuyển hộ. Chắc tao không về đây nữa! Cái nhà tao mày giữ. Khi Duyên lấy chồng, bảo tao cho nó. Nhờ mày giúp tao chăm nom mộ bà tao và mộ ông bác tao!

Nói xong, Dân quay ngoắt đi.

Lộc cộc, lộc cộc...

Âm thanh chiếc nạng trên mặt đất cằn như lời nguyền lập đi lập lại. Thành đứng nhìn cho đến khi Dân khuất bóng.

Sáng sớm tinh mơ, Dân khoác chiếc ba lô lên vai, mở cửa nghiêng người bước ra. Thành đã đứng chờ, tay nắm ghi đông một chiếc xe đạp.

- Tao đèo mày ra đến chỗ có xe khách đi Nam Định!

Dân ngạc nhiên, cảm động. Ngập ngừng, Dân hỏi:

- Hết giận rồi hả?

Không đáp, Thành cao giọng:

- Tao mượn cái xe có póc-ba-ga, cứ việc kê đít ngồi lên sau, nhớ đừng quên cặp nạng kẹp dọc theo xe.

Thấy ánh mắt Dân có chiều ngờ vực, Thành cười ha hả:

- Còn một tay, vẫn lái được. Hai chân thì đạp, đi đến đâu cũng đi! Và đã đi, đâu sẽ rồi cũng đến!

Hai người mặc tiếng chó sủa theo, cứ thế leo lên xe đạp ra khỏi nơi chôn nhau cắt rốn. Không có tiếng nạng chống trên con đường đất nện, ánh bình minh trên đầu những tàn cây nơi cổng làng rướn lên như ước hẹn với tương lai, ở một chân trời khác, trước mặt.

19

CỜ TÀN

R a khỏi phi trường, Nhân vẫy taxi. Thầm nhủ giờ này chắc mẹ chưa đóng cửa tiệm, Nhân bảo taxi chạy về Ngã Sáu. Hơn chục năm nay, Huyền mở một cơ xưởng nhỏ chuyên bọc đệm cho đủ loại ghế, yên xe gắn máy, xích lô. Nói là xưởng, nhưng thật ra là hai gian sau một căn nhà mặt tiền trên đường Lê Văn Duyệt. Thợ có dăm ba người. Chia nhau cắt da, nylông, vào khuôn, đạp máy khâu...họ loạch xoạch từ sáng cho đến khi thành phố lên đèn. Công việc xưởng khá chạy. Khách hàng là tài xế taxi, dân xích lô đạp, xích lô máy và một loạt hãng xe đò chạy đường Sài Gòn - Lục Tỉnh.

Taxi đi dọc đường Trương Minh Giảng. Vừa qua Đại Học Vạn Hạnh, xe cộ chậm lại, còi bóp inh ỏi. Giữa những hai hàng xe đủ loại xuôi ngược, một ông già rách rưới đứng giữa đường, miệng hò hét, tay chỉ trỏ.

Tài xế kêu ''Lại ông nội nhà thơ!''. Thấy Nhân ngạc
nhiên, tài xế tiếp '' Thì Bùi Giáng đó! Ổng khùng, đứng
giữa hai làn xe huýt còi chỉ đường. Tháng trước, ổng bị
đụng, nằm nhà thương. Ra, ổng lại zậy... Thiệt!''. Xe
taxi chờn tới. Anh tài xế hạ kính xe, vừa cười vừa la
''Sư phụ!''. Bùi Giáng quay nhìn, mắt kiếng hấp háy,
hả miệng móm mém ra cười. Thình lình, Giáng nghiêm
mặt, quát lớn ''...Cứ thế này thì bây đâm nhao chết hớt.
Hiệp định Paris ký rồi mà bây lơ đi, bộ tính xuống âm
phủ cả sao? ''.

Vòng xuống, xe rẽ trái trên Lê Văn Duyệt. Ngang
vườn Tao Đàn, bỗng dưng Nhân hồi hộp. Khi ra khỏi
trại tù binh, Nhân điện thoại ngay về nhà nói chuyện
với mẹ, thoáng nghe tiếng ấm ức phía đầu máy bên
kia. Nhảy xuống xe, Nhân bước vội vào cửa tiệm. U già
xô ra:

- Ối, cậu Nhân đây rồi. Ôm choàng lấy Nhân, U ơi
ới gọi... Mợ ơi! cậu Nhân về đây này!

Huyền tất tả từ dưới xưởng chạy lên. Đứng sững ra
nhìn, Huyền nuốt nước bọt kìm một tiếng nấc, nhưng
nước mắt ứa ra. Từ ngày Nhân ra Huế là Huyền bặt
tin. Nhờ người lên Bộ Tham Mưu hỏi, cả tháng sau
Huyền được báo không có tên Nhân trong số lính dù
thương vong. Và thế có lẽ là Nhân bị bắt. Bây giờ,
Nhân bằng xương bằng thịt, gầy đi, đen đủi, nhưng
nguyên vẹn. Huyền tiến đến, tay nắm chặt lấy Nhân.
Vỗ nhè nhẹ lên tay mẹ, Nhân mỉm cười. Dẫu không
son phấn. mẹ chàng vẫn còn nét sắc sảo của người đàn

bà một thời hồng nhan. Huyền choàng tay ôm lấy vai Nhân, giọng dịu dàng:

- Con về nhà trước nghỉ một tí. Mợ sẽ về ngay.

Quay sang U già, Huyền dặn:

- U đi chợ nhớ mua những món Nhân nó thích!

U già ra cửa, đợi Nhân, miệng bỏm bẻm nhai trầu. "U sẽ nấu cho cậu một bát canh thiên lý!", U nói, mắt nhìn trìu mến. Nhân cười, vẫy xích lô cho U già rồi thong thả khoác balô, dọc xuống Võ Tánh. Như ngày còn thơ ấu, Nhân vào cái ngách cạnh phở 79, đi tắt sang Lê Lai, lối Nhân thuộc làu. Mở khóa ngoài, Nhân đẩy cửa, miệng gọi Lương. Không có tiếng đáp.

Nhân lên lầu ba, vào căn phòng riêng nơi Nhân học, ngủ, mơ mộng thời niên thiếu. Không có gì thay đổi, vẫn kệ sách đủ loại. Một bên sách y khoa. Bên kia là truyện. Tay vuốt ve lên gáy những quyển sách phớt bụi, Nhân thấy lòng mình êm ả lắng xuống. Dòng nước từ mạch ngầm một ngọn nguồn sâu thẳm từ từ ứa lên, tràn đầy, trong veo, ngọt ngào. Rút một cuốn sách. Lạ chưa, đúng quyển sách Bùi Giáng dịch Hoàng Tử Bé của St-Exupéry. " Hãy vẽ cho em một con cừu!", hoàng tử hỏi. Tay phi công lạc lõng trong sa mạc ngạc nhiên: " Một con cừu?". " Đúng thế, một con cừu! ".

Nhân đẩy cửa phòng bước ra sân thượng. Nắng Sài Gòn chói chan trên mái nhà thờ Huyện Sĩ. Bên kia, ga xe lửa với những đường rai ngoằn nghèo và dăm toa tầu chơ vơ. Tất cả, vẫn còn đó. Vẫn vậy. Nhân khép hờ mi mắt, không tưởng tượng lại được cánh rừng vây quanh trại K7. Mái chuông nhà thờ La Vang. Bờ giao thông hào văng vẳng tiếng hô " hàng sống, chống chết". Những đồi cát trắng xóa đầy xác người thối rữa, rồi tiếng đại pháo đủ loại cự ly. Tất cả biến mất, như khi mở mắt thức dậy sau một cơn ác mộng. Thì ra, Nhân thầm nhủ, vậy mọi chuyện chỉ là một cái chớp mắt. Kể cả chuyện tử sinh.

*

Thu xếp xong công việc, Huyền tất tả về nhà thì U già đi chợ cũng vừa đến đầu ngõ. Nàng lên phòng Nhân, thấy con thiu thiu ngủ, người vẫn mặc bộ quần áo rằn ri của binh chủng Dù. Xuống bếp, Huyền tự tay nấu, lòng thanh thản vơi được nỗi lo âu từ ngày Nhân lên đường ra mặt trận Quảng Trị. Quay đi quay lại, thế mà đã gần một năm. Đêm Giáng Sinh, Huyền quì dưới chân tượng Đức Mẹ cầu nguyện cho hòa bình và xin ơn trên che chở để Nhân bình yên. Khi đó, Hà Nội bị bom B-52. Trên đài truyền thanh Sài Gòn, thông tin về chiến sự bỗng mang giọng điệu gỡ gạc của một tay cờ bạc về sáng chưa đến độ trắng tay. Người ta đồn, thế là Mỹ không ký Hiệp Định Paris. Ít lâu sau, có tin Kissinger qua Paris. Dân Sài Gòn xì xào Cộng Sản Bắc Việt xin hàng. Và ký kết Hiệp Định Paris, người ta bàn, chẳng qua chỉ là chuyện ngưng bắn, Mỹ không thể bỏ Việt Nam được.

Đến trưa, Lương đi học về. Biết Nhân trên lầu, Lương nhảy ba bước một lên. Lát sau, hai anh em xuống nhà dưới. Nhân đã tắm rửa, mặc quần áo dân sự, trông khác hẳn. Bữa cơm gia đình từ lâu vắng mặt Nhân hôm nay rộn rã tiếng nói cười. Trừ một thoáng. Đó là khi Lương buột miệng:

- Chà, em cũng muốn đi lính!

Huyền tái mặt, buông đũa xuống. Vờ như không nghe, Nhân lảng chuyện, hỏi mẹ xem có ai tìm thăm mình trong thời gian vắng mặt không. Đứng dậy vào phòng riêng, lát sau Huyền ra, đưa vào tay Nhân một lá thơ. Nhìn qua, Nhân nhận ra nét chữ Dao Ánh. Huyền nhẹ giọng:

- Thơ của Ánh, mợ không mở. Hai tháng sau thì Ánh viết cho mợ, rồi thỉnh thoảng gọi điện thoại về hỏi tin con.

Nhân ngập ngừng:

- Ánh có nói gì về Thuyết không?

Huyền lắc đầu. Nàng biết chuyện Thuyết "nhảy núi" và mập mờ đoán được tình cảm giữa ba người thuở họ còn là sinh viên dăm năm trước. Nhìn Nhân lẳng lặng nhét vào túi áo bức thư, Huyền động lòng thương con. Nàng quay mặt đi. Hàng lông mép lưa thưa khẽ run rẩy khi Huyền mím môi, phản ứng lâu ngày thành nếp mỗi khi Huyền phải kìm xúc động.

- Con được ở Sài Gòn bao lâu? Huyền hỏi.

- Dạ... chắc chừng một tuần. Mai con lên trình diện trên Quân Y, đợi lệnh về đơn vị.

- Con về đơn vị cũ?

Nhân gật đầu. Huyền gặng:

- Vẫn Nhảy Dù?

Nhân lại gật, giọng nhẹ nhàng:

- Chắc vậy! Nhưng đại đội cũ " tan hàng" rồi. Vẫn Dù, nhưng con không biết đơn vị nào.

Ghìm một tiếng thở dài, Huyền đứng lên:

- Thôi, nghỉ ngơi ít hôm, sau hãy hay, con ạ!

*

Buổi chiều, Nhân tạt qua chào chú Hoàng. Từ lâu, chú ở một mình. Nhà chú trong hẻm đường Bùi Thị Xuân, sát cổng xe lửa số hai, ngày ngày giờ giấc được đánh động bằng tiếng xe rầm rập nghiến trên đường sắt. Mười ba năm trước, sau khi Huyền hét "Đàn ông chi mà vậy" thì hai người chia tay. Nhìn chú ủ rũ chẳng khác một con gà rù, Nhân giúp chú xếp hành trang lên một cái xích lô, không biết nói gì và cũng chẳng dám hỏi tại sao. Từ đó, chú hút thuốc phiện, viết báo và tiêu dần số vàng gia đình chú mang từ Hải Phòng vào. Mẹ Nhân không nhìn mặt chú, có việc liên quan thì Nhân sang nhắn, và từ khi Lương lớn, Lương thay Nhân làm cái việc đưa tin. Dẫu sao, Lương cũng là con chú Hoàng. Và Huyền không bao giờ cấm Lương qua lại thăm chú, nhưng chẳng hề hé miệng nói gì.

Nhân gõ cửa. Tiếng dép loẹt quoẹt kéo lê trên sàn đá lát. Cửa hé ra cùng với tiếng ho khục khặc. "A, Nhân đấy à!", chú Hoàng reo lên, tay kéo Nhân vào

246

nhà. Chú cười, giọng vui vẻ, " khi Lương báo không có tin Nhân, chú đã sờ sợ. Lúc Hiệp Định Paris ký kết thì chú chỉ có mỗi một hy vọng, là gặp lại được Nhân lành lặn, an bình... Mọi chuyện khác, chú coi là xong tất! ".

Bước vào nhà trong, Nhân thấy bác Quỳnh, bạn chú Hoàng, ngồi trên tấm phản, lưng dựa vào tường, trước mặt là khay thuốc. Bác gạt cái tẩu sang một bên, tay vẫy miệng nói:

- Thế nào chiến sĩ, được thả hả?

Nhân vui vẻ gật đầu. Đẩy cho Nhân ngồi xuống, chú Hoàng hỏi:

- Đánh đấm ra sao mà bị bắt?

Thình lình, những đồi cát vùng Quảng Trị hiện về như một lời nguyền độc. Cánh rừng che căn nhà đầy trẻ con với một ni cô già, đầu bức tượng Đức Mẹ La Vang trên nền đất, điếu thuốc cuối cùng và phát súng của Đại úy Hiến kết thúc đời mình... Tất cả đồng hiện, xen vào nhau, xòe ra rồi tụ lại muôn vàn hình ảnh trên một chiếc gương vỡ thành mảnh nhọn châu đầu đâm vào một tụ điểm. Tất cả lại đồng biến, bỏ lại đằng sau một cõi mênh mông không có sự sống. Bác Quỳnh giục, Nhân đáp lấy lệ, thần trí bỗng giãn ra đến gần như chẳng còn trí nhớ. Chú Hoàng chép miệng:

- Thời bác Quỳnh với chú đi kháng chiến chống Pháp, chỉ đến Bazoka là cùng chứ đâu có đủ thứ đồ chơi giết người hiện đại như bây giờ. Thế mà nghĩ lại cũng vẫn còn sợ nữa là...

Bác Quỳnh ngửng lên, giọng buồn bã:

- Với Hiệp Định Paris, về mặt chính trị thì còn tệ hơn những điều khoản của Genève năm 54. Nay, có thêm cái khoản miền Nam gồm hai bên, Việt Nam Cộng Hòa và Mặt Trận Giải Phóng Miền Nam. Nhưng ai cũng biết Mặt Trận và miền Bắc là một. Nếu có bầu ra một chính phủ miền Nam thì còn đèo vào Lực Lượng Thứ Ba nữa. Như vậy, Việt Nam Cộng Hòa là thế thiểu số, tất sẽ thua! Trên chiến trường, với Hiệp Định thì Mỹ không trực tiếp can thiệp, nên không còn làm chủ được bầu trời. Dưới đất, ta thua trận thử lửa ở Hạ Lào. *Việt Nam hóa* chiến tranh để Mỹ đạt ''hòa bình trong danh dự'' kiểu Nixon, có nghĩa là Việt Nam Cộng Hòa thua một mình, chỉ trong dăm ba năm nữa là cùng!

Nhân nhìn bác Quỳnh. Tuy chỉ thỉnh thoảng gặp bác ở nhà chú Hoàng, Nhân từng được nghe nói nhiều về bác. Trước thế chiến, bác là một trong những nhà văn nhóm Hàn Thuyên. Thuở đi kháng chiến, khi có kẻ gọi bác là đồng chí trong một buổi họp Văn Nghệ Sĩ trên chiến khu, bác sẵng '' Tôi không là đồng chí các anh. Tôi kháng chiến chống Pháp như một người quốc gia''. Năm 52, bác dinh tê, vào Huế rồi Sài Gòn. Khi chính quyền Diệm - Nhu xử dụng một số những người '' kháng chiến cũ'', bác đã hy vọng tham gia vào giấc mơ xây dựng một miền Nam không Cộng Sản. Nhưng chỉ ít lâu sau, nghe có người ương ngạnh không chịu đi giật lùi sau khi yết kiến Diệm bị loại khỏi chính quyền, bác nổi giận, từ đó phát biểu kiểu nước đôi, không chống không theo. Bị chụp cái mũ ''đệ tứ'' mặc đầu,

thực ra, bác thuộc thành phần không đảng phái, bác
giao du rộng rãi, vỗ ngực xưng mình là "anarchiste"
vô chính phủ, lập ra một cái "đàm trường" qui tụ lớp
thanh niên có lý tưởng xã hội nhằm đào tạo một thế hệ
trẻ. Nhân có đến "đàm trường" dăm ba lần, nhưng
không gắn bó mấy. Bác nhẩn nha hỏi:

- Cậu thấy "người anh em" bên kia thế nào? Tại sao
họ thắng chúng ta trong cái cuộc chiến thần thánh
chống Mỹ cứu nước của họ?

Nhìn lên, Nhân hồi tưởng thời gian là tù binh ở K7.
Không thấy Nhân đáp, chú Hoàng chậm rãi:

- Cứu nước chống ngoại xâm là "nghề của chàng"
từ nghìn năm nay. Đó là một thuộc tính văn hóa đã trở
thành thứ bản năng không cần suy luận diễn dịch.
"Người anh em" tung khẩu hiệu đúng, nên động viên
được sức dân! Đối phó lại, miền Nam chúng ta chỉ
chống Cộng. Nhưng thử hỏi có bao nhiêu người biết
Cộng Sản là cái gì? Thế thì làm sao mà chống triệt để
được!

Nhân ngắt lời chú Hoàng:

- Vâng, có điều đó. Nhưng sau khi trải nghiệm một
thời gian với "người anh em" bên kia, cháu thấy thêm
một nhân tố...

Bác Quỳnh ngồi lên, miệng giục:

- Cậu thấy gì?

- ...phần lớn họ là những con người sống chết trong
một cái guồng quay, cá nhân họ chỉ tồn tại vì lực qui
tâm tạo ra từ thứ chuyển động vòng hút lấy họ và đặt

họ lên vị trí một quĩ đạo khá chính xác có tên là lòng thương nòi yêu nước. Cái guồng quay vừa nói được cấu trúc tinh vi, và trên mọi mặt chứ chẳng chỉ thuần quân sự. Họ nghe và tin miền Nam bị áp bức, đói nghèo, và phải được giải phóng. Miền Nam chúng ta chẳng có lấy một cái guồng quay nào như thế. Chúng ta chống Cộng, nhưng trừ một số người thành thị có ăn có học mới biết chuyện Cải Cách Ruộng Đất, rồi Nhân Văn Giai Phẩm, đa số hô hoán những nào hiện sinh với hiện đại, rồi i eo chuyện thế thời khinh bạc...Còn ở làng xã, thất bại của quốc sách Ấp Chiến Lược thời Ngô Đình Diệm đồng nghĩa với chuyện bỏ rơi lực lượng nông dân. Những người chân lấm tay bùn có biết Cộng Sản là gì đâu! Họ hành xử như ông cha ta, biết kẻ nào là ngoại xâm. Lực qui tâm vẫn là lòng yêu nước! Đấy là chưa kể đến những lực ly tâm đến từ sự hiện diện của người Mỹ và những tệ nạn xã hội gây ra từ một đoàn quân viễn chinh...

Nhân ngưng nói khi thấy chú Hoàng ôm lấy đầu như bịt tai lại. Bác Quỳnh uể oải đứng dậy. Bên cạnh lối ra vào, Nhân bấy giờ mới để ý nhìn bức tường được phủ một lớp giấy trắng to bản như giấy nhật trình. Sát chân tường, một cây bút lông đại tự và một thỏi mực tầu chưa mài nằm chơ vơ. Tiễn bác Quỳnh ra đến cửa, Nhân bắt tay, nhưng cảm thấy tay bác hờ hững như tay những con người mấp mé bờ tuyệt vọng.

*

Chỉ còn chú Hoàng. Chú gầy rạc đi, râu ria không cạo, trũng mắt sâu xuống, con ngươi lung linh kỳ dị. Thời gian Nhân ở với chú được đâu gần hai năm kể từ ngày chú làm đám cưới với mẹ. Nhà trai, chủ hôn là bà cô của chú, cô Thái. Mẹ chú vào Nam nhưng chỉ hai năm sau là theo chân cha chú, người bị đấu đến chết trong thời gian "300 ngày" sau Hiệp Định Genève. Cô Thái kể, cha chú Hoàng vừa về làng thì bị trói gô lại. Anh Đội hỏi "Mày về định đào vàng bạc của cải rồi mang đi Nam phải không?". Cha chú Hoàng kêu "Con tôi đi kháng chiến, tôi ở lại chứ đi đâu. Tôi là dân cụ Hồ, chỉ trong tuần lễ vàng, tôi đã đóng cho chính phủ ba mươi lạng, lấy đâu ra mà đào nữa". Anh Đội bất thình lình giơ tay vả vào miệng, quát "Thế mày về đây làm gì?". "Tôi về để rước bàn thờ bố tôi lên Hải Phòng", cha chú Hoàng đáp. "Láo! Bàn thờ địa chủ ba đời, rước đi để thờ cái bóc lột à?". Cốt cán vây quanh hét tướng lên "Đả đảo địa chủ, đả đảo phong kiến!". Thế là cha chú Hoàng sống chẳng ra sống, nhưng chết cũng không cho chết, bị đánh đập hàng ngày. Trong khi đó, "tập thể" ông bà bần cố "phấn đấu" đào nát căn nhà năm gian và vườn tược, cố tìm cho bằng được tài sản của nhân dân bị địa chủ chôn giấu.

Cô Thái tìm cách nhắn được Hoàng khi ấy đóng quân ở Nà Sản sau chiến thắng Điện Biên. Chú Hoàng bất chấp quân kỷ, bỏ đơn vị mò về làng. Đến nơi, chú cũng bị bắt. Thấy mặt con, cha chú hét lên "Đi làm Cách Mạng để rồi Cách Mạng giết bố mày thế này à?".

Cứ thế, cha chú hét, ba ngày ba đêm liền thì kiệt sức chết lịm. Đội Cải Cách buộc chú Hoàng tội đào ngũ và bao che địa chủ phản động. Cô Thái tất bật lên Hải Phòng. Mẹ chú Hoàng gom góp của cải mang về chuộc đứa con duy nhất từng ''đi bí mật'' trước thời kỳ giành chính quyền từ tay phát xít Nhật. Nhân chỉ biết mẹ bế mình lên Hải Phòng tìm thuốc chữa bệnh thương hàn. Nhưng làm sao mẹ đi Nam, tá túc họ đạo Hố Nai, rồi sau lấy chú Hoàng thì Nhân không hiểu. Chẳng bao giờ mẹ chàng kể lể gì về cha đẻ. Nhân phải tự mình vẽ ra hình ảnh một người cha tên là Chính. Dĩ nhiên đó là một người hùng, không chân dung, đầy những cá tính của kẻ từng đuổi Nhật, đánh Pháp. Nhân hỏi chú Hoàng có biết cha không nhưng chú chỉ đáp, người đi kháng chiến đông lắm, và thời chú, chú bảo, chú chỉ là một trong những người ấy.

Xe lửa kéo còi rồi trèo trẹo nghiến bánh trên đường rầy. Chú Hoàng đẩy chiếc gối kê đầu làm bằng mây, châm lửa vào bấc đèn thuốc phiện, xoay tay ra sau với lọ thuốc bằng đồng nhỏ độ ba đốt ngón tay. Mở lọ, chú cắm chiếc kim đầu tròn vào, xoay đi xoay lại vê thuốc lên mặt kính trước khi hơ vào đèn. Đợi thuốc nóng lên sánh sệt, chú tiếp tục chấm vào lọ thuốc, lại vê, lại hơ cho đến khi viên thuốc tròn xoe nhỏ như hạt đỗ định hình. Chú nằm xuống, tay quơ chiếc tẩu dài ba tấc, để thuốc vào nõ, xoay nghiêng chỗ vào ngọn lửa hầu như bất động, lấy hơi hít vào, tiếng ro ro vang lên đều đặn. Mùi thơm của thuốc lừng lừng tỏa ra không trung. Chú lim dim, thở khói, mắt nhắm, mặt giãn ra trông

252

như dại đi. Đây là cữ thuốc cần khi người nghiện muốn được đền bù cái thiếu hụt bất chợt hiện ra trong đời. Lát sau, chú lên tiếng:

- Chú mừng khi anh về. Về được, thì thắng hay thua cũng vậy. Lắm khi chú nghĩ, cứ về là thắng, dẫu gì thì ít ra là còn tồn tại. Và nhất là tồn tại với một thân thể toàn vẹn. Dĩ nhiên, cái không toàn vẹn được là phần hồn.

Nghe đến đấy, chân trái Nhân bỗng nhói lên đau buốt đến tận óc. Nhân dựa lưng vào ghế, cố giữ thăng bằng, tay thò xuống. Không, chân ta vẫn đây, Nhân thầm nhủ. Nhưng cớ sao lại thỉnh thoảng ta có cảm tưởng ta mất một chân từ khi cưa cắt khúc đùi trên của một thương binh trong khu rừng giáp ranh đất Lào? Nhân nhợt nhạt, môi mím lại. Chú Hoàng nhận ra, hỏi. Nhân kể lại sự đau đớn mình vừa cảm thấy. Chú Hoàng nghe xong, thủng thỉnh:

- Cái phần hồn không toàn vẹn được là vậy! Nhân ạ, điều này chỉ "đoạn trường ai có qua cầu mới hay"! Chú đứng trên cầu gần bằng thời gian Kiều lưu lạc, lúc nào cũng nhói đau mà vẫn chẳng dám đâm đầu xuống sông Tiền Đường.

Dứt lời, chú lại nhắm mắt, nhưng chỉ tay vào bức tường phủ giấy trắng. Nhân ngạc nhiên:

- Gì đấy chú?

- Hư không, đợi vết người lấp cho đầy. Bác Vũ Hoàng Chương hứa sẽ viết vào Tết năm nay. Khởi thủy là Lời, bác ấy bảo thế. Lấp hư không bằng Lời là cách duy nhất. Chú để giấy mực sẵn sàng, xem thử làm thế có lấp gì được không!

Chú Hoàng thiếp đi, cơn say thuốc đưa chú vào mộng mị. Nhân chắc là chú mơ những giấc mơ đẹp. Bởi chú tủm tỉm nhếch miệng như cười. Cười, ừ, cứ cười, dẫu phần hồn mất mát. Bắt đầu, mất mát là một lỗ trống to bằng hạt đỗ để gió thốc qua. Gió cứ theo vòng quay của đất tiếp tục thổi. Lỗ trống căng ra. Từ hạt đỗ thành quả chanh, rồi thành quả bưởi. Khí lạnh bốc lên, lan ra. Lỗ trống trùm lên sơn hà. Gió, vẫn gió đùng đùng, ngày một bạo liệt. Và sau, im lặng. Lỗ trống khổng lồ đóng băng trắng xóa. Cho đến khi mất dần không còn một ranh giới nào, và đó là hư không, chắc vậy.

Thế mà, ai dám bảo lấp hư không bằng *lời* từ khởi thủy? Ai bảo như vậy? Ai?

*

Huyền cùng U già đi taxi đến chợ An Đông mua trầu cau, hương nhang xếp sẵn thành gói một. Đây là nơi bán đồ lễ hầu đồng. Nàng quanh quất, thỉnh thoảng kín đáo nhìn tứ phía. Chợ vào buổi sớm, nhưng người đã khá đông. Kéo tay U già vào một cái ngách, nàng lẳng lặng đi trước. Hai người ra con lộ rầm rập xe. Một cái taxi đã đợi sẵn, tài xế đưa mắt ra hiệu. Tay xách nách mang, Huyền và U già lên xe. Xe chạy qua Bình Tây một quãng rồi rẽ vào một con đường đất hai bên cỏ uá vàng. Cách đến '' Ông Hoàng Mười'' chừng hơn trăm thước, đường hẹp, tài xế đạp thắng, vẫn không cất lời. Huyền và U già vừa mở cửa xe thì một người đứng tuổi lưng gù gù nhô ra. Cười như khoe hàm răng cái còn cái mất, ông kêu:

-Cô Hai... Vô làm lễ nghe!

Đó là Tư Quới. Năm 1962, ông ta là người mang đến Huyền bức thư Chính gửi, nhắn là Chính sẽ vào Nam, cho biết tin mẹ nàng vẫn bình yên, Dân học sắp hết cấp 3 và sẽ vào đại học. Chính nhắc, người mang thư là người của tổ chức, sẽ nói thêm một số việc cụ thể. Huyền lặng người. Nhìn nét chữ viết tay, nàng cố nhớ đến dăm bức thư Chính gửi cho nàng từ Việt Bắc đầu những năm 50. Đúng, nàng tự nhủ, đúng là chữ Chính.

Nhưng thế là thế nào? Khi xưa, Hoàng chẳng nói là có tin Chính đã mất tích sao? Quả thật, từ hai năm nàng không có lấy một tin tức gì về Chính. Từ năm 57, những tấm bưu thiếp gửi từ miền Bắc bị chính quyền Diệm-Nhu ngăn cấm, thế là nàng không có cách gì liên lạc với mẹ nàng, người nuôi nấng Dân, đứa anh em song sinh với Nhân. Hoàng và cô Thái xuống Hố Nai. Cô Thái bảo ''Thằng bé Nhân lớn, cần có cha!'', và cô sẵn sàng nhận Huyền làm cháu dâu để dòng họ cô có người nối dõi. Hoàng vội vã chen ngang ''... Tôi không lấy được Huyền thì tôi sẽ chẳng lấy ai làm vợ''. Huyền nghe, không ngạc nhiên. Tình cảm của Hoàng, nàng biết rõ từ ngày kháng chiến bảo vệ thủ đô hơn mười năm về trước. Khi đó, có lúc nàng đã cố quên hình ảnh Chính khi biết Chính đã vợ con, nghĩ đến Hoàng, nhưng trớ trêu thay, chính vì thế mà Huyền biết mình không yêu Hoàng. Rồi trời xui đất khiến, nàng chạy với Chính lúc Pháp đánh Hải Phòng, ngã vào lòng nhau khi bom đạn đánh sập mái nhà, nằm quấn lấy nhau trong tiếng đạn réo rít hãi hùng. Cô Thái nhẩn nha " Phải nghĩ đến cháu Nhân. Bố đẻ mất tích, phần sống ít, phần chết nhiều. Bây giờ, không hiệp thương, không Tổng Tuyển cử, chuyện thống nhất đất nước thành hão huyền, chẳng chờ đợi gì được! Cháu không có bố đẻ, thì có bố nuôi...". Hoàng lại ngắt " Tôi xin thề độc, tôi sẽ đối với Nhân như bố đẻ!". Chần chờ vài tháng, Huyền cuối cùng đành bằng lòng về làm vợ Hoàng và hơn năm sau nàng sinh hạ Lương. Khi gặp Tư Quới, Lương sắp đầy hai tuổi. Huyền về nhà, chìa bức thư Chính gửi vào mắt Hoàng, giọng lạnh như băng "Thế này là thế nào?". Tái mặt, Hoàng lắc đầu. Huyền chỉ bảo "Được!" rồi sang bên cô Thái. Cô là một người đàn bà suốt đời sống ở quê, khi xưa cha Hoàng bảo thế nào cô cũng không chịu lên Hải Phòng. Không chồng, cô nhất định ở vậy, bỏ cả đời vào chuyện trông nom Nhà thờ Tổ, mồ mả các cụ và hai chục mẫu ruộng hương hỏa để lại từ ba bốn đời. Nghe Huyền cật vấn, cô im lặng, miệng vẫn bỏm bẻm nhai trầu. Thình lình, cô nhổ toẹt bã trầu, màu đỏ tóe trên làn đá hoa trắng, quắc mắt "Tôi! Tất cả là do tôi!". Cô kể, sau khi cha chết, Hoàng biết không thể ở lại miền Bắc nhưng cứ chần chờ vì sự có mặt của Huyền và bé Nhân. Mẹ Hoàng nói, cô mới biết Hoàng say mê Huyền đến độ mụ mẫm. Cô thở dài than " Nhà ta chưa có kẻ nối dòng, chẳng lẽ đến đây là tuyệt sao? ". Cô chép miệng rồi quả quyết "...Để tôi lo!". Ngày đi Nam, cô đánh thuốc cho Huyền mê, cùng mẹ Hoàng đưa Huyền và

Nhân xuống tầu há mồm đậu ở cảng Hải Phòng, nhắn lại giục Hoàng đi sau. Khi tỉnh, Huyền hỏi thì cô dỗ " Người ta đi hết, đây là chuyến chót, không đi thì không được. Mà đi, để Huyền với Nhân bơ vơ, lại bệnh hoạn, ai mà đành. Thôi, hai năm nữa Tổng Tuyển cử, Huyền muốn thì cứ về, có khó gì! ''. Nhìn mặt biển lênh đênh, Huyền nhớ con, thương mẹ, và nhất là mong tin Chính. Nhưng nay thì sự đã rồi, Huyền tự nhủ, phải giữ mình đợi đến ngày đoàn tụ. Cô gằn giọng, tiếp " Nhưng rồi năm này qua năm nọ, chị vẫn hất hủi cháu tôi. Cho nên tôi phải làm sao cho chị dứt ra được quá khứ... Dễ lắm, tôi bỏ ra ba chỉ vàng cho một người bơi qua Bến Hải vào Nam, nhận có biết anh Chính và bảo anh ấy biệt tích.Thế đấy!''. Cô lấy tay lau quết trầu, thủng thỉnh " Ván đã đóng thuyền, nay lại có thằng Lương, tôi có làm gì nên tội thì tôi chịu! Đấy, chị có chửi thì tôi nghe...Tội nghiệt gì thì cũng chỉ vì dòng nhà tôi phải có kẻ nối dõi ''. Huyền uất lên đến nghẹt thở, sấn lại, tay giơ lên. Cô Thái nghênh mặt " Chị cứ đánh, đánh đi! ''. Không nói không rằng, Huyền quay lưng ra cửa về nhà. Đó là tối Huyền thét vào mặt Hoàng, ''Đàn ông chi mà vậy!''.

Sau buổi tối ấy, Huyền ra nhập tổ chức tình báo nội thành qua Tư Quới. Tổ chức xếp đặt cơ sở kinh doanh cho Huyền, và đồng ý để Huyền mua căn nhà trên đường Lê Lai, sống ly thân với Hoàng. Để tránh mọi cạm bẫy một thiếu phụ mới cập kê tuổi ba mươi có thể mắc vào, Huyền xin với một ni cô nổi tiếng hay thuốc ở Hạnh Thông Tây bốc cho mình một toa thuốc diệt dục. Hàng rìa mép lưa thưa trên miệng Huyền là tác động của toa thuốc nàng vẫn uống đều đặn từ chục năm qua.

Tư Quới đi trước. Huyền và U già bưng lễ quả vào điện thờ trong tiếng thanh la nhịp vào tiếng kèn, tiếng nhị. Thật ra, những người ngồi đồng đều là đội tự vệ Thành Sài Gòn giả trang. Chung quanh điện, một mạng bảo vệ an toàn được bố trí chặt chẽ. U già ngồi lại, vẻ ngây ngô. U không người thân thích trong Nam, theo Huyền từ Hố Nai lên Sài Gòn, ăn ở hết lòng, là người độc nhất Huyền để ở cạnh mười hai năm nay.

Huyền cùng Tư Quới lẻn ra sau điện rồi luồn vào một cái ngách, men địa đạo đi mươi phút đến một căn hầm. Tư Quới thì thào:

Bữa nay có đại diện Khu Ủy đến họp, cô Hai à...

*

Trước viễn ảnh hòa bình, Lực Lượng thứ Ba sửa soạn con bài chính trị. Mỹ đi, người Pháp rón rén trở lại, đánh thử lá bài mang tên Miền Nam Trung Lập. Một số dân biểu, nghị sĩ Việt Nam Cộng Hòa víu lấy cụm từ hòa hợp hòa giải dân tộc hy vọng tạo được thế cờ chuyển tiếp trước khi có một cuộc trưng cầu dân ý như trong văn bản ký kết. Dĩ nhiên, chính quyền Thiệu-Hương chống lại, chụp lên Lực Lượng Thứ Ba cái mũ Cộng Sản trá hình. Chính quyền miền Bắc và Mặt Trận Giải Phóng Miền Nam tiếp tục hô hòa hợp hòa giải dân tộc, nhưng giữ một khoảng cách với mọi lực lượng "ngoài guồng", không phản đối, cũng không ủng hộ. Bài ba lá, có lật chỉ lật một con nhằm đoạt chính danh, con thứ hai nằm sấp để giữ quyền uy lơ lửng, và con thứ ba, khi lật ra là đoạt chiến thắng.

Chiến thắng chỉ có thể định đoạt trên chiến trường. Lực lượng quân sự hai bên ở thế da beo ghìm nhau trong cuộc hưu chiến, nhưng thế bất lợi là thế Việt Nam Cộng Hòa đã mất anh đồng minh Mỹ khổng lồ giơ bàn chân đất sét cho thế giới chiêm ngưỡng ở Paris. Mặc dù đã đổ khí giới ào ạt cho Việt Nam Cộng Hòa trước khi ký Hiệp Định, Nixon không phải muốn làm gì cũng được dưới áp lực chống chiến tranh bên Mỹ. Quốc Hội Mỹ bắt đầu bàn khả năng cắt giảm viện trợ. Tổng thống Thiệu la làng kiểu Chí Phèo, nhưng biết có cào mặt ăn vạ cũng chẳng ăn thua gì với một Bá Kiến đang bước trên con đường « hòa bình trong danh dự ». Sài Gòn hoảng hốt đợi một cơn động kinh ẩn dưới những khuôn mặt cố giữ vẻ bình thường. Trịnh Công Sơn hát:

'' Hôm nay hòa bình, sao mắt mẹ chưa vui
Mẹ hãy ra xem thành phố ngập người
Hôm nay hòa bình, mắt mẹ buồn như kinh...''

Thần chiến tranh vẫn quơ tay khoa lưỡi sét, trợn mắt đứng chực dưới mái chuông giáo đường, bên cạnh một đoàn M-113 ngọ nguậy trườn đi như một con sâu róm. Chính quyền Thiệu cho phép thanh thiếu niên tự do xuất ngoại du học. Đồng thời, người ta xì xào, sẽ tổng động viên bắt lính. Con nhà khá giả ào ạt ra nước ngoài. Cái chết trong chiến tranh thường dành độc quyền cho những người nghèo, làm sao khác đi được.

Nhân ở quân trại của binh chủng Nhảy Dù gần khám Chí Hòa, có dịp thỉnh thoảng về nhà. Vào một bữa cơm chiều, Huyền nghiêm trang:

- Anh Nhân cho mợ nói chuyện...

Nhân ngạc nhiên. Xưa nay, mợ không bao giờ gọi Nhân là anh.

- Mợ định cho Lương sang Pháp. Tháng 9 này đi, Lương sẽ thi nốt Tú Tài 2, rồi năm sau vào Đại Học. Tình hình này, sẽ lại chiến tranh. Nhưng sau đó, là hòa bình thực sự. Và lúc đó, cần những bàn tay và khối óc để xây dựng lại đất nước này. Anh nghĩ thế nào?

Còn nghĩ thế nào nữa, Nhân thầm nhủ. Mỗi lần mẹ quyết định điều gì, Nhân biết là khó lòng lay chuyển được. Lương thông minh, học trước tuổi, kỳ thi Tú Tài 1 vừa qua đỗ ưu, và chắc có thể tiến xa nếu có cơ hội học hành đến nơi đến chốn. Để đũa xuống, Nhân nhìn mẹ:

- Mợ tính thế cũng hay. Nhưng phải nói qua xem ý chú Hoàng.

Biết mẹ không nhìn mặt chú Hoàng cả chục năm nay, Nhân tiếp:

- Việc này mợ để con lo!

Huyền gật đầu. Nhìn thẳng vào mắt Nhân, Huyền chậm rãi:

- Mợ còn một chuyện nữa. Mợ suy nghĩ kỹ rồi mới nói với anh, và xin anh một điều. Theo chỗ mợ biết, sau nhiệm kỳ tổng thống của Nixon, chắc chắn chiến cuộc sẽ bùng nổ ở mức độ quyết liệt. Đời mợ, mợ đã mất mát nhiều rồi. Lương sang Pháp, mợ yên đi được một bề. Nhưng còn anh. Anh ở trong một binh chủng phải dấn thân vào nơi nguy hiểm, tính mạng treo trên sợi tóc, mệnh hệ nào thì chắc mợ... không sống được. Vì vậy, mợ đã bàn với Bà tướng Có. Ông ấy nay là Phó Chủ Tịch Ủy Ban Hành Pháp, có thể giúp để thuyên chuyển anh về Bệnh Viện Cộng Hòa, có thế mợ mới an tâm. Đây là điều mợ xin anh. Điều đầu tiên, từ trước đến nay!

Chưa bao giờ Nhân thấy mẹ hạ mình xin ai một điều gì. Hiểu sự hệ trọng của câu trả lời, Nhân ngần ngại rồi hoãn binh.

- Dạ... Mợ để con nghĩ xem sao!

- Còn cần nghĩ gì cơ chứ!

Nhân đứng dậy, không muốn mẹ đẩy mình vào cái thế lùi không được. Nhìn lên, Huyền mím môi nói nhanh:

- Mợ nói thêm với anh điều này. Cha đẻ anh không biệt tích như chú Hoàng đã nói để rồi mẹ thuận lòng lấy chú ấy. Từ ngày mợ biết cha anh còn, mợ đã sống một mình, như anh biết. Sớm muộn, cha anh cũng sẽ vào đây. Chẳng nhẽ anh lại tiếp tục ở cái binh chủng sẽ bắn vào cha anh? Hãy nghe mợ!

Sững người ra, Nhân tưởng mình mơ, giụi mắt. Cha mình còn sống? Người cha Nhân chỉ còn giữ một hình ảnh lờ mờ nửa hư nửa thực? Nhân bàng hoàng. Cha dẫu có thật, nhưng xa xăm làm sao. Trong khi đồng đội của chàng là những người gần gũi, cũng thật, và khi bom đạn, họ đổ máu và họ cần đến đến chàng băng bó, chăm nom. Nhân không muốn thành một kẻ vong đào trước đồng đội. Nhưng nói gì đây với một người mẹ lo lắng cho sinh mạng mình? Nhân ấp úng:

- Mọ để con nghĩ xem sao, chẳng có gì phải vội...

Nói xong, Nhân vội vã đi như đi trốn.

*

Nhân nhìn đồng hồ. Chuyến máy bay từ Huế vào thế là chậm. Thời tiết xấu, trời Sài Gòn u ám, thỉnh thoảng mưa ập xuống, bong bóng nổi đầy đường. Độ khoảng một giờ đồng hồ sau, tiếng thông báo của nhân viên phi trường cất lên. Nhân nghển cổ, nhìn về phía cửa ra. Từ xa, Dao Ánh như bay trên vạt áo dài màu mỡ gà cuốn che lấy thân. Nàng đưa tay vẫy. Nhân hít vào, kìm xúc động. Tuần trước, Ánh báo sẽ vào Sài Gòn. Qua điện thoại, giọng nàng run run ướt át " Huế không còn là chỗ sống được nữa! Ai cũng tìm cách bỏ đi! ". Đến cạnh Nhân, Dao Ánh cười:

- Chừ có ché Huế cho anh đó!

Nhân cúi xuống xách vali cho Ánh. Ngửng lên, chàng bắt gặp cặp mắt Ánh như một vòm trời mở rộng. Nỗi ấm áp trong lòng chợt chiếm ngự. Nhân hỏi cho có:

- Ché Ánh mua ở quán Âm Phủ?

- Không! Mấy bữa ni bận, Ánh mua ở chợ Đông Ba cho tiện, anh à...

Nhân nhìn Ánh, giọng cảm động:

- Ánh gầy đi một chút! Mạ và bé Quỳnh bình thường chứ?

Ánh gật đầu, nhếch môi cười cám ơn. Hai người vẫy taxi. Mưa tầm tã trên đường về. Xế Đại Học Vạn Hạnh, lại Bùi Giáng đứng chỉ đường, râu tóc ướt nhẹp, xe hắt nước tung tóe. Bùi Giáng thét '' Trời hành cho bay biết, đừng đâm vô nhau nữa!'', rồi huýt còi từng chập.

Nhân đẩy cửa, lách người để Ánh vào trước. Huyền đã ở đấy chờ. Bữa cơm dọn ra, chỉ chờ Lương về. Sau Tết, Lương sẽ lên đường qua Paris. Ở đó, Lương học tiếng Pháp, đợi tháng 9 tựu trường sẽ vào lớp Terminal, năm cuối cùng của Tú Tài toàn phần. Huyền hỏi, Ánh buồn buồn:

- Thưa dì, mạ con giục vô tìm nhà cửa. Huế ai cũng chạy, thấp thỏm, hoang mang...

- Ánh có tin Thuyết không?

- Thưa dì, không! Mấy anh ''nhảy núi'' theo bên kia có người về, nhưng không một ai gặp anh Thuyết!

Huyền kìm một tiếng thở dài. Hình ảnh bộ ba Thuyết - Ánh - Nhân ngày mới vào đại học một thoáng hiện ra rồi vụt xa không dấu vết. Huyền tìm một câu an ủi, nhưng nghẹn lời, không thốt lên được.

Trưa hôm đó, Ánh nhờ Nhân đi tìm Sơn. Mẹ Sơn, hàng xóm nhà Ánh, nhờ Ánh nhắn là mạ Sơn gọi về dịp giỗ cha sắp tới. Sơn thấy Ánh, reo lên. Anh chàng nhạc sĩ phản chiến chẳng khác khi xưa, Nhân thầm nhủ. Vẫn cặp kính cận viền nhựa nâu sẫm che gần nửa khuôn mặt gầy. Vẫn vầng trán cao ngất. Vẫn một nụ cười và cái răng khểnh cùng giọng Huế lai đủ ba miền. Sơn hỏi tin nhà xong, quay sang Nhân:

- Moa nghe toa bị bắt, mới được thả sau Hiệp Định Paris hỉ?

Nhân gật. Móc bao thuốc Basto xanh, Sơn mời Nhân, bật hộp quẹt Zippo. Tiếng lách cách kim loại của chiếc bật lửa khiến Nhân nhớ đến âm thanh súng đang lên đạn. Sơn hỏi, giọng bùi ngùi:

- Toa có kỷ niệm nào đáng nhớ khi bị tù không? Kể cho moa nghe với!

Nhân nhắm mắt. Rồi Nhân kể chuyện con "Nhỏ không" và cái chết của cha nó, thằng "Ác ôn" tan xác trên bãi mìn ngày trao trả tù binh. Ánh ứa nước mắt. Còn Sơn, anh với cây đàn ghi-ta treo trên vách, mặt dại đi vì buồn. So dây, Sơn gẩy vài nốt dạo. Như không có một ai ở bên, Sơn hát, hát một mình:

"Hạt bụi nào hóa kiếp thân tôi
để một mai tôi về làm cát bụi
Ôi cát bụi mệt nhoài
Tiếng động nào gõ nhịp khôn nguôi..."

Tiếng động nào? Nhân nhắm mắt, nghe ra tiếng súng. Tiếng bom. Tiếng pháo tầm xa. Tiếng trực thăng phành phạch. Tiếng B-52 ầm ì trên không. Và lời nguyền rủa của những thương binh dưới lưỡi dao phẫu thuật vội vã trong tiếng rít cay độc của những tràng đạn vấy cát trên đầu những ngọn đồi trắng xóa vùng Quảng Trị.

Đêm hôm đó, tiếng hát của Sơn ám ảnh. " *Bao nhiêu năm làm kiếp con người... rồi một chiều tóc trắng như vôi''*. Nhìn Ánh, Nhân không biết mình mơ hay tỉnh. Trên sân thượng, đằng sau là mái chuông nhà thờ Huyện Sĩ trắng mờ ảo, tóc Ánh bỗng bạc đi ánh lên sắc bạch kim. Nhân đưa hai tay lên bịt mắt, tránh không muốn thấy thời gian truy đuổi cắm đầu chạy về phía trước. Ánh ngạc nhiên:

- Sao vậy anh?

- Không, không có gì - Nhân thầm thì - không có gì cả!

Hai người im lặng. Tiếng còi con tầu lìa ga xe lửa cất lên. Có thể có những biệt ly, từ hôm nay cho đến mãi mãi. Chợt Ánh cất tiếng nghẹn ngào:

- Thuyết ''nhảy núi'' có lẽ vì Thuyết biết Ánh không yêu anh ấy. Ngay cả khi đã có bé Quỳnh...Trước ngày đi, Thuyết bảo, Thuyết đi tìm một tình yêu, để lại đằng sau những lỡ làng! Khi Ánh hỏi lỡ làng nào thì Thuyết im lặng, rồi không hiểu tại sao Thuyết xin lỗi Ánh...

- Lỗi gì? Nhân trầm giọng.

- Ánh cũng hỏi như anh vừa hỏi. Nhưng Thuyết lại im lặng. Nửa đêm, Thuyết lặng lẽ lên đường, không ai

265

biết. Sáng ra, Ánh thấy một mảnh giấy để trên bàn, vỏn vẹn chỉ ba chữ: anh phải đi.

Thình lình, Ánh ôm lấy Nhân. Nàng thổn thức, toàn thân run lên như một con chim non đập đôi cánh yếu ớt, chực rụng xuống tựa một chiếc lá lìa cành trở về cội nguồn cát bụi.

" Ôi, cát bụi mệt nhoài..."

*

Hiện tượng cánh bướm: những cú điện thoại của đám lãnh đạo đảng Dân Chủ ở Washington bị đặt máy nghe mang tác động gây bão trên một miền Nam Việt Nam đang còn hoang mang sau Hiệp Định Paris. Vụ xì-căng-đan Watergate bó tay Nixon, tổng thống Mỹ, người của đảng Cộng Hòa. Hứa với Thiệu một tỷ rưỡi đôla viện trợ, Nixon cắt xuống một tỷ. Quốc Hội Hoa Kỳ không chấp nhận. Cáo buộc Việt Cộng vi phạm Hiệp Định, Nixon tiếp tục bom Campuchia với mục đích giải tỏa áp lực mặt trận Tây Nam. Được hai tháng, Thượng Nghị Viện Hoa Kỳ thông qua một đạo luật cấm can thiệp quân sự ở Đông Dương. Mất hết uy tín, Nixon đành cắn răng. Viện trợ tuột xuống mức chưa được tám trăm triệu đôla, trong đó phải chi phí cho gần mười nghìn lính Mỹ nay thay quân phục, khoác quần áo dân sự, trở thành những chuyên viên cố vấn. Giá đôla và vàng tăng đến chóng mặt. Cuộc chạy loạn bắt đầu: dân miền Trung và Lục Tỉnh đổ về Sài Gòn. Vật giá leo thang vòn vọt. Tận dụng những khó khăn trong đời sống, một mặt trận chính trị thành hình. Sinh viên học sinh, trí thức thành phần '' thứ ba'', rồi linh mục, thượng tọa... đều là những tác nhân. Thế là có ngày '' Ký giả đi ăn mày'', có Ủy Ban Cứu Đói, có Ủy Ban Phụ Nữ giành quyền sống. Big Minh cùng đám nghị sĩ như Lý Quí Chung, Nguyễn Hữu Chung, Lý Chánh Trung, Ngô Bá Thành... lên tiếng chống đối. Thiệu phản ứng, ban đầu lúng túng, sau thô bạo như một con thú cùng đường.

Tết năm Dần trong miền Nam, cọp không nhe răng múa vuốt, duỗi nằm theo tư thế một con mèo ốm. Một mặt, Việt Cộng từ vùng phi quân sự đánh xuống, mặt khác đổ quân lên Tây Nguyên đe dọa cắt miền Trung, dồn Việt Nam Cộng Hòa vào vùng đồng bằng sông Cửu Long. Bên Campuchia, quân Khờ-me đỏ đẩy lính Lon Nol khỏi biên giới Việt - Miên. Dẫu thuận lợi, lực lượng Việt Cộng chỉ hoạt động ở mức khuấy phá chứ chưa định hình một chiến dịch qui mô nào. Phía Việt Nam Cộng Hòa, lính đã bắt đầu đào ngũ. Và những kẻ giàu có lên đường bôn tẩu.

Trưa hôm trước ngày Lương sang Pháp, Nhân về nhà. Nhìn hai chiếc vali để trên sàn đá hoa, Nhân bỗng ngậm ngùi vô hạn. Mẹ bề ngoài vẫn vui cười thản nhiên, nhưng Nhân biết, có những lúc mẹ mình chợt hững đi đến mụ mẫm. Chưa bao giờ như lúc này, Nhân thương mẹ, lòng mang mang niềm ân hận đã cương quyết ở lại binh chủng Nhẩy Dù chứ không làm theo ý mẹ. Mặc dầu mẹ cũng nhờ cả đến Dao Ánh để thuyết phục Nhân, nhưng Nhân chỉ lắc đầu, trả lời '' Là đàn ông không thể thế được!'', tai văng vẳng nghe câu mẹ thét lên ngày nào với chú Hoàng.

Nhân rủ Lương qua nhà chú Hoàng. Hình như chú đợi, quần áo chỉnh tề khác thường lệ. Chú mở cửa, tay giật tay Lương, vui vẻ:

- Có cả Nhân nữa à!

Chú Hoàng chỉ tay lên bức vách. Nay bác Vũ Hoàng Chương đã viết, kiểu thư pháp, những nét chữ bay lên lượn lại, rồi chúi xuống.

Lũ chúng ta lạc loài dăm bẩy đứa
Bị quê hương ruồng bỏ giống nòi khinh
Biển vô tận xá gì phương hướng nữa
Thuyền ơi thuyền theo gió hãy lênh đênh

Lương đọc, nét mặt dúm dó, môi mím lại. Chú Hoàng ôm vai Lương, thủ thỉ:

- Lũ chúng ta, là bác Chương, là cậu chứ không phải con đâu. Con đi máy bay - chú cố khôi hài - chứ có đi thuyền đâu!

Chừng như thấy câu khôi hài chẳng tác động gì, chú đánh trống lảng:

- Có sẵn một chai Martel, uống mừng ngày vui lên đường với nhau một chén!

Tay run run, chú rót rượu ra ly, không dám nhìn vào mắt Lương long lanh chực khóc. Thế rồi chú uống. Ực một cái, hết một ly. Chú rót tiếp và nói. Chú nói về thời giành chính quyền từ phát xít Nhật năm 45, về chuyện bảo vệ thủ đô khi thực dân Pháp trở mặt. Chú miên man, nhắc tấm lòng « vạn người như một » của dân cụ Hồ, say sưa gợi lại lòng yêu nước của mọi lớp người lao vào công cuộc Kháng Chiến toàn quốc cuối năm 46. Chú thẫn thờ nói về một người con gái bỏ nhà thoát ly theo Cách Mạng. Và buổi chiều trên đê sông Hồng, may mà chú và người con gái đó thoát được trận tập kích vào ngôi chùa Hòe Nhai gần Bến Nứa. Chú trầm ngâm, nhìn Nhân, rành mạnh:

- Xưa chú làm việc dưới sự chỉ đạo của cha cháu...

Và cứ thế, chú tiếp tục kể về một con người mang tên Phan Thượng Chính, sau chú chỉ gặp lại đúng một lần trên Việt Bắc. Cho tới khi thoát khỏi tay đội Cải Cách Ruộng Đất ở Nghi Dương, trốn về Hải Phòng, chú mới biết Chính và Huyền đã có hai mặt con với nhau.

- Mẹ cháu bế cháu từ Kiến Thụy lên chữa bệnh. Chú thì ôm trong lòng mối hận cha vừa chết, và thân mình cũng mới thoát hiểm... Chú oán tất cả. Chú thù mọi người. Chú căm cái Đảng của chú. Mặc đầu gia đình chú cống hiến bao nhiêu tài sản, và chú dấn thân đến độ suýt hy sinh cả mạng sống, được huân chương kháng chiến hạng 2, thế mà cái Đảng ấy nhân danh giai cấp mang chà đạp đến độ cha chú uất mà chết, còn chú thì chúng nó đánh cho thân tàn ma dại!

Hoàng ngừng lại kìm xúc động, nước mắt ràn rụa trên má. Lát sau, Hoàng tiếp, giọng đã lấy lại ít nhiều bình tĩnh:

- Chỉ mẹ cháu là người chú có muốn cũng không thể ghét bỏ được. Đấy, cái nghiệp của chú nó vậy. Bà cô chú, là cô Thái, giục chú di cư. Chú giả chần chừ, lấy cớ còn mẹ cháu và cháu ở đấy, bỏ đi sao được. Thế là cô

Thái tìm cách ép buộc mẹ cháu đem cháu đi Nam, biết chú sẽ đi theo. Còn chú, thâm tâm có thể là chú mượn tay bà cô làm cái việc cướp đoạt người mình yêu, bất chấp là mẹ cháu buộc phải chia ly với những người thân ở lại!

Chú Hoàng lại rót rượu cho mình. Tay đặt lên vai Lương, chú nhìn vào mắt con, nghẹn giọng:

- Mãi ba, bốn năm sau, mẹ con cũng chưa chịu về với cậu. Thế là cậu rắp tâm sắp đặt để báo tin cha của anh Nhân biệt tích! Lúc đó, mợ con mới bằng lòng đi bước nữa. Nhưng từ khi mợ về với cậu, cậu mới thấy lương tâm cắn rứt. Chẳng nhẽ cậu cứ sống với mợ trong dối trá hay sao? Ngày qua ngày, sự trừng phạt xói mòn hạnh phúc cậu tưởng có được. Khi con ra đời, cậu đặt tên con là Lương, sự tử tế cậu đánh mất, và cậu nghĩ, nay có con thì cậu có thể nói thật với mợ. Trong khi cậu còn đắn đo, có người tìm đến đưa cho mợ bức thư của cha anh Nhân. Thế là mợ biết hết, dưới mắt mợ, cha là một thằng hèn.

Chú Hoàng ôm ghì lấy Lương, nhắc đi nhắc lại, cha là một thằng hèn, một thằng hèn. Lương ôm cha, cố ghìm tiếng khóc, nuốt nước bọt ừng ực. Chiều xuống rất nhanh, cánh cửa sổ khép hờ nhòa dần trong ánh sáng hiu hắt một ngày nhiều mây. Xe lửa lại chạy ngang, còi hú lên, bánh nghiến trèo trẹo trên đường rày đệm vào tiếng máy xình xịch. Chú Hoàng đưa cho Lương một phong bì:

- Trong này là gia phả dòng họ nhà ta, con giữ lấy cho cậu. Có một lá thư cậu gửi cho mợ con, con đưa giúp cho cậu một khi cậu lìa cái cõi này. Ngày mai con đi bình yên, cậu không ra Tân Sơn Nhất với con đâu. Con đi, có mợ, có anh Nhân tiễn con là đủ. Đi, thì nhớ học, và cố mà làm người. Ở xứ mình, điều đó khó lắm. Vài năm nữa thành tài, con hãy về. Dẫu sao, đây cũng là đất nước của mình. Và trong bất cứ trường hợp nào, đừng biến ra một kẻ như cậu!

Tay chỉ lên vách, Hoàng đọc se sẽ *...bị quê hương ruồng bỏ, giống nòi khinh...*

Lương ôm và hôn người đẻ ra mình. Oà khóc, Lương vội đưa tay bịt lấy miệng. Hoàng không nói năng gì trong bóng tối chập choạng, nghe Lương nghẹn ngào tiếng còn tiếng mất:

- Con lúc nào cũng là con của cậu... Đợi con... con sẽ về! Nhất định vậy!

*

Tháng 8 năm 1974, Nixon từ chức Tổng Thống. Gérard Ford lên thay, được Quốc Hội Mỹ chấp thuận tài khoản bảy trăm triệu đôla viện trợ cho Việt Nam Cộng Hòa trong ngân sách 1975. Hà Nội chiếm những vị trí chiến thuật quanh Đà Nẵng, tăng áp lực dọc miền Trung. Tháng giêng năm 75, bộ đội miền Bắc chiếm Phước Long, tám mươi cây số phía bắc Sài Gòn. Tháng 3, họ dễ dàng kiểm soát được mười ba tỉnh. Lạm phát phi mã, rồi lại cắt lương, khiến quân đội Việt Nam Cộng Hòa có nguy cơ tan rã. Chỉ trong năm 74, hai

271

trăm nghìn lính đào ngũ. Thiệu kêu cứu, xin thêm ba trăm triệu viện trợ. Ford bị Quốc Hội phản đối đành bó tay. Thiệu phải đối phó với một tình huống bấp bênh, đóng cửa báo chí đối lập, cách chức một số sĩ quan cao cấp, và đặt ra ngoài vòng pháp luật mọi cuộc biểu tình chống đối.

Tháng 3 năm 75, Ban Mê Thuộc rụng như một thứ trái cây quá mùa, nhanh, gọn và khá đột ngột. Sau khi Đại tá Quang, Tư Lệnh phó sư đoàn 23, gửi bản tin chót về Quân đoàn và yêu cầu oanh tạc vào chính Bộ Tư Lệnh của mình thì chỉ còn im lặng. Những đơn vị đồn trú bên ngoài thị xã và dân chúng xô nhau băng rừng chạy về Nha Trang. Ngày 12, tin Liên Đoàn 22 Biệt Động quân có nhiệm vụ tái chiến vùng đất đã mất bị đánh tan tác cách Ban Mê Thuộc hai mươi cây số. Ngày 14, lệnh của Tổng Thống Thiệu: triệt thoái khỏi Pleiku. Thoắt một cái, những bàn mạt chược nhà tướng Cẩm, Tư Lệnh phó quân đoàn, đại tá Nhu, Tỉnh trưởng, rồi đại tá Sáng, An Ninh quân đội cùng hàng chục các vị sĩ quan cao cấp, Biện lý, Dự thẩm bỗng thiếu tay xoa. Họ biến đi, hệt những bóng ma chơi, chắc chắn sẽ hiện hình trở lại ở một nơi bình yên nào đó, với áo quần thẳng tắp, huy chương đầy ngực và dáng điệu rất nghiêm trọng. Nhưng bây giờ, họ ở đâu?

Ngày 16, thị xã Pleiku nhốn nháo, dân và quân ùa ra đường, hốt hoảng gọi nhau, hò hét, khênh cái gì có thể khênh, xách cái gì có thể xách. Họ xô nhau ùn ùn đi về phía bắc, nơi tập trung xe cộ, cả quân xa lẫn dân sự, xe lớn, xe nhỏ, xe ba bánh, xe bốn bánh, xe máy, xe đạp, xe bò...Con đường triệt thoái là Liên Tỉnh lộ 7 về Tuy Hòa. Đoàn xe như rắn bò trên mặt lộ bóng nhẫy ì à ì ạch, năm giờ sau đã đến gần Phú Bổn. Xe Honda chở đôi, chở ba. Lính ngồi trước, súng vẫn đeo, giữa là con, sau là vợ, tay ôm chồng, tay ôm vali, lưng đeo balô. Ầm ầm...ầm! Một cột khói bốc cao phía trước mặt. Việt Cộng pháo, bà con ơi! Tiếng thét chưa dứt thì đoàn người tỏa ra, kêu khóc, ùa vào những gốc cây vệ đường, núp sau gò đống. Trong chớp mắt, chỉ còn xe cộ ngổn ngang và vật dụng vứt bừa bãi trên đường.

Việt Cộng không nã pháo vào đoàn người, chỉ bắn dọa loanh quoanh. Thế là lại lên đường. Đi, phải đi. Tiếp tục chạy. Ngày thứ hai cuộc triệt thoái, những người già cả yếu đuối tuột lại đằng sau, cái gì nặng quẳng đi, tiếng súng vẳng lại như thôi thúc.

Ngày thứ ba, đoàn xe không còn chạy mà bò lê bò la, lâu lâu ngừng lại để thở, băng khu rừng cây như những khúc xương trơ trên ngất ngưởng say thuốc khai quang. Đến quận Phú Rá vào 8 giờ tối. Sao lung linh trên nền trời tím thẫm. Xe bật đèn sáng rực một góc trời, máy rú lên, tài xế bóp còi inh ỏi. Thấp thoáng hai vệ đường, xe Honda trườn lên, lượn lách những mô đất, ổ gà. Rồi xe đụng. Cuộc rước đèn kỳ lạ bỗng thành cuộc ẩu đả, chửi bới, văng tục. Đêm trong rừng lạnh ngắt. Trăng ló ra trên cao giữa những đám mây bạc, êm ả. Đoàn xe vào vòng đai phòng thủ của quận lỵ. Nhưng không một ai trên con đường này cảm thấy được yên lành.

Sáng ngày thứ tư, lại đi. Đường hẹp dần rồi biến mất. Trước mặt, một đồng cỏ tranh rộng mênh mông. Xe bóp còi, chen ngang. Thình lình, hàng chục cái chồm lên rồ máy băng đồng như chạy đua. Có những cái xe sụp xuống, đổ lăn quay. Những cái bên cạnh tách ra, tiếp tục chạy. Không hiểu thế nào, tiếng súng nổ. Bắt đầu lẻ tẻ, sau túa lên. Đó là tiếng nổ rộn của M-16, không chát chúa như AK. Việt Cộng chưa thèm đánh, nhưng lính Cộng Hòa đã bắn lẫn nhau. Bây giờ, không có ai chỉ huy ai. Thỉnh thoảng, có tiếng súng phóng lựu đạn. Rồi hàng tràng đại liên, khói bốc khét lẹt. Trẻ con gào. Đàn bà khóc, có những người ngồi sụp xuống vệ đường cầu kinh, niệm Phật. Nhưng lúc này, chỉ bạo lực là cách duy nhất để phòng thân. Chúa không còn. Phật cũng không. Kinh kệ vô ích.

*

Ngày 21 tháng 3. Thiết Giáp chặn hậu cho cuộc triệt thoái bị một trung đoàn Việt Cộng đánh, giữa Phú Bổn và Phú Túc. Đường chật, chiến xa như những con cua vào rọ, chỉ dăm chiếc M-113 bỏ chạy được. Đám Biệt Động quân thoát chết ở Ban Mê Thuộc bắt kịp đoàn người chạy loạn. Bây giờ có những kẻ chĩa súng cướp giật. Giật ăn, giật uống. Giật đồng hồ, giây chuyền, nhẫn, tiền. Những tay lính bôn đào bỗng hóa thân thành hung thần, nổ súng bừa bãi. Một sĩ quan đứng lên quát "Không được làm ẩu!" Hai tên lính cười cười. Đùng, đùng, hai phát súng và một tiếng chửi "ĐM mày, làm tàng...'' Người sĩ quan gục xuống, tay quơ quơ vào không khí, mắt trợn trừng.

Đoàn người lết đi từng chặng. Dưới nắng gắt, mặt mũi ai nấy đỏ ối như tôm luộc. Họ ngơ ngác. Và sợ. Chưa thấy Việt Cộng, nhưng phải né tránh những bọn vô lại khoác súng mang quân phục của một đoàn quân tan hàng. Còn năm cây số, sẽ tới quận Củng Sơn. Nửa đêm, trăng bị mây che, nền trời đặc lại. Đoàn xe tắt đèn. Đột nhiên có tiếng động cơ, lúc gần lúc xa. Có lẽ chiến xa Việt Cộng chặn phía trước mặt. Thình lình, hai chiếc máy bay bay ngang. Đó là loại C-47 cải biên trang bị đại liên sáu nòng, bắn được độ ngàn viên một phút, lằn đạn lửa vẽ thành hình nón lật ngược. Tiếng nổ vọng lại. Trận đánh chắc khoảng chục cây số trước mặt.

Sáng ngày 22, Biệt Động quân mở được đường. Đoàn triệt thoái đến bờ sông Ba. Bãi cát bên kia sông dài ra uốn lượn dọc mé rừng chồi. Trên bãi, xe ngổn ngang. Dưới sông, một số người xuống tắm, có tiếng té nước và tiếng cười của con trẻ. A, tiếng cười. Suốt sáu ngày nay, bây giờ mới nghe được tiếng cười cứu rỗi.

Chiều, đến được Củng Sơn. Lính quân vận và quân nhu mang bán cơm sấy, thịt hộp, thuốc lá. Người đói cơm, đói thuốc chen nhau mua, giá là giá cắt cổ. Biệt Động quân thật giả lẫn lộn. Đám giả là bọn tìm được quân phục, nhưng thường không đủ bộ, không nón nâu, không phù hiệu. Chúng cướp phá, chọc ghẹo phụ nữ, nghênh ngang như không có ai. Đêm, trăng sáng dị thường. Những con dơi chập chờn lui tới giữa bầu trời mầu sữa. Ở đây, tương đối an toàn. Có người nghe BBC. Tin tướng Trưởng phải bỏ Huế. Dân Huế, dân Quảng đổ dồn về Đà Nẵng, tạo thành một cái biển người không còn kiểm soát nổi. Chợt có tiếng nổ phía bên kia sông. Trận đột kích kéo dài mười lăm phút. Một số xe bị phá hỏng. Cả trăm chiếc kẹt lại. Những người bị thương được cáng qua sông. Đoàn triệt thoái tiếp tục lầm lũi xuyên rừng.

Ngày 25, ngày thứ chín cuộc triệt thoái. BBC loan tin Đà Nẵng bắt đầu di tản. Việt Cộng chiếm Quảng Ngãi hai ngày trước. Đà Nẵng đang thành địa ngục trần gian, và phía Nam Cao Nguyên, Lâm Đồng giãy chết. Hôm sau, Đà Lạt mất. Đám Sinh Viên sĩ quan võ bị Đà Lạt chặn hậu cho dân di tản về Nha Trang. Thế là quân khu I tiêu ma. Quân khu II thì giữ được dăm tỉnh lẻ tẻ ven biển.

Ngày 26, đoàn triệt thoái ra khỏi đập Đồng Cam, mùi thối xông lên nồng nặc từ con đường trước mặt. Xe máy đủ loại ngổn ngang cạnh xác chết hàng trăm người đi đoạn đầu. Xác có cái trương lên, cái chảy nước vàng. Đám vô lại xông đến gỡ những chiếc đồng hồ tay. Rẽ trái, năm cây số nữa là quận Hiến Xương, nơi có hai tiểu đoàn địa phương quân. Đến được, tức thoát hiểm. Một trái khói tím bung ra, rồi dăm tiếng M-16 vu vơ. Chiếc xe Jeep đầu đoàn dừng lại. Khuất sâu trong một đám cổ mộ có tường bao quanh, tiếng súng lạch cạch lên đạn. Vài tay lính Biệt Kích nhảy xuống xe, tiến vào. Đột nhiên, chiếc xe Jeep bị hất nghiêng, bốc cháy như một bó lửa. Một trái B-40 bắn sẻ kết liễu viên

sĩ quan chỉ huy, xác anh nhô ra thành xe, đổ xuống.
Những người lính Biệt Kích chồm lên. Nhiều tiếng M-
79 cất lên từ sau những ngôi cổ mộ. Ba người áo đen
chạy, nhưng không chạy được xa. Đạn ghim vào thân
thể họ, đẩy cho ngã chúi vào lòng đất. Lính Biệt Kích
đến khiêng xác vị chỉ huy. Họ câm nín như những bức
tượng, lẳng lặng vẫy tay cho đoàn triệt thoái đi tới.
Đêm hôm đó, đài phát thanh Sài Gòn loan tin quân
dân ba tỉnh Kontum, Pheiku và Phú Bổn đã đến Tuy
Hòa. Nhưng sau Tuy Hòa, là đâu? Trăng tròn vành
vạch, trăng soi làm gì những bước đường vô định.

*

Thiệu chỉ định Trung tướng Nguyễn Vĩnh Nghi làm
Tư Lệnh tiền phương Quân đoàn III, bộ Tư Lệnh đặt ở
Phan Rang. Khắp Sài Gòn, người ta bàn tán ''giải pháp
trái độn'', quả quyết Mỹ không thể phủi tay. Mặt Trận
Giải Phóng Miền Nam chiếm từ vĩ tuyến 14 trở ra, Bảo
Đại sẽ về và Lực Lượng Thứ Ba nắm phần đất còn lại
của miền Nam, theo thể chế trung lập ít thì cũng vài
năm rồi sẽ Tổng Tuyển Cử. Đám Tâm Lý chiến tung
tin: Tổng Thống Thiệu nằm mơ thấy một người đàn bà
tuyệt sắc mặc trang phục Hời, xưng là công chúa nước
Chiêm, đưa tay ra giắt lên đỉnh tháp Chàm trong cơn
gió thổi lửa từ Bắc vào Nam. Khi Thiệu bước tới bậc
cuối, công chúa bỗng biến mất, gió ngừng và đêm sáng
như có mặt trời. Như vậy, nhiều chính khách Sài Gòn
thì thào, thế là ma Hời thôi báo cái oán người Việt
cướp nước Chiêm. Họ vỗ tay ủng hộ quyết định thiết
lập phòng tuyến Phan Rang. Đúng như trong giấc mơ,

277

gió ngừng khiến bộ đội miền Bắc không dám vào
chiếm Nha Trang, dẫu thành phố này bỏ ngỏ từ mấy
ngày nay.

Phan Rang, theo lời thầy bói nói với Thiệu, là linh
địa. Thiệu nhắc lời thầy bói, nhưng đám tay chân vẫn
xin từ nhiệm. Trần Thiện Khiêm xuống, chủ tịch Quốc
Hội Nguyễn Bá Cẩn lên nhậm chức Thủ Tướng.
Nhưng Hà Nội và Mặt Trận Giải Phóng Miền Nam vẫn
khăng khăng không "đối thoại" với Thiệu, tạo áp lực
chính trị để Thiệu phải từ bỏ quyền lực. Đánh rắn, phải
đánh vào đầu. Đầu rắn nằm ở Sài Gòn nhưng cái đuôi
ngọ nguậy trên những nút chặn. Phía Nam Sài Gòn,
Long Khánh và Xuân Lộc tạo thế ỷ dốc với Phan Rang.
Phía Tây Nam, ở Bình Long, Thiệu ném Lữ đoàn 2 Dù
tăng viện cho tướng Nghi. Sư đoàn 6 không quân cũng
được lệnh vào góp tay bảo vệ phòng tuyến tiền
phương.

Đại tá Nguyễn Thu Trương chỉ huy Lữ Dù 2 còn
bốn tiểu đoàn. Đơn vị của Nhân quân trang khí giới
vẫn đầy đủ. Lần này, Nhân có một chuẩn uý trợ y tên
Khiêm và ba y tá đi theo. Khiêm nhét vào bao khẩu
Colt 9, bảo "Đường cùng thì kê lên đầu nổ một phát là
xong". Ở Phan Rang, Dù đụng độ ngay ngày đầu,
không phải với lính miền Bắc mà là đào binh chạy từ
Đà Nẵng vào. Lẫn trong một đoàn người dài dằng dặc
lê bước trên quốc lộ 1 đi xuống, chúng vẫn kè kè quàng
vai M-16. Chúng đeo balô, chân đi giầy đinh nhưng
đứa thì áo sơmi, quần thủy quân lục chiến, đứa áo Biệt
Động, quần lại quần đùi. Đại tá Trương lệnh cho đơn

vị chốt đầu bắt chúng lại. Tiếng M-16 thỉnh thoảng nổ ròn rã. Rồi cả tiếng lựu đạn lẫn trong tiếng rú, tiếng thét thất thanh của dân di tản. Rốt cục, Dù bắt được ba mươi tám tên, khám balô thấy đầy đồng hồ, vàng bạc. Đại tá Trương quát " Bay ăn cướp làm nhơ danh quân đội chúng tao", vẫy tay ra lệnh mang bọn ăn cướp vào bìa rừng. Trương dặn với " Mỗi thằng một viên, đừng phí đạn!". Lát sau, người ta nghe đúng ba mươi tám tiếng súng, không thừa không thiếu.

Quanh tuyến phòng tiền phương, không chút động tịnh gì. Hỏi dân, họ kể hàng đoàn xe cam nhông chở quân đội miền Bắc nối đuôi nhau đi ngang Nha Trang. Từ Suối Đá trở vào, đoàn xe thưa đi, chỉ còn tăng T-54 và những dàn súng phòng không lưu động. Tướng Nghi ra lệnh án binh bất động, đào thêm công sự và yêu cầu tướng Sang chỉ huy Sư đoàn Không quân bay thám thính và sửa soạn oanh tạc. Sang lắc đầu. Với những phi cơ vận tải C-119, C-123 cải biên gắn đại liên, bay lên trời chẳng khác gì tự tử khi gặp súng phòng không của địch. Lữ Dù chấn giữ những trọng điểm. Đại tá Trương họp tất cả những sĩ quan của bốn tiểu đoàn, dặn "Tiết kiệm người, tiết kiệm đạn. Giữ Phan Rang là giữ được miền Nam! ". Ngay hôm đó, tướng Nghi hốt hoảng báo Trương, Việt Cộng đang đánh vào Xuân Lộc, trên trục quốc lộ 1, đằng sau lưng Phan Rang. Trương văng tục:

- Đm... Thế là nó bọc vòng ra sau mà đéo biết. Đánh đấm như cái con cặc! Bây giờ, giữ Phan Rang làm gì? Tố cha thằng Thiệu! Tố cha thằng Cao Văn Viên!

Trương báo tướng Nghi sẽ ra lệnh rút Dù về Xuân Lộc, phụ Sư đoàn 18 của tướng Lê Minh Đảo bị vây từ ba ngày. Nghi không cho, gắn " Chưa có lệnh của Tổng Tham Mưu. Rút Dù đi, không giữ được Phan Rang! ". Trương đáp "Chúng nó có đánh Phan Rang đâu mà giữ. Tôi cứ đi! ". Nghi quát "Tôi sẽ đưa anh ra tòa án binh". Trương cười nhạt, dần máy điện đàm, nhổ nước bọt.

Dù dàn ra theo hình cánh én. Băng rừng nhắm hướng ga Sông Mao dọc đường rày xe lửa, Dù hành quân không chút trở ngại. Tiểu đoàn của Nhân ép sát mé biển, quá trưa tháp Chàm Phan Rí đã thấp thoáng trong tầm mắt. Chuẩn úy Khiêm cao hứng đọc:

"Mai này đụng độ mà không chết
Về ghé sông Mao phá phách chơi
Mang sớt nỗi sầu cùng gái điếm
Đốt tiền mua một tháng ngày vui"

Khiêm vừa dứt lời thì tiếng ùng ùng vang lên. Pháo Việt Cộng rót vào đoạn đầu đội hình. Bên hông tiểu đoàn, tiếng động cơ tăng T-54 khởi động. Một loạt pháo 85 ly bắn đồng bộ. Chụp ống nói, Nhung vội vã " Én 3 gọi Đại Bàng. Phía trước bị pháo. Cua Càng ém sẵn thúc vào hông. Đợi lệnh". Đầu máy bên kia, Trương gọi " Én nào cũng bị... Tụi bay cứ nằm đó. Đi đốn cua trong khi chờ lệnh!".

Tình hình tiến không xong, lùi về Phan Rang thì vô lý. Thiết Giáp quân đội miền Bắc cắt đội hình Dù thành hai mảnh, không thể bắt tay với nhau được. Tiểu đoàn tiền kích đã vào đồng bằng, địa hình trống trải không chống đỡ được, phải nằm mọp chịu trận. Trương cắn răng, gân xanh trên trán phập phồng, tay nắm báng khẩu Colt, Trương gào:

- Én 3... Én 3. Lệnh T1, nghe rõ chưa?

Thiếu tá Nhung nghẹn ngào: ''Rõ, còn bao lâu? Én hỏi Đại Bàng, bao lâu? ''. Tiếng đại tá Trương buồn bã: '' Đến 6 giờ tối. Để lính tùy nghi đi hay ở! ''. Nhung họp bốn đại đội trưởng lại. T1 là lệnh hàng. Nhung bảo '' Lính đứa nào muốn trốn, cứ trốn. Về phía biển, chỉ có du kích!''.

Vào lúc chạng vạng, khi mặt trời đỏ ối xuống nấp sau mỏm tháp Chàm, có tiếng đồng thanh ''Mẹ đụ!'', tiếp đó là một tiếng nổ lớn. Lính cứ bốn, năm người, một tay nắm lựu đạn đã bật kíp, tay kia nắm tay chiến hữu, ngồi thành vòng tròn. Họ im lặng, không ai nhìn ai. Rồi một người đếm, một hai ba. Đã dặn nhau, họ đồng thanh hô ''Mẹ đụ!'', tay buông kíp. Cứ thế, ''Mẹ đụ''... ''Mẹ đụ'' vang lên như tiếng gọi của tử thần nổi cơn thèm ăn, xác người văng tóe lên thành hàng trăm mảnh thịt bầy nhầy đỏ ối.

Nhân bịt tai, nước mắt trào ra. Không, những người lính chửi '' Mẹ đụ'' vào thế gian này không hèn. Còn sống, họ ghé sông Mao phá phách, đốt tiền mua một thoáng ngày vui. Đối mặt với những anh lính ''xẻ dọc Trường Sơn đi cứu nước'', họ chiến đấu để tồn tại, ở cái thế mất còn, anh sống tôi chết. Hoặc ngược lại, tôi sống anh chết. Nay thì hết như vậy. Anh không chết và tôi, tôi có thể sống như một hàng binh? Mẹ đụ! Họ níu giữ lấy nhân phẩm bằng cách nổ cho tan xác. Không, họ chọn cái chết, xác tan nhưng giữ được phần hồn.

"Mẹ đụ", mai này sói rừng chắc chẳng thiếu thức ăn.

Chuẩn úy Khiêm kéo tay Nhân, thì thào "Em thì chuồn. Vợ mới lấy, đang có bầu. Đại úy đi không? Ra biển, tìm thuyền về Vũng Tầu. Đi càng sớm càng tốt! ". Nhân đứng lên đi về phía Nhung. Cười buồn, Thiếu tá Nhung bảo "Tu-bíp[6], đi đi! Nhớ cầm theo một khẩu súng để phòng thân".

*

Đám năm người có Khiêm, Nhân và ba tay lính Dù đi ngược lại, vào rừng, rồi theo hướng Đông lẩn về phía biển. Nửa đêm, họ men đến một làng chài. Đột nhập vào một căn nhà lá leo lét ánh đèn, họ lay một ngư nhân đang ngủ mê mệt. Anh ta choàng dậy, hốt hoảng. Nhân xin anh cho mọi người lên ghe ra khơi. Móc hết tiền trong túi ra, Nhân khẩn khoản "Mong anh giúp bọn tôi!". Vợ anh ngư dân lồm cồm bò, tay ôm một đứa nhỏ còn phải ẵm, sợ hãi lui vào góc nhà. Khiêm nói nhỏ "Chị đừng sợ", và cũng lôi ví móc tiền ra. Ba người lính Dù không nói gì, chĩa M-16, dáng bực bội, mặt khẩn trương. Một người quay lại, gằn giọng "Không đưa đi, tụi tui cướp ghe!". Anh ngư dân lí nhí

---

[6] tiếng lóng gọi bác sĩ.

"Rồi, tui đưa mà! ". Họ lên ghe, lẩn vào những cơn gió đêm lênh đênh.

Sáng ra, chiếc ghe bơi đến một vùng nằm trên thủy đạo tầu Hải Quân di tản từ Cam Ranh về Vũng Tầu. Đợi đến trưa, cả bọn được vớt, tới tối thì cặp vào Vũng Tàu. Ngày thứ nhì, Nhân tìm cách đi xe ôm từ Vũng Tầu về Sài Gòn. Sau gần hai mươi cây số cuốc bộ, Nhân chặn được một chiếc Honda. Anh xe ôm lắc đầu, tay chỉ, miệng nói "Người ta đi từ Sài Gòn ra. Còn đi ngược về Sài Gòn, kẹt thì sao?" Nhân lột chiếc đồng hồ Omega đeo tay, năn nỉ. Anh xe ôm lại lắc, đòi thêm năm trăm nghìn. Nhân không còn một xu dính túi, hẹn về Sài Gòn đến nhà mới lấy được tiền. Anh xe ôm gật. Trên xa lộ, xe cộ ra Vũng Tầu xếp hàng lăn bánh, mùi xăng xông lên nghẹt thở. Hai bên vệ đường, quân phục lính, bốt, balô... vứt bừa bãi. Đường về Sài Gòn lác đác người. Anh xe ôm vừa lách ngược đoàn xe vừa càu nhàu chửi luôn miệng. Đến gần cầu Sài Gòn, số người đi ra đông đến độ anh xe ôm kêu " Thôi, Đại Úy đi bộ vô, tui sợ kẹt không ra được! ".

*

U già mở cửa. U reo " Cậu về! Ở nhà bà lo quá, nhưng trưa nay đi công việc rồi". Nhân nhảy vào nhà tắm, giội nước xối xả. Nhưng nước chỉ gột được bụi đường bám trên lớp mồ hôi và lớp muối biển sau một ngày một đêm lênh đênh, chứ nỗi ô nhục của tên bại binh vẫn bám lấy tâm trí chàng như con bạch tuộc trăm vòi, có cái cong rướn lên, chửi "Mẹ đụ", rồi vỡ bung, phun ra một thứ dung dịch nhờn nhẫy đỏ lè.

Nhân bưng mặt khóc, chẳng vì tiếc nuối gì một miền Nam "Tự Do", chẳng phải sợ gì viễn tượng một miền Bắc "Cộng Sản". Có lẽ chàng khóc vì chàng cảm thấy một đứt quãng. Một đảo ngược. Một bước nhảy của lịch sử. Bước nhảy trên vũng trống đen ngòm sâu hút, đe dọa chẳng có gì ở dưới để đỡ lấy những con người hụt bước.

U già mang gà-mèn thức ăn cho chú Hoàng như từ mười năm qua. Chú dặn Nhân qua chú ngay. Cơm nước xong, Nhân chợp mắt được một lát. Khi choàng dậy, Huyền chưa về. Nhân lững thững thả bộ, đến góc chợ Thái Bình, vòng sang đầu đường Bùi Thị Xuân. Buổi trưa, Sài Gòn vắng hẳn người dưới cái nắng chói chan. Đến cổng xe lửa số 2, Nhân vào hẻm. Khi chú Hoàng mở cửa, chú không nói gì, chỉ lách người để Nhân vào nhà. Chú kể, Xuân Lộc rồi Long Khánh đã thất thủ. Quân đội miền Bắc chựng lại đâu hai, ba ngày sau khi bị hai quả CBU, bom hút dưỡng khí và bom chấn không. Chú bảo Mỹ thả để làm chậm bước tiến quân Bắc Việt hầu có thì giờ di tản. Thiệu từ chức, Trần Văn Hương lên thay nhưng lập tức Hà Nội và Mặt Trận Giải Phóng Miền Nam tuyên bố Hương cũng như Thiệu, họ không "đối thoại". Tướng Nguyễn Cao Kỳ tuyên bố sẽ biến Sài Gòn thành Leningrad, tử thủ đến giọt máu cuối cùng. Chú Hoàng cười méo mó:

- Thằng ngu! Chống Cộng mà mang tên Leningrad ra gán vào Sài Gòn, thật là chướng! Thảm bại cũng vì những tướng tá như vậy...

Thở dài, chú cầm tay Nhân:

284

- Chú với Nhân tuy không máu mủ, nhưng khi về với mợ thì chú coi Nhân như con. Sau, Nhân biết đấy, mình không có duyên với nhau nhưng chú đối với Nhân không khác gì đối với em Lương, con đẻ của chú. Chú tự cho phép chú nói với Nhân một lời khuyên: Nhân đi đi. Người ta đi nhiều lắm. Sang Mỹ. Sang Pháp, Úc... Bất cứ đâu, đi được là đi. Dăm ba năm sau, thấy về được hẵng về. Chú biết mợ không muốn vậy, nhưng chú cứ khuyên, quyết định gì là ở Nhân.

Nhân không đáp. Chàng hồi tưởng đến những ngày ở trại K7, bác sĩ Thiện, y sĩ Chung, cô cấp dưỡng Y Ban và câu chuyện xung quanh cái chết của Toán, Chính ủy bệnh viện 201 ở biên giới Hạ Lào. Nhân rùng mình. Dẫu Nam hay Bắc, con người nói chung có khác cũng không nhiều, nhưng loại sắt máu lươn lẹo như Toán thì chỉ guồng máy miền Bắc mới tạo ra được. Tự nhiên, Nhân sợ. Bức vách có bài thơ sáng lên khi nắng lóa qua mành cửa. Nhân hồi tưởng ngày hôm kia trên biển rộng mênh mang. Đúng là biển vô tận.

'' Biển vô tận xá gì phương hướng nữa''.

Nhân linh cảm đời mình rồi sẽ là một con thuyền bập bềnh nổi trôi như câu thơ của bác Chương. Nhưng tự dưng chàng bình thản, mỉm cười, lòng gợn lên một nỗi thương cảm vô bờ.

*

Ngày 25 tháng 4.

Mặt trận Long Thành - Phước Tuy khai màn. Trục Sài Gòn - Vũng Tầu vẫn còn giao thông được. Trần

Văn Hương từ chức. *Big* Minh tuyên thệ nhiệm chức Tổng thống ngày 28 tháng 4, gửi văn thư yêu cầu Mỹ rút khỏi Việt Nam. Văn thư này có lẽ là văn thư thừa thãi nhất trong lịch sử ngoại giao từ vài ba trăm năm nay. Chung quanh Tòa Đại Sứ Mỹ, người Việt vòng trong vòng ngoài, chen lấn nhau, mong vượt được hàng rào sắt, lọt vào khuôn viên để theo chân Đế Quốc vừa được Tân Tổng Thống mời đi khỏi Việt Nam. Nhanh chân hơn Mỹ là các ông Thiệu, ông Viên. Ông Thiệu bay sang Đài Loan vài hôm trước. Còn ông Viên, Tổng Tham Mưu Trưởng biến đâu không ai hay, sau mới biết ông đã "thăm viếng" một chiến hạm đồng minh.

Ngày 29 tháng 4.

Tân Sơn Nhất bị pháo kích. Trục Sài Gòn-Vũng Tầu bị cắt đứt. Dân Sài Gòn trèo hàng rào vào tòa Đại Sứ Mỹ. Thủy Quân Lục Chiến Mỹ có nhiệm vụ bảo vệ Tòa Đại Sứ ngăn dân bằng dùi cui, bằng báng súng, có khi dùng cả lưỡi lê đâm cho buông tay rơi xuống. Người ta khóc, người ta la. Một phụ nữ áo dài xanh, môi son đỏ chót giất tay đứa nhỏ đen thui vừa gọi vừa chửi bằng tiếng Việt: " Ê Giôn, con mày đây! Mày bỏ để bà nuôi à? Tổ cha mày, Giôn ơi!". Chắc chắn Giôn có đó cũng không hiểu lấy một chữ. Lính gác cổng xua tay khi bà ta sấn tới, một tay chỉ đứa nhỏ, miệng la " Mỹ nè, trăm phần trăm đó, cho zô chớ!", tay kia chìa một tờ giấy ra. Một thanh niên xô bà, tay cũng chìa một tờ giấy, có lẽ là giấy chứng nhận làm sở Mỹ. Bà ta đấy lại, miệng lại chửi. Thế là nhốn nháo lên trước cánh cổng sắt đóng chặt, bên trên lá cờ Hoa Kỳ vẫn bay phất phới.

Tiếng trực thăng phành phạch. Hàng chục chiếc sà xuống lượn quanh tòa đại sứ như một bầy quạ. Khi có chiếc đậu lên bãi cỏ, những người đã vào trong sân tòa Đại Sứ ùa lên, bám vào, kéo nhau, đạp nhau, kẻ kêu người khóc gọi ầm ĩ. Nhân nhìn cảnh tán loạn, nửa thương nửa giận. Đám người không vào được sân tòa Đại Sứ kéo nhau đi về bến Bạch Đằng, tay xách nách mang, lếch tha lếch thếch. Tò mò, Nhân đi theo. Khung cảnh cảng Sài Gòn lúc đó không khác gì ở toà đại sứ Mỹ. Cũng gọi, cũng kêu, cũng xô đẩy, cũng ẩu đả. Tiếng pháo kích vẳng lại, lúc một nhặt hơn, lắm khi nghe như gần bên cạnh. Không khí căng đến chỉ chực vỡ vụn. Trước cư xá Hải Quân, lính đứng gác không cho người lạ vào. Trên những chiếc xe Jeep chạy vào cư xá, súng chĩa vào đám đông có dịp là ùa theo. Có người vỗ vào vai Nhân. Đó là Yên, một người bạn thời học với nhau ở Trung học Chu Văn An. Vẫn mặc quân phục Hải Quân, Yên kéo Nhân đến cổng cư xá, bảo "Ông vào với tôi. Rồi ra hạm đội 7 bằng tầu, chắc chắn an toàn!". Nhân nào có định đi. Chàng kéo tay bạn, lắc đầu. Yên bắt tay, chúc Nhân ở lại may mắn, đi không quay đầu lại.

Nhân về nhà. Đến đầu hẻm, chàng nghe tiếng cãi cọ bên hàng xóm. Người chồng to tiếng " Xuống tầu rồi mà còn đòi lên, tiếc cái mạng không tiếc, tiếc cái xe Simca cũ xì!". Người vợ cãi " Chi mà tiếc mạng, anh dạy học chớ có làm gì đâu cơ chứ! Thời nào cũng thế, cũng cần thầy giáo! Anh chết nhát thì có!". Thế là tiếng chân đấm tay đá huỳnh huỵch. Tiếng trẻ con ré khóc, người vợ bù lu bù loa, rồi tiếng bát đĩa loảng xoảng. Chưa kịp đóng cửa, Nhân thấy một thằng nhỏ ở cuối hẻm chạy, ba nó rượt đằng sau. Nhân nhận ra Tráng, một dược sĩ làm ở bệnh viện Bình Dân. Nhân hỏi chuyện gì vậy. Tráng thở hồng hộc, kể " Tôi đưa nó với thằng em nó lên máy bay trong phi trường Tân Sơn Nhất từ tối hôm qua, dặn đợi đó để tôi về chở bà xã vô. Chưa vô được, thì sáng nay nó đưa thằng em nó về, thế có khổ không anh? ". Thằng bé mười hai tuổi, mếu máo " Con kể là có một ông, ông hỏi, con nói con đợi ba má. Ổng biểu, có hai người đang đi tìm con dưới kia, xuống coi có phải ba má tụi bay không? Vừa đứng lên, tụi con mất chỗ, rồi người ta đẩy nên phải xuống máy bay chớ có phải muốn zậy đâu...". Ba nó lại nóng lên, bất thình lình giáng cho nó một cái tát. Nó ré lên, giọng ấm ức " Ở thì bị pháo kích, zề nhà thì bị bạt tai" rồi cắm đầu chạy.

Vào nhà, Nhân thấy mẹ. Từ dăm ngày nay, Huyền không giấu giếm gì nữa, tất tả lo việc Huyền gọi là công tác trù bị tiếp quản. Hai ngày trước, Huyền chở về nhà hàng chục bao tải, mở ra, toàn là cờ của Mặt Trận Giải Phóng miền Nam. Tư Qưới xuất hiện thường xuyên với một số thanh niên, phần lớn là sinh viên học sinh. Họ có nhiệm vụ đưa đường cho "quân giải phóng" và thành lập những ủy ban hành chính lâm thời. Huyền dặn con, giọng nghiêm trang:

- Nhân chớ nghe người ta xui dại mà đi đâu nhé! Thương mợ, đừng manh động!

Nghe mẹ nói, Nhân có cảm tưởng mình trở thành một thứ đồ chơi bằng nhựa. Thuở nhỏ, chàng có hàng trăm lính, hàng chục máy bay, xe tăng, súng đại bác. Tất cả bé tí xíu, một bên đen, một bên xanh màu áo trận. Chàng xếp chúng, cũng hai bên, một bên là ta, một bên là địch. Một bên tốt, một bên xấu. Lính quì. Lính đứng. Lính nằm. Súng kề vai. Để bắn, Nhân tru miệng hét, đùng, đùng. Máy bay bay lên. Ầm ầm. Chiến trường biến chuyển theo cái gạt tay cố làm như ngẫu nhiên. Rồi đếm xem mỗi bên chết bao nhiêu. Bên nào thắng? Trong cái trí óc non trẻ, Nhân mong bên ta, dĩ nhiên tốt, phải thắng. Và thắng hay thua, chàng chưa hề nghĩ đến cha, đến em, những cái bóng mờ của quá vãng. Trò chơi, chỉ có lính bằng nhựa, không có dân nên không phải đếm xác dân trong quyết định thắng thua. Nhưng khôn lớn, nhất là khi chính mình thành thứ lính bằng xương bằng thịt, Nhân đã biết thế nào là Đại Lộ Kinh Hoàng trên con đường tháo chạy khỏi Quảng Trị dưới pháo tầm xa. Nhân hiểu, bên nào thắng thì người dân cũng bại. Báo Newsweek tuần trước ước lượng số dân Việt chết cả Nam lẫn Bắc trong chiến tranh khoảng hai triệu. Tính theo xác xuất cứ một chết phải có ba, bốn bị thương, số người thương tật là sáu đến tám triệu. Còn lính Mỹ, chết hơn năm mươi lăm nghìn. Lính Việt Nam Cộng Hòa hai trăm nghìn. Lính "Sinh Bắc tử Nam" độ sáu trăm nghìn. Nhân lên ba lần số tử vong, lính mang thương tật sau cuộc chiến ở hai miền như thế vào khoảng hai triệu bốn đến ba triệu hai. Vậy cả dân lẫn lính tật nguyền từ tám triệu tư đến mười một triệu, trong một đất nước đếm tất cả chỉ xấp xỉ sáu mươi triệu nhân mạng.

Tiếng súng tay đã thỉnh thoảng lốp bốp chát chúa đâu đây. Sợ nhất là bọn có khí giới rủ nhau đi ăn cướp. Tân Sơn Nhất tiếp tục bị pháo kích. Dân Sài Gòn lần đầu cảm nhận nỗi kinh hoàng không chỉ là chữ viết trên mặt báo. Họ tiếp tục tràn vào sân toà Đại Sứ Mỹ. Không được, có người trèo qua tòa Đại Sứ Pháp, Anh, Ấn... Tất cả, miễn không là Việt Nam. Rồi họ tỏa ra xa lộ, nhắm hướng Vũng Tầu, Bà Rịa. Họ xuống Khánh Hội tìm ghe. Họ ra bến Bạch Đằng, ngơ ngác như một đàn người bị ma quỉ đang rượt đuổi.

Trực thăng vẫn chao bay trên bầu trời Sài Gòn thản nhiên như chẳng có gì đáng quan tâm kể cả một cuộc đổi đời. Người dưới đất nhìn lên, mơ ước chỗ những kẻ may mắn ngồi trên đang bay về một chốn tít mù xa lạ, nơi có thể chỉ là đất hứa của ảo vọng.

Ngày mai, là ngày 30 tháng tư năm 1975.

Bờ Dâu

20

ĐỔI ĐỜI

Đại Sứ Martin cùng ban tham mưu lên trực thăng CH-46 mang tên Lady Ace 09 vào 4 giờ 58 phút ngày 30-04 bay ra chiếc tàu USS Blueridge đậu ngoài khơi. Thiếu tá Kean, người chỉ huy Marines bảo vệ sứ quán Mỹ bỏ chạy trong chuyến trực thăng cuối cùng vào 7 giờ 53 phút. Bật khóc, ông ta chửi rồi hỏi ''Hoa Kỳ làm gì mà khiến lính chúng tôi phải tất tả bỏ chạy thế này?''. Hai ngày trước, ngày 28, Big Minh lên nhiệm chức Tổng Thống, Nguyễn Văn Huyền làm Phó Tổng Thống và Vũ Văn Mẫu, Thủ Tướng. Họ tự nguyện nhận trách nhiệm lịch sử tránh cho Sài Gòn một trận tắm máu. Ngay hôm ấy, chiến sĩ nằm vùng Nguyễn Thành Trung cùng các phi công miền Bắc lái 5 chiếc A-37 chiếm được bắn phá phi trường Tân Sân Nhất và Biên Hòa. Huyền và Mẫu vào trại Davis, kêu gọi thương thảo theo tinh thần của điều 3 trong Hiệp Định Paris về một chính phủ liên hiệp. Đại tá Võ Đông Giang phe Cách Mạng xác nhận tình hình hiện nay không còn gì để thương thuyết, yêu cầu chính quyền Việt Nam Cộng Hòa tự giải thể và giải tán quân đội. Ngày 30-04, vào 9 giờ 24 phút, Dương Văn Minh tuyên bố trên đài phát thanh: '' *Tôi hoàn toàn tin tưởng những người Việt Nam có thể hòa giải với nhau. Để tránh đổ máu thêm vô ích, tôi yêu cầu tất cả binh sĩ Việt Nam Cộng Hòa ngưng bắn và ở yên tại chỗ chờ đợi chính phủ Cách Mạng lâm thời Cộng Hòa miền Nam Việt Nam đến để cùng thảo luận việc bàn giao chính quyền* ''. Nhiều đơn vị binh sĩ không nghe lệnh, tiếp tục chiến đấu. Khi đánh chiếm Tân Sơn Nhất và bộ Tổng Tham Mưu, quân đội Bắc Việt chựng lại vì sức kháng cự quyết liệt của binh chủng Dù đóng tại Ngã Tư Bảy Hiền, mất 5 xe tăng T-54, bị thương vong nặng nề.

Mờ sáng, trung đoàn 66 thuộc sư 304 tiến theo xe tăng về Sài Gòn, đến cầu Tân Cảng thì bị chặn, giao tranh thiệt hại 4 tăng nhưng bắn cháy hai chiếc M-48. Đường mở, Đại đội 4 được lệnh vượt cầu. Xe tăng mang số 387 đi đầu, sau là 390, và cuối cùng là 847 của Đại đội trưởng Bùi Quang Thận. Đến cầu Thị Nghè, lại gặp đề kháng. Xe tăng đi đầu bị loại, hai chiếc kia tiếp tục tiến vào sau khi bắn cháy hai chiến xa M-113 của "ngụy". Không hiểu bản đồ vẽ thế nào mà xe 390 lạc. Chỉ có xe 847 đến được dinh Độc Lập, xô vào húc cổng phụ nhưng cổng không đổ, xe lại chết máy. Dinh Độc Lập nhốn nháo, nhưng đơn vị bảo vệ không hề chống cự. Thận đợi xe 390, chỉ vào dinh khi sẵn sàng để quay phim như "trên" đã dặn dò, nhất định phải có hình ảnh ghi lại giây phút lịch sử có một không hai này. Lát sau, xe 390 tìm được đường, đến trước cổng chính. Quán triệt kinh nghiệm của 847, xe 390 rồ máy tăng tốc đâm vào như một con trâu điên. Cửa sập. Cách Mạng muôn năm, Thận hét tướng lên rồi giơ cao cờ Mặt Trận Giải Phóng miền Nam vẫy, chạy đằng sau xe 390 tiến vào. Phóng viên đưa máy quay lên vai, tiếng máy rè rè, đèn flash chớp sáng. Lúc ấy, đúng 11 giờ 21 phút. Sau, đến màn hạ cờ vàng ba sọc đỏ xuống và chăng cờ Mặt Trận lên nóc dinh Độc Lập. Rồi bắn súng chỉ thiên ăn mừng, và reo hò để thu âm. Khi đó, ban chỉ huy Lữ đoàn xe tăng cũng vừa đến phụ họa, có Chính Ủy Bùi Văn Tùng và Chỉ huy Nguyễn Tất Tài. Đi dép cao su bước trên nền cẩm thạch lót dinh Độc Lập, Tùng tự nhủ, phải bình tĩnh, phải bình tĩnh. Những thứ phồn vinh này đều giả tạo cả, chớ để nó tác động vào tinh thần tiến công cách mạng. Tùng mím môi, rồi ưỡn ngực đi vào đại sảnh. Một người cao lớn đeo kính trắng đứng lên nghiêng mình chào. Tùng tự hỏi, mình có nên nghiêng mình kiểu cách như thằng ngụy này không? Không. Thế thì làm gì? Tốt nhất là làm như không thấy nó, lơ đi như mỗi lần mình chưa tìm ra phương án "tối ưu". Nhưng thằng ngụy lại gần, giọng lễ độ:

- Thưa ông, chúng tôi chờ các ông vào để bàn giao...

A, thằng ngụy! Có thì mới giao chứ bây giờ nó còn cái gì để giao. Và thế thì có việc gì mà phải bàn? Hít một hơi cho không khí đầy phổi, Tùng dằn từng chữ:

- Các anh còn gì mà phải bàn với giao?

- Thưa ông, theo thông lệ khi thay đổi chính quyền thì...

Tùng sẵng giọng, nói như đinh đóng cột:

- Các anh nay chỉ có đầu hàng vô điều kiện. Rõ chưa!

Trưa hôm đó, đúng 14 giờ, Dương Văn Minh đọc vào cát-xét để phát thanh:

'' Tôi, Dương Văn Minh, Tổng Thống Chính quyền Sài Gòn, kêu gọi quân lực Việt Nam Cộng Hòa hạ vũ khí đầu hàng không điều kiện quân Giải Phóng miền Nam Việt Nam. Tôi tuyên bố chính quyền Sài Gòn từ trung ương đến địa phương phải giải tán hoàn toàn...''

*

Sau ngày 30 - 4, đài truyền thanh ra rả kêu gọi đồng bào bình tĩnh và loan báo lệnh giới nghiêm để bảo vệ an ninh. Chỉ hai ba hôm sau, chợ trời đã họp lại. Xe và người lại tấp nập, mặc dầu đó đây thấp thoáng những chiếc mũ cối bộ đội nhấp nhô trong những trạm gác. Ủy Ban Quân Quản tiến hành tiếp thu chính quyền. Cán bộ cục R vào Sài Gòn, chiếm hữu nhà bỏ trống của những người di tản, nơi bề thế dùng làm công sở cơ quan, mặt tiền cắm cờ Mặt Trận. Nhưng giấc mơ miền Nam có một chính quyền theo Hiệp Định Paris không kéo dài. Cán bộ miền Bắc từng đợt vào Nam lãnh nhiệm vụ quản lý hành chính. Ngay cửa dinh Độc Lập, ảnh Hồ Chí Minh với khẩu hiệu « Bác Hồ sống mãi

trong sự nghiệp của chúng ta » đập vào mắt. Trên
những bức tường quanh chợ Bến Thành, hình chiến sĩ
cầm súng, công nhân cầm búa, nông dân cầm liềm
đứng xung quanh hàng chữ đỏ choét « Chủ nghĩa Mác
- Lê bách chiến bách thắng » và « Không có gì quí hơn
Độc Lập - Tự Do », báo hiệu một cuộc đổi đời không
đảo ngược được.

Tư Quới nay mặc quân phục công an, hỏi mới biết
là Thiếu Tá được cắt cử trách nhiệm an ninh cho Quận
1. Huyền tiếp tục công tác, lo tổ chức những đội dân
phố, vận động những viên chức, sĩ quan, hạ sĩ quan
của chế độ cũ ra trình diện, tối nào cũng họp, cũng phổ
biến đường lối của chính quyền Cách Mạng. Tầng lớp
trung lưu ở thành phố nay cũng ngồi xếp xuống đất
như mọi người. Các vị bác sĩ, giáo sư, kỹ sư bên cạnh
chị Sáu cà phê, anh Ba xích lô ban đầu có ngơ ngác,
nhưng sau giơ tay phát biểu, cũng hồ hởi chẳng kém gì
tầng lớp ''lao động''. Anh Ba đạp xe tháng chở con ông
Phùng đi học từ hai năm nay, vỗ vai ông, tỉnh bơ '' Bây
giờ làm chủ tập thể thì tiền trả trước cho ba tháng tới
tui coi như của tui, chứ xích lô tui không đạp nữa đâu!
Bình đẳng mà. Hết cái chuyện người bóc lột người
rồi!''. Ông Phùng, vốn dạy toán cho một trường trung
học tư thục, xuýt xoa '' Dĩ nhiên, anh Ba. Anh làm vậy
là đúng chính sách. Huề hết!''. Một cậu trẻ măng vừa
được ''giác ngộ'' chêm vào ''Huề sao lệ vậy? Còn phải
bồi hoàn những bóc lột cà!''. Những cậu loại này thuộc
hàng ngũ « ông ba mươi tháng tư », hăng gấp mười lần
cán bộ chính cống, động miệng là giai cấp với đấu
tranh, và lúc nào cũng để cho người đối thoại lờ mờ

hiểu rằng họ đã "hoạt động nội thành" từ lâu lắm rồi.
Để lập công, họ khai báo lung tung, rồi kèn cựa với
nhau, gây ra rất nhiều phiền toái trong việc vận động
quần chúng. Huyền làm công tác tư tưởng cho đội ngũ
này. Dẫu khổ tâm nhưng vì chính quyền mới cần họ
trong những ngày đầu, Huyền vẫn cố gắng, sau mới
biết họ từng lên Công An Thành tố cáo Huyền thuộc
giai cấp tư sản, có cửa tiệm, thuê công nhân viên, và
từng ăn cái "thặng dư" của lao động. Thật may, cái
"cửa tiệm" may đồ bọc đệm xe lại là cơ sở kinh tài
"của ta" che mắt "ngụy".

*

Sau ngày Nhân đi trình diện, U già chân thấp chân
cao về hớt hải gọi " Cậu Nhân ơi! Sang xem ông
Hoàng, ông ấy làm sao ấy!". Nhân hỏi, U già mang
cơm sang cho Hoàng kể U vào nhà, lay nhưng Hoàng
chỉ ngước mắt nhìn lờ đờ, tay chân không động đậy
được nữa. Nhân vơ vội ống tiêm và bịch thuốc cấp cứu
chạy sang. Đến nơi, mắt chú Hoàng đã trợn lên, chỉ
thấy lòng trắng. Mạch yếu, nhưng chú còn thoi thóp,
thỉnh thoảng thở hắt ra từng cơn, chân tay co rúm.
Nhân tiêm một ống hồi sinh. Chú Hoàng lại mở mắt.
Cái nhìn của chú mới ai oán làm sao. Chú thều thào,
nhưng Nhân áp tai vào, vẫn không hiểu gì. Nhìn
xuống khay thuốc phiện, Nhân thấy một bát nước còn
chút cạn. Nhân ngửi, mùi dấm. A, có phải là thuốc
phiện hòa với dấm thanh? Nhân chấm ngón tay, quệt
nhẹ vào đầu lưỡi. Thôi, thế này phải đưa chú đi rửa
ruột ngay. Nhưng nhìn xuống, bọt mép chú đã sùi ra,

chảy ròng ròng xuống cái gối nhớp nháp. Nhân rút ống nghe, áp vào ngực chú, rồi ngả người ra sau, thẫn thờ để xuống.

Từ một tuần nay, chú không ra đường, cứ thấp tha thấp thỏm. Khi Nhân qua thăm, chú chẳng hỏi gì khác câu hỏi "Cha cháu đã vào đến nơi chưa?". Một buổi có cả bác Chương, nghe bác đọc Kiều «Bó thân về triều đình, hàng thần lơ láo phận mình ra sao», chú Hoàng cười buồn, chỉ hỏi "Gặp lại bạn bè đi kháng chiến ngày xưa, không hiểu đối xử thế nào cho phải nhỉ?". Bác Chương không đáp, lại nhìn lên bốn câu thơ viết trên bức vách, lắc đầu. Nhân hồi tưởng nét mặt chú lúc ấy. Không lộ gì bề ngoài, nhưng bên trong, sự đau đớn dày vò khiến khoé mép chú run bần bật nhếch lên gắng gượng giữ một nụ cười.

Huyền chỉ sang nhà chú Hoàng khi đã liệm, nhất quyết không nhìn mặt cả lúc sống lẫn khi chết. Đám ma chú, Nhân ra Ngã Sáu thuê một chiếc xe lôi. Ngồi cạnh áo quan, có thêm U già và bác Chương. Bác quần áo chỉnh tề, áo com-lê, cổ thắt cà-vạt, nghiêm trang nhưng ung dung không vui không buồn. Khi U già nói với Huyền "Nghĩa tử là nghĩa tận!" mong Huyền đổi ý thì Huyền trừng mắt không đáp, dúi vào tay Nhân một xấp tiền để lo liệu ma chay. Nhân thở dài nhìn mẹ, nửa thương, nửa giận. Tìm được một mảnh đất ở nghĩa trang Gò Vấp, Nhân đặt đào huyệt và dặn đổ xi-măng một cái bia có ghi tên chú với năm sinh và quê quán. Khi hạ huyệt, U già khóc tỉ tê. Bác Chương lẩm bẩm một điều gì, có thể là lời vĩnh biệt. Nhân nuốt nước bọt kìm xúc động. Không phải là cha đẻ, nhưng từ thuở thiếu thời, chú đối với Nhân như ruột thịt. Nhân chạnh nhớ Lương, tự nhủ, thế nào cũng cố nhớ để sau này kể lại cho Lương nghe những phút cuối cùng của chú trên cõi nhân gian này.

Sau đám ma, Nhân và bác Chương về lại căn nhà của chú ở cổng xe lửa số hai. Đúng giờ, xe lại rú còi, chạy xình xịch. Nơi chú nằm hút thuốc chỉ còn một vết lõm trên cái đệm trống tênh. Nhân nhặt nhạnh khay, đèn, tẩu, thuốc bỏ vào một cái thùng, nói với bác Chương " Xin bác giữ làm kỷ niệm!". Bác không nói gì, tay chỉ lên vách, nhỏ nhẹ "Nhân gỡ hộ bác giấy có viết những câu thơ...". Bác Chương chậm rãi xé nó ra, từng mảnh, từng mảnh rồi bật lửa châm đốt. Lửa bén vào *lũ chúng ta lạc loài dăm bẩy đứa*. Lửa bốc trên *quê hương ruồng bỏ giống nòi khinh*. Lửa lan ra *biển vô tận xá gì phương hướng nữa*. Cứ thế, lửa bốc lên rồi tàn lụi. Cho đến câu *thuyền ơi thuyền theo gió hãy lênh đênh* lạc loài vất vưởng trên những mảnh giấy cuối cùng thì bác lẳng lặng đứng dậy, quay lưng gò người bước đi như đạp ngược gió ra khơi.

*

Cứ tám giờ tối những ngày lẻ, U già thốt, đúng một câu, " Lại cúp điện!" khi đèn nê-ông trong bếp tắt phụp. Bé Quỳnh, con Dao Ánh, đáp cũng đúng một câu người lớn quen miệng " Cho đỡ tốn, phải tiết kiệm!". Ngay dăm ngày đầu giải phóng, hai mẹ con Dao Ánh vào Sài Gòn. Sau khi kẹt ở Qui Nhơn gần một tháng từ ngày bỏ Huế xuống Đà Nẵng rồi lếch thếch theo đoàn người ồ ạt xuôi Nam, hai mẹ con đến được

Sài Gòn thì cờ Mặt Trận đã phất phới bay trên những nóc nhà dọc hai bên con lộ dẫn vào cầu Thị Nghè. Dao Ánh đến tạm trú nhà bà cô ở chợ Phú Nhuận, không ngờ cuộc đổi đời nhanh trong chớp mắt, hệt tay tráo bài ba lá chợ Đông Ba. " Hai con bích, một con cơ. Đặt một trúng ba, nè...". Ba con bài bị đẩy vòng vèo. "Tay... lật bài nào!". Rõ là con cơ, nhưng khi lật, lại bích. Thường là vậy, nhưng cũng có người chỉ trúng cơ, được tiền. Anh bài ba lá khi đó la làng " Răng mà xui bữa ni hè...". Tuy vậy, công việc tráo bài chắc là vững vàng, vì anh tiếp tục hành nghề ngày này qua ngày nọ. Người đi chợ rì rầm " Thằng trúng là cò mồi, đừng có tin".

Nghe Dao Ánh ví von cuộc đổi đời, Huyền nghiêm trang " Bài ba lá, nay lá nào cũng là cơ. Lật cách gì, cũng chỉ một màu đỏ!". Ánh có lẽ chỉ thấy những con bích đen, chỉ dấu của bất hạnh. Bạn bè rủ rê, nàng đi bán thuốc tây ở chợ trời để sinh nhai. Sau hai tháng, bà cô Ánh phải cưu mang thêm bà con từ Huế vào, than nhà chật chội. Khi đó, Nhân vừa lên đường đi cải tạo trên Tây Ninh, theo chính sách Nhà Nước phổ biến là học một tháng rồi trở về đời sống bình thường. Ánh ngỏ lời xin tạm trú nhà Huyền trước khi ra Huế. Nhà Huyền rộng, nay chỉ còn U già nên Ủy Ban Nhân Dân Phường nhòm ngó, ý muốn cho một số cán bộ tiếp quản đến ở tạm. Huyền phân vân, và khi Ánh hỏi, Huyền đồng ý ngay. Ánh và bé Quỳnh dẫu sao cũng đỡ bất tiện cho Huyền, một người đàn bà đơn lẻ, hơn là những người cán bộ Huyền không quen biết. Vả lại, Huyền đợi Chính, từng ngày.

Rồi ngày lại ngày, mỗi ngày một dài. Huyền dặn U già đi gọi mình ngay khi có người từ miền Bắc vào tìm, lòng lúc nào cũng như lửa đốt mặc dầu công việc bộn bề. U già hỏi Huyền hình dạng Chính, nghe xong đầu gật gù, miệng lẩm bẩm '' Mợ nói kỹ thế, chắc cậu vào là nhận ra ngay thôi. Cao cao, gầy gầy...quai hàm bạnh ra''. Trước không sao, nhưng nay cứ tối tối, lòng Huyền lại quặn thắt. Nàng lên sân thượng một mình, lặng lặng ngồi nhìn xuống sân ga xe lửa bên kia. Sài Gòn đêm đêm cúp điện. Sau giờ giới nghiêm, dăm ba người trong những tổ dân phố thỉnh thoảng lại đáo qua, tay xách đèn dầu, bóng đổ thẳng xuống lòng đường thành những chú lùn nhập nhòa gẫy đổ. Trên trời, không có điện nên sao ở đâu mọc ra hằng hà sa số. Huyền nhắm mắt, tìm hình ảnh Chính trong tâm tưởng, rồi tưởng tượng ra Chính từ ngày nàng lên chiến khu Việt Bắc. Lời Chính giục Huyền đi Hưng Nguyên ngày nào lại văng vẳng. Rồi hình ảnh bà đồ Cửu. Và Xoan, môi mím, mặt băng đá, quay ngoắt người đi không thèm nhìn. Tất cả bỗng dưng hiện về nguyền rủa. Chia tay bà đồ thuở ấy, Huyền cắn răng, thì thào ''Cơ sự thế này con cũng chẳng biết phải làm sao hơn! Con không dám oán hận gì chị Xoan, vì con là người đi sau đến muộn. Xin bà sau này nói thế để chị ấy yên lòng!''. Bà đồ ôm Nhân và Dân, tức tưởi nói không nên lời. Trên đường về nhà mình, Huyền cảm thấy một nỗi tủi nhục không chỉ cho riêng mình mà cho cả hai đứa con bé bỏng mới lẫm chẫm biết đi. Nàng tự nhủ, thế là đủ đớn đau, nàng sẽ không bao giờ đi xin xỏ gì bất cứ ai trong đời nữa. Bức thư nàng gửi cho Chính sau đó vỏn vẹn báo đã đi Hưng Nguyên nhưng rồi lại về Kiến Thụy, không nhắc gì ngoài chuyện sức khoẻ bà đồ. Nhưng chắc Chính hiểu, hứa sẽ tự mình giải quyết và dặn Huyền ở đâu cứ ở yên đấy. Và từ đó, nàng bặt tin. Lẩm bẩm, Huyền thốt "Thế mà đã hai mươi ba năm..." rồi nàng bật lên khóc. Tử biệt, đã đành. Nhưng sống kiếp sinh ly, thử hỏi lấy gì bù đắp cho những ngày héo hon vì chờ đợi.

Dao Ánh bước ra sân thượng, ngỡ ngàng nhìn hai vai Huyền run lên nhịp cho một cơn thổn thức. Nàng im lặng, ngồi xuống bên Huyền. Hôm ấy, lần đầu Huyền kể chuyện đời mình cho một người khác nghe, nước mắt nhòe nhoẹt dưới những vì sao đêm nhấp nháy âu lo. Nàng nguôi ngoai dần, hững người ngả vào thành ghế, nghe Ánh nhẹ nhàng "Chắc bác trai sắp vào tới đây...". Tay nhét vào túi một bức thư Ánh định đưa cho Huyền đọc, nàng tự nhủ, đó là chuyện riêng của mình, và thôi hãy đợi, có hề chi.

*

Giữa tháng năm, Huyền lên chùa Hạnh Thông Tây gặp vị ni cô già xưa đã cho mình toa thuốc diệt dục, nhỏ giọng:

- Bạch thầy, xin thầy cho thuốc để đệ tử hồi nữ tính.

Vị ni cô ngạc nhiên:

- Mười ba năm trước, thí chủ còn trẻ thì xin thuốc diệt dục. Nay, xuân tưởng đã qua, cớ gì lại tính chuyện hồi xuân?

303

Huyền kể cho ni cô nghe chuyện mình. Nàng khẩn khoản:

- Bạch thầy, đệ tử đã xa chồng hai mươi ba năm, nhưng lòng đệ tử thì không. Đệ tử muốn sống trọn vẹn với chồng như xưa. Khi gặp lại nhau, đệ tử mong được trở lại làm một người đàn bà, cho chồng...

Ni cô ngước lên mỉm cười, tay bắt mạch cho Huyền. Ngần ngừ một lát, ni cô nói, giọng khoan thai:

- Ai cũng có cái nghiệp người ấy. Già này có thể phục hồi nữ tính cho thí chủ, chỉ dặn, làm cho thèm muốn khó, nhưng còn dễ hơn là diệt đi thèm muốn. Nhưng già hiểu, tình mà không dục là không hợp lẽ tự nhiên...

Từ khi uống thuốc, Huyền biết thân thể nàng thay đổi. Đầu tiên, những sợi ria ở mép bạc đi rồi rụng dần. Tháng sau, nàng có kinh. Và hệt như thuở mới mười sáu mười bảy, nàng nay lắm lúc trạnh lòng, dễ tủi thân, bắt đầu mơ mộng, khác hẳn khi trước nàng cứng cỏi phấn đấu trước những tình huống cam go. Quá khứ khốn khó bỗng vụt qua như một giấc mơ mờ nhạt. Huyền thấp thỏm trong chờ đợi, bôn ba đây đó dò hỏi tin Chính, tin Dân. Nàng tìm gặp những người quen trong kháng chiến chống Pháp, những kẻ đồng hương, những cán bộ trên Việt Bắc khi xưa. Cuối năm 75, Huyền gặp được người làng. Nàng biết mẹ đã qua đời cách đây gần ba năm. Còn Dân, là thương binh, nay hiện đang đi học trên Hà Nội. Thắp hương khấn mẹ, Huyền ứa nước mắt, lòng khắc khoải. Phần Dân, thế là Dân sống. Cuộc chiến khốc liệt như vậy đã chừa phần bất hạnh cho nàng, nay chỉ còn tin Chính nhưng sao đến nay Chính vẫn chẳng một tăm hơi? Và Dân? Có gì Dân không tìm cách liên lạc với mẹ? Những câu hỏi đục khoét với hàm răng loài chuột cắn đến rách bét tâm tư. Có một lần, Huyền mơ thấy Chính một tay xua đuổi nàng, tay kia giơ dao dọa đâm. Tay giắt hai đứa con, nàng vừa chạy vừa thét lên cầu cứu. Trước mặt vách núi đứng dựng chắn đường. Huyền không còn cách gì khác là phải quay người lại, nhưng không còn thấy Chính đâu nữa. Sực tỉnh, nàng đưa tay lên sờ mặt mình nhoè nhoẹt nước mắt. Những câu hỏi lại hiện hình dày vò. Có thể nào Chính nay vợ khác con khác, tránh nàng, tránh cả Dân... để an lòng với một cuộc sống mới? Hoặc giả Chính đã chết? Vì chiến tranh, vì bệnh hoạn? Ai biết được trong cõi đời đầy tai ương này?

Huyền rùng mình nhớ đến một người đàn bà miệt Thủ Đức lên đời gặp Ủy Ban Nhân Dân Thành Phố để khiếu nại. Chồng bà ta tập kết từ năm 55, làm lại cuộc đời khi ở ngoài Bắc, trở lại miền Nam thì dẫn theo một vợ hai con. Ông chồng đòi lại nhà cửa xưa thuộc cha mẹ ông, khai với công an huyện rằng bà ta là "phản động", cấu kết thế nào mà công an đến đuổi bà và gia đình cậu con trai bà ra đường. Đi lính Cộng Hòa, con trai bà hiện đi học tập cải tạo, bà phải cưu mang con dâu và một đứa cháu còn ẵm ngửa. Cả ba giắt díu nhau lên Sài Gòn, ăn vật nằm vạ trước toà Đô Chính nay thành trụ sở của Ủy Ban Nhân Dân. Công an ra đuổi. Ít lâu sau, chị vợ ẵm con không biết đi đâu. Còn bà, thất tha thất thểu dọc đường Đồng Khởi, vòng xuống Nguyễn Huệ, ra Chợ Cũ, rồi quay về xin vào khiếu nại, lại bị công an nạt nộ. Cứ thế, ngày nọ qua ngày kia, bà xơ xác như một cái thây quờ quạng giữa ban ngày, miệng lảm nhảm chửi chồng, chửi con, chửi Trời, chửi Đất. Một bữa, nhà thơ Bùi Giáng tình cờ thấy bà, liền chập chững đi theo. Vẫn quần chẳng áo đụp bằng hàng chục loại vải mầu sắc lung tung, nhà thơ kéo theo hai hàng dây sỏ những chiếc ống bơ leng keng đụng vào nhau khi bước, vừa đi vừa hô " Mỗi người cho mọi người, mọi người cho mỗi người, hè hè...". Công an bắt Bùi Giáng, nhưng coi như điên, một vài bữa sau đem thả. Thả ra, Bùi Giáng lại đi tìm người đàn bà, gọi bà là "mẫu hậu thê lương", xưng mình là " đười ươi đau đớn", cười ré lên và lớn giọng hô hào, ngôn ngữ thì nửa Anh, nửa Pháp, nửa Đức. Một trưa, người đàn bà tuột quần tuột áo, trần truồng vừa chạy vừa hát " Như có bác Hồ trong ngày vui đại thắng ". Bùi Giáng phấn khích gào lên Cách Mạng thành công. Chạy theo vung tay múa chân, Bùi Giáng hả họng móm mém hát điệp khúc " Việt Nam... Hồ Chí Minh ... Việt Nam... Hồ Chí Minh...". Lần này, công an bắt cả hai và đưa thẳng họ vào nhà thương điên Biên Hòa.

*

Lần Huyền đi thăm nuôi Nhân, phép xin dễ vì Huyền có giấy giới thiệu của công an quận. Nhưng với Dao Ánh, rất khác. Mất hai tháng, nàng mới có phép, sau khi đi lên đi xuống Ủy Ban Nhân Dân cấp quận đến ba bốn lần. Nhân hiện ở trại Trảng Lớn gần phi trường Tây Ninh. Cái hạn 30 ngày cho sĩ quan và viên chức trong chính quyền "ngụy" học tập cải tạo để trở thành những công dân "tốt" dưới chế độ mới đã trôi qua. Không một ai về. Rồi hy vọng kỳ hạn học tập thêm 3 tháng cũng tiêu tan mây khói. "Ngụy" chắc tối dạ, đầu đặc, học sao mãi chưa "thông". Huyền làm đơn khiếu nại, trình bầy rằng cha Nhân là Phan Thượng Chính, đảng viên từ thời tiền khởi nghĩa. Nàng yêu cầu Tư Quới xác minh chính bản thân mình hoạt động nội thành từ mười mấy năm nay, và năn nỉ ông ta đi cùng với mình lên gặp Tư Trọng, tức Thiếu Tướng Nguyễn Công Tài, một trong những người phụ trách an ninh cao nhất miền Nam khi đó. Tư Trọng thắng thắn: " Chị nghĩ đi, ta nói học một tháng thì họ ra trình diện chứ nói khác đi, họ sẽ trốn và gây ra tình trạng khó kiểm soát, không bảo đảm được an ninh! Bây giờ thế này, chị bảo cháu cứ thành khẩn khai báo và phấn đấu cải tạo thật tốt. Mặt khác, tôi sẽ yêu cầu Công an Trung Ương cung cấp thông tin về anh Chính. Như thế, hy vọng sẽ được giải quyết nhanh gọn! ". Huyền thất vọng, Nhìn Tư Trọng, Huyền buột miệng "Thế là chúng ta đi lừa!". Tư Trọng nghiêm mặt " Ta lừa địch, địch lừa ta! Cái nghề an ninh, nó thế, chị công tác lâu năm rồi, chắc phải hiểu". Huyền lắc đầu, buồn bã nói nhỏ " Bây giờ địch thì ít, nên lừa phần lớn là lừa nhân dân. Không giữ được chữ tín, sau nói ai còn nghe nữa?". Bất thình lình, Tư Trọng nói như quát trước mặt một thuộc hạ đang ghi chép "Chúng ta cần kiệm liêm chính, chí công vô tư, một là một, hai là hai, trước thế nào sau như vậy. Thôi, xin kiếu đồng chí! ". Tư Trọng nắm khuỷu tay Huyền đẩy ra cửa văn phòng. Vừa

307

bước, Tư Trọng vừa thì thào chỉ cho một mình Huyền nghe " Ngay cả ta với ta, cũng cứ thận trọng là hơn. Phức tạp lắm!". Ngạc nhiên, và phải hai năm sau, Huyền mới thực hiểu.

*

Ánh lễ mễ xách hai gói quà Tết đã được công an kiểm kê vào nơi tiếp khách của Trại học tập. Trại không xa sông Vàm Cỏ, phía Tây là đầm lầy. Cuối mắt, chỏm núi Thất Sơn nhô cao giữa những cánh đồng vàng lúa dưới ánh nắng rực rỡ buổi chớm xuân. Phòng khách của Trại có 6 cái bàn. Mỗi cái, ghế để hai đầu, một cho người thăm nuôi, một cho trại viên. Chính giữa, một cái ghế dành cho cán bộ quản giáo, người có nhiệm vụ ngồi nghe, thường tay cầm tờ Sài Gòn Giải Phóng để ngang mặt. Cán bộ trực gọi tên, tay chỉ ghế dành cho Ánh. Để quà lên bàn, Ánh nhướng mắt nhìn về phía cửa ra vào. Và đợi. Nửa giờ sau, cán bộ đưa trại viên ra, gióng to " Phan Thượng Nhân". Ánh đứng bật dậy. Anh cán bộ quản giáo lừ lừ xua tay, giọng sẵng "Ngồi xuống!". Nhân nhận ra Ánh, nhưng đứng yên cho đến khi quản giáo vẫy. Tiến lại, Nhân lẳng lặng ngồi xuống chiếc ghế giành cho trại viên, mắt ngước lên. Hai người im lặng nhìn nhau. Thấy Nhân gầy rạc đi, mắt trũng xuống trông hốc hác, Ánh động lòng, cắn môi. Quản giáo giục, giọng miền Bắc, lại ngọng "*Lói* gì thì *lói* đi. Có mười *nhăm* phút, hết giờ *nà* thôi! ". Anh ta há miệng ngáp dài khoe những chiếc răng bàn cuốc xỉn khói thuốc lào, tay lại cầm tờ báo lên ngang mắt. Ngập ngừng, Ánh hỏi thăm sức khoẻ

Nhân, kể lại sinh hoạt ở nhà và nhắn lời Huyền động viên dặn dò. Nhân nhếch mép cười, đưa mắt nhìn nhắc Ánh còn có người thứ ba đang nghe, nói như cái máy:

- Ánh về nói cho nhà yên tâm, ở trại đây thoải mái, chẳng thiếu thốn gì. Học tập thì mỗi ngày một tiến, khi nào thông hiểu chính sách khắc về, chẳng có chi mà vội.

Ánh gật đầu, nhưng nước mắt ứa ra. Kìm xúc động, nàng nhẹ giọng:

- Báo tin anh biết, anh Thuyết hy sinh rồi!

Nhân lặng người. Châm thuốc, Nhân rít một hơi rồi nhẹ nhàng:

- Ánh biết tin hồi nào?

- Khoảng hơn tháng nay. Đầu tiên là bức thư của mạ Ánh. Sau, anh Bửu Chỉ vô Sài Gòn, nói chính anh ấy đã đào mồ chôn anh Thuyết. Các anh ấy bị bom năm 73, ở mặt trận Quảng Trị...Nay mộ anh Thuyết vẫn còn trong rừng!

- Mợ anh biết tin chưa?

Nhớ đến buổi tối trên sân thượng hôm được Huyền kể cho nghe chuyện mình, Ánh đáp:

- Em tính báo, nhưng tối hôm đó dì ngó coi bộ buồn nên lại thôi, chưa nói gì.

Nhân ngửng đầu nhìn ra ngoài. Hình ảnh Thuyết ngày nào đưa Nhân đến chơi với đám sinh viên Huế ở cốc Tuyệt Tình hiện ra. Mới bước chân vào đại học, Bửu Chỉ vẽ những bức minh họa cho tờ báo Sinh Viên.

Dùng bút sắt, nét cứng cỏi đến tàn nhẫn, chàng họa sĩ tài tử này không che dấu sự dấn thân của mình. Chỉ ít lâu sau, mật vụ chế độ cũ đi lùng, Bửu Chỉ cũng phải nhảy núi như Thuyết, như Trần Vàng Sao, như hai anh em Hoàng Phủ.

Ánh cố đổi giọng làm vui, thốt:

- Lại sắp Tết. Tuần sau Ánh đưa bé Quỳnh về ăn Tết với bà ngoại, sau đó sẽ ở hẳn Huế. Mạ Ánh dạo này đau ốm, Ánh cũng lo....

Nhân bật miệng, giọng không dấu được chút gì như hoảng hốt:

- Ăn Tết xong, Ánh vào lại Sài Gòn nhé...

- Ánh cũng không biết nữa. Ở lâu, sớm muộn sẽ phiền dì. Sắp tới, phải khai hộ khẩu, phức tạp lắm!

Quản giáo giả ho khan, bỏ tờ báo xuống, mắt nhìn đồng hồ, giọng khinh khỉnh:

- Hết giờ thăm *luôi*. Thôi! Đủ rồi!

Nhân vội bóc bao thuốc lá Capstan, rút một điếu rồi đẩy cả bao về phía quản giáo, miệng nói "Mời cán bộ!". Anh ta thò tay rút một điếu, đưa lên kẹp vào tai. Nhân vội khẩn khoản " Cán bộ lấy cả bao đi. Tôi ho, ít khi hút lắm!". Quản giáo đảo mắt liếc quanh một vòng, nhón bao thuốc nhét nhanh vào túi rồi đứng dậy, miệng nói:

- Thông cảm cho *lăm* phút *lữa* nhé!

Anh ta bước về phía cửa ra vào. Ôi, quí hoá làm sao năm phút tư riêng không ai dòm ngó này. Nhân nhìn vào mắt Ánh, giọng run run:

- Anh muốn em ăn Tết xong rồi lại vào Sài Gòn với mợ. Thuyết đã không còn ở thế gian thì anh có thể nói với em điều này...

Ánh òa lên khóc. Đây là lần đầu Nhân gọi Ánh bằng *em*. Và chỉ nói *mợ*, chứ không mợ anh như trước, như thể mợ là mợ của hai người. Lời Nhân nói đúng là lời cầu hôn của kẻ đang ở tù. Còn Ánh, góa phụ, chồng chết cũng sắp được ba năm, coi như gần hết tang. Nhìn Ánh đưa hai tay lên ôm mặt, Nhân bùi ngùi:

- Anh sẽ viết vài chữ xin phép mợ, Ánh nhé...

Chia tay Nhân, Ánh bỗng xấu hổ như vừa vụng trộm, chạy vuột ra ngoài. Một cán bộ chặn Ánh lại, hỏi: "Thuyết là ai?".

Thì ra anh quản giáo ra ngoài báo cáo. Nhưng đổi một bao Capstan lấy năm phút để nghe một lời cầu hôn lẽ ra phải nói ra từ bảy năm trước quả không mấy đắt. Ánh đáp, giọng ngậm ngùi:

- Anh ấy là một chiến sĩ Cách Mạng đã bỏ mình trong trận Quảng Trị...

Trên đường về Sài Gòn, Ánh chỉ vui được một nửa. Nửa kia, có gì nghe như một sự lỡ làng rất mơ hồ. Khi vớt hụt những chiếc lá trôi ven bờ sông Hương ở tuổi ấu thơ, nàng đã lờ mờ mường tượng ra nó nhưng chưa biết là nửa bên kia của bất cứ hạnh phúc nào cũng có những vết trầy xước của định mệnh.

*

Cuộc đời đời nhẩy qua một bước ngoặt khi Quốc
Hội nước Việt Nam Dân Chủ Cộng Hòa ở miền Bắc
chính thức đổi tên thành Cộng Hòa Xã Hội Chủ Nghĩa
Việt Nam cho một lãnh thổ từ Bắc chí Nam. Đảng Lao
Động cũng lấy lại tên thật là Đảng Cộng Sản Việt Nam.
Riêng Sài Gòn, dân vẫn chưa quen gọi là Thành Phố
Hồ Chí Minh, nhưng thôi xì xào chuyện thiết lập một
Chính Phủ Cộng Hòa cho riêng miền Nam. Bấy giờ, cờ
Mặt Trận Giải Phóng biến mất, chỉ còn cờ đỏ sao vàng
phất phới tung bay khắp mọi nơi. Những kẻ có máu
làm ăn trong Chợ Lớn nhanh chóng in ảnh Hồ Chí
Minh. Chỉ ít lâu, nhà nhà treo ảnh Bác như bùa thiêng
trấn áp tà ma cõi âm để giữ chút bình yên cho người
cõi thế. Lực Lượng thứ Ba thời ''ngụy'' nay cũng giã từ
mọi ảo tưởng khi Nhà Nước thu hồi cuốn Hồi Ký của
tướng Trần Văn Trà, kẻ đã tuyên bố ngày đầu Giải
Phóng rằng là người Việt Nam thì không có ai thua ai
thắng, chỉ có Đế Quốc Mỹ là thua mà thôi. Tiếng đồn
ông Trà không thống nhất quan điểm với Đại Tướng
Văn Tiến Dũng, người viết cuốn Đại Thắng Mùa Xuân.
Nhưng câu chuyện này cũng lắng dần như mọi trục
trặc chốn cung đình, cách giải quyết thường là vỗ về và
ban phát lại bổng lộc cho công thần.

Huyền được phân công phụ trách Ủy Ban Phụ Nữ
phường. Việc chuyển từ an ninh Quận về lo một bộ
phận quần chúng cấp Phường như vậy là hình thức hạ
tầng công tác. Gặp Tư Quới, Huyền hỏi, ''Anh Tư à, tôi
có khuyết điểm gì? ''. Tư Quới đáp: '' Tui cũng sẽ đi

Dầu Tiếng tháng tới...Gặp anh Tư Trọng, tui cũng hỏi ảnh như cô Hai hỏi tui ''. Huyền ngạc nhiên , ''Anh ấy nói sao?''. Lắc đầu, Tư Quới thở dài ''Tư Trọng biểu chính ảnh cũng sắp phải ra Hà Nội nhận công tác mới. Chuyện phức tạp lắm! Mình đổi nhân sự mà, cô Hai! ''. Chủ tịch Ủy Ban hành chính quận, một cán bộ từ Hà Nội mới vào, động viên Huyền '' Tôi được biết xưa chị phụ trách dân vận khu Đồng Xuân thời giành chính quyền. Phân công chị về ủy ban phụ nữ là thả cá vào nước, đúng người đúng việc!''. Huyền dửng dưng, chỉ nhắc mình đã xin giấy phép về quê từ lâu mà vẫn chưa được phúc đáp của sở Công an Thành Phố. Huyền khẩn khoản ''Mẹ tôi mất, con tôi là thương binh. Đến nay đã hơn hai mươi ba năm tôi chưa về quê hương bản quán, mong đồng chí nói hộ cho một tiếng!''.

Công việc mới bắt Huyền phải họp, họp và lại họp. Họp với khu, với phường, với những tổ dân phố. Họp để nghe và học hết nghị quyết này đến nghị quyết kia. Học xong, phải phổ biến, phải giải thích này nọ cho quần chúng, nhắc đi lập lại quyền làm chủ tập thể và tinh thần tiến công dưới hai ngọn cờ trong ba dòng thác cách mạng. Quần chúng phần lớn ù ù cạc cạc và chỉ quan tâm đến đời sống thiết thực, phải thúc giục mới chịu nêu thắc mắc để cán bộ giải đáp. Ngôn ngữ ''mới'' bắt đầu thấm vào những người dân một chế độ ''người không bóc lột người''. Những từ lạ như phấn đấu, tích cực, tiên tiến, điển hình...thâm nhập cùng với số người Bắc, dân gọi là Bắc Kỳ 75, mỗi ngày một đông. Ở Thành Phố, cán bộ công nhân viên vào chiếm lĩnh những căn nhà do Ủy Ban hành chính cấp phát.

Một số không nhỏ đi từ những nơi dân số quá lớn như Thái Bình, Nam Định... ồ ạt vào những khu kinh tế mới trên Lâm Đồng, Bảo Lộc... và ven biên giới Kampuchia, vừa có đất canh tác, vừa đồng thời "bảo vệ" tổ quốc xã hội chủ nghĩa.

Trong xã hội hiện nay, người làm ít, người ăn nhiều. Không làm, thì họp. Họp sáng. Rồi trưa. Tối vẫn lại họp. Có bữa, ba giờ sáng tập hợp để đi mít tinh mừng ngày Lao Động Quốc Tế. Có đêm mãi đến 11 giờ vẫn phải ngồi nghe cán bộ Thành xuống phổ biến phương hướng cải tạo kinh tế xã hội. Đảng đề ra chính sách hợp tác xã kết hợp công-nông nghiệp. Cán bộ giải thích, sản xuất nông sản nhưng đồng thời hợp tác xã vận dụng làm ra của cải công nghiệp nhẹ như rượu, đường, phân bón... tùy theo yếu tố thuận lợi từng địa phương. Nhân dân ta vốn cần cù sáng tạo. Thiếu xăng, thì dùng xe "cải tiến" chạy bằng than đá Hòn Gai, vãi ra hàng đống than hồng lổm ngổm bò trên xa lộ như ma chơi đùa rỡn giữa một trong ba dòng thác cách mạng có tên là khoa học kỹ thuật.

*

Chị Sáu bán cháo lòng là một thành viên "phấn đấu tốt" trong Ủy ban Phụ nữ Phường. Dậy từ 4 giờ sáng, chị nấu hai nồi cháo, gánh ra bến xe đò Ngã Sáu và bán đến độ 10 giờ thì về. Sau bữa trưa cho ba đứa con nhỏ, chị "công tác phụ nữ" đến chiều và cứ tối tối đi họp, không vắng mặt buổi nào. Anh Sáu, Hạ sĩ bộ binh "ngụy", đi học chỉ một tuần là giác ngộ, về nhưng không công ăn việc làm. Việc anh là coi mấy đứa nhỏ khi mẹ nó vắng nhà, và buồn nên anh nhậu dài dài, lúc lời ra tiếng vào là có thể quên mất "nếp sống văn minh", thượng cẳng chân hạ cẳng tay với vợ con, và dọa đốt nhà "cho VC nó biết tay!". Chị Sáu ngậm tăm, cố khuyên can, và khi bị đánh u mặt thì lại giả lả nói là té mặt đập xuống đất. Cho đến khi có người tố với cán bộ. Huyền đến tận nhà anh chị Sáu hỏi sự tình. Anh Sáu văng tục "... Đm, "zợ" tui, tui có quyền đánh. Tui có đánh zợ người khác đâu! ". Huyền bực mình, bảo " Vợ anh, nhưng là cán bộ Ủy Ban phụ nữ!". Anh Sáu bị giam hai ngày ở Công An Phường, phải chị Sáu bảo lãnh mới được tự do. Anh tỉnh rượu nên khi Huyền đến nhà, anh buồn rầu nói: "Cô Hai à, không công ăn việc làm, nó zậy, buồn mới nhậu lai rai nên sanh chuyện!". Bàn với chị Sáu, Huyền gom góp được một số tiền giúp anh Sáu "làm ăn" hành cái nghề anh học được với cha anh từ nhỏ là sửa đồng hồ. Chỉ ba tuần sau, anh thành chủ nhân một cái tủ đóng bằng gỗ dưới có bốn bánh xe cút-kít, mặt trên lồng kiếng che mấy chiếc đồng hồ cũ kiểu Timex, Movado... bên cạnh dăm cây bút bi và mấy cái hộp quẹt ga bằng nhựa. Sáng sáng, anh đẩy tủ đồ nghề ra mé cửa ga xe lửa, chăng cái bảng cạc-tông trên viết: bơm mực, đơm ga, sửa đồng hồ. Anh thôi đánh vợ và cười toe toét "lao động đúng là "zinh" quang, cô Hai à! " nhưng luôn luôn giấu trong tủ đồ nghề một xị đế đã mở sẵn.

Đội ngũ ông bà thuộc loại "ba mươi tháng tư" thưa dần, một phần chán vì không trục lợi được, một phần bị kiểm điểm vì tác phong phản cách mạng. Ngược lại, quần chúng lao động rất tích cực, đặc biệt là các bà, các chị. Họ buôn thúng bán bưng quần quật cả ngày, nhưng tối đến họ họp hành, xung phong làm những việc cho phường, cho xóm đến khuya. Bán đủ thứ lặt vặt trên vỉa hè, kể cả ở những đường phố xưa nay sang trọng nề nếp như Lê Lợi, Nguyễn Huệ...họ bị công an đến dẹp. Học nghị quyết, họ cãi lý, cho rằng họ chỉ thi hành quyền làm chủ tập thể. Công an phần đông là người khu 4, sẵng '' Về nhà mà làm chủ'' thì nghe trả lời ''Chỉ cho làm chủ ở nhà thì sao chính sách lại kêu là phải làm chủ tập thể? Hè đường mà không thuộc tập thể thì cái gì là của tập thể?''. Công an bắt về trụ sở phường, nhưng ở đấy các bà các chị vi phạm luật lệ thường lại là những người sinh hoạt tích cực trong chòm xóm nên rốt cuộc cứ chín thì bỏ làm mười, và thế là họ thoát ''nạn''.

Mức sống dân Sài Gòn tuột xuống đến chóng mặt. Năm 77, xăng nhớt thiếu hụt trầm trọng. Than và củi thay xăng và điện, bếp nhà nào cũng ám khói đen xì. Trên xa lộ Sài Gòn -Biên Hòa, xe tải ''cải tiến'' chạy, bụi than đầy trời, ban đêm than đỏ lổm nhổm bò trên mặt đường. Nhà cửa xuống cấp. Ở những buyn-đinh hàng chục tầng, cán bộ chiếm ngụ cuốc những nơi xới được đất lấy chỗ trồng rau để ''cải thiện'' kinh tế gia đình. Bồn tắm, nhà cầu ...từ từ thành nơi nuôi heo. Ống nước tắc, cống nghẹt, mùi phân bốc lên thum thủm trong những khu chung cư xưa thuộc loại sang. Một nhà thơ bộ đội hóm hỉnh nhại thơ bác '' Nên ở trong thơ phải có c...Nhà thơ nay cũng biết nuôi heo''.

Xã hội mới, qui luật mới. Cả ngôn ngữ, cũng mới. Bắt đầu lạ tai, sau quen dần, nghe không còn kệnh cỡm như giễu nhạo thuở mới giải phóng. Nhưng cũng còn những điều lấn cấn. Số người từ miền Bắc vào tạm cư ở những hộ bỏ trống ở phường ngày một đông. Họ thường nghiêm và buồn, rất ít cười, khinh khỉnh quay ngoắt người khi gặp hàng xóm mới và hầu như không bao giờ biết nói xin lỗi hay cám ơn ai. Trong những buổi họp dân phố, họ thường tỏ vẻ thông hiểu chính sách, "góp ý" và "bổ túc" liên miên giúp cán bộ miền Nam "xác định lập trường cách mạng" mà họ khoe cho mọi người biết họ đã thấm nhuần với kinh nghiệm hai mươi năm cải tạo xã hội miền Bắc. Người miền Nam kêu " Thôi mà, cảm phiền đừng phát biểu ba dê nữa". Người miền Bắc hỏi "Ba dê là cái gì?". " Là nói dài, nói dai và nói dở...". Không khí xum họp Bắc - Nam vì thế có lúc chẳng lấy gì vui cho lắm.

Nhưng trẻ con thì khác. Chúng hội nhập với nhau rất nhanh. Trẻ miền Nam học chửi kiểu miền Bắc, và ngược lại. Nhưng về mục chửi thì miền Bắc quả "tiên tiến" và đầy "bản sắc dân tộc", nhất là các bé gái. Mới chín, mười tuổi đầu, chúng chửi nghe như các bậc phụ huynh già dặn. Chia hai phe, phe Cách Mạng và phe Mỹ - Ngụy, có đứa tụt quần xuống, réo rất nhịp điệu hẳn hoi "Cha tiên nhân bố thằng Ngụy liếm máu... l... bà đây cho mà biết thế nào là đại thắng mùa Xuân nhé!". Anh Ngụy miền Nam, động một cái là chỉ biết *đ*..., thường là kêu "uýnh, uýnh" nhưng chạy. Tục chửi bậy lây nhanh, và "trên" ra chỉ thị cấm chửi. Phải giáo dục các em. Muốn quàng khăn đỏ, cần phấn đấu tốt. Các cô giáo ra sức giải thích thế nào là "nếp sống văn minh". Trong trường, lớp trưởng hò hét " Phải văn minh nghe không, địt mẹ chúng mày, nay cấm chửi! Đứa nào chửi, ông báo cáo phạt bỏ mẹ chúng mày!".

Giữa năm, đã có những gia đình phải độn mì hột, bo bo vào cơm. Thời "ngụy", có viện trợ Mỹ và gạo Thái Lan, không thiếu. Nhưng nay, nông nghiệp chưa khôi phục. Trung Quốc hình như ngưng ủng hộ lương thực cho miền Bắc như trong thời chiến nên cơ nguy thiếu đói đe doạ. Chị Sáu vẫn nói, nhưng nhẹ giọng dần, "Đừng nóng vội!". Bụng không no, an ủi nhau bằng cách bảo " Tất cả cho mai sau " chứ biết làm gì hơn được. Nhưng một bữa, chị Sáu lên phường khiếu nại về chuyện thuế. Chị kêu " Cái chú công an kinh tế cứ sáng là ra đếm mấy cái tô dơ vào giờ cao điểm, rồi nhân bốn lần lên để tính số tô bán được trong cả buổi sáng. Nhưng "zậy" là không có tính khoa học xã hội chủ nghĩa. Từ 7 tới 8 giờ, bán nhiều nhưng sau đó lai rai, nhân bốn thì số tô gấp hai lần hai thùng cháo tui gánh ra bán phục vụ nhân dân. Tui quyết không chịu...". Rồi chị bầy, cứ tính số tô bằng hai thùng cháo, tới kiểm kê số cháo chưa bán hết, tính ra số tô bán được, và suy ra số thuế phải đóng cho Phường, như zậy mới bảo đảm được sự công bằng. Công an kinh tế lắc đầu, báo cáo với Ủy Ban là ở miền Bắc xã hội chủ nghĩa không làm như vậy, chính quyền ta phải cảnh giác để khỏi mắc mưu dân miền Nam vốn có kinh nghiệm "tư bản chủ nghĩa". Chị Sáu thôi bán cháo và từ đó bớt sinh hoạt tập thể. Chị ấm ức, kêu " bán cháo

đóng thuế xong thì gần như huề vốn, vậy tức cho
không lao động, và như thế không người bóc lột người
thì còn là cái gì? ''. Huyền nghe chị nói, cười ra nước
mắt nhưng không biết trả lời làm sao cho phải.

Nhu yếu phẩm khan hiếm, tức có chợ đen. Thiếu
tất cả: đường, sữa, bột ngọt, mỡ, vải vóc... và nhất là
thuốc men. Trúng gió, cảm hàn, đau bao tử...cái gì
cũng chữa bằng Xuyên Tâm Liên, thuốc của ta trị bách
bệnh. Và cho công hiệu, mỗi ngày phải nuốt đến ba,
bốn chục viên. Thuốc Tây do Việt Kiều gửi về cho gia
đình bán chui trong chợ đắt như vàng. Để chặn sự lũng
đoạn của con buôn đang tìm cách khôi phục ''thị
trường'', Nhà Nước áp dụng những biện pháp đã xử
dụng ở miến Bắc trong thời chiến. Chế độ tem phiếu
được đem ra phổ biến, cái gì cũng ''quản'', cái gì cũng
''phân''. Với khẩu hiệu địa phương phấn đấu ''tự cung
tự cấp'', chuyện ngăn sông cấm chợ là hệ luận tất yếu.
Kinh tế xã hội chủ nghĩa điều tiết bằng nghị quyết nên
hàng hóa chỗ thiếu chỗ thừa, từ tỉnh này qua tỉnh kia
chỉ mang 5 kí-lô gạo cũng chặn, cũng bắt nên nền kinh
tế mất cân đối cứ như thai nhi nhiễm chất độc da cam,
méo tròn, phình bóp, dị dạng. Sài Gòn phồn vinh ''giả
tạo'' lui vào trí nhớ, hóa kiếp ra Thành Phố Hồ Chí
Minh chăng trên mặt tiền chợ Bến Thành khẩu hiệu
viết bằng chữ đỏ '' Tất cả cho con em chúng ta''. Tất cả,
đúng vậy, như trong trò ảo thuật, chớp mắt đẩy hiện
tại giật lùi đến sát vực bờ chung quanh vang vang
tiếng reo hò cho một tương lai chưa ai tưởng tượng ra
nổi.

*

Nhà Nước ban hành lệnh đổi tiền, cứ 500 đồng tiền Cộng Hòa ăn một đồng, mỗi hộ được đổi 100,000 tức 200 đồng tiền mới. Theo chính sách, gia đình nào có thừa số qui định thì phải đem nộp Ngân Hàng, và sau có lý do chính đáng mới được rút ra. Người nhiều tiền mặt tìm cách mua vàng, mua hàng...nhưng xoay trở không kịp, biết rằng tiền gửi thì sau chỉ có mà bắc thang lên hỏi ông Trời. Họ phân tán cho bà con quen biết nhờ giữ giùm, nhưng kết cuộc cũng mất trong một xã hội giật gấu vá vai, không công ăn việc làm. Những cán bộ như Huyền phải giải thích giông dài thế nào là bình đẳng xã hội, và 200 đồng nhà Nước cho đổi tương đương với 5,6 tháng lương giáo viên cấp 1. Vả lại, với tem phiếu nhu yếu phẩm nhà nước phát cho, tiền không quan trọng như xưa. Dân nghèo nghe yên tâm, thậm chí nhiều kẻ hả hê khi nhận thấy chênh lệch giầu nghèo giảm đi trông thấy. Đằng sau, ai cũng biết những người giầu còn dấu vàng, hột xoàn, chương mục ngân hàng ở ngoại quốc... Nhưng xe hơi, sập gụ tủ chè, máy lạnh, tủ lạnh, bếp điện, bếp ga thì nay hết thời, đồ phụ tùng gỡ ra xếp đống bán ở chợ Cũ mà không có ai mua. Người mạnh miệng reo, xã hội công bằng bình đẳng là đây. Kẻ xấu, thường là giai cấp tiểu tư sản, than nhỏ với nhau đúng là phú quí giật lùi, nhưng ngoài mặt vẫn phấn đấu chấp hành chính sách, ngoan ngoãn bước vào cái xã hội đồng phục quần đen áo bà ba trắng dẫu chẳng mấy an tâm.

Nhà Nước cử Đỗ Mười, người có kinh nghiệm cải tạo công-thương nghiệp miền Bắc cuối những năm 50, vào Nam phát động cuộc cải tạo cho lũ tư sản mọc rễ từ thời Mỹ-Ngụy. Tư sản được phân loại thành tư sản mại bản và tư sản dân tộc. Loại "dân tộc" gồm những người có ý thức, mang tài sản ra cống hiến, nhưng chắc họ không nhiều lắm. Loại "mại bản" là đối tượng đấu tranh. Chúng thu mình nằm ép xuống giấu của trong những đợt kiểm kê tài sản, tuồn vàng theo những đường dây do người gốc Hoa dựng ra, và chắc chắn có những thế lực ngoại bang che chắn. Chợ Lớn bỗng nhiên co mình lại, người vắng, cửa hàng trống trơn, không còn dấu vết sầm uất thuở nào. Kêu gọi tư sản đi vào "hợp tác" kiểu đã áp dụng ở miền Bắc khi xưa ít hiệu lực. Hợp tác làm sao trong một nền kinh tế không nguyên liệu, không năng lượng và nhất là không một niềm tin nào vào những chính sách *"nói zậy mà không phải zậy"*. Bằng chứng là những người đi học tập cải tạo cho đến nay đã hai năm nhưng số về còn thưa thớt. Thôi thì "ta" xoay sang phương thức gà què ăn quẩn cối say. Anh Sáu là một trong những nạn nhân đầu của phương thức này. Đang ngồi đợi khách bơm mực hay bơm ga, anh bị một đám công an ùa đến kiểm kê "tài sản" đòi đem về quận. Anh nhất định không chịu, xô xát với công an, bị đánh bầm mặt. Về nhà, chị Sáu hỏi, anh bảo " Mất hết rồi, công an kết tui là tư sản mại bản!" Chị Sáu ré lên cười "Cái chi mà kỳ cục vậy. Chục cái đồng hồ hư với dăm lọ mực bút bi mà tư sản sao được! Rỡn hoài. Hay là lại đế vô, nói bậy nên mới bị uýnh?". Anh không trả lời. Hôm sau, anh đến trụ sở

Ủy Ban Phường khiếu nại. Huyền hứa sẽ giúp giải quyết, chắc sai sót hiểu lầm. Tuần sau, anh lại lên hỏi, vẫn chưa có quyết định, hồ sơ phải đưa lên cấp quận. Anh lang thang vào chợ trời, tình cờ nhận ra mấy cái đồng hồ của anh đã bị kiểm kê. Về nhà, anh uống rượu, uống liên miên, rồi vô bếp đào lên một khẩu súng ngắn anh giấu không mang nộp ngày giải phóng. Giắt vào bụng, anh loạng choạng lên trụ sở công an, to tiếng chửi "Đm...thằng nào cướp đồ nghề mần ăn của tao ra đây! ". Công an xông ra, anh móc súng bắn. Một công an trúng đạn. Bị bắn trả, anh chết, đạn phá nát một nửa mặt, óc phòi ra trắng hếu.

Huyền đến nhà thì chị Sáu ôm hai đứa con, mắt đỏ hoe, mũi sụt sịt. Xác anh Sáu quàn trong đồn công an để điều tra thêm xem việc anh Sáu làm có bọn phá hoại phản động nào đứng đằng sau không. Chị Sáu khóc, "Tội tui quá cô Hai à, cách mạng chi mà kỳ ghê, tui hết hiểu nổi!". Huyền ngậm ngùi. Nàng cũng thế, nàng cũng không còn hiểu gì. Công an quận gặp Huyền, đề nghị tìm hiểu thêm và có chi lạ thì báo cáo. Huyền gượng cười, khiên cưỡng gật đầu. Ít lâu sau khi chôn cất anh Sáu, chị Sáu xin cho về quê làm ruộng, sống trên Thành Phố hết nổi. Chị nói, " Cô Hai à, ảnh chết mới thấy thương. Mẹ con tui mang bàn thờ ảnh về cho ông già bà già, làm nương làm rẫy mà sống dưới quê chớ cứ tem phiếu hoài, vừa cực, vừa nhục. Cô Hai làm phước giúp xin cái giấy cho phép mẹ con tui hồi hương, nghe cô Hai! ". Huyền đề đạt, nhưng không có quyền quyết định gì. Một tháng, rồi hai tháng trôi qua. Chị Sáu thôi không ra đường. Không thấy hai đứa nhỏ đi học, nhà trường hỏi. Cửa nhà chị Sáu khoá trái. Báo lên công an, họ phá cửa xông vào, chỉ thấy xác ba mẹ con chị Sáu lê lết trên những bãi nôn mửa đã bốc mùi. Ba mẹ con chị uống thuốc rầy trộn vào một bữa cháo lòng cuối cùng, ăn xong đứt ruột ra chết. Nghe anh Thiếu úy công an hồn nhiên hỏi căn có, Huyền đáp,'' Chắc chị Sáu bị bọn ''phản động'' đẩy vào đường cùng! ''. Hôm sau, Huyền gặp Chủ Tịch Ủy Ban hành chính xin tạm ngưng công tác một thời gian. Hỏi tại sao, Huyền đáp: '' Tôi bị dao động! Cái hòm đồ nghề khiến anh Sáu thành tư sản mại bản là do chính tôi bày ra, đâu ngờ vì vậy mà cả nhà anh ấy chết! ''.

*

Tiếng súng lúc một gần. Tay khều Nhân, anh Trung Úy Biệt Động Quân tên Thắng nói nhỏ, giọng hả hê '' Có cả tiếng B-40. Còn lại, toàn AK-47. Thế này thì ''phe ta'' đánh nhau to rồi! ''. Tin người nhà bên ngoài trại cho biết Việt Cộng đụng độ ở biên giới với Khơ-me-đỏ, và nghe đâu chính Đại Tướng Võ Nguyên Giáp đã vào thị sát chiến trường. Thiếu Tá Thưởng, xưa thuộc Cục Chiến Tranh Chính Trị của Sư Đoàn 1 lính miền Nam cười khẩy, chép miệng, '' Chỉ Khơ-me thì bố bảo cũng không dám đụng Việt Cộng. Đằng sau chắc là Trung Quốc đấy! ''. Nhân lặng người, thì thào, ''Thế lại chiến tranh nữa à?''. Thưởng trầm ngâm một lúc, rồi thốt: '' Kiểu này cứ để Khơ-me vào làm thịt bọn ngụy tụi mình là tiện đôi bề, vừa không ra tay vừa có dịp đổ tội cho Polpot! ''. Thắng rùng mình, quay bảo, '' Thế thì lúc hỗn loạn là phải trốn''. Thưởng cười nhạt '' Trốn đi

đâu? Chẳng lẽ qua Kampuchia nộp mạng à? ". Nổi
tiếng bướng, Thưởng bị biệt giam một tháng vì bất
tuân kỷ luật và hô hào lãng công. Số là ban chỉ huy trại
ra lệnh đào phi đạo Tây Ninh lên để lấy đất canh tác
trồng trọt. Thưởng xin gặp Trại trưởng, hỏi "Cán bộ có
biết một thước phi đạo giá là bao nhiêu triệu không?".
Trại trưởng lắc đầu. Thưởng tiếp: " Nhiều, nhiều lắm.
Đào cả cái phi đạo này lên để trồng trọt thì thu nhập
hàng trăm năm sau cũng không bằng được thế đâu! ".
Dĩ nhiên, có chính sách. Và chính sách là tập cho trại
viên biết lao động là vinh quang, trại "ta" từng bước
quá độ tiến lên tự túc chất xanh. Ra phi đạo, Thưởng
vứt cuốc xuống đất, hô " Anh em đừng đào! Tài sản
này là thuộc đất nước, không ai có quyền phá đi! ".
Ban chỉ huy tím mặt, cùm Thưởng vứt vào biệt giam,
họp trại viên "đả thông" chính sách kinh tế xã hội chủ
nghĩa, vạch mặt chỉ tên bọn phá hoại phản cách mạng
mang xu hướng tư bản bóc lột ra mê hoặc lòng người.

Nhưng sự lo ngại của Thưởng tiêu tan khi trại viên
nhận lệnh chuyển trại vì tình hình mất an ninh ở biên
giới. Nhân bật cười khi Thắng nhìn Thưởng, tếu "Chỉ
được cái lo trời sụp!". Thưởng nghiêm mặt " Có thế
thôi mà đã mừng à? Chuyến đi đâu mới là vấn đề".
Vài ngày sau, một đoàn xe cam-nhông đến đón trại
viên, chở ra Long Bình. Ở đó, chờ hai tuần rồi trại phân
tán. Nhân và Thưởng vào một xe, đi cùng với một số
người không phải thuộc diện sĩ quan quân đội. Có hai
Thượng Tọa, một Linh Mục, và dăm người đã đứng
tuổi, có lẽ là công chức cao cấp chế độ cũ. Thưởng
nhìn, quạu cọ, "Thế này thì quả không biết đi đâu!".

Thì thào vào tai Nhân, Thưởng tiếp, "Đi với đám dân sự này, bọn mình chắc kẹt!".

Xe nhắm hướng Bắc. Vị Linh Mục nhắm mắt, miệng tươi, tay lần tràng hạt, ngồi bên Nhân. Hỏi, ông ta từ tốn: "Tôi là Thuận!". Nói cho Thưởng nghe, anh ta xì xào, "Tổng Giám Mục Thuận là cháu ông Ngô Đình Diệm đấy!". Buồn bã, Thưởng tiếp: "Thế này thì bọn mình bị ghép vào hạng "võ lâm cao thủ" rồi!". Quả thế thật, hai ngày sau xe vượt cầu Hiền Lương bắc ngang sông Bến Hải. Thưởng ngửa mặt nhìn trời, nói thành tiếng: "Đi thế này thì mút mùa lệ chỉ, anh em ạ!". Cha Thuận nghe, bình tĩnh cười mỉm. Hai vị Thượng Tọa tuyên úy buột miệng tụng Nam Mô A Di Đà Phật. Lúc ấy, Nhân mới thót bụng.

Thế là chàng chẳng kịp báo tin cho mẹ và Dao Ánh. Lần cuối chàng gặp, mẹ nhân dịp ngày 2-9 được đi thăm nuôi. Nhân không còn dám hỏi tin cha và Dân, sợ động đến nỗi đau của mẹ. Huyền cũng không nhắc đến chồng con ngày một biền biệt, vết thương nay thành ung biếu làm độc trong lòng. Nhớ đến tình cảnh mẹ, Nhân lại chạnh lòng. Cha là cán bộ cao cấp, nếu đã chết thì chẳng có lẽ gì người ta không báo cho mẹ. Còn mẹ, hoạt động nội thành tức cũng là thành phần theo cách mạng. Vậy thì cớ gì hôm nay chàng đang ngồi chuyến xe ra Bắc trong khi đám bác sĩ đồng học nay quá nửa đã được thả về? Câu hỏi bám vào trí óc day dứt đến độ khi xe ngừng vào lúc nửa đêm, Nhân thì thào tâm sự với Thưởng. Dựa lưng vào thành xe, Thưởng ngắn gọn: "Chẳng nên tìm ra lý lẽ gì...Nó thế,

thế thôi. Thời này không là thời của lý lẽ! Chịu đựng cho nó qua đi, và cố làm sao giữ được mình là mình".

Giữ được mình? Làm thế nào đây? Nhân ứa nước mắt nghĩ tới Ánh. Góa bụa, nay nàng đi thêm một bước với kẻ đang trên đường đi đày! Nếu biết trước, chắc hẳn chàng đã không đưa Ánh vào những ràng buộc mà tương lai chẳng ra sao cả. Mỗi lần mẹ đến thăm nuôi, Huyền vẫn thường để Nhân hiểu là mình may mắn khi có Ánh và bé Quỳnh trong nhà. Nhất là từ khi nàng thôi không còn công tác quần chúng, đi ra đi vào với U già nay càng ngày càng lẫn. Lần cuối Ánh về Huế là để chôn cất cho mạ Ánh. Sau giải phóng, nói thế nào bà cụ cũng không vào sống trong Sài Gòn, nhất quyết ở lại để gìn giữ mồ mả tổ tiên sáu đời chôn ở Lăng Cô. Mạ Ánh bảo, con người ta có gốc có rễ, xa đi thì chết khô chết rụi. Ánh ngậm ngùi xa mẹ, xa Huế, vì chỉ còn Nhân là người Ánh bám vào để tìm ra lẽ sống.

Cuộc hành trình tiếp tục vào sáng sớm hôm sau. Nhân lơ đãng nhìn vệ đường tuồn tuột trôi về phía sau. Xe qua địa hạt Quảng Bình, đất sỏi như rắc muối, biển phía xa loang loáng ánh lên chóa mắt. Không bóng dáng con người. Chỉ có những triền đất hẹp cằn cỗi từ muôn đời khiến cuộc mưu sinh bằng trồng trọt là chuyện bất khả. Xe vào Hà Tĩnh. Lừng lững trước mắt là giải Hồng Lĩnh. Dấu vết bom đạn chưa xóa, tang thương vẫn còn đào xuống đồng ruộng hai bên đường những hố bom lỗ chỗ đó đây. Nhưng người, những người là người, vẫn đấy. Trên đường vào thị xã Vinh, họ đánh trâu trên quốc lộ, dạt vào vệ đường khi nghe tiếng còi xe bóp inh ỏi. Những đoạn đường gần làng mạc, dân đổ lúa ra lòng đường cho xe cán, đỡ công xay. Họ ngước mắt nhìn, ngơ ngác, tay đưa lên vẫy bộ đội. Đoàn xe ngừng lại ở một cái chợ huyện. Dân ùa tới. Không biết thế nào mà họ biết là xe chở ''ngụy'' đi cải tạo. Thình lình, một người chỉ tay vào đoàn tù la to '' Bọn mi sao không chết đi cho rồi? ''. Một bà già lưng còng ở đâu nhẩy ra giữa đường, tay vén váy nhẩy choi choi, tay kia ném những hòn đá to bằng nắm tay vào xe, miệng chửi ''Tổ cha tụi Mỹ-Ngụy hại dân...Không cho chúng nó thoát, bà con làng nước ơi! ''. Thế là gạch đá rào rào bay tới, bất chấp đám bộ đội bảo vệ hò hét ngăn cản. Một vị Thượng Tọa cất tiếng niệm kinh Phổ Độ. Cha Thuận lẩm nhẩm, '' Lạy Chúa, họ không biết họ làm gì đâu!''. Thưởng bực mình cau có: '' Biết chứ! Họ ném đá giết ''ngụy'' trả thù cho con em họ!''. Nhân chợt nhớ đến lời cán bộ rao giảng về những bà mẹ anh hùng, thường có bốn con thì chết ba đứa trong trận chiến vừa qua. Buồn rầu, Nhân khe khẽ đọc một câu thơ của bác Chương trên vách nhà chú Hoàng. Đúng là *bị quê hương ruồng bỏ giống nòi khinh*, Thưởng lập lại, miệng lệch đi như mếu. Đúng, đúng như lời thơ tiên tri. Nhưng trước mặt không có *biển vô tận* mà là con đường ngoằn ngoèo dân hai bên vệ căng mắt nhìn bằng những ánh mắt oán hận. Tiếng súng chỉ thiên nổ. Đoàn xe nhích lên. Tù cải tạo im lìm không nói, mặc tiếng đá quẳng đập vào thành xe cảnh báo một ngày mai chẳng có gì tốt đẹp. Để nhận chìm cơn hoảng loạn, ai đó khẽ đọc '' Nhờ công ơn lân tuất của Chúa ta đã từ cao cho mặt trời

327

mọc...Ta là sự sống lại và là sự sống. Ai tin ta thì dù có chết sẽ được sống lại, và ai sống mà tin ta thì không phải chết đời đời". Như đồng hưởng, một vị Thượng Toạ niệm "Lấy oán báo oán, oán ấy chập chùng...", nhưng tiếng cả hai người vừa cất lời cầu cứu Đấng tối cao lạc vào thinh không, tăm tích như làn gió mỏng tanh giạt về cuối núi.

*

- Mợ ơi, mợ!

Tiếng U già thất thanh vang lên, Huyền chưa kịp mặc áo đã nghe tiếng dép loẹt quẹt leo cầu thang. U lại gọi. Có chuyện gì mà u cuống lên? Xưa nay u chậm chạp, có bao giờ u vội vàng, nhất là khi phải leo lên thang lên tầng hai. Vừa thấy mặt Huyền, u nắm tay lắc lắc, mắt đã kéo màng trắng đục ngước lên, miệng cuống quít:

- Có người từ Hà Nội vào, nhận là người nhà, hỏi mợ....Chắc là...

Huyền điếng đi, người lạnh toát. Có phải cái phút nàng chờ đợi là phút này. Hơn hai năm nay, mỗi khi nghe tiếng chuông cửa là Huyền hy vọng. Rồi tuyệt vọng. Từ khi Nhân bị chuyển ra Bắc đi học tập cải tạo thì Huyền không còn đợi chờ gì. Nàng nay tin Chính đã chết. Tin thế, đỡ đau xót hơn là một Chính sống nhưng quay mặt bỏ vợ bỏ con. Và nàng cũng thôi không nói như nàng đã lập đi lập lại rằng cuộc chiến vừa qua là cuộc chiến với đế quốc Mỹ, người Việt Nam ai cũng thắng. Không có kẻ chiến bại thì sao Nhân tù

tội, ra Bắc biết bao giờ về? Nhân là ác ôn? Nhân bướng
bỉnh? Khi Huyền lên khiếu nại, Chủ tịch Ủy ban Nhân
Dân quận mới từ Quảng Ngãi vào nhận công tác
nghiêm mặt hỏi "Con chị đã thực khai báo thành khẩn
chưa? Tui làm sao biết mà can thiệp được? ". Huyền
bực bội " Tôi là mẹ nó, nằm vùng hàng chục năm, có
giấy xác minh của Thành Ủy. Còn cha nó, cán bộ kỳ
cựu ...". Ông Chủ tịch ngắt ngang, giọng lạnh lùng,
"Cán bộ nội thành nhiều liên quan phức tạp lắm, có
trường hợp phải điều tra lại. Còn cha anh Nhân, nói
thiệt, nếu ổng là cán bộ cao cấp mà can thiệp thì làm gì
ảnh phải ra Bắc? ". Huyền không đáp, đi thẳng. Nàng
hỏi dò, biết chính Tư Trọng cũng bị nghi ngờ dính líu
CIA, mặc đầu Thành Ủy xác nhận là thời gian Tư
Trọng bị Mỹ bắt, phần lớn những cơ sở nội thành của
Đảng vẫn được bảo toàn, không hề bị đánh phá.
Huyền nghe nay Tư Trọng đang phải kiểm điểm. Và
cũng có thể vì thế mà những người dưới quyền Trọng
như Tư Quới không còn được tin dùng, bị thuyên
chuyển ra khỏi vành đai Thành Phố. Phần mình,
Huyền biết mình chỉ là một con vít nhỏ trong bộ máy
huyền hoặc của những hoạt động trong lòng địch ngày
xưa. Vì thế, con vít đó tất nhiên phải tháo khỏi trục
quay an ninh vốn là nhiệm vụ hàng đầu, và chỉ đáng
để lắp vào cái vòng vô thưởng vô phạt tên gọi là công
tác quần chúng.

Líu ríu, Huyền xỏ tay áo, thoáng nhìn mình trong
gương. Nàng hốt hoảng thấy mái tóc mình chớm bạc.
Đưa tay lên vén tóc, nàng bảo U già vẫn đang thở hổn
hển:

- U xuống mời...khách ngồi, rót nước! Tôi xuống ngay!

Huyền bôi vội lên môi một lớp son nhạt, hít hơi đầy buồng phổi lấy bình tĩnh, nhưng vẫn nghe tiếng tim mình thình thịch. Cố nhớ lại những lời định nói khi gặp Chính nàng từng ấp ủ bao nhiêu năm nay, nhưng Huyền chỉ thấy đầu óc mình gần như tê liệt. Mím môi, nàng xuống thang, nước mắt chực ứa ra. Lúc bấy giờ nàng mới sực nhớ tối nay thành phố bị cúp điện. U già hớt hải vội đi, nghe Huyền bảo châm cái đèn măng-xông lên. Vặn cao chiếc bấc trong bóng đèn dầu chập chờn như định tắt, Huyền mím môi bước ra.

Người đàn ông mặt khuất trong khoảng tối đứng dậy, tay vẫn cầm chiếc nón cối. Cổ họng Huyền tắc lại. Thu hết sức, Huyền chậm rãi bước tới, giơ ngọn đèn lên ngang mặt. Đầu gối bủn rủn, nàng kìm lại thứ âm thanh tắc nghẹn trong cổ họng chỉ chực vỡ ra. Dưới ánh đèn, khuôn mặt người đàn ông mỗi lúc một rõ, nét hom hem, gò má cao, mắt đầy bóng tối. Huyền định thần. Trời ơi, không phải là Chính. Không, không là Chính nàng mong đợi từ thuở chia tay nhau trên Việt Bắc. Huyền nghe mông lung:

- Có phải...chị Huyền đấy không?

Nhận ra cái gì đó thân quen, Huyền khe khẽ gật đầu.

- Em đây, Khiêm đây!

A, thì ra cậu em con ông chú Huyền không gặp lại từ ngày kháng chiến toàn quốc. U già bưng chiếc đèn măng-xông ra. Huyền tiến lên một bước, căng mắt ra nhìn, tay nắm cánh tay em, miệng reo:

- Khiêm thật đấy à? Chị đây...

Khiêm đưa tay lên nắm rồi bóp chặt tay chị, im lặng nghe tiếng Huyền nghẹn ngào:

- Thoắt một cái mà đã ba mươi năm rồi, Khiêm nhỉ.

Hình ảnh Thái, anh của Khiêm bị Tây bắn chết ở Phủ Toàn Quyền năm xưa hiện ra. Rồi ngày Huyền bị chú thím đuổi, con Vện theo chân và chú bé Khiêm chạy ra gọi chó, mếu máo giơ tay lên vẫy nàng, lại như mới hôm qua, chẳng khác chi một cơn mơ cuối giấc còn vương vất. Hai chị em kể cho nhau nghe những chuyện chẳng lấy gì làm vui. Chú Huyền mất năm 60, và hai năm sau đến lượt thím. Khiêm ở lại Hà Nội trong thời gian kháng chiến chống Pháp, học Y Khoa, ra trường đúng một tháng trước khi ký kết hiệp định Genève. Gia đình Khiêm quyết định không di cư, một phần vì người Khiêm yêu ở lại. Sau đó, họ lấy nhau, năm sau đẻ đứa con đầu lòng. Khiêm làm việc ở nhà thương Bạch Mai, đến năm 67 thì đi phục vụ chiến trường Tây Nguyên ở thời điểm khá ác liệt. Bị thương, Khiêm ra Hà Nội điều trị, khi lành thì được cho sang Đông Đức tu nghiệp sáu tháng, sau về công tác tại bệnh viện Việt-Đức cho đến nay. Khiêm buồn bã:

- Em có hai cháu, thằng lớn hy sinh ở Quảng Ngãi năm 73 lúc "ta" lấn chiếm ngay sau khi Hiệp Định Paris ký kết. Mẹ cháu chết lâu rồi, từ lúc cháu ba tuổi. Còn em nó, con người vợ sau, hiện mới học cấp 2. Chúng em ở vẫn căn nhà xưa đấy, chị còn nhớ không?

Huyền gật đầu, nước mắt rưng rưng. Quên sao được cái thời mới lớn hăm hở thoát ly đi ''hoạt động''. A, cái thời ấy mới đẹp làm sao! Tất cả đều trong sáng như trời trên cao chưa hề có đến một gợn mây. Khi đó, nàng đã tin, tin chân thành, và sẵn sàng quyết tử cho tổ quốc quyết sinh. Nhắm mắt, Huyền hồi tưởng những ngày ở Ngũ Xã làm công tác dân vận khu Đồng Xuân, vào chợ vận động các mẹ các chị bãi thị phản đối bọn thực dân Pháp. Rồi hình ảnh Chính lại hiện về. Chính ngày cùng nàng đi giải cứu cho toà báo Việt Nam của Quốc Dân Đảng. Chính ở phủ Toàn Quyền khi chàng công tác trong ban Liên Kiểm, đến nhận xác những kẻ bắn vào lính gác rắp tâm gây ra một cuộc xung đột giữa Vệ Quốc quân và lính Pháp. Rồi Chính ở Hải Phòng, khi thành phố bị bắn phá, dưới gầm cái bàn trên là cột kèo một mái nhà sụp xuống trong khi bom pháo đổ trên đầu. Nghe Huyền kể hoàn cảnh của mình, Khiêm chép miệng:

- Chị vất vả thật... Bây giờ phải lo cho cháu Nhân. Hiện cháu ở trại nào?

- Thơ cháu viết hai tháng trước thì báo là Tân Lập!

- Chắc ở khu Hoàng Liên Sơn, Khiêm ngần ngừ. Cũng lạ, học thì dĩ nhiên, nhưng phải đưa ra ngoài Bắc thì phức tạp đấy!

Huyền lắc đầu, giọng chán nản:

- Chị thì chịu...Ban đầu cháu ở trại Đồng Ban, chuyển về Trảng Lớn vì bị lính Khờ-me-đỏ pháo kích. Ở đấy ít lâu, trại giải tán, cháu được đưa về Suối Máu ở Biên Hòa. Đùng một cái, có lệnh đưa ra Bắc, chẳng kịp báo. Sau chị mới nhận được thư thì cháu đã ở Tân Lập rồi!

- Em đoán là có một cái gì đấy mà ta không biết. Chuyện Nhân phải ra Bắc học tập không đơn giản đâu. Chị thử nghĩ lại, đoán xem!

Huyền trầm ngâm:

- Thủ trưởng cấp cao nhất trong phạm vi công tác của chị bị điều ra Hà Nội rồi bị đình chỉ công tác nội vụ chờ điều tra. Ở Thành Phố, họ chuyển chị từ khâu an ninh sang công tác quần chúng. Nếu có lý do gì vì chị thì chị không biết...Nhưng cũng khó là vậy, vì xưa chị chỉ hoạt động ở cấp quận, không có chi thật sự quan trọng!

Thở ra, Khiêm nhẹ giọng:

- Nếu có vì chị thì cũng chỉ một phần thôi! Em thắc mắc là chuyện anh Chính! Nếu anh ấy biết chuyện Nhân, việc gì anh ấy phải im lặng?

- Hay chỉ vì anh ấy muốn quên chị, quên cháu...Huyền bật khóc.

Đợi một lát cho Huyền nguôi ngoai, Khiêm đắn đo:

- Không đơn giản thế đâu chị ạ! Chị có chắc biết hết những việc của Nhân không?

Huyền quả quyết gật đầu. Khiêm im lặng một lát rồi nói:

- Về Hà Nội, em sẽ cố nhờ tìm hiểu trường hợp cháu và tin tức anh Chính. Em có một số quen biết trong

chính quyền, may ra thì sẽ biết, biết rồi mới gỡ được!
Chị ạ, chỉ biết mới sống được thời này thôi!

*

Hai ngày nay, Ánh không "chạy chợ" như thường
nhật. Bị công an chặn khám, nàng mất một số thuốc tây
"ký gửi". Ánh phải bồi hoàn vốn cho chị Sương. Chị
đứng đầu dây, móc nối với công an Quận nên buôn
bán thuốc nằm trong diện "bán chính thức", thỉnh
thoảng lại phải "điều chỉnh" một lần cho có "phép
nước". Công an tịch thu thuốc, bảo Ánh qua bên kia
đường là không còn quận Phú Nhuận mà là Quận 1, cứ
đi về, đỡ khai báo "rách việc". Xã hội mới thật là lạ. Từ
quận này sang quận kia, chỉ công an thành phố mới có
quyền bắt bớ. Tinh thần địa phương kiểu này có ở mọi
cấp, từ phường đến quận, hỏi thì "cấp trên" giải thích
đó là theo truyền thống "tổ chức". Thế là lũ tội phạm
mua bán chợ đen chợ đỏ thường chân trước chân sau ở
ranh giới quận, cứ động tịnh thì "vượt biên" là thoát
thân.

Nhá nhem tối, cả Huyền lẫn bé Quỳnh vẫn chưa về.
Bé Quỳnh sinh hoạt thiếu nhi, tháng trước tíu tít khoe
mẹ đã được quàng khăn đỏ. Không biết học gì nghe gì
mà bé mím môi giơ tay đấm thề "chống bành trướng"
dẫu không biết bành trướng là gì. Nhưng bé là niềm
vui độc nhất của Huyền. Nó ríu rít suốt ngày, hỏi
Huyền, bà ơi, bà có muốn nhạc "yêu cầu" không?
Nhìn Huyền gật là nó véo von "Có chú chim non nho
nhỏ. Cất tiếng ca cho cả nhà...". Mới đây, bé Quỳnh

học mẫu giáo, được giải thưởng vẽ hạng nhất quận 1, và được cử đi dự thi toàn Thành Phố dịp Quốc Khánh 2-09 tới. Tranh của bé Quỳnh vẽ chiến sĩ cách mạng Nguyễn Thành Trung lái máy bay ngụy bỏ bom dinh Độc Lập ngày Giải Phóng. Dĩ nhiên, bom rơi trên dinh, lửa vàng rực tóe trên gạch tan ngói đổ, nhưng lạ là bé Quỳnh vẽ bên cạnh một quả bom lơ lửng mang hình bông hồng cánh đỏ, vạch mũi tên ghi chú bằng hàng chữ nguệch ngoạc "bom rơi trên nhà nhân dân". Đưa bé đi lãnh giải của quận, Huyền nghe đồng chí Chủ tịch Uỷ ban Hành chính hỏi "Sao lại là hoa hồng hả cháu?". Quỳnh đáp, giọng hồn nhiên "Bom thật thì chết nhân dân à, không được!". Ông Chủ Tịch quay sang Huyền, bỗ bã, "Chị giáo dục cháu tốt quá, tiên tiến thế thì không ai bằng!". Biết là sau lời khen, thế nào ông cũng lại nói chuyện công tác, Huyền đứng dậy kiếu, tay giắt bé Quỳnh hớn hở ôm chồng giấy trắng và hộp bút chì mầu được thưởng.

Sau khi bếp nước xong suôi, Ánh nhẹ chân đi lên nhà trên, dựa người vào lòng chiếc ghế bành, nhắm mắt lại. Năm nay, thật vất vả. Dịp Tết, Ánh về Huế. Cùng đi với Bửu Chỉ, Ánh tìm mộ rồi đưa thi hài Thuyết về Huế chôn ở thôn Vĩ Dạ. Tiễn Thuyết về lòng đất, bạn bè được dăm người, có cả Trịnh Công Sơn. Ánh nghe nói anh em văn nghệ sĩ trong một dịp đi lao động, Sơn suýt chết nếu không có một con trâu đạp phải mìn thế mạng cho anh. Hỏi, Sơn chỉ cười, "...số mạng mà, thây kệ!". Ánh hỏi, "Ngày 30 tháng tư, anh đã lên đài hát nối vòng tay lớn ngay sau khi Dương Văn Minh đầu hàng, sao không ở Sài Gòn mà về Huế làm chi?". Sơn vẫn cười, không đáp. Ánh chợt thoáng hoang mang, nàng cảm thấy mình cũng như mọi người đều lạc lõng giữa những sức mạnh vô hình đẩy lúc bên trái, khi bên phải, chẳng biết sẽ đi đến đâu. Thắp hương khấn Thuyết, Ánh xin, sống khôn chết thiêng phù hộ cho tất cả bạn bè, kể cả Nhân nay đang ở một xó rừng nào đó trong dãy Hoàng Liên Sơn ngoài Bắc.

Nhân đi cải tạo ở Tân Lập đã gần được một năm. Cứ mỗi ba tháng, người nhà được phiếu cho phép gửi quà "thăm nuôi" tù qua bưu điện. Dịp Tết sắp tới, Ánh đã nhờ chị Sương mua "lậu" cho một phiếu để gửi thêm thuốc đúng như Nhân thư về yêu cầu. Chị Sương cười hi hả " Tập kết tụi này rành mà. Nhứt thân, nhì thế! Nhưng thân thế cũng hổng qua được đồng tiền. Tiền là " hết ý", nên phải biết cách tranh thủ, hà hà...". Ánh không biết chị Sương tập kết thật hay giả, và chị tranh thủ thế nào. Chị hay nhắc chú Năm, chú Sáu, anh Hai, anh Ba... mỗi lần "đánh quả" hoặc lo thủ tục giấy tờ, và lần nào như lần nấy, chị hớn hở kêu "lại trúng".Thấy Huyền xin giấy đi thăm nuôi Nhân mãi không được, Ánh đánh bạo hỏi chị. Chị kêu "Để đó tao lo. Cỡ ba chỉ!". Ánh gật đầu, tháo cái nhẫn tay ra đưa. Chị cao giọng, rất hảo hán " Tao dọ đường, đường có thông thì mới lấy trước một chỉ. Khi có giấy, trả hết. Tiền trao cháo múc nghen!".

Đang mơ mơ màng màng, Ánh nhổm dậy khi nghe tiếng cạch cửa. Bé Quỳnh chạy xô vào. Huyền theo sau, nét mặt đăm chiêu, tay bỏ túi xách xuống sàn đá hoa. Một năm nay, Huyền già hẳn đi, tóc đã lưa thưa chớm bạc. Nàng bây giờ không trang điểm, quần áo xuềnh xoàng, quay mặt đi mỗi khi thấy mình trong gương. Từ khi Nhân phải ra Bắc, Huyền ít nói hẳn, môi lại mím lại như khi xưa, nửa chịu đựng, nửa cương ngạnh. Chỉ cái dự định về thắp hương cho mẹ và tìm lại Dân, đứa con nàng để lại miền Bắc khi di cư, nàng vẫn chưa xin được giấy phép. Ánh nhờ chị Sương lo, nhưng không nói gì trước. Ra đón Huyền, Ánh nay mới kể cho Huyền nghe. Nước mắt ứa ra, Ánh nghẹn ngào:

- Sáng mai mợ mang theo chứng minh nhân dân lên công an thành phố với con gặp chị Sương. Chỉ còn thủ tục này nữa là xong!

Huyền ngạc nhiên, nhưng không nói gì, chỉ nắm tay Ánh lắc nhè nhẹ. Nàng đã tập thói quen thôi không hy vọng, cái gì tới ắt tới, sức người trong thời thế này chỉ có hạn. Bé Quỳnh tíu tít khoe mẹ phần thưởng vừa mới lãnh, chúm chím miệng, nói:

-Lớn lên con làm họa sĩ kiếm tiến về cho mẹ nghe...

Huyền mỉm cười:

- Cho mẹ chứ không cho bà à?

-Có chứ...Cho bà, rồi cho cả U già nữa!

Đợi bé Quỳnh đi khuất, Huyền nhìn Ánh, nhỏ nhẹ:

- Mợ biết con thương mợ, nhưng làm gì thì cũng cẩn thận, đừng để người ta lừa. Nếu đi được, mợ sẽ cố thăm nuôi Nhân! Nhưng đơn xin chỉ nói về thăm quê quán, chẳng hiểu ''họ'' có cho mình vào trại học tập không? Dẫu sao, ngày mai cứ lên công an, xem sao...Nhưng chỉ khi nắm giấy phép trong tay thì mới biết được, con ạ!

Huyền chậm rãi bước lên thang, bóng hắt thành một vệt dài ngả nghiêng gẫy đổ dưới ánh đèn dầu. Ánh thầm nhủ, chỉ có một điều rất chắc, là ngày lẻ khu phố mình không có điện.

Tiếng U già gọi bé Quỳnh rửa tay rồi đi ăn cơm vang lên. Tiếng bé Quỳnh hát, vẫn cứ bài "có chú chim non nho nhỏ...".

21

BỜ DÂU

Từ lúc chiếm được Huế, dân miền Bắc bắt đầu xôn xao. Sau Huế, tiến xuống Đà Nẵng, một căn cứ vững chãi của miền Nam, tất cả có trên dưới trăm ngàn lính, chủ lực là binh chủng Thủy Quân Lục Chiến tinh nhuệ. Nơi Dân ở nội trú của trường Tổng Hợp, không khí trở nên khẩn trương. Sinh viên áp tai vào nghe đài, kháo nhau mũi này tấn công, mũi kia yểm trợ, anh nào cũng thành tướng cầm quân chỉ trỏ chỗ lùi chỗ đánh một cách nghiêm trọng. Thường trẻ tuổi hơn Dân và chưa hề biết chiến trận, họ bàn tán rồi quay sang hỏi "Anh Dân, chiến thuật bọn em vừa bàn, có đúng không? ". Dân lắc đầu, lên ra khuôn viên vắng vẻ. Ngồi dựa người vào một gốc bàng, Dân cố không để tâm trí mình quay trở lại thời bom trên trời, đạn dưới đất.

Vào xuân, cây cỏ hừng hực sức sống. Trên những
bãi cỏ xanh mướt, những bông hoa dại màu vàng lơ
thơ điểm nét chấm phá của một bàn tay nghệ sĩ. Châu
chấu ma màu nâu mun lách tách nhảy cẫng lên khi đàn
sẻ tìm mồi sà xuống. Dân nhón một hòn sỏi, giơ tay
ném. Đàn sẻ túa lên, chiếm chiếp kêu, lượn một vòng,
rồi lại chúc đầu đâm vào bờ cỏ. Hình ảnh này gợi Dân
nhớ đến đám lính "tơ" vào chiến trường lần đầu khi
đơn vị mình rút về cố thủ Cổ Thành Quảng Trị. Chúng
nó có khác gì những con châu chấu ma này? Dân vốc
một vốc sỏi quăng ra. Đàn sẻ nhốn nháo. Chúng cất
cánh bay cao, nhưng chỉ một lát sau, chúng lại tìm ăn
nhào xuống mổ lia lịa.

Đêm hôm đó, những cơn ác mộng quay về. Dân báo
cáo, đơn vị tổn thất lớn, xin Chính Ủy bổ xung thêm
lính. Tiếng đầu dây bên kia " Được! Sẽ gọi ngay bọn
trừ bị!". Lát sau, một đoàn châu chấu ma bò vào. Dân
quát " Địt mẹ, thế này thì đánh đấm thế đéo nào?".
Trung đội phó Tạ cười hềnh hệch " Giơ càng ra búng
lại, Thủ trưởng yên tâm". Chưa dứt lời, pháo 155 ly
"ngụy" trùm xuống trận địa. Ngay đó tiếng xích xe
thiết giáp kèn kẹt phụ họa vào tiếng đại liên M-60. Dân
thét lên " Đợi đấy! Vào tầm thì chơi B-40, đừng phí
đạn!". Ầm. Trúng rồi, Tạ reo. Thình lình tiếng rít xé lụa
trên không. Lại F-4 rồi. Làm sao không nghe tiếng súng
phòng không! "Địt mẹ chúng nó, toi hết rồi à? Tạ, gọi
bọn lính tơ xuống ngay công sự". Ầm, ầm. Châu chấu
ma lách tách nhảy vào những vũng máu có chỗ ngập
đến đầu gối. Dân thét lên khi có kẻ đập vào vai, gọi
"...tỉnh lại". Mở mắt, người bạn cùng phòng ngủ

giường bên cạnh lay vai Dân, nói '' Mê gì mà anh cứ kêu ừng ực trong cổ, ghê quá! ''. Cố ngồi lên, Dân giụi mắt. Người bạn tiếp ''Ta vừa giải phóng Đà Nẵng!''. Dân hỏi '' Chắc đánh lớn lắm''. '' Không, Ngụy đầu hàng, không chống cự''. Dân thở ra khoan khoái. Như vậy, tất không cần bọn châu chấu ma vào trận!

*

Chủ nhật, Dân lên nhà Cự. Cưới Xuân vào dịp Tết, Cự về ''ở rể'' Phúc Xá, hiện đang xin vào biên chế bộ Thương Binh-Xã Hội. Đám cưới hai người làm ở Nghi Dương, quê Cự, nên Dân không đi dự được. Khi họ về, Dân mới tới Phúc Xá liên hoan. Cự tươi cười: '' Thời chiến ...hôn nhân cũng kiểu đánh nhanh rút nhanh''. Chỉ có hai bao thuốc Thăng Long, mươi cái kẹo lạc, hai chai rượu Lúa Mới và một mâm xôi. Xuân ''phục vụ'' bạn bè, véo von '' không có hôm nào đẹp như hôm nay...'' như thuở hát cho bộ đội trên chiến trường.

Dân gọi cửa. Cự vừa ra vừa reo ''Quân ta từ Đà Nẵng vào nay phối hợp với cánh quân từ Pleiku-Komtum xuống. Chỉ huy ''ngụy'' chạy, lực lượng như rắn không đầu! Hiện, ta đang làm áp lực trên An Lộc-Xuân Lộc. Chiến dịch này chắc ăn to đấy! ''. Cười lớn, Cự nói:

- Mình phải đưa xe đạp xuống ''thồ'' lá dâu về, cậu xuống bãi được không?

Dân gật đầu. Chống nạng, Dân nhìn ra sông Hồng. Xa xa, cầu Long Biên cong mình trườn qua như một con rắn màu sắt rỉ. Ven bờ, dâu xanh ngắt mọc chặn đất bồi, vẽ thành một vòng đai như ngọc đeo trên yếm cổ thiếu nữ. Xuân quay lại nghề trồng dâu nuôi tằm từ ngày rời nông trường Hòa Bình về Phúc Xá. Mẻ này là mẻ đầu, và Cự lăng xăng giúp vợ trong lúc còn rỗi rảnh. Chầm chậm đẩy xe cạnh Dân, Cự bị kích động ra mặt, hồ hởi:

- Mình nghe ''ngụy'' định lập một phòng tuyến án ngữ Sài Gòn, rồi củng cố bảo vệ vùng Đồng Bằng sông Cửu Long. Chỉ chưa đầy một tháng, ta đã giải phóng được cả miền Trung lẫn Tây Nguyên. Nay chắc địch hoàn hồn, chẳng phải dễ nữa...

- Lực lượng địch còn bao nhiêu!

- Độ hai phần ba hay một nửa. Phần lớn lính ''ngụy'' bỏ chạy hay đầu hàng, con số đâu lên đến trên dưới hai trăm ngàn.

Đột nhiên, Dân nhớ đến mẹ và Nhân. Nếu trận chiến trở nên ác liệt, chắc số thương phế cả lính lẫn dân sẽ rất lớn, nhất là trong những thành phố. Dân rùng mình nhớ lại Đại Lộ Kinh Hoàng với Ngã Ba Long Hưng, nơi cứ mỗi một hai bước là một xác chết trương phình dưới ánh mặt trời. *Nhất chiến công thành*, với bao nhiêu nấm mồ, bao nhiêu què cụt đây?

Cuối dốc, Xuân cất tiếng gọi. Thấy Dân, Xuân tươi cười:

- A, anh Dân. Anh mới đến?

Dân cười, khẽ gật. Cự vào sâu trong bãi xách những bó lá mơ ra bỏ lên cái thồ buộc sau xe đạp. Ven sông, nước sắc đỏ sóng sánh đập nhẹ vào bờ, hiền hòa như

342

vỗ về. Trên đường về, Xuân khập khiễng bước, hỏi chồng tin chiến sự. Cự được dịp lại kể, và chép miệng:

- Tiếc thật, mình lại không có ở đó!

Xuân cười, giọng nửa đùa nửa thật:

- Thôi đi ông tướng, bom đạn thì tiếc làm gì? Lại định bỏ vợ góa hả! Lấy nhau mới có dăm tuần trăng mà đã nổi máu giang hồ rồi?

Nhìn xuống cái chân cụt, Dân buột miệng:

- Đổi mạng lấy huân chương à...

Chạnh nghĩ đến tật nguyền của Xuân, Dân nói lảng:

- Chị Xuân lần này kể cho tôi nghe về cái nghề nuôi tằm nhé. Tôi chưa hình dung làm thế nào mà kéo ra tơ rồi dệt thành lụa được?

Xuân nhìn Dân giọng bỡn cợt:

- Anh đừng kén thì em giới thiệu cho một cô bạn thôn em. Cô ấy mà kể thì rồi anh cũng lại đến xin ''ở rể'' Phúc Xá như anh Cự nhà em thôi!

*

Như một trái ung ruột đã nẫu ra, Sài Gòn rụng xuống khi mỏ con chim bay đến rìa nhẹ lớp vỏ ngoài thâm tím. Hình ảnh chiếc xe tăng húc đổ cổng dinh Độc Lập, cờ Giải Phóng miền Nam cắm lên đỉnh dinh, và giọng rè rè của Dương Văn Minh qua radio bàn giao chính quyền cho Cách Mạng báo cả thế giới một đất nước sau ba mươi năm kiên trì đấu tranh nay đã toàn vẹn lãnh thổ. *Mọi người Việt Nam đều thắng, chỉ có Đế*

Quốc Mỹ thua! Lời tuyên bố của những người lãnh đạo cuộc chiến mở ra một trang sử mới. Hòa hợp hòa giải dân tộc là cơ sở của sự thống nhất Bắc-Nam người người mơ ước. Ở miền Bắc, kẻ có thân nhân trong Nam tấp tểnh một chuyến đi. Nhưng không dễ. Phải có tiền, và phải có ly do chính đáng khai báo với các cấp chính quyền để xin phép. Dân nóng ruột, chẳng biết mẹ và Nhân sống chết thế nào. Nhưng ngay cả địa chỉ, Dân chỉ biết qua bức bưu thiếp hai mươi năm về trước, vỏn vẹn có hai chữ Hố Nai, nơi cách đâu Sài Gòn chừng hai mươi cây số. Hỏi bè bạn đồng học có gia đình đi Nam, Dân nhờ tìm giúp. Cho đến cuối năm 75, Dân vẫn bặt tin. Người trong Nam ra Bắc có, nhưng rất ít. Cái hy vọng mẹ ra tìm được mình đối với Dân dần dà là chuyện mò kim đáy bể. Năm 76, chuyển biến chính trị dồn dập, quan trọng nhất là thống nhất hai miền Nam - Bắc dưới chế độ xã hội chủ nghĩa với những thay đổi cơ bản trong Hiến Pháp. Ở đại học, gần như tối nào cũng học tập chính sách quá độ tiến lên xã hội chủ nghĩa không qua giai đoạn tư bản chủ nghĩa. Là lớp trưởng, Dân hết việc này qua việc nọ. Khẩu hiệu « Tiến nhanh, tiến mạnh, tiến vững chắc lên xã hội chủ nghĩa » bên cạnh ảnh Bác Hồ dưới có hàng chữ đỏ « Bác sống mãi trong sự nhiệp quang vinh của chúng ta » đâu đâu cũng chăng. Chỉ qua một tối, hôm sau không người nào ở miền Nam còn nhìn thấy cờ Mặt Trận. Tất cả đều « thu về một mối ». Nhưng xá gì, hạnh phúc là không còn chiến tranh.

Sáng sớm một ngày chủ nhật, sinh viên đang ngủ bù thì một cậu ở phòng trực réo '' Anh Dân có khách''.

Lồm cồm bò dậy, Dân mặc quần áo. Chống nạng đi ra, Dân chưa thấy người nhưng nghe tiếng ồm ồm ''Thủ trưởng! Thủ trưởng!''. Thôi, đúng là Tạ. Dân vừa sấn tới vừa hỏi:

- Tạ phải không?

Người đàn ông kềnh càng quá khổ xô đến, tay giang rộng:

- Tạ chứ còn thằng nào nữa! Ối giời ơi, thủ trưởng mất bố nó một cái «càng» hả?

Dân ôm lấy Tạ, đầu gật, miệng nói:

- May quá, an lành thế này là may quá!

Vừa kéo nhau ngồi xuống, Tạ nhìn quanh:

- Thủ trưởng! Ở đây có cái điếu cày nào không để làm một phát thuốc lào? Thèm quá...

- Ra ngoài đầu ngõ, có cái quán! Nào, ta đi!

Tiếng lộc cộc đều đặn gõ trên lối đi lát xi-măng. Đến cổng, thường trực đeo băng đỏ chào hai người, vui vẻ ''Hai anh bộ đội «du xuân» nhé''. Tạ giở nón cối, hềnh hệch:

- Tớ từ âm phủ về, lên xem mặt thế gian đây!

Chuyện trò, Tạ kể, sau khi bỏ Cổ Thành Quảng Trị thì tiểu đoàn rút chạy sang Lào. Nằm ẹp gần ba tháng để bổ xung quân số, tiểu đoàn vào sâu vùng Cao Nguyên, nhiệm vụ là khi thời cơ đến sẽ cắt đôi tách miền Trung ra khỏi miền Nam. Chính đơn vị Tạ thuộc một trong ba sư đoàn tấn công Ban Mê Thuộc tháng ba năm 75, thắng chớp nhoáng và hầu như không có tổn thất gì đáng kể.

- Nhưng đến khi vào Xuân Lộc thì khác. Sư đoàn mình mặt Tây bị pháo đến không ngóc cổ lên ba ngày liền, chỉ sư đoàn phía Đông Nam là xáp gần phòng tuyến địch. Ngày thứ tư, địch thả bom hút dưỡng khí. Thủ trưởng không biết chứ ghê lắm...

Mặt Tạ căng ra, gân thái dương gồ lên giật như sắp động kinh. Nuốt nước bọt, Tạ tiếp:

- Thế là sư đoàn mình được lệnh rút về phía sau. Chiến trường bỗng nhiên im tiếng bom tiếng súng. Chẳng hiểu thế nào mà địch rút. Đến ngày thứ tám, đơn vị mình tiến vào nhặt xác. Hai trung đoàn, thằng chết đứng, thằng chết ngồi. Có thằng cười, răng nhe ra trắng nhởn. Cứ ở chỗ nào chết chỗ đó, thằng nào máu cũng từ mắt, từ miệng, từ mũi ứa ra, đông lại, kiến rừng bu quanh. Có thằng bị kiến ăn hết cả hai tròng mắt, có thằng kiến chui vào hai lỗ tai đục lên óc!

Nhìn nét mặt kinh hoàng của Tạ, Dân nhăn mặt. Tạ xin bà bán hàng thêm một cốc nước chè. Rít thuốc lào sòng sọc, Tạ lim dim ngả người ra sau. Nhấp một ngụm nước, Tạ im lặng.

- Này, trung đội mình ở Quảng Trị còn thằng nào? Dân hỏi.

- Ngoài hai đứa chúng mình, còn thằng Hạ bị thương ở ngực và thằng Kinh sau chết ở Pleiku. Tạ chép miệng - chính tớ đưa cả thủ trưởng lẫn thằng Hạ đến bờ sông Thạch Hãn giao cho đội tải thương. Thủ trưởng bị mảnh bom, mất máu nhiều nên hôn mê. Khi đó, lính mình cố thủ Cổ Thành, bị pháo, bị bom đến độ thành cổ không còn lấy một viên đá lành lặn. Chỉ tối mới cựa quậy được, việc chính là đưa thương binh đến nơi an toàn. Khi bác sĩ bảo không có máu truyền thì thủ trưởng sẽ theo ông bà ông vải, lúc đó tớ mới xếp được thủ trưởng vào loại phải cấp cứu. Gớm, thủ trưởng mê, cứ gào...À, Thủ Trưởng biết mình gào thế nào không? Cứ "Thắm, Thắm ơi!". Cái cô Thắm trong đội bồi dưỡng ở Vĩnh Mốc chứ gì. Gớm, ai mà biết Thủ Trưởng đa tình đến thế. Nay, Thủ Trưởng có tin gì của cô ấy không?

Dân lặng người, lắc đầu. Tạ tiếp:

- Giải phóng xong, ai về nhà nấy. Sống chết thế nào nay biết cả! Thủ Trưởng có biết làng quán cô Thắm không?

Không đáp, Dân nhìn về cuối con đường dẫn ra Ngã Tư Sở. Bấy giờ, đất trời mới vào thu. Lác đác, dăm chiếc lá trở vàng trên tàn cây bàng che quán nước đung đưa trong gió sớm. Lòng quặn đau, Dân nhìn lên trời. Một đàn nhạn bay ngang, cánh chao óng ánh màu nắng nhạt. Như chợt nhớ ra, Tạ vỗ vai Dân, bảo:

- Anh Cự chính ủy cho tớ mượn cái xe đạp, dặn hôm nay ngày nghỉ đến tìm Thủ Trưởng rồi đèo về nhà anh ấy cơm nước trưa nay!

*

Để mặc Tạ hỏi Cự về chuyện công ăn việc làm ở Hà Nội mong kiếm cách xoay sở vì dưới quê Tạ chẳng tìm được gì làm để sinh sống từ ngày giải ngũ, Dân ra sau bếp. Xuân ngửng lên:

- Sao anh không ở trên nhà với nhà em?

Dân kể Tạ đang xoay quanh chuyện làm gì để sinh nhai và mỉm cười:

- Chuyện ấy thì tôi mù tịt. Đi học, được mười tám đồng là tôi đủ sống, có biết xoay sở là thế nào đâu!

- Nhà em chắc cũng thế! Cứ loay hoay đợi chỗ Bộ Thương binh-Xã hội gọi, hết đứng lại ngồi. May có mấy mẻ kén, cũng còn cái ăn!

Nhìn Xuân gạt kén vào những cái mẹt, Dân hỏi làm thế để làm gì. Xuân tủm tỉm:

- À... Đấy là em chọn nhộng làm giống. Nhộng lớn lên sẽ cắn kén nở thành ngài. Ngài đẻ trứng thành tằm, nuôi bằng lá dâu thái nhỏ. Đây này, anh xem! Tay chỉ vào cái mẹt ở bên, Xuân tiếp - đám này là tằm đã lớn, màu trắng, hoặc vàng. Tằm nhỏ như lăng quăng, sậm màu hơn.

- Thế rồi làm sao mà thành tơ thành lụa được?

- Tằm hóa nhộng, nhả tơ trong bọc kén. Kén phải luộc lên, lấy tơ mang quay thành sợi để dệt lụa. Còn bọc kén, có thể dùng để làm đoạn, thô hơn lụa. Chỉ vào mẹt, Xuân tiếp - giống em giữ để nó thành ngài, ngài lại đẻ ra tằm, cứ thế cho những lứa sau.

Ngồi xuống nhặt rổ rau muống cho Xuân, Dân bâng khuâng, mặt thẫn thờ. Kín đáo nhìn, Xuân hỏi:

- Dạo này anh Dân thế nào?

- Thì cũng như thường, chẳng có gì đáng nói...

Xuân ngần ngừ:

- Anh Cự nhà em có nói về chuyện chị Thắm. Anh cho phép em hỏi một câu nhé!

Dân buồn buồn nhìn lên. Xuân nhỏ nhẻ:

- ...anh còn gắn bó với chuyện ấy không?

Dân đáp, lòng bỗng tan nát như bong bóng nổi đầy sân trong một trận mưa rào. Giọng tâm tình, Xuân thì thào:

- Những ngày anh Cự chưa đến tìm em, hôm nào em cũng đợi, mặc dầu em chẳng thực sự hy vọng được gì. Chờ đợi như thế, còn khổ hơn là chết đi. Biết đâu nếu chị Thắm trở về, chị lại chẳng cũng như em? Anh có tin chị yêu anh không?

Dân cúi đầu. Lúc sau, chàng chặc lưỡi:

- Có. Nhưng là khi tôi ở Quảng Trị, chân tay lành lặn. Vù một cái, thế mà đã gần bốn năm rồi. Bốn năm dằng dặc, biết đổi thay thế nào mà chắc được! Thôi, ta nói chuyện khác nhé...

Xuân cười, đổi giọng vui vẻ:

- Vâng. Anh lên nhà, em dọn cơm bây giờ!

Cơm dọn ra, Tạ reo:

- Ối giời ơi, lâu lắm mới lại thấy món nhộng rang này. Bà Chính Ủy muôn năm!

Xuân cười:

- Nhà nuôi tằm mà anh. Anh thích tằm nhả tơ dệt lụa, tằm hóa bướm hay tằm thành nhộng rang lên?

Tạ đáp '' rang lên, bà chị ạ!'' rồi cười hềnh hệch. Cự hỏi:

- Cậu vào Sài Gòn thấy thế nào?

- Ờ... Để kể nhé. Sau khi chiếm An Lộc, đại đội tớ trực chỉ Sài Gòn. Lệnh là đi thật nhanh, chỉ đem theo súng đạn để tác chiến. Thế là đói. Gặp lính '' ngụy'', lính ta hô bỏ ba-lô xuống, kiếm cái ăn, rồi để cho họ chạy. Định kiếm ăn nhưng mở ba-lô cướp được thì toàn dây chuyền, đồng hồ... mấy anh '' ngụy'' hôi được của dân. Tớ dại ơi là dại, bắt Đại Đội thu lại để nộp. Tiền ''ngụy'' cũng vậy, đem bó lại. Vào đến Sài Gòn, hai ngày không ăn, nhưng Chính Ủy gom tiền chẳng cho mua bán gì, lính đói lả ra.

Quay nhìn Cự, Tạ trầm giọng, tiếp:

- Rồi sau là hoa mắt lên thấy dân Sài Gòn chẳng đói khổ như bộ đội nghe các vị Chính Ủy ''giảng'' chuyện phồn vinh giả tạo! Không, dân Sài Gòn giàu hơn Hà Nội ta nhiều, phồn vinh thật đấy! Lập tức, lính bị cấm trại và không được ''đến'' với quần chúng...

- Có lẽ là ở Sài Gòn thì thế, còn nông dân vùng quê chắc khổ!

Tạ chém tay vào khoảng không, giọng cao lên:

- Ấy khổ thì thưa với Chính Ủy, em chẳng thấy ai khổ hơn nông dân làng em! Tạ chép miệng - Khi về, nghe mì chính có giá, bao nhiêu tiền dành dụm em bỏ ra mua được hai cân. Và một cân đường để mẹ đĩ làm bánh trôi bánh chay, với lại hai thước vải may áo cho con. Ở làng ở xã, dân nghèo không ai mua mì chính. Mẹ đĩ nó hốt hai lạng lên chợ Huyện bán thì công an tóm được, tịch thu mất. Vụ Đông Xuân, người thay trâu kéo cày, đến lúc tính công thì thóc lúa chia ít đến ăn không dính răng...

Thở ra, Tạ kết luận:

- Tóm lại, những điều Chính Ủy giảng cho lính, em xin nói thật, đều láo toét hết!

Cự bần thần một lúc rồi nhẹ giọng:

- Đám người quen mình vào Nam cũng nói thế! Nhìn Tạ, Cự tiếp - nhưng cậu có nói thì chỉ nói với người thân thích thôi, đừng có dại phát biểu linh tinh mà vạ miệng. Mình biết cậu có cái tật ấy từ ngày cùng đơn vị, nhắc cho cậu giữ gìn!

Tạ khà một tiếng, rồi ngửng lên:

- Nghe nói vùng Tây Nam Sài Gòn, quân Campuchia nó đánh mình. Định hỏi Chính Ủy, công việc không đào đâu ra nên bây giờ xin nhập ngũ trở lại có được không? Lính như em chín năm chiến trận nên thằng nào sống được cũng là hiếm, có kinh nghiệm, chắc là cần!

Cự nhìn Tạ, lòng bâng khuâng. Sau hơn một năm ăn không ngồi rồi, Cự cũng đã nghĩ đến điều này nhưng không dám nói cho Xuân nghe. Lảng cho xong chuyện, Cự nhìn Dân, gượng gạo:

351

- Chỉ cậu là sướng. Con đường trước mặt còn thấy sẽ đi về đâu. Hết năm nay, cậu còn hai năm là xong đại học nhỉ?

Câu Cự nói tuột đi như gió bay. Xuân dè dặt:

- Mới có chút yên ổn, không lẽ nay lại chiến tranh nữa ư? Em chắc các anh phải kiên trì sửa soạn sống trong hòa bình. Em hiểu là khó, nhưng chắc chỉ ban đầu, rồi ra thì cũng sẽ xếp đặt đâu vào đấy...

Tạ ngắt:

- Vợ tôi nó cũng nó thế chị ạ! Nhưng với tám đồng phát cho phục viên, lấy gì mà sống? Cứ bảo giời sinh voi giời sinh cỏ nhưng mình có cạp cỏ mà ăn được đâu!

Cự nhìn Tạ, giọng trầm ngâm:

- Tôi có hỏi chuyện nhập ngũ...

Vừa nghe đến đấy, Xuân vùng đứng dậy, nước mắt ứa ra:

- Các anh lại tính chuyện bán máu lấy ăn à!

Nhìn theo bước chân Xuân khập khểnh đi vội xuống bếp, Cự nghĩ đến bóng dáng hòa bình, buột miệng thở dài thườn thượt.

*

Cắp chiếc nạng vào nách, Dân nhảy lò cò lên những bực thang lát xi-măng. Vừa đẩy cửa ngoài, một bà già đứng đằng sau khung cửa sắt nhìn rồi the thé "Tìm ai?".

- Dạ, cháu tìm nhà cụ Nguyễn Tuân ạ!

- Gác hai, trên kia kìa!

Dân gật đầu, lại nhảy lò cò. Gõ cửa, tiếng khàn khàn vọng ra, hỏi ai đấy.

- Dạ, cụ Nguyễn Tuân có cho tôi cái hẹn. Dân đáp, lòng hồi hộp.

Cửa mở hé. Đôi mắt sau cặp kính lão nheo nheo nhìn Dân tra xét. Rồi cửa mở rộng ra. Ông cụ tóc búi tó quay lưng, vừa nói "Ông vào!" vừa chỉ tay xuống chiếc ghế mây để trước một cái bàn mặt kính trên có khay trà. Dân khép nép để cái nạng xuống đất. Ông cụ lẳng lặng rót nước chè vào một cái tách, chậm rãi:

- Ông Ngọc có nói là ông đến tôi vì cái luận văn ở khoa Văn. Trước nay tôi ngại nói về văn lắm, nhưng ông Ngọc bảo tôi làm một cái ngoại lệ với ông. Tay đưa lên xoa râu, ông cụ hóm hỉnh - ngoại lệ chắc là vì ông, chứ tôi thì tôi không thể là ngoại lệ được! Thế ông có uống rượu không?

- Dạ thưa không, hoặc ...thỉnh thoảng!

- Ơ hay nhỉ, thế là "ngoại lệ" không uống rượu! Bật cười, ông cụ hỏi - thế tứ khoái, khoái cái nào nhất!

- Tứ khoái nào ạ!

- Thật lạ, "ngoại lệ" không biết thế nào là tứ khoái! Ăn, ngủ, đ... và ia ấy mà!

Dân đỏ mặt, không biết trả lời thế nào. Ông cụ nhìn chằm chằm:

353

- Nói đi chứ!

- Dạ... Nói thật, chỉ có cái thứ tư. Nghĩ lại, ăn ít thì cái... đó... cũng giới hạn thôi.

Ông cụ gật gù:

- Thế cái món thứ ba?

- Món thứ ba, cháu chưa có đối tượng, có muốn cũng chẳng ''hủ hóa'' được ai. Còn ngủ, thưa cụ, cháu sợ ngủ lắm. Chợp mắt là ác mộng, lắm lúc cố mà thức!

- Được! ''ngoại lệ'' khá đấy. Ông Ngọc có lý. Sinh viên Văn đến đây, ông là người thứ ba từ hai mươi năm nay. Thường thì tôi cáo... Nhưng trước khi nói chuyện, tôi không thích ông gọi tôi bằng cụ. Chúng ta bình đẳng, ông và tôi, thế có được không?

- Dạ... Dân lí nhí, không biết nói thế nào, miệng cứng lại.

- Ông kể cho tôi nghe một cái ác mộng trong giấc ngủ của ông xem?

- Mới đầu hôm qua ...tôi nằm mơ thấy mẹ. Mẹ, tôi thực sự chỉ biết mặt qua một tấm ảnh vàng ố. Tôi gọi, người quay lại không có mặt. Vâng, từ cổ trở lên, tất cả là một hình tượng nhòe nhoẹt. Người đó thình lình bỏ chạy. Tôi đuổi theo, nhưng không đuổi kịp. Cho đến lúc không chạy được nữa, tôi nằm vật xuống. Người đó quay lại, với gương mặt của Thắm. Tôi mừng quá, chạy được là hai chân tôi lành, và cuối cùng, Thắm trở lại...

- Nhưng Thắm là ai?

Dân kể mối tình với Thắm ở Vĩnh Mốc. Ông cụ trầm ngâm:

- Mơ thế thì sao gọi là ác mộng?

- Dạ... Ác mộng khi mắt mở, tay sờ xuống thì chân đã cụt! Và làm gì có Thắm...

Ông cụ gật gù, thái độ thình lình thay đổi. Giọng đột nhiên trầm xuống, ông cụ lẩm bẩm một mình như Dân không còn đó. Sực tỉnh lại, ông cụ thân mật:

- Ông Ngọc có nói ông muốn viết về văn tôi? Ông định viết gì? Cả nước đang ồn ào chuyện chính quyền thu về một mối để thống nhất đất nước, mà ông - Nguyễn Tuân cười khà khà - ông đi lo cái vặt là văn tôi à?

Dân rụt rè:

- Thầy Ngọc có đề xuất, thưa ông, là so sánh văn Nguyễn Tuân và một tác giả Pháp. Thầy Ngọc bảo, điều phải hỏi là Nguyễn Tuân đọc và thích tác giả Pháp nào?

Ông cụ ngao ngán:

- Thế thì chẳng đi đến đâu cả! Về phương pháp, là hỏng. Thứ nhất, tôi đọc và thích những tác giả khác tôi. Càng khác càng thích bởi tôi "nhắm" tôi mãi, đâm phát chán. Thứ nhì, mỗi ngôn ngữ tạo ra văn chương của cái ngôn ngữ đó. Gần nhau như tiếng Việt và tiếng Hán, thì anh gà chị vịt, còn so được bộ lông, cái mỏ. Chứ Ta với Tây, kiểu một loài trên cạn, một loài dưới nước, cứ như con ngựa vằn với con cá chép, làm thế

355

nào mà so? Ngước lên nhìn Dân, ông cụ trầm giọng - nhất là kiểu chữ nghĩa của tôi, ông định so với gì?

- Thưa... Chùa Đàn!

- À! Chùa Đàn thì tôi không biết so với gì. Tại sao ông không viết, kiểu Ngữ pháp Tây trong thơ Xuân Diệu chẳng hạn, vừa dễ, lại vừa làm ông ấy vui? Nhưng cớ gì ông lại chọn Chùa Đàn?

- Dạ... vì thích, thưa ông!

Ông cụ chép miệng, lẩm bẩm Mê Thảo, cái vùng Mê Thảo xa xưa... Mủm mỉm cười, ông cụ lại hỏi:

- Thế ông thích gì?

- Đoạn giữa. Bỏ đi đoạn đầu và đoạn cuối, Chùa Đàn là một tác phẩm tuyệt vời. Và tiếng đàn oan nghiệt, thưa ông!

Ông cụ nheo nheo mắt:

- Thế tức ông chê cái đầu với cái đuôi. Ông chỉ ăn khúc giữa, kể ra thế là biết ăn đấy! Văn chương, không có kiểu nhất thủ nhì vĩ như thịt gà. Nhưng ông chắc chưa biết rằng ở ta, đầu phải cải tạo, đuôi làm Cách Mạng, thì giữa mới ''chui'' được ra thành sách. Cái đầu cái đuôi tôi thêm vào sau này, chứ bản chính chỉ có khúc giữa bị chụp cái mũ tư sản, lại sặc mùi phong kiến. Tất cả vì chẳng ai hiểu được tiếng đàn!

Thình lình, ông cụ hỏi:

- Hết chiến tranh, ông có tin cô Thắm chưa?

Dân lắc. Ông cụ bảo, giọng thân tình:

- Đi Ý Yên đi. Chính nỗi sợ đã đẻ ra ác mộng đấy! Đi đi! Tìm được Thắm, ông trở lại đây ta sẽ nói tiếp chuyện văn chương. Có thế, ông mới hiểu ra tiếng ngân của đàn ngay cả khi dây đã đứt.

*

Co ro trong chiếc áo dạ giữ được từ thời đi lính, Dân vừa bước qua phòng trực thì có người gọi. Anh sinh viên tay chìa một tờ giấy học trò gấp tư, nhanh nhẩu " Có người đến tìm anh, viết nhắn lại đây!". Không đọc ngay, Dân cám ơn rồi đút túi áo, khập khiễng chống nạng về phòng. Đến chiếc giường ngủ, Dân ngồi xuống. Dân chậm rãi mở tờ giấy gấp tư. Thế là nước mắt, nước mũi tràn ra. Cổ họng như có ai chặn ngang, Dân nuối nước bọt ừng ực. Chàng đọc lại, vỏn vẹn có bốn chữ « Thắm đã về. Cự ».

Dân báo với phòng trực chàng có việc gấp và xin nghỉ một ngày. Ra khỏi cổng trường, Dân trực chỉ Ngã Tư Sở. Ở đó, chàng tìm một người đèo xe đạp, đi thẳng về Phúc Xá. Vừa đến cửa, Dân gọi tên Cự toáng lên. Thấy Cự, Dân hổn hển " Làm sao anh biết được!". Khoác tay Dân, Cự vừa đi vừa nói " Mình nhờ một anh bạn quê cũng Ý Yên. Chị Thắm về làng từ hơn năm nay! ". Dân vội vã " Thế nào? Có thương tích gì không?". Cự lắc đầu. Dân ngồi thụp xuống, thầm nghĩ "Giá mà Thắm cũng mất một cánh tay, hay một cái chân nhỉ! ". Đây là lần thứ hai Dân nghĩ như vậy. Đỏ mặt, Dân không dám nói cho Cự nghe, chỉ thốt "May quá, may quá! ". Cự chìa cho Dân một phong thư. Thắm viết: « Biết tin anh đã về, em mừng lắm. Nếu anh đã quên con bé dại dột ở Vĩnh Mốc thì thôi. Giả như anh còn nhớ, thì em vẫn đợi ».

Tay vỗ vào chiếc nạng, Dân cố cười. Đúng lúc đó, Xuân từ bãi dâu về nhà. Xuân hồn nhiên:

- Thế hôm nào mình đi Ý Yên đây?

Dân không biết trả lời thế nào, nhìn xuống chân, lắc đầu. Xuân hướng về phía Cự:

- Chuyện anh mượn cái xe thế nào?

Lúc ấy, Cự quay nhìn Dân:

- Mượn thì không, nhưng thuê thì có thuê rồi. Mai, chúng ta đi. Dân mà không chịu thì tôi mất toi một tháng lương phục viên đấy!

Buổi chiều hôm ấy, Dân ở lại nhà Cự. Từ trái bếp nhìn ra, sông Hồng nâu lợ uốn quanh những bờ dâu vòng vèo bãi sông đất bồi từ không biết bao nhiêu đời. Trời rỉ rả mưa phùn. Dân cời lửa bếp đuổi cái lạnh thấm vào từng lỗ chân lông, buột miệng kêu"Tang điền thương hải!"

Xuân bỡ ngỡ hỏi:

- Anh nói gì vậy? .

- À, đó là cái tích ruộng dâu thành bể cả trong văn học cổ Trung Quốc, ý nói về những thay đổi. Ta thì nói gọn lại là chuyện bể dâu...

Cự góp chuyện:

- '' Trải qua một cuộc bể dâu'' trong Kiều đấy!

Trầm ngâm một lát, Dân thổ lộ:

- Tuổi thanh xuân chúng ta là phải sống một thời dâu bể. Cái tụ lại được, là tấm lòng với nhau. Chính vì thế mà vài chữ Thắm gửi đã cho tôi chút can đảm. Nhưng nỗi sợ vẫn sờ sờ ra đây. Vỗ vào cái chân cưa quá gối, Dân buồn bã - giá mà Thắm thương tật như tôi thì tôi không sợ, nhưng...

Xuân vội ngắt lời:

- Anh dở hơi! Thiếu gì người lấy thương binh. Em bảo thật, hoàn cảnh chị Thắm lấy chồng ở quê cũng khó. Tiếng là thanh niên xung phong, có ai biết đã hy sinh thế nào đâu. Người ở hậu phương thì cho là đồ lang chạ. Còn bộ đội tiền tuyến, về mà lành lặn thì tha hồ chọn các cô còn tân, trẻ trung, lại có học có hành!

Nhìn Cự, Xuân nói nhỏ đi, giọng thì thào:

- Em đây là may mắn đấy. Rồi anh xem, như em nghĩ thì chị Thắm cũng sẽ là một người may mắn như em...

Cự xen vào, đùa cợt:

- Mai ta đi! Nhìn Dân, Cự cười - xưa trên bom dưới đạn thì không sợ. Rồi chạy đón đường người yêu, bất chấp kỷ luật sắt, cũng không sợ. Nay thời bình, Cự vỗ ngực - có Chính Ủy đây "tổ chức" cho hàn huyên, mà rúm người lại là làm sao, hả Dân?

Dân gượng cười, thầm nhủ, thời bình có những vấn đề của thời bình. Thật ra, thời chiến là thời của nhiều hy sinh, nhưng lại đơn giản. Trong suốt cuộc chiến, Dân chỉ trăn trở đúng một lần, khi Dân đã định đầu hàng, với hy vọng rằng như tù binh, Dân sẽ sống và tìm được mẹ. Nhưng sau đó, mọi chuyện chỉ rút lại một điều: làm sao thoát cái chết. Sự sống trở thành bản năng, chẳng phải chỉ là bản năng một cá nhân, mà là bản năng bầy đàn. Bầy đàn đẩy cá nhân đi, lúc này thành anh hùng, lúc sau lùi lại nép bóng đồng đội mong tránh cái chết, dẫu rằng sống-chết vượt khỏi mọi tính toán lẻ loi. Đối mặt mỗi ngày với cái chết trong thời chiến, con người bộc trực với nhau, vì chỉ dăm ba phút sau, một phát đạn, một mảnh bom có thể kết thúc tất cả. Trong thời bình, đối mặt không phải một ngày mà hàng tháng hàng năm với cái sống. Sống trong thiếu thốn, con người co lại, tính toán thủ đắc, so đo lợi hại cho chẳng chỉ riêng mình, mà cho cả vợ con mình. Thế người anh hùng xưa vượt chiến hào lên cứu đồng đội nay trở thành kẻ ngậm miệng ăn tiền mặc mọi người xung quanh.

Ôi chao, lòng dạ đổi thay, cũng bể dâu như con nước bạc cuốn bãi xanh nhận cho chìm để chẳng thể nào hy vọng vào một mùa xuân? Dân bần thần ngước lên nhìn Cự và Xuân. Dân đỏ mặt xấu hổ, miệng thầm thì, ơ hay, có phải mọi người trong thời bình đều như thế cả đâu. Hai người xa lạ này cớ gì lại đùm bọc mình như vậy? Lòng tràn trề biết ơn, Dân mỉm cười, vùng ngồi lên. Nhìn Cự, Dân hỏi, giọng xúc động:

- Mai ta đi sớm lắm, phải không anh?*

Xe rời Hà Nội khi gà gáy sáng. Dọc Quốc lộ 1, độ tám giờ hơn thì xe vào địa hạt Hoa Lư. Anh tài xế, vốn trước lái xe tiếp vận Trường Sơn, lè nhè:

- Cái đoạn này xưa Mỹ nó bom, đường bị cầy lên toàn hố là hố. Lắm khi, chỉ mười cây số đi mất cả tiếng đồng hồ.

Cự quay sang anh ta:

- Từ đây, phải ghé vào Ninh Bình rồi mới sang Ý Yên hả?

- Không! Chỗ mình đi là xã Yên Phong, bên kia sông Đáy. Ta rẽ trái, bắt tỉnh lộ 480, vòng vèo rồi qua cầu. Bên kia thêm độ bốn năm cây số là đến nơi.

Dân im lặng giả như không nghe nhưng mỗi lúc một nóng ruột, lòng lửa đốt, mắt dán vào những cánh đồng sau mùa gặt. Xuân ngồi cạnh phá cái không khí ngột ngạt bằng cách hát nho nhỏ ''Anh cứ bảo rằng em không thương, em đo lường thì rất cặn kẽ. Bởi thương anh nên em bàn với mẹ...''. Anh tài kêu:

- Chị ơi! Xe không đài, chị hát to to lên cho đỡ buồn ngủ đi...

Xuân cười khúc khích, đùa:

- Tôi chỉ nhớ một bài ru em, nghe thì ngủ thật đấy!

Tiếng Xuân hát văng vẳng trong đầu, Dân nhớ lại tối đầu gặp Thắm trong địa đạo. Thắm cũng hát bài Xuân vừa hát, và giữa những tiếng cười nói, Tạ đã bắt Dân ''chiêu đãi'' Thắm, ngâm thơ để thù đáp toán thanh niên xung phong có nhiệm vụ cấp dưỡng cho đơn vị.

Sông Đáy xa xa chảy dọc đường xe chạy. Gió hắt vào mặt, lạnh cóng. Một chút nắng le lói trong đám mây đục trên cao hứa hẹn một ngày quang tạnh, nhưng trời còn âm u, mưa có thể bất chợt không mời nhưng vẫn đến. Xe vòng vèo đi ngược về phía bắc. Cây cầu bắt qua sông hiện ra, đìu hiu, xa vắng. Xuân reo:

- Thế là sắp đến rồi! Như để trấn an Dân, Xuân vui vẻ - Sáng nay ra ngõ không gặp gái nên xe đi thông suốt, chẳng trục trặc gì!

Xe lăn qua cầu, lồng lộn trên một đoạn chắp vá bằng những thân cây xếp ngang. Anh tài xế cất tiếng:

- Chắc đoạn này bị đánh thời Mỹ oanh tạc. Gớm, cái thời đó xe bọn chúng tôi đều ngụy trang, nghe tiếng máy bay là bom đã nổ, cứ thấy bờ thấy bụi là rúc luôn vào.

Cự đưa mắt nhìn Dân như những lần khi xưa đơn vị sắp sửa lao vào chiến trận. Môi mím lại, nhưng nay Dân không giữ vẻ mặt bất cần của lính đã nguyền sinh Bắc tử Nam. Không! Người sĩ quan ngang ngạch ngày nào đâm ra e dè, tay xoa vào nhau, vai co lại, đầu quay đi không nhìn một ai.

Xe vào lối mòn mỗi lúc một nhỏ dần. Anh tài đạp thắng, nói:

- Yên Phong ở dưới kia, các bác phải lội bộ thôi!.

Lục đục xuống xe, Cự đi trước. Theo sau, Xuân tươi cười:

- Giao anh Cự nhiệm vụ trinh sát, vào trước căn cứ chị Thắm, báo tin cho chị ấy biết ta trên đường "giải phóng" nhé!

Dân khẽ nói, giọng tần ngần:

- Thôi, vào cả một lúc hay hơn...

Xuân khập khễnh, cắt ngang:

- Cái anh này! Chẳng biết tâm lý phụ nữ chúng em. Báo trước là để chị Thắm '' Bỗ công trang điểm má hồng răng đen'' chứ ai lại cứ xộc xà xộc xệch đón anh!

Cự quay bảo, '' Thế Xuân với Dân cứ thong thả nhé!''. Nói xong, Cự cắm cúi dấn bước.

Dân chống nạng đi cạnh Xuân, buột miệng ''Cái ngày xưa sao nó mịt mùng đến vậy! ''. Liếc nhìn, Xuân đoán chừng nỗi lòng Dân, nói lấp:

- Ấy xa mà gần lắm đấy. Em gặp lại anh Cự nhà em, cái ngày xưa biến mất lập tức, anh Dân ạ! À mà này anh có biết câu đầu anh Cự nói với em thế nào không? Không đợi Dân đáp, Xuân tiếp - Anh ấy bảo, không tìm được em thì anh chết không nhắm mắt.

Xuân khúc khích:

- ...Anh xem, nói thế thì chết người ta mất!

Hiểu là Xuân đang nhắc mình chuẩn bị, Dân tự hỏi, nói gì với Thắm đây. Nhớ đến cánh bướm đen trên có nửa vết tim đỏ như máu, Dân thầm nhủ, có lẽ mình bảo đi đâu cũng tìm, nhưng lần thấy nó là khi Dân đang ngồi viết kiểm thảo về cái tội không thể hiện chính sách « chưa yêu thì khoan yêu » của Đảng, nên vẫn chưa bắt được để ép tặng Thắm. Chiếc nạng trượt trên đất nhão, khiến Dân đi chậm lại. Nhưng không hiểu thế nào trong đầu chàng vẫn nghe thấy lộc cộc, lộc cộc. Lạ thật. Tiếng lộc cộc lớn dần. Rồi nó chói tai như vỡ toang ra.

Lộc cộc, lộc cộc...

Dân dừng bước, tay đưa lên ôm thái dương, mắt nhắm, nhưng thấy trước mặt tóe lửa. Và nóng. Bom Napalm à? Không. Hết chiến tranh rồi cơ mà. Mìn gài chưa gỡ, nổ. Chắc vậy. Người Dân đột nhiên như bị tung vào hư vô. Và từ hư vô, sức hút trái đất khiến gió lồng lộng thổi ngược. Dân ngã, mặt đập xuống đất. Cây nạng văng xa, tai Dân văng vẳng tiếng Xuân thét lên gọi Cự.

Khi Dân mở được mắt ra, thế giới hư ảo hồi sinh, đất cục cựa cưu mang sức nặng của một kiếp người. Dân lờ mờ cảm nhận mô đất dưới đầu mình, bờ cỏ ngang tay mình và khuôn mặt lấm lem một người đang cúi xuống, nức nở:

- Anh Dân ơi! Về đến đây chẳng nhẽ anh lại bỏ em mà đi sao? Anh đi đâu, hở anh? Thắm đây, anh có nhận ra em không? Em đây này, anh ơi...

Thắm à. Có thật không? Dân mở căng mắt. Khuôn mặt lấm lem chan hòa nước mắt lúc một gần. Dân thì thào:

- Thật hay mơ? Ai đấy? Sao... mặt đầy bùn... thế này!

- Em đây! Thôi chết, em đang bừa đất nghe anh Cự là em chạy ra đây. Thắm đây. Em rửa mặt, anh sẽ thấy em vẫn là Thắm ngày nào ở Vĩnh Mốc. Tỉnh lại, anh ơi! Đừng bỏ em...

Cố gắng, Dân chỉ vào cái chân cụt, thều thào:

- ... chẳng được như xưa đâu!

- Nếu anh không phải là ma hiện thành người thì thế là đủ với em rồi! Để em đi rửa mặt cho anh nhận ra em nhé.

Tay nắm vạt áo Thắm, Dân nói, giọng chắc lại:

- Không cần. Anh đã nhận ra em từ mùi của đất... Như mùi đất cái buổi trưa dưới cơn mưa ở Vĩnh Mốc. Đừng đi đâu cả... Ở lại đây, Thắm nhé!

*

Mở phong bì bức thư gửi từ Hưng Nguyên, vỏn vẹn chỉ một câu '' Mừng hai cháu, người không đi được, nhưng lòng thì sẽ ở cạnh''. Bức thư không ký tên. Ở làng, bà Nhiều đã nhờ Thành báo bà yếu lắm, khó mà đi đâu được. Vậy thì cưới hỏi thế nào đây? Dân vẫn vơ, thầm nghĩ. Có lẽ phải nhờ vợ chồng Cự. Nghe Dân hỏi, Cự reo:

- Thì vợ chồng mình đại diện nhà trai! Được quá đi chứ lại!

Xuân vun vào, rồi hỏi, giọng phấn khích:

- Làm đám hỏi, rồi đám cưới. Nhưng rước dâu về đâu?

- Thắm với tôi bàn nhau, vì còn đi học, tôi cứ ở Hà Nội. Lấy nhau xong, Thắm vẫn ở dưới quê lo lắng cho bà Thắm tuổi đã cao, lại yếu đuối, bệnh hoạn. Đám hỏi và đám cưới là một. Cưới xong thì tôi ở "rể" ngay, chẳng rước dâu về đâu cả.

- Ờ... Thế thì cũng gần như anh Cự với em. Bây giờ cứ làm thế nào nhanh gọn là tốt, Xuân phẩm bình với giọng hồn nhiên.

- Nhưng gì thì gì, cũng phải ra cưới ra hỏi đàng hoàng. Chuyện trăm năm mà! Cự cười vui vẻ, tiếp - thế nhà trai mời những ai?

Không nhắc đến ông chú ở Hưng Nguyên, Dân kể chỉ có Thành ở Kiến Thụy và vợ chồng Cự. Nhớ đến nhà văn Nguyễn Tuân và thày Ngọc, Dân định nhắc nhưng lại thôi. Bụng ngẫm nghĩ, Dân tự nhủ mời như thế có thể làm phiền, chỉ báo hỉ cũng đủ lễ nghĩa. Cự như chợt nhớ ra, hỏi:

- Cậu nay sinh hoạt Đảng ở đâu? Phải báo và xin phép Chi bộ.

Dân kể đã báo cho Chi bộ Đảng ở Đại Học. Bí thư Chi bộ hỏi và khi biết Thắm thuộc thành phần "cơ bản", lại từng là thanh niên xung phong, nên không "thắc mắc" gì! Bọn sinh viên cùng khóa vui vẻ vun vào, đùa dặn " vui duyên mới chớ quên nhiệm vụ", khẩu hiệu thời chiến trong những đám cưới.

Xếp đặt tạm ổn phần mình, Dân về Yên Phong. Trước đây, cứ được nghỉ liền hai ba hôm không phải học là Dân đi thăm Thắm. Ở với bà ngoại, Thắm lo đủ bề, từ ăn uống đến tắm giặt. Bà bị hen, trời ẩm ướt là khó thở, lắm hôm chỉ ngồi rên khò khè, không làm được gì ngoài chuyện thỉnh thoảng vá víu dăm đụp quần, đụp áo. Trong Hợp tác xã, Thắm ở đội sản xuất, khi bừa khi cấy, khá vất vả. Bản tính yêu đời, nàng không hề than vãn, lúc nào cũng phấn đấu, cũng tích cực. Có một đứa em trai, Thắm ít nhắc tới, và cứ lờ đi ngay cả khi bà ngoại hỏi đến. Dân ngạc nhiên. Căn vặn mãi Thắm mới nói, " Nó đi buôn, nay đang bị cải tạo ở Hà Tây!"

Dân lên kế hoạch, nhất định sau Tết là cưới. Thắm tính toán rồi bảo:

- Thế nào thì cũng phải có cái gì khao làng khao xã. Từ nay đến Tết chỉ một tháng nữa mà chúng mình thì xác xơ thế này, làm sao cho kịp được!

- Em xem, hai ba hay năm bảy tháng nữa thì cũng vẫn xác xơ. Nước ta còn nghèo...

- Ờ... Thắm ngặt nghẽo cười - Biết rồi, cán bộ! Còn nghèo mà lại sau chiến tranh nên cứ "vô tư", cái quần cái áo không có thì cứ tồng ngồng làm lễ tơ hồng nhé!

Dân bật lên cười. Bà ngoại nghe, lò dò từ bếp lên. Thắm giục Dân "Anh nói đi! ". Dân lí nhí " Thì em nói cũng được! ". Thắm đay, giọng trêu chọc, " Anh đi hỏi vợ hay em đi hỏi chồng? ". Bà ngoại ho rũ người ra, tay ôm lấy ngực:

- Có gì mà chúng bay cứ rúc ra rúc rích thế?

Dân nuốt nước bọt, tay mân mê cán chiếc nạng, chậm rãi xin bà cho Thắm làm vợ. Bà nghe xong, lại ho. Hết cơn, bà đáp:

- Lấy nhau thì lấy, nhưng con phải để vợ ở nhà quê với bà, cho đến ngày bà nhắm mắt nhá!

Gật đầu, Dân khẩn khoản:

- Cháu gia đình chẳng có ai. Bà cho cháu ở rể, cháu đội ơn bà!

- Ối dào... quí báu gì! Bà đây cũng là dân ngụ cư thôi. Khi nào bà về với các cụ, chúng mày lên Hà Nội mà sống!

Bà gốc Bắc Ninh, xưa nổi tiếng hát quan họ một thời. Ông vốn mê hát, bạn bè rủ nhau đến Đình Bảng. Ông gặp bà, hai năm đi lại bà mới nhận về làm dâu đất Yên Phong. Đến khi giành chính quyền, ông được bầu làm chủ tịch Ủy Ban Nhân Dân xã nhưng người làng quen cách thời xưa, gọi là ông Lý Trưởng. Cái tên Lý Văn bắt nguồn từ việc ông theo Cách Mạng. Nhưng oái oăm, bọn trẻ sau này không biết cứ tưởng ông bà thuộc thành phần phong kiến. Thời Cải Cách Ruộng Đất, ông đã mất sau khi để cho bà một mụn con. Bà suýt bị đấu vì chính sách phản phong, may nhờ một người bạn ông từ chiến khu Việt Bắc về đứng ra xác minh và phân giải.

Bà lại lên cơn ho. Kéo chiếc áo bông vào người, bà thì thào:

- Con Thắm lấy chồng, bà cũng yên tâm. Nhưng con ạ, gọi mẹ mày về dịp này, dù sao...

Mẹ Thắm bỏ đi lấy chồng khi Thắm còn bé. Ít khi nhắc, nhưng lần này Thắm chắc không thể lơ đi được. Thắm ngắt lời bà, miệng bắt sang chuyện khác:

- Bà tính xem mình phải mời những ai trong số các bà các cụ?

Bà lẩm nhẩm không đáp. Đi vào buồng trong, lát sau bà ra, tay đưa cho Thắm một cái nhẫn vàng:

- Cháu cầm cái này để mà chi phí. Nhìn Dân, bà cười, giọng đùa bỡn - lấy chồng anh hùng chỉ mất chớ không được, anh nào cũng trên răng dưới giái cả! Thôi bà đi ngủ trước đây! Nhớ đậy cái bếp trước khi vào nằm với bà, Thắm nhá.

Thắm rũ ra cười. Đợi bà đi khuất, Thắm béo má Dân, nũng nịu:

- Đấy! bà vẫn không quên dặn vào nằm với bà. Lần trước anh ngủ qua đêm ở đây, em nằm cạnh cứ cục cựa là bà lại ho, có muốn cũng lại phải giả ngáy cho bà yên lòng.

Dân tinh quái:

- Nhưng muốn gì?

- Muốn gì, tí khắc biết! Thắm khúc khích cười.

Đêm dịu dàng đắp lên mặt thế gian một lớp nhung huyền. Lửa bếp bập bùng, siêu nước sôi ấp úng cất lời. Gió thốc vào khiến Thắm ngả người để Dân ôm lấy, thỉnh thoảng ngước nhìn, tay xiết lấy tay Dân:

- Anh còn nhớ chứ, cái thời ở địa đạo, cũng lạnh thế này. Hôm em ra, anh đang gác, trời mưa gió anh nhỉ?

Dân lẳng lặng gật đầu. Bà lại húc hặc ho. Thắm buông tay Dân, miệng bảo em đi ngủ đây. Dân nhìn theo, lòng bỗng hững hụt như vừa đánh rơi một cái gì thiêng liêng. Gió, bên ngoài gió lên. Và lạnh, khiến ai cũng thèm chút hơi ấm. Không biết là mấy giờ, nhưng chừng đã quá canh hai. Tiếng côn trùng và tiếng gió lùa qua mái rạ. Thỉnh thoảng, chó sủa. Dân đang lơ mơ, tỉnh dậy khi Thắm rón rén rúc vào trong chiếc chăn bông, đầu giúi vào vai người yêu, miệng thì thầm:

- Hôm nay bà ngủ say đến độ bà ngáy chứ không phải em? Anh có ngửi thấy gì không? Em gội đầu rồi tắm bằng nước bồ kết đấy.

Dân vòng tay ôm Thắm. Da thịt nàng bốc thành lửa sau bao nhiêu tháng ngày nung nấu. Dân áp mặt vào ngực Thắm, hít thật sâu:

- Không, anh chỉ thấy mùi đất trong cái ngày mưa gió ở Vĩnh Mốc, Thắm ơi... Thắm!

*

Khi đám sinh viên cùng khoa biết tin Dân sắp lấy vợ, họ xúm nhau bàn tán làm một món quà "tập thể" nhân dịp đám cưới. Trước Tết hai tuần, món quà vuông vắn, gói ghém bằng giấy kính đỏ, buộc nơ được đưa đến tận phòng Dân. Ngạc nhiên, Dân cảm động cám ơn. Đám sinh viên nhao nhao bắt Dân mở ra. Đó là thiệp báo hỉ làm bằng bìa phiếu lấy từ thư viện đại học, chữ in đỏ chóe, trên thông báo lễ thành hôn của Dân và Thắm. Dân hoảng, hỏi:

- Các cậu lấy của thư viện, nhìn ai cũng biết! Thế này, ai dám gửi đến các thầy và ban giám hiệu?

Đám sinh viên rú lên cười. Họ đáp:

- Đất nước chúng ta còn nghèo, nên cứ phải "nháy nháy" phấn đấu. Anh đừng lo, tội chúng em chịu!

Gặp Dân trong hành lang, thày Ngọc chặn lại chúc mừng rồi hỏi:

- Thế ra giêng thì sống thế nào?

Dân nói qua về sự sắp đặt của mình và Thắm, rồi vui vẻ:

- Em vẫn ở trường và sinh hoạt như thường thôi. Còn hơn một năm, em sẽ phải làm luận văn tốt nghiệp. Nếu thày bằng lòng, em xin thày hướng dẫn cho em.

- Được thôi! Nhưng cậu vẫn nhất định chọn đề tài về Nguyễn Tuân?

- Như em đã thưa với thày, ông Nguyễn Tuân không mặn mà gì lắm với đề tài so sánh văn học như em đề cập lần gặp trước...

- Thì thôi! Hay là ta cứ chung chung kiểu " tinh thần yêu nước trong văn Nguyễn Tuân", vừa dễ làm, vừa dễ lọt.

- Vâng, nhưng thưa thày, kiểu thế thì khá nhàm... Dân dè dặt.

Thày Ngọc bật lên cười:

- Cái nhàm là cái chung, kiểu xấu đều hơn tốt lỏi ấy mà! Nhưng cứ từ từ, "vui duyên mới" đi đã, thế nhé!

Vài ngày sau, Dân đến nhà Nguyễn Tuân vào lúc sáng sớm. Cửa mở ra, Dân chưa kịp chào thì nghe tiếng kêu:

- A! " ngoại lệ"!

Dân mỉm cười, tay đưa thiệp báo hỉ ra. Nguyễn Tuân đọc, rồi hỏi:

- Thế là " ngoại lệ" tìm ra cô Thắm rồi nhỉ. Cười hà hà, ông ta tiếp - Phải thế chứ! Ta đi ăn khao, tôi mời! Đợi tí nhé!

Hai người đi dọc cái ngõ sâu ra đến phố Trần Hưng Đạo. Hấp háy nhìn nắng mới trên những tàn cây rợp lá, Nguyễn Tuân chậm rãi:

- Thế là mùa Xuân đến đấy! Tay chỉ, ông tiếp – Ta đi về phía phố Yết Kiêu, rẽ đây!

Một già chống gậy, một trẻ chống nạng cứ thế bước, thật chậm. Vừa đi, Nguyễn Tuân vừa hỏi chuyện Dân đi tìm Thắm. Nghe Dân kể, ông gật gù:

- Chuyện "ngoại lệ" cứ như ci-nê-ma. Thứ nhất là tiếng lộc cộc, biến thành tiếng bom, ảo với người đời nhưng thế mới là thực với văn chương. Cái hiện thực của chữ nghĩa, hiểu cho đúng, là ảo thành thực!

Dân thích thú, hỏi:

- Thế văn chương hiện thực xã hội chủ nghĩa thì sao ạ?

Nguyễn Tuân hóm hỉnh:

- Ờ, nó có cái đuôi chồn. Nó ảo, ở chỗ nó phục vụ cho những thằng người có đuôi!

Đến trước một hàng bánh cuốn lẹp xẹp, ông cụ ghé đầu vào, giọng khề khà:

- Chào bà bánh cuốn...

Có tiếng reo:

- A, chào ông nhà văn! Lâu rồi ông không đến...

Nguyễn Tuân chỉ cái ghế đẩu, quay hỏi Dân:

- Ngồi đây được không?

Dân bỏ nạng, nhảy lò cò rồi chống tay xuống đất lấy sức đặt người lên cái ghế đẩu làm bằng ba mảnh gỗ. Chân ghế lệt quẹt sát đất khiến Dân co chân, mặt hơi nhăn lại. Ông cụ chăm chú nhìn:

- Ngồi được chứ! Nhìn Dân gật đầu, ông tiếp - Tôi mời ông đến đây, là có lý do. Nào, bà hàng. Bà cho hai đĩa Thanh Trì, hai phần chả quế! Hôm nay tôi khao anh " dũng sĩ diệt Mỹ" này, nước chấm bà cho hai giọt cà cuống. Cà cuống thật chứ không kiểu hóa học Thái Lan nhé... Hà hà. Ờ, cũng xin một cút rượu làng Vân, chúng tôi uống rượu mừng mà!

- Giời ơi, sáng bảnh mắt ra mà ông nhà văn đã khề khà, say chết!

Bà bánh cuốn miệng thốt, đầu lắc, nhưng vẫn cúi xuống mò cút rượu đặt lên bàn với hai cái chén hạt mít. Nguyễn Tuân rót, mắt đăm đăm nhìn, nói một mình, xem rượu có sủi tăm không. Hớp một ngụm rượu, ông khoan khoái:

- Bánh cuốn ở đây ngon nhất nước, "sống sót" chứ không như phở trong bài Phở của tôi ấy! May mà người viết về phở cũng sống sót, ông ạ! Thời này, phải viết "Vang bóng một thời Mỹ", và nhất định là có bánh cuốn Yết Kiêu. Tay chỉ lên trên, ông tiếp – Nhà Văn Cao ở đó, sáng sáng có tiếng piano của con bé Hương nên tôi định viết "Hương bánh cuốn dưới phím đàn dương cầm"...Chuyện viết lách thì cứ định, định rồi lại định. Bao nhiêu năm nay chỉ *lách*, chứ có chữ nào *viết* ra được đâu!

Thế rồi Nguyễn Tuân miên man nói về đổ bột bánh cuốn ra sao, tráng bánh cuốn với cái đũa cả động tác thế nào là chuẩn để độ mỏng của bánh chính xác. Hành chưng lửa phải nhỏ, thời gian đo bằng màu mỡ chứ không phải bằng đồng hồ. Bà bánh cuốn nghe, phá lên cười:

- Ông nhà văn nói thì giỏi lắm. Nào, mời ông vào chỗ tôi, cho tôi xem ông tráng bánh cuốn ra sao nhé!

Nguyễn Tuân cười khà khà, lại nhấp nháp chén rượu, lại nhẩn nha:

- Thế này nhé, tôi tráng bánh cuốn nhưng thế thì bà phải viết văn. Đổi chỗ là như thế mới công bằng chứ!

- Thôi, có mà rỗi hơi. Tôi lạy ông, ông nhà văn ạ! Bánh nóng đây, mời ông xơi...

- Người tốt, việc tốt – ông nheo nheo mắt, tiếp – Cái gì thì cũng "tốt thôi"!

Dân xin phép nói về chuyện luận văn tốt nghiệp. Nguyễn Tuân hỏi:

- Ông vẫn thích viết về Chùa Đàn?

Nhìn Dân gật đầu, ông cụ ngẫm nghĩ:

- Ông có biết Beaudelaire, người viết Les fleurs du Mal không? Tôi dịch tạm là Hoa Đơm Độc. Ông ấy học tiếng Anh với đám thủy thủ ghé cảng bên Pháp, và dịch truyện của Edgar Poe, thuộc loại truyện kỳ lạ, conte fantastique. Đấy, nếu có chút liên hệ gì giữa Chùa Đàn và văn chương Tây phương, thì ông lục Poe ra mà tìm... Quà cưới của tôi gửi ông là cái gợi ý này!

Dân không biết cả Beaudelaire lẫn Poe, định bụng sẽ hỏi thày Ngọc. Nguyễn Tuân đang đứng dậy, miệng giục "Ta về!". Quay sang bà hàng, ông vừa cười vừa nói:

- Bà ghi sổ chịu cho nhé! Giả một lần cho nó tiện mà!

- Dạ - bà bánh cuốn tươi tỉnh - Bạn hàng chúng tôi quen rồi, ông nhà văn nào mà chẳng ăn chịu!

Nguyễn Tuân đưa tay lên miệng suỵt suỵt, mắt lại hấp háy nhìn lên nắng cao. Bây giờ, có tiếng dương cầm dạo lên. Ông vỗ vai Dân, nói một mình " Con bé Hương dạo này đánh hay hẳn lên. Chắc nó có cái máu của bố nó!".

*

Xế trưa, khách bắt đầu lục tục về. Làm đại diện nhà trai, vợ chồng Cự phải lo liệu mọi bề, khuya nên phải ở lại Yên Phong qua đêm. Đồng chí Bí thư xã vui vẻ xếp đặt cho họ ở "Nhà khách" của "xã chúng tôi". Thật ra, Nhà khách là phòng họp của Uỷ Ban kê tạm một chiếc giường. Mấy khi đón một đảng viên cấp tá, lại là Chính Ủy và đã lặn lội ở B nên đồng chí Bí thư cứ nhắc đi nhắc lại " Xã không chu đáo thì đồng chí bỏ qua cho, đất nước chúng ta còn nghèo!".

Khách phía nhà trai có Tạ, Thành và một sinh viên thay mặt lớp đi dự đám cưới. Hỏi nay làm gì, Tạ đáp "Ba lô lộn ngược xuôi đường Bắc – Nam" chứ sao nữa. Lao động trong Hợp Tác xã không nuôi nổi hai đứa con, Tạ theo một đám phục viên đi buôn chè. Tạ kể, giọng phẫn nộ "...mình đói, năng xuất xuống, nhưng không cần. Còn hai đứa con, đi học sáng chẳng có đến củ sắn lót dạ, nhìn mà đứt ruột". Nhìn Cự, Tạ tiếp "Tôi đã làm đơn xin nhập ngũ, lần này đánh Campuchia là thế nào cũng cố kiếm chác cái gì làm vốn chứ mà về tay trắng thì chỉ có chết!". Cự đưa ngón tay lên miệng, ra hiệu cho Tạ im. Nói nhỏ vào tai Tạ, Cự dặn: "Lại sắp vạ miệng! Nhớ đừng gây vạ lây cho Dân. Nó ở đây, phải giữ cho nó!". Tạ đỏ mặt, gầm gừ, " ... đánh đấm suýt chết mấy lần cho đất nước, bây giờ mang sắn khô đổi lấy chè mà cứ phải lén lút như đi ăn trộm ăn cắp, anh bảo, thế là nghĩa lý gì? Nhục lắm! Thà là thành thằng ăn cướp, có chết cũng danh giá, lắm khi lại được truy điệu anh hùng nữa chứ chẳng chơi! ". Nói xong, Tạ hậm hực bỏ đi, lưng quay lại cái nhìn ái ngại của Cự.

Đằng nhà gái, khách khứa đông hơn. Bà Lý Văn tiếp các ông chú bà bác, miệng bỏm bẻm nhai trầu, cứ suỵt soạt " Phúc nhà tôi, con Thắm nên đôi nên lứa nên tôi có nhắm mắt cũng yên tâm!". Cậu em Thắm vắng mặt, nhưng không ai hỏi han gì. Đám bạn cùng lứa Thắm, bây giờ còn ba, chỉ có một đã lấy chồng. Vào chiến trường, thanh niên xung phong mười phần chết ba, bốn. Còn lại thì thương tật một nửa. Cô gái bị cụt cánh tay trái, nhìn Thắm, giọng thoáng nước mắt: " Chị may thật, lại may đủ đường. Em mừng chị!". Phải, may ở xứ xở này hơn khôn. Ai cũng biết Dân là đảng viên, lại đang đi học đại học. Sau này chắc Thắm thoát ly được nông thôn, bỏ cái đời sống chân lấm tay bùn, hô « lao động là vinh quang », ứa nước mắt ăn độn. " Chị Thắm ơi, kiếp trước chị khéo tu thế ", người con gái cụt tay thì thào. Đưa tay lên chấm mắt, chị ngậm ngùi " Người em yêu ngày xưa lấy vợ mất rồi! " rồi quay người đi vội ra đằng sau bếp.

Sẩm tối, bà Lý sang nhà người quen, nói "Để cho các cháu « tân hôn » với nhau". Trước khi đi, bà đã nhờ một người chị họ mắn đẻ có đến bốn đứa con đến giải chiếu, bảo Thắm " Mày đẻ cho bà đứa chắt, bà bế rồi bà mới về với các cụ! ". Cười nghịch ngợm, Thắm nhìn bà chị, đùa: "Em mà đẻ bốn đứa thì nhà nước phạt em, em sẽ phạt lại chị ".

Khi gà lên chuồng, chỉ còn cặp vợ chồng mới cưới. Nhìn vợ, Dân dịu dàng hỏi:

- Em có mệt không?

Thắm lắc đầu. Nàng bỗng e thẹn, không biết nói gì. Đứng lên, Thắm luống cuống thu dọn. Xong nàng ra thắp chiếc đèn dầu, vặn bấc cho cao, mặt cứ cúi gầm xuống.

- Lại đây! Em giận anh à?

Thắm lắc, ngượng ngùng ngồi xuống cạnh Dân. Choàng tay ôm vợ, Dân ngập ngừng:

- Em biết không! Anh đi B tìm đường tiến thân để làm sao đi học cho bằng được. Anh đã thành công, nhưng vẫn không cảm thấy mình hạnh phúc vì lúc nào cũng hoang mang nghĩ đến ngày mai. Nhưng hôm nay có em, anh đã mường tượng được tương lai...

Thắm nắm lấy tay chồng, nhìn lên, tròng mắt ướt át. Dân tiếp tục:

- Nhưng anh còn sợ một điều!

- Thôi anh, đừng nói gì nữa. Nhất là nói gở, Thắm ngắt.

Dân im lặng, tay vuốt ve mái tóc Thắm. Bất chợt Dân hỏi:

- Có cái mùi gì mà thơm thế?

- Em xin được tí nước hoa ấy mà. Ngày vui, phải bôi chứ.

Dân úp mặt vào cổ Thắm, hít hà, rồi thì thào:

- Thơm thì có thơm! Nhưng anh vẫn thích mùi đất Vĩnh Mốc...

- Anh đừng lo, sau chả có nước hoa nữa đâu. Còn mùi đất, đất của Yên Phong cũng có mùi, cớ gì cứ Vĩnh Mốc.

Áp tay Dân vào ngực mình, Thắm ghì lấy chồng. Dân cởi nút áo, tay luồn vào mân mê. Loáng thoáng nghe một tiếng rên như van vỉ, Dân sợ Thắm đau, rút

378

tay ra. Thắm giằng lại, ấp úng, " Không, không... Cứ thế anh". Đẩy cho Thắm nằm ngửa ra, Dân vục mặt vào ngực, vào bụng. Thắm thò tay cởi áo Dân. Rồi dây lưng quần. Dân bỗng kinh hoảng. Cái chân cụt. Không, không được. Dân thình lình đẩy Thắm ra. Ngạc nhiên, Thắm nhìn, ánh mắt dò hỏi. Dân giật giọng, hốt hoảng:

- Em tắt cho anh cái đèn!

Trong bóng tối, Thắm nhẹ nhàng đặt mình xuống cạnh Dân. Quàng tay ôm, nàng dịu dàng vuốt ve chồng. Nàng vuốt ve ngực, bụng, và cả chỗ chân cụt. Ban đầu, Dân nằm im, lòng tê điếng. Nhưng lát sau, chàng quên dần, nhắm tưởng như mình bay trong không trung, hai chân đạp cho gió đằng sau lùi lại. Bên ngoài, tiếng ếch kêu trên bờ ao nghe như thúc giục bên tai. Bản năng dẫn dắt, Dân chống tay úp mình lên Thắm. Giữa hai đùi nàng, cơ thể ướt nhễ nhại như mời gọi bộ phận mang sinh lực đàn ông của chồng. Nàng khẽ kêu, nhưng hai tay bíu chặt vào mông Dân, chân dạng ra, người cong lên. Dân cảm thấy chàng lún sâu vào Thắm như sắt gặp nam châm hút, hút mãi vào đến không cưỡng lại được.Tất cả chuyển động như sóng nước bập bềnh đẩy hai người vào một cõi chỉ có những hân hoan.

Dân nằm vật ra sau lần ái ân đầu. Thắm chống tay nhìn chồng, lát sau áp mặt vào ngực Dân. Nàng dịu dàng vuốt ve mặt Dân, đặt môi hôn khắp người, hôn cả thương phế trên cơ thể Dân, vừa hôn vừa thì thào " Anh của em, anh của em!". Một lúc sau, nàng nằm xuống, vật Dân nằm đè lên người mình. Bây giờ, bộ phận sinh dục của Dân sau bài học đầu đã biết lối đi nẻo về. Ôi! Tuyệt vời tạo hóa, có âm có dương. Khi thành một. Lúc tách hai. Và cái chuyển động tiếp tục dập dềnh theo một chu kỳ tuần hoàn. Cho đến khi Thắm rú lên nho nhỏ "Nữa đi anh, ối làng nước ơi... em chết mất!".

Thắm thiếp ngủ, mái tóc đen huyền xổ bung ra như một cơn lũ trôi xuôi. Nàng nằm nghiêng, đùi khẽ co lên, nét mặt thư giãn, miệng hé như cười. Dân co người rón rén ngồi lên. Chàng nhìn Thắm, tay sờ vào vết cưa chân đã đóng sẹo, nơi Thắm đặt môi lên hôn. Nhắm mắt, Dân ôn lại những phút ân ái vừa qua. Cái nỗi sợ mảnh bom có thể lấy đi chức năng đàn ông của mình đã hoàn toàn tan biến. Sự ám ảnh đó dần vặt hàng năm nay đột nhiên như những cơn ác mộng, mất tăm khi chàng có Thắm ở bên. Lòng tràn trề biết ơn, Dân lại mở mắt nhìn vợ trong giấc ngủ an bình. Chàng khẽ vén những sợi tóc phủ trên má vợ, nói thầm, em ơi, em đã cứu anh thoát khỏi quá khứ để cùng nhau ta thênh thang bước vào tương lai. Cựa mình, Thắm thức giấc. Giọng trìu mến, Thắm hỏi:

- Anh không ngủ được à?

Dân không đáp, vòng tay ôm Thắm vào lòng. Nàng thì thầm:

- Cho em đứa con anh nhá!

Dân gật đầu, nước mắt ứa ra. Lát sau, Dân nói:

- Bây giờ, anh không còn sợ nữa!

- Sợ gì hở anh?

- Không! Không sợ gì hết, kể cả tương lai! Em ạ!

*

Ở Yên Phong hai ngày, Dân và Thắm về Kiến Thụy. Về để vái người chết. Và cả người sống, ân lẫn oán, vái tất cả. Dân đưa vợ đến chào bà Nhiều, ông bố Thành, và các "quan viên" trong xã. Bà Quyên, vợ ông chủ tịch xã là người độc nhất không giấu được vẻ lạnh nhạt. Sau khó khăn trong việc tính công điểm vụ mùa năm kia, cán bộ Huyện đề nghị bà thôi Chủ Nhiệm Hợp tác xã, chuyển bà sang phụ trách Ủy Ban Phụ Nữ. Cay cú, bà thầm chửi Dân, chửi Sự và cả gia đình nhà Thành. Bề mặt, bà tươi cười bảo " Ờ, Đảng đặt đâu tôi ngồi đấy, như dâu con ấy mà! Miễn là cứ được phục vụ nhân dân". Làng xã vẫn gọi bà là bà Chủ tịch. Bà hăng hái kêu gọi mọi người "phấn đấu tốt", đẻ ra các thứ quỹ, nào là cho trường học, cho phụ lão, cho y tế và ngày ngày đi vận động quần chúng tự nguyện đóng góp. Trẻ con thấy cứ có bóng dáng bà là cha mẹ chúng trốn, đặt tên bà là bà ngáo ộp.

Đến chiều, Dân và Thắm ra viếng mộ.

- Đây là mộ bà... Dân vừa nói vừa lúi húi nhổ cỏ.

Thắm thắp nhang, vái bà, lầm nhẩm xin phù hộ. Ngậm ngùi, Dân kể chuyện bà đưa cái nhẫn cưới, kỷ vật duy nhất của mẹ chàng, để quà cáp cho bà Bí Thư xã ngày trước nhờ lờ đi cái gốc công giáo hầu Dân được đi nghĩa vụ cho Thắm nghe. Nàng nghẹn ngào, lại khấn " Bà ơi, bà linh thiêng xin về chứng giám cho Thắm này từ đây là cháu bà".

Chống nạng đứng lên, Dân đi về rìa nghĩa địa giáp ranh với làng bên. Thắm theo sau. Dân chỉ tay, thì thào:

- Đây là mộ ông bác!

Nghe mình nói, Dân giật mình. Mộ cha, nhưng nói dối thành phản xạ, với Thắm chàng cũng lập lại như một cái máy. Nỗi xấu hổ khiến Dân cứng miệng lại. Ngồi xụp xuống, niềm tủi thân mỗi lúc một mênh mang. Chàng khóc. Thắm ngạc nhiên hỏi. Dân ngậm ngùi:

- Không, Thắm ơi, mộ này là mộ cha đẻ anh đấy!

Chậm rãi, Dân kể lại chuyến đi Hưng Nguyên gặp lại chú ruột là linh mục Nguyễn Trường Tín. Chú đã nói hết chuyện cha, một tội phạm, và trao lại một bức thư cha viết như một bức thư tuyệt mệnh.

Thắm im lặng. Nhìn sang cánh đồng bên cạnh, bóng nón thấp thoáng lên xuống như múa. Mùa cấy cho vụ Đông Xuân bắt đầu. Cúi xuống hai bàn tay chai sạn, Thắm bâng khuâng, lòng thương xót một điều chi cứ lững lờ như nước sông Đáy. Lặng lặng thắp nhang, Thắm lại vái, thì thầm:

- Cha linh thiêng, cha phù hộ cho chúng con an lành sống với nhau đến chết!

Đến lúc bóng nắng ngả hẳn xuống, hai vợ chồng lững thững trở lại làng. Mở cửa nhà, Dân bảo:

- Anh sống cả tuổi thơ ở đây. Đằng sau, có cái ao. Ngày xưa anh thả cái tàu bằng nhôm cha mua cho vào dịp Tết, cứ chạy quanh, hò " Ra khơi! Ra khơi nào".

Em xem, Dân cười - trẻ thơ nghĩ có thể vượt trùng khơi trong một cái khoảnh ao tù. Còn người lớn...

Dân đột nhiên ngừng nói, rồi chép miệng:

- ...thì biết chỉ vượt được một khoảnh ao giữa cái mênh mang của trùng khơi!

Thắm biết Dân không vui, cố đùa:

-Em thì em không vượt đâu cả, gặp biển là em tát nước.

-???

- Thuận vợ thuận chồng, không phải tát biển đông cũng cạn à?

Bỗng có tiếng chân ngoài hiên. Thành thò đầu vào gọi. Thắm nhanh nhẩu ra mở cửa. Vào đun siêu nước để pha trà, Thắm nghe Dân hỏi:

- Có tin gì của Duyên không?

- Rồi. Nó hiện ở Nam Định, xin được chỗ làm trong nhà máy dệt. Nó xin phép đi lấy chồng.Tháng sau, nhà trai đến chạm ngõ.

Dân thở phào, khoan khoái. Thắm dưới bếp bước lên, hỏi "Duyên nào thế?". Dân bảo là em Thành nhưng không kể thêm gì. Chuyện trò một lát, Thành về để Dân và Thắm đi nghỉ, sớm mai phải lên Hà Nội.

Hai vợ chồng Dân định đến cám ơn Cự và Xuân. Tuần sau, Cự sẽ bắt đầu công tác ở Bộ Thương Binh-Xã Hội. Nay, có một cô em họ đến giúp Xuân một tay trong chuyện trồng dâu nuôi tằm. Dân nhìn Thắm, giọng chân thành:

- May mà anh còn vợ chồng anh Cự trên đời.

- Không, anh còn mẹ và Nhân nữa chứ! Bây giờ thống nhất rồi, nay mai sẽ có tin thôi, em chắc thế!

Dân nhìn vợ, ánh mắt biết ơn. Thắm vui giọng:

- Mai anh phải đưa em đi xem Thủ Đô nhé. Từ bé, em chỉ ao ước lên Hà Nội, bây giờ mới có dịp!

- Em muốn đi đâu? Xem gì?

- Em muốn đi tàu điện. Nghe nói tàu điện mà em chẳng tưởng tượng nó ra làm sao cả! Còn xem, em muốn vào xem lăng Bác!

Từ ga Hàng Cỏ, Dân thuê xích lô đi về Phúc Xá. Lần đầu ngồi xe, Thắm ngượng nghịu, dấu mặt sau lưng chồng. Nghe tiếng gọi cửa, Xuân sau bếp reo lên:

- À, cô dâu chú rể! Vào đây, vào... Anh Cự ở dưới bãi cũng sắp về tới nơi rồi!

Thắm nhìn về phía sông Hồng. Cầu Long Biên thấp thoáng nắng, lừng lững như một con trăn già vắt mình giữa hai triền bờ đất bồi đỏ sạm. Xuân cười, tay chỉ:

- Dưới kia là bãi dâu nhà mình. Tối nay, mình đãi các cậu một bữa trứng lá dâu nhé. Mới ăn, vị hơi đăng đắng nhưng chỉ lát sau là mồm ngọt lịm như ăn chè.

*

Cơn bão ụp xuống miền Bắc. Trời hành, trút nước xuống, nổi gió lên, cả một vùng đồng bằng châu thổ sông Hồng nhìn như biển cả nổi cơn thịnh nộ. Bà Lý co ro:

- Thắm này! Cứ gió thế này, nhà mình chắc bay lên giời mất. Con ra xem cái chuồng gà có sao không?

Ngừng nhìn kèo nhà rít lên răng rắc, Thắm quàng chiếc áo tơi, xuống bếp rồi men vách nhà ra vườn. Mưa như quất roi vào mặt. Cây sung cạnh bờ ao nghiêng ngả, dăm ba cành bị chẻ ra khỏi thân, gục xuống như những kẻ tử tội đợi chém đầu. Chuồng gà bung ra, gà mẹ nằm chúi xuống nhưng đám gà con chẳng biết đi đâu trừ một con xù lông run rẩy. Thắm cúi xuống. Nàng nhăn mặt, bụng lại nhói lên. Ôm hai con gà, Thắm lần vách đi ngược lại. Bỏ gà vào một góc nhà, Thắm nói:

- Chuồng sập rồi bà!

- Cứ mưa bão thế này, mới thấy nhà có bàn tay đàn ông chống chọi là cần. Bà Lý ngước lên - lạy giời cho cái mái đừng tốc lên!

Cầm cái nồi đất vẫn dùng để nấu cám, bà Lý đem hứng chỗ mưa dột, nước nhỏ tí ta tí tách. Thắm ngồi xuống, thò tay xoa nhè nhẹ vào bụng. Nàng có mang thế là được ba hay bốn tháng rồi. Hôm Dân về, nàng nắm tay Dân lí nhí báo tin. Dân ứa nước mắt, tay đưa lên quạt lấy quạt để cho nàng, miệng không thốt được nên lời.

385

Mưa, cứ thế, mưa trắng cả nhân gian. Mây ẩm đục lâu lâu bị những tia chớp xé rách toạc. Sét nổ chói tai đánh xẹt xuống trong tiếng sấm đùng đùng vang vọng từ một chân trời dọa nạt. Thình lình con gà con kêu chiêm chiếp như cầu cứu. Rồi tiếng cục cục của gà mẹ. Thắm nghe tiếng cánh đập, ngước lên nhìn. Không hiểu từ lúc nào ba con quạ vào đậu trên kèo ngang nhà. Chúng đen trùi trũi, con nào con nấy to bằng con gà nhỡ, mỏ nhọn hoắt, mắt lấp loáng ánh kim khí. Thắm cúi nhặt vài hòn đất, vung tay ném. Quạ nhảy lên, nhưng lại đậu xuống. Dăm ba lần, Thắm vừa ném vừa xua, nhưng quạ nhất định không bay. Bà Lý bảo mưa bão thế này, chúng chẳng thể đi đâu. Tiếng gà vẫn chíp chíp thảng thốt. Thắm tìm một chiếc nơm đậy cả gà mẹ gà con rồi đẩy vào gầm chõng.

Đêm hôm đó, Thắm sợ quạ tha, nằm canh hai con gà không dám ngủ. Gà mẹ thỉnh thoảng lại kêu cục cục như trấn an gà con. Tay để lên bụng, nàng vuốt ve trìu mến, tưởng tượng con mình đang cục cựa. Không biết là trai hay gái? Nàng tự hỏi. Còn Dân, có lẽ Dân thích con trai, nhưng miệng bảo, con là con, gái hay trai cũng vậy. Phần Thắm, nàng cũng thích con trai. Nay hòa bình, hết sợ bom đạn phanh thây, con trai thì mới đỡ đần được bố mẹ. Con gái, lấy chồng là con người ta. Vả lại, Thắm biết, làm con gái ở xứ sở này quả là gánh cái kiếp nhọc nhằn khốn nạn.

Ba ngày sau cơn bão, Dân khập khiễng về Yên Phong. Nhìn cây cối đổ ngổn ngang trên đường phố Hà Nội, Dân lo, không hiểu bão lớn thế này Thắm và bà Lý dưới quê thế nào. Cất tiếng gọi, Thắm dưới bếp vội vã đi lên, tươi cười:

- Bão thế cũng về được, hả anh?

Hai anh thanh niên đang giúp cột lại mái bếp xiêu vẹo cũng vừa ngơi tay, ra chào Dân rồi đi. Trên chiếc chõng, bà Lý đắp chăn, mắt nhắm nghiền, chỉ khe khẽ động đậy.

- Bà làm sao vậy? Dân hỏi.

- Bà mệt, hai ba ngày không ăn uống được gì...

Thật ra, Dân biết, có gì mà ăn. Nay gạo thì hẩm, lại phải độn mì hột và bo bo, người già cố cũng nuốt không trôi. Dân mở ba lô, đưa cho Thắm túi gạo. Chàng mang về được sáu ký lô và hai trăm gam đường, mua bằng tiền dành dụm được mấy tháng qua. Thắm cảm động:

- Đã bảo dưới quê đủ ăn, anh còn cứ thế... Ăn uống không đủ thì học hành thế nào được!

Dân cười, nói lảng:

- Học chứ có phải vác nặng đâu mà lo! Bụng lưng lưng, đầu mới tỉnh táo chứ ăn đẫy là buồn ngủ. Tối, em nấu tí cháo cho bà.

Gật đầu, Thắm hỏi chuyện đường xá. Dân kể, Quốc lộ 1 ở địa phận Ninh Bình bị lở, phải vào tỉnh lỵ Nam Định, đi vòng mới về được Ý Yên. Vỗ chiếc nạng, Dân dí dỏm:

- Vì em thì ...mấy sông anh cũng lội, mấy đèo anh cũng qua!

Rơm rớm nước mắt, Thắm cầm tay chồng đặt lên bụng, nói khẽ:

- Còn em bé nữa chứ, đâu chỉ vì một mình em!

Dân áp tai lên bụng Thắm nghe ngóng rồi thì thào:

- Hình như nó đạp...

- Khéo mà tưởng tượng, nó còn bé quá! Chắc phải một hai tháng nữa thì mới có chuyện đạp, anh ạ!

Nghĩ đến những cơn đau nhói, Thắm định kể cho Dân, nhưng lại thôi. Thầm nhủ nói chỉ để cho chồng thêm lo, nàng hồi tưởng lần đi khám thai trên nhà Hộ Sinh thuộc trạm y tế xã, tính nhẩm trong đầu rồi bảo:

- Em đồ chừng cuối tháng mười thì đẻ!

- Tức là hai, ba tháng nữa? Dân ngạc nhiên.

Phá lên cười ngặt nghẽo, Thắm bảo:

- Tháng mười âm lịch, ông ạ! Em có phải là gà đâu! Tức là bốn hoặc năm tháng nữa...

- Ừ... Dân lẩm bẩm, không chừng anh xin nghỉ một quí học, về với em khi đó!

- Gượm xem đã. Trước mắt là bụng mang dạ chửa, em không thể lao động trong vụ mùa tới. Hợp tác xã cũng biết vậy. Để có cái ăn, em đã đề nghị vay Hợp tác xã một ít công tính ra thóc, nhưng chưa biết họ có cho không?

Dân ghìm một tiếng thở dài, chậm rãi:

388

- Về chuyến này, anh dự định cứ có dịp nghỉ là anh sẽ... đi buôn với anh Tạ. Hôm trước, anh Tạ có ghé Hà Nội. Anh hỏi rồi, anh ấy nhận lời. Đi một chuyến, kiếm được dăm chục, cứ đổi sẵn lấy chè, mua rẻ bán đắt. Một tháng, có thể làm ba chuyến...

Thắm im lặng không nói gì. Nếu có ít tiền, chắc nàng đỡ lo, nhất là gần đây bà Lý cứ đau ốm luôn. Nhưng đi buôn chuyến như Tạ là vi phạm pháp luật trong thời ngăn sông cấm chợ. Bị bắt, thường phải đi cải tạo. Thắm nhớ đến thằng em mình, mím môi nói:

- Em thì em không đồng ý! Anh sang năm học xong, rồi sẽ có công ăn việc làm đàng hoàng. Nay đi buôn, thử hỏi anh bị công an bắt thì hậu quả sẽ ra làm sao? Thà là anh cho em đi vay mượn ít nhiều, dẫu thiếu thốn nhưng không phiêu lưu như đi buôn. Khi anh đi làm, mình trả, trên Hợp tác xã cũng biết vậy!

Biết Thắm và bà Lý đói, Dân dành dụm được chút gì là đem về. Nhưng thế có được bao nhiêu! Lúc mang thai, lại là lúc Thắm cần bồi dưỡng, lấy đâu ra tiền mua sữa mua đường? Cự nay đã có công việc, lương cán bộ chẳng bao nhiêu, vay mượn cũng ngại. Nhưng ngoài Cự, Dân nào biết trông cậy vào ai? Không muốn Thắm lo, Dân lảng:

- Ừ! Em nói phải đấy. Với lại - đổi giọng làm vui - chân anh thế này thì nhảy tàu nhảy xe thế nào được mà đòi đi buôn. Chắc ta vay anh Cự chị Xuân ít tiền, vay rồi trả, chứ có mất đi đâu! Một miếng khi đói bằng một gói khi no mà...

Thắm lại thấy nhoi nhói trong bụng. Nàng ngả người dựa vào lòng chồng, nhắm mắt chịu đựng cơn đau, miệng cố mỉm cười. Có tiếng chíp chíp của chú gà con dưới chiếc chõng tre. Thắm chưa thả gà ra vì ba con quạ đen vẫn còn lởn vởn đâu đây, dẫu trận bão đã dứt.

*

Dân học được thế nào là xấu hổ và thế nào là sợ. Xấu hổ, khi Dân hỏi vay tiền Cự, nói bà Lý ốm nặng chứ không phải là cần vốn đi buôn. Và sợ. Thật lạ, thời chiến phải đối mặt với cái chết, cũng sợ nhưng nó khác với cái thời bình. Sợ thời bình, là sợ khi đối mặt với cái sống. Nếu bị công an vồ, chắc chắn sẽ phải kiểm điểm với Chi bộ Đảng ở khoa Văn trường đại học. Có thể bị đuổi. Có thể bị khai trừ Đảng. Và thế là "tuyệt đường phấn đấu". Cái gốc công giáo chắc lòi ra. Thậm chí chuyện cha mình là thành phần xét lại chống Đảng cũng sẽ không còn là một điều bí mật. Hậu quả, sống là sống bên lề, với một cái chân cụt, kéo thêm vợ và con vào một tương lai đen như đêm dằng dặc. Sống như thế là sống mòn. Sống trong cái chết nhấm nháp hàng ngày, hàng giờ, ăn dè thời gian để kéo dài oan khổ. Nhưng làm sao được đây? Bụng mang dạ chửa, Thắm không thể quần quật làm như trước. Bà Lý có một lần bảo Dân, vợ con mà cứ tiếp tục "lao động" là không biết chừng "sẩy" mất. Dân nghe bà nói, xấu hổ cúi mặt xuống. Lần này, xấu hổ vì bất lực. Vì vô dụng. Gặp Tạ, Dân bảo "Anh giúp cho!".

Khi đó, Tạ đã vào một đường dây. Từ Hà Nội và Hải Phòng, đường dây chuyển muối, đường, bột ngọt, sắn khô lên vùng Cao - Bắc - Lạng. Rồi mang hồi, quế, mộc nhĩ, nấm, chè về bán ở các đô thị. Tạ hề hề "Tớ thuộc công đoạn bốc ở Thái Nguyên, đổ ở Hà Nội". Từ Thái Nguyên, hàng đến Gia Lâm bằng đường xe lửa. Đoạn này tương đối an toàn vì "mua" được bọn công nhân viên kiểm vé, kiểm hàng. Cái rủi ro còn lại, là đôi khi có những đội công an đột xuất "du kích" khách buôn. Khó nhất, là chuyến hàng từ Gia Lâm vào Hà Nội. Công an chằng chéo từ phường đến quận, khó "mua", và nếu "mua" nhiều thì mất toi món lời kiếm được. Tạ bảo "Thủ trưởng phải biến yếu thành mạnh, biến hại thành lợi, biến hư thành thực". Dân đang ngạc nhiên, Tạ đòi Dân vén quần cho xem chỗ chân bị cụt. Ngẫm nghĩ, Tạ nói "Chỗ này, có thể bó «hàng» vào. Độ dăm ba ký thì chống nạng đi đứng vẫn bình thường, mặc quần ống rộng che đi. Là thương binh, chắc chẳng đứa nào chặn để khám xét đâu! Vả lại, đội hình đi buôn luôn luôn hai thằng. Có trắc trở, thằng làm đầu gấu cần thì kiếm chuyện ra tay!".

Chuyến đầu, Tạ đi cùng với Dân, mua vé xe khách từ Gia Lâm về Hà Nội. Dân găm được năm ký chè Thái Nguyên, "hạ cánh" an toàn. Tạ đưa Dân đến mối sỉ, giao hàng và giới thiệu " Lần sau thì anh đây sẽ là «giao liên»". Ra khỏi nơi giao hàng gần chợ hàng Da, Tạ cười, " « Phi vụ » đầu vậy là chót lọt. Mình « đánh » thế này, sáng tạo lắm. Công an chặn, nhưng cứ gặp áo bộ đội, lại què cụt là thôi, không phiền hà nữa!". Tháng đó, Dân đánh liền năm « phi vụ », khi đi xe lửa, lúc đổi xe hàng. Vấn đề chính là đừng để cho người ta chú ý, khai báo lôi thôi. Dân định bụng tiếp tục buôn đến hết hè, lúc đi học lại thì thôi, khó có thể vắng mặt mà không gây thắc mắc. Đêm về, Dân mở bọc ra đếm tiền. Số nợ Cự, trả xong thừa ra gần hai trăm bạc. Khó là nói thế nào cho Thắm hiểu. Chép miệng, Dân định bụng đi chuyến chót, đem tiền về và nói thật. Khi đó, chuyện là sự đã rồi, và nhất định không bao giờ đi buôn nữa cho Thắm yên tâm là xong. Chuyến buôn cuối, Dân muốn đánh một vốn bốn lời, đổ quá nửa số tiền dành dụm vào mua trầm và mật gấu miền thượng du. Mối hàng ở Hà Nội đã sẵn và đều là chỗ tin cậy. Tạ phụ trách thu mua, đã dày dạn kinh nghiệm nên không sợ bị lừa. Phần đổ hàng, Dân lo. Trầm và mật gấu vừa nhẹ vừa gọn, rất tiện. Tạ giúi vào tay Dân một khẩu súng ngắn K-54 giấu được, dặn gặp cướp cạn thì cứ việc « đoàng » rồi tẩu tán hàng, về sau cần thì bịa chuyện tự vệ. Dân toát mồ hôi, trả súng, nghĩ bụng không cần. Tạ chỉ cười nhạt.

Đợi xe lửa ở Gia Lâm, Dân đưa mắt nhìn quanh. Để chiếc nạng dựa trên chiếc chân cụt, Dân ngồi, tay mở túi zết tìm tờ báo Nhân Dân. Giả như đọc, thật ra Dân kín đáo quan sát. Tất cả bình thường. Một thiếu phụ tay dẫn đứa gái nhỏ, tay cầm giỏ mây, mắt nhìn đường rày, không giấu được vẻ sốt ruột. Bên cạnh, một ông trung niên, quần áo bộ đội, miệng phì phèo thuốc lá, chắc cũng là phục viên. Xa xa, người nườm nượp, tay xách nách mang, kẻ đứng người ngồi. Xe chạy, đến ga Hàng Cỏ quãng giữa trưa. Dân xuống, chống nạng ra cửa. Công an kiểm tra chặn hỏi, Dân đưa giấy chứng minh nhân dân ra. Họ đòi Dân mở túi zết. "Không có gì à?". Dân lắc, thản nhiên nhìn người vừa hỏi. "Thôi, mời anh đi", người công an đứng bên cạnh nói. Dân khập khiễng chống nạng, đi không ngoái lại. Ra đến ngoài, Dân nhìn quanh rồi vẫy xích lô. Bất chợt, hai người mặc thường phục xổ ra. Một người giằng nạng, người kia nắm cứng tay Dân bẻ vòng ra sau. Dân thầm nhủ, thôi « bị » rồi! Có tiếng quát thình lình cất lên:

- Chúng mày hà hiếp thương binh hả!

Rồi một tiếng súng ngắn. Điếu thuốc lá rơi xuống mặt đường. Tiếng chân đuổi. Người chạy là người áo quần bộ đội, hiện ra và biến đi như một bóng ma.

*

Cơn đau ngâm ngẩm từ trưa bỗng vỡ ra, thốn vào, cào cấu, cưa nghiến như hàng vạn lưỡi dao cạo xoay vòng vòng bụng dưới. Thắm không nhịn được, bật lên tiếng gọi trời nghe như tiếng rú một con vật bị đánh bẫy. Bà Lý đang thiu thiu ngủ giật mình nhỏm dậy.

Máu từ tử cung Thắm ứa ra trộn với nước ối, nhỏ dòng dòng. Thắm nói qua hai hàm răng cắn chặt: " Bà cho đi gọi... chắc sắp đẻ rồi... nhanh...". Bà Lý lập cập đứng lên, đáp: " Được, được!", mò mẫm ra cửa sang bên hàng xóm trong buổi chiều chập choạng. Hai tay ôm lấy bụng, Thắm há hốc miệng hớp không khí, thở hổn hển, cố đặt mình nằm xuống. Cơn đau bỗng khi co khi thắt như giây sắt nghiến vào dạ con, vật Thắm ngã xuống. Mặt đập vào nền đất, Thắm gọi tên Dân, trong đầu chập chờn ba con quạ mỏ vàng nhọn hoắt giơ cánh vỗ xoành xoạch. Dưới chiếc chõng tre kê sát vách, tiếng gà con kêu chíp chíp, cứ như hôm cơn bão sập về đánh nát đồng nát ruộng. Cố mở mắt, Thắm thấy ba con quạ bay đi. Rồi tiếng chân người chạy thình thịch. Thắm cố gượng chống nhưng đầu lịm dần, tai loáng thoáng tiếng bà Lý, tiếng chị hàng xóm.

Không biết bao lâu sau, Thắm lại mở được mắt. Xung quanh Thắm nhận ra hai ba người đàn bà. Họ đã khiêng Thắm đặt lên chõng, kê lưng cho nằm thoai thoải, và đã nấu nước nóng, lau chùi phần hạ thể của Thắm. Chị hàng xóm dấp chiếc khăn vào nước, nhẹ nhàng đặt lên trán Thắm, miệng cười: "Con so mà. Tí nữa nó ra là hết đau, em ạ! Chị đẻ ba lần rồi, chị biết. Cứ đến lần thứ hai là đẻ như gà, dặn dăm cái là ra!". Chị hàng xóm ân cần dặn Thắm: "Thở quan trọng, hít từng hơi để thư giãn giữa những chập dạ con co thắt. Mỗi lần dặn, dặn cho đến không dặn được nữa mới thôi".

Bất chợt, bụng Thắm lại quặn lại. Thắm thầm kêu, anh Dân ơi, đúng là mang nặng đẻ đau. Thắm thở ra. Chị hàng xóm đẩy cho hai chân Thắm co lên. Chị bảo: "Đếm nhé! Đếm đến ba thì dặn, nghe không". Chao ôi, bụng Thắm thốn lại, quặn thắt. "Thở đi, thở ra. Nào, một, hai...". Người Thắm nhũn ra. Nàng hít không khí cho đầy phổi. " Rồi, một... hai... ba..., dặn này, dặn...", chị hàng xóm ra lệnh. Thắm lại rú lên, miệng làm nhảm gọi " Anh Dân ơi! Sao lại làm tình làm tội thế này?". Chị hàng xóm hóm hỉnh "Thì làm tình mới nên tội, chứ gì nữa! Còn phải hỏi".

Từ lúc tối trời, Thắm vật vã đến nửa đêm, thét lên và cảm thấy người như nhẹ đi. Chị hàng xóm kêu " Sắp xong rồi. Cố dặn thêm một tí nữa". Thắm nghiến răng, lấy sức. Rồi Thắm có cảm giác giải thoát được một thứ cực hình. Kiệt lực đến độ đầu óc mơ màng, nàng bỗng thấy hình Chúa hài đồng một lần Dân đưa cho nàng xem. Ôi đẹp làm sao! Trong sáng làm sao! Nàng thầm kêu, con của mẹ, thế là con đã vào cuộc thế. Hãy khóc lên một tiếng. Và sau đó, con thương yêu, sau lần khóc đầu đời, mẹ và cha con sẽ bao bọc để con sống một cuộc sống không bao giờ bắt con phải khóc nữa.

Thắm đợi. Nhưng không có tiếng khóc sơ sinh nào. Sự im lặng mỗi lúc một ghê rợn. Lạ một điều, chẳng ai đến nói gì với Thắm. Họ xì xào nho nhỏ với nhau. Thế là thế nào? Thắm cố cất tiếng hỏi: "Con tôi đâu? Trai hay là gái? ". Vẫn không ai đáp. Chợt Thắm nghe tiếng bà Lý thút thít. "Ơ hay, bà ơi! Sao bà lại khóc? Cháu bà đâu?". Thắm gượng ngồi lên. Tử cung nàng đau như có kẻ lấy dao đâm vào. Thắm hổn hển: "Cho tôi xem mặt con tôi!".

Chị hàng xóm đã lau chùi thai nhi, bọc nó vào một mảnh vải trắng. Chị ôm lên, rồi ngần ngại. Mắt chị trắng dã, mặt thất thần. Chị đem cái bọc đến đưa vào tay bà Lý. Hai tay run rẩy, bà đỡ lấy, miệng vẫn thút thít. Từ trên giường, Thắm lao người xuống, bò về phía bà. Nàng không cảm thấy đau đớn gì. Sự kinh hoảng thình lình bồi cho một thứ sức mạnh lạ lùng, nàng lết đến cạnh bà Lý, tay mở lớp vải trắng ra, mắt tròng trọc nhìn cái thai nhi đỏ hon hỏn.

Thắm thét lên, bọt mép sùi ra, chân tay co giật. Cứ thế, nàng thét, thét... cho đến khi không còn biết gì nữa. Tiếng thét giữa đêm đen đánh động đàn quạ sau vườn. Trước khi đập cánh bay lên, chúng phụ họa kêu quang quác khiến mấy con gà trong chuồng run rẩy đứng co lại với nhau trong một góc.

*

Dân ôm sấp vải vào lòng, tay vuốt ve, lòng tràn đầy một niềm vui khôn tả. Đây, món quà đầu chàng mua cho Thắm. Vải để may áo cánh là loại hàng nylon, màu xanh da trời trên có những chấm vàng nhạt, nghe đâu là loại hàng còn lại thời Mỹ đem từ thành phố Hồ Chí Minh ra. Sau Giải phóng miền Nam, nhằm chặn « văn hóa đồi trụy » Mỹ-Ngụy, một phong trào xây dựng ''nếp sống văn minh'' được tung ra trên những ngã tư Hà Nội. Thanh niên tay quàng băng đỏ hầm hầm nhìn tứ phía tìm kẻ nào quần loe tóc dài là tóm lại. Quần loe, ta rạch quần. Tóc dài, ta cắt tóc. Dân ngần ngừ trước cửa hàng bán vải, ấp úng hỏi, '' Vải màu thế này có đúng nếp sống văn minh không? ''. Bà bán vải ở chợ cười, '' Chẳng nhẽ văn minh là chỉ có màu đen với máu trắng à? Đảng chưa ra nghị quyết cấm màu xanh da trời. Vả lại, có cấm thì cấm dưới đất này chứ da trời, đố ai đổi màu cho được!''.

Ngồi trên xe đi Nam Định, Dân vẫn vơ nhớ những ngày qua. Quả là hú hồn hôm xuống ga Hàng Cỏ bữa nọ. Sau tiếng súng nổ, ai nấy nhốn nháo lên. Chợt một chiếc xe jeep quân đội chồm tới. Người trên xe nhảy xuống là Tạ. Kéo Dân đẩy lên ngồi băng sau, Tạ giục xe chạy. Một lúc sau, xe đi dọc phố Đội Cấn, vòng vèo rồi đổ hai người xuống. Khi ấy, Tạ mới nói. Dân hiểu anh phục viên trung niên miệng phì phèo thuốc lá được phái đi bảo vệ chuyến hàng. Và hai kẻ xáp lại Dân khi chàng ra cổng ga chỉ là hai gã đầu gấu một băng đảng đang cạnh tranh tìm cách phá chuyện làm ăn của Tạ. Chúng đã theo dõi Dân từ lâu, cố tình gây đấu đá để công an khu Khâm Thiên chặn bắt, và tất nhiên sẽ khám phá ra đường dây buôn hàng.

Về đến thị xã Ý Yên, Dân vào chợ mua trầu cau cho bà Lý. Nghĩ đi nghĩ lại, Dân tìm ít lòng lợn và hai lạng thịt. Nắm bó tiền giắt bụng, Dân tự nhủ, thế này thì hai bà cháu Thắm sẽ thừa sức sống từ đây đến sau Tết, không còn gì phải lo lắng. Phần mình, chàng tiếp tục đi học, và nhất là phải viết cho xong cái luận văn tốt nghiệp. Khi xong xuôi, tất nhiên sẽ được phân công tác. Những kẻ không thần thế, chắc chắn là đi miền núi. Nhưng chẳng sao. Đồng lương giáo viên cấp hai không nhiều, gia đình chàng cũng chắc chẳng đến nỗi đói. Vẫy xe đạp « ôm », Dân không mặc cả giá đèo về Yên Phong. Khi xe qua những chặng đường lồi lõm, anh xe dặn, nắm cho chặt. Dân vui vẻ đùa, ''Đã vượt đường Trường Sơn đầy hố bom thì sợ gì mấy cái lõm Ý Yên''.

Dân gọi cửa. Bà Lý ra mở. Trời ơi, sao nay bà gầy rạc đi, mắt sưng hum húp, không nhìn ra Dân. '' Giời đất ơi!'', bà rú lên, tay nắm chặt lấy cánh tay Dân. Linh cảm thấy một tai họa nào đó, Dân vội hỏi:

- Bà ơi! Nhà cháu đâu?

Bà Lý lắc đầu, nói không nên lời. Bà thò tay vào túi, móc ra một mảnh giấy gấp tư, chìa cho Dân. Đọc vội, mặt Dân tái đi.

- Sao lại thế? Dân nắm vai bà, hỏi đi hỏi lại.

Bà Lý vẫn lắc đầu. Dân vứt chiếc nạng, rơi người xuống chiếc chõng tre như một cục đá tảng. Tay ôm mặt, Dân gầm gừ, "Tiền để sống đây này!". Móc bó tiền giắt bụng, Dân đưa bà Lý, miệng lẩm bẩm:

- Sao lại thế? Ai lỗi lầm gì hả Thắm?

Chị hàng xóm chạy qua. Nhìn Dân, chị im lặng, ánh mắt xót thương. Dân ngước lên, mắt đỏ lừ như chó lên cơn dại, mặt nhăn nhó:

- Sao lại thế hả?

Chị hàng xóm quay mặt đi, nói nhanh:

- Thắm nó đẻ rồi...

- A, a... Thế con tôi đâu? Giời ơi, con tôi...

- Thắm bế đi. Nửa đêm, Thắm đi chẳng ai hay biết...

Dân gào lên:

- Mà đi đâu cơ chứ! Thắm ơi, bế con đi đâu hở em?

Thình lình, Dân chồm dậy. Không có nạng, Dân nhảy lò cò, rồi ngã. Lết như loài bò sát, Dân gào: " Thắm, Thắm ơi!". Chị hàng xóm đuổi theo, hốt hoảng kêu. Hai ba thanh niên chạy ra. Họ ôm Dân, vực lên, lẳng lặng mang vào nhà. Ái ngại nhìn, họ lẩm bẩm " Anh bình tĩnh lại!''. Mệt lả, Dân ngật ra nằm, thoi thóp.

Giữa trưa, Yên Phong êm ả trong cơn ngái ngủ. Cuối tầm mắt, con sông Đáy vẫn lững lờ vô tư. Trời đầu thu, nắng không gắt, ánh vàng tươi trải lên những cánh đồng mới gặt. Thỉnh thoảng, tiếng trẻ gọi nhau ơi ới ở ven bờ ruộng, nơi dăm ba con trâu đủng đỉnh lúc lắc đuổi muỗi. Bọn trẻ ngơ ngác. Lộc cộc. Lộc cộc. Có đứa thì thầm " Chắc bác Dân nhà cô Thắm''.

Lộc cộc. Lộc cộc.

Dân chống nạng đi từ đầu làng đến cuối làng, lâu lâu lại kêu lên " Thắm ơi, Thắm!''. Lời đáp lại là tiếng gió rì rào giữa những tàn cây lá đổ vàng. ''Cha tiên nhân chúng mày!'', Dân chửi, chẳng biết chúng mày là những ai. Lá bay tốc lên rồi lẻ tẻ rơi như bướm lượn.

Lộc cộc. Lộc cộc.

- Thắm đâu rồi, Thắm ơi!

Dân cứ thế gào cho đến khi khản cổ, nghe chỉ còn tiếng gầm gừ rên rỉ. Trong làng, người này nhìn người kia. Chẳng ai biết phải làm gì, im lặng như những kẻ phạm tội. Đến tối thì Dân đến ngồi bờ ao, tay ôm cứng lấy cây sung, nức nở gọi ''Thắm ơi! Anh đây. Có tiền rồi mà! Chính anh mới là người có lỗi''. Con gà con đi ngang kêu chíp chíp. Dân nhanh tay vồ lấy, ôm lên ngang tầm mắt, mỉm cười gọi: '' Con của cha đấy à?''. Con gà giãy giụa. Dân vừa nựng vừa ru:

'' *Cái ngủ mày ngủ cho lâu. Mẹ mày đi cấy đồng sâu chưa về''.*

Con gà xổng khỏi hai bàn tay Dân, lủi vào bụi cây. Dân rú lên "Con đi đâu? Bỏ cha một mình à?", tay quờ quạng tìm con gà con không biết biến đâu mất. Dân đập đầu vào thân cây sung sần sì, miệng thét " Thắm ơi! Em ơi! Con nó đi lạc mất rồi". Trán Dân vỡ toác, máu ròng ròng nhỏ xuống má, xuống mũi. Bà Lý chạy ra vườn, lại ré lên gọi. Dân gục đầu xuống bờ nước, ngất đi.

Bí Thư xã bảo "Phải canh chừng cho đồng chí Dân chắc phẫn quá hóa dại". Hai dân quân buộc chân buộc tay Dân vào chiếc chõng tre kê sát vách. Một anh công an đi gấp lên Phúc Xá tìm Cự. Bà Lý tấm tức, miệng niệm Phật, đôi mắt đã lòa sũng nước như ruộng mùa mưa dầm. Dân tỉnh, lại gào. Rồi lại ngất đi. Những cơn ác mộng thời chiến ập về đánh úp một vùng não bộ nhão ra vì đau đớn. Dân thét, chữ còn chữ mất: " Xuống công sự, con ma sắp dội bom lửa! Địt mẹ chúng nó! Phải bổ sung quân thôi. Lính tơ chết gần hết rồi. Tạ ơi, chạy! Lệnh cho lùi về, tiến là chết! ".

*

Cự ngạc nhiên thấy Dân quay lại hỏi "Dân nào? Ai là Dân? ".

Thót bụng, Cự nhìn Xuân. Chẳng nhẽ Dân không còn biết mình là ai nữa sao. Sau khi đưa Dân về Phúc Xá, Cự đã dẫn Dân vào Quân Y viện ở Hà Đông khám bệnh. Ông bác sĩ già vạch mắt Dân chiếu đèn pin vào, lắc đầu:

400

- Không phải chấn thương sọ não! Bệnh anh này thuộc diện tâm thần, không có thuốc chữa. Cứ để yên ít lâu, tự nhiên sẽ khỏi.

Đến lượt Cự lắc đầu. Hỏi Xuân, Xuân kể lắm lúc Dân đột nhiên như trẻ thơ, suốt ngày tha thẩn đi bắt châu chấu ma. Trí nhớ thu hẹp đến độ Xuân đánh bạo hỏi Thắm là ai, Dân cũng không còn biết. Thở dài, Xuân bảo "Thế có khi lại tốt!". Cự nhắc lời ông bác sĩ già, buột miệng:

- Ít lâu là bao giờ? Cứ vậy, Dân sau này sẽ sống ra sao?

Xuân trấn an Cự, nhưng chính mình chẳng an tâm chút nào. Nỗi lo, chẳng phải Xuân chỉ lo cho Dân. Một tối, Xuân thủ thỉ với Cự:

- Em hãi lắm... Em xin với anh thế này...

Cự chợt hiểu không thể để vợ mình sống cạnh một kẻ tâm trí cứ như trôi tuột khỏi vùng ý thức. Để tay lên vai Xuân, Cự dịu dàng:

- Chắc em sợ Dân không bình thường, ban ngày em một mình, lỡ mà Dân lên cơn...

Ngước lên, Xuân ngần ngại:

- Chẳng phải chuyện ấy. Cúi đầu, Xuân nghẹn nghào - Cứ nhìn cái Thắm…Anh thương em thì ta sống với nhau nhưng không nghĩ đến chuyện con cái nữa...

Cự nhìn vào mắt Xuân. Từ ngày đưa Dân về nhà, Cự băn khoăn nhưng không thổ lộ gì với vợ. Dọc Trường Sơn, chàng đã đi qua những cánh rừng thuốc

401

khai quang đánh trọc lá, thân cây trắng như xương người khẳng kheo còm cõi chĩa vào trời xanh. Chàng đã từng vượt những ngọn đèo xơ xác không có đến một sinh vật, đất trắng như rắc muối cạnh những con suối nước độc đến độ chỉ đặt chân vào là da tróc lên, thịt lột ra như bị tùng xẻo. Lòng thắt lại, Cự ôm Xuân vào lòng, hiểu điều Xuân vừa nói rất hệ trọng, nhất là với một người đàn bà vốn được thiên nhiên giành cho bản năng làm mẹ. Xiết lấy Xuân, Cự thì thào, nghẹn giọng:

- Anh cần em. Có em là chính... thế thôi, được nhé!

Cự bỏ Xuân ra khi Dân hốt hoảng chống nạng chạy vội vào nhà, miệng lắp bắp, tay chỉ ra ngoài. Đứng lên, Cự nhìn Xuân dò hỏi.

- Mấy hôm vừa rồi, cứ lúc nước lên là anh Dân anh ấy có vẻ sợ. Chẳng biết sợ gì, Xuân thì thào.

Cự lẳng lặng bước ra đưa mắt nhìn. Dưới bãi dâu, thủy triều dâng lên, mặt sông Hồng lấp loáng ánh sắc một lưỡi dao dài ngoẵng chao qua đảo lại. Còn lại, tất cả, là tịch lặng. Và trơ trọi. Không có đến một cánh buồm nâu của nhà chài quay về bến. Không có đến cánh một con vạc bay ngang. Từ trong, Dân đến đứng cạnh Cự, miệng hốt hoảng:

- Nó lại ùa vào, kia kìa...

- Cái gì ùa vào? Cự hỏi.

Chìa cho Xuân một hộp giấy đựng vài con châu chấu ma, Dân vội vã:

- Tôi xuống trước nhé! Giữ bọn lính ''tơ'' trừ bị này hộ. Tôi phải xuống ngay thôi...

Nói xong, Dân khập khiễng chống nạng xuống dốc. Cự gọi, nhưng Dân không nghe thấy gì, cứ cắm đầu bước. Lát sau, Dân băng qua bãi dâu, đi thẳng đến bờ nước sông Hồng sóng sánh đỏ dưới ánh hoàng hôn. Mặt trời ngả dần xuống đầu những lớp sóng nhấp nhô, tiếng vỗ bờ dặt dìu ru ngủ. Cự đến bên cạnh, nghe Dân thì thào, nó sắp ập đến... Nhìn này, khéo nó tràn vào!

Chưa dứt lời, Dân bỏ nạng lao ra bờ. Tay níu vào thân một cây dâu to bằng hai bắp tay, Dân co chiếc chân lành đạp ngược những con sóng vỗ, miệng rít lên:

- Ta đạp mày, ta xô mày. Đất là của ta, mày tràn vào để bãi dâu thành biển à! Ta đạp mi, ta xô mi. Đi đi, đi cho xa, đi đâu thì đi!

Người Dân xoài ra, mặt cắm vào bờ dâu, mắt đỏ rừng rực, miệng vẫn cứ '' Ta đạp, ta xô...'' lập đi lập lại nhịp sóng con nước dâng lên, cứ dâng lên như chẳng có gì cản lại được. Cự nhảy vội xuống nước. Giữ cho đầu Dân khỏi chìm vào dòng sông thản nhiên trước kẻ xô sóng để ruộng dâu đừng hóa biển, Cự thấy đầu môi mặn chát vị nước mắt. Xuân khập khiễng men đến ven bờ, gọi:

- Lên đi, lên đi, anh Cự!

Tay vẫn víu lấy thân cây dâu, Dân tiếp tục:

- Ta xô biển lại... Sóng có đến thế nào, ta cũng xô mi lại!

Cự nói, giọng đau đớn:

403

- Sóng nó ngã xuống rồi, Dân ơi! Bờ dâu vẫn đấy, đừng lo!

Đỡ Dân lên, Cự dìu vào bờ. Thở hổn hển, Dân nằm vật xuống. Mặt trời chỉ còn là một vệt lửa lọ lem quét trên những mái nhà lợp tranh trong chiều tà. Cự vỗ vỗ vào tay Dân trong khi Xuân đến cạnh, bật khóc, giọng van vỉ "Anh Cự, về thôi!". Nhìn vợ, Cự trạnh lòng, nghẹn ngào:

- Mai anh đi hỏi, chắc rồi phải đưa Dân vào nhà thương Sài Đồng bên Gia Lâm thôi. Mình khó làm gì khác được.

Vẫn mê sảng, Dân lập đi lập lại "Sóng... Sóng có đến thế nào ta cũng xô mi lại!".

22

HỖN MANG

Đợi cho Dao Ánh khuất sau đám người đứng ngổn ngang trên sân ga, Huyền mới ngồi xuống. Trời vừa sáng, xe chuyển bánh, lừ lừ lăn khỏi thành phố. Trong toa, có thêm ba người khách. Một cụ già, một sĩ quan đứng tuổi và một thiếu phụ trên dưới ba mươi. Ban ngày, hai chiếc giường treo gấp vào rồi móc lên để cho bốn người ngồi khá thoải mái. Đêm, hạ giường xuống. Ra đến Hà Nội, đi tất cả mất bốn ngày ba đêm. Vé chợ đen đắt gấp sáu lần giá chính thức, không kể thù lao bồi dưỡng, một thủ tục đã thành lệ.

Xe rời đô thị, hú còi, lăn bon bon về hướng Trảng Bàng. Gió thốc vào những toa tầu trống trải . Ngoài lớp cửa làm bằng gỗ có thể kéo lên là giây thép đan chéo thay cho kính. Huyền ngạc nhiên. Thiếu phụ, người có vẻ rành rọt chuyến xe lửa có tên là Thống Nhất này, giải thích rằng cứ từ địa hạt Phan Thiết trở ra là xe bị ném đá, cửa kính vỡ và đã từng gây thương tích cho hành khách. Bà cụ nghe, không nói gì. Vị sĩ quan im lặng. Huyền hỏi, tại sao. Thiếu phụ, giọng Nam Định, cộc lốc " Trẻ con ấy mà. Chúng nó chẳng được dạy dỗ gì nên phá phách như thời "ngụy", không biết thế nào là nề nếp cả". Bà cụ, bề ngoài tưởng đã ngễnh ngãng, chen vào hỏi "Thế sao ngày xưa thì cửa là cửa kính, hả cô?". Thiếu phụ lờ như không nghe thấy, chỉ nguýt một cái, rồi đứng dậy bước khỏi toa ra đứng trên lối đi lại.

Dựa vào lưng ghế, Huyền nhìn ra bên ngoài. Cảnh vật chạy lui về phía sau. Tiếng máy xình xịch đều đặn như ru ngủ. Ven đường rầy, thỉnh thoảng những mái tranh ẩn hiện. Chút khói bếp xanh biếc từ những căn nhà rải rác ở hai bên đường xe lửa bay lên cao, loãng ra thành những vệt mỏng mảnh vắt ngang tầm mắt. Giấy phép đi lại của Huyền ghi rõ Hà Nội và Kiến Thụy. Ở Hà Nội, Huyền để địa chỉ của Khiêm. Cho đến nay, Khiêm vẫn chưa gặp được Dân. Còn chuyện tìm hiểu việc Nhân bị đưa ra Bắc mặc dù chỉ là một sĩ quan quân y, Khiêm báo chưa đi đến đâu, và nói khéo là không có gì "lót" tay chắc cũng khó có được thông tin. Nhưng điều làm Huyền khổ tâm hơn cả là Chính. Nàng dằn vặt, tự hỏi đi hỏi lại có nên đi tìm Chính hay không. Nếu Chính sống, và như thế ắt đã có gia đình nên mới tránh gặp nàng, có gặp cũng chỉ thêm nát lòng. Nhưng dù có đi thêm bước nữa hay không, nếu Chính đã chết, thì nghĩa tử cứ là nghĩa tận. Không thắp một nén hương tưởng đến nhau để tha cho nhau mọi ràng buộc thì lương tâm làm sao yên ổn được. Muốn tìm tin Chính, tìm thế nào? Huyền biết Chính có người em tên Tín ở Hưng Nguyên, và một người bạn tên Loan ở Thanh Hóa. Ngoài ra, có bà đồ ở Giáp Đoài. Hơn hai mươi năm rồi, bà đồ hẳn không còn. Đồng chí cũ hoạt động với Chính, xưa có Vũ Đình Huỳnh, Nguyễn Hữu Đang...Nay, họ còn hay mất? Và ở đâu? Suy đi tính lại, Huyền tự nhủ, cái đầu mối gỡ được hết là Dân. Huyền tưởng tượng, sinh đôi chắc Dân chẳng khác gì Nhân. Nàng mỉm cười, nhớ lại khi xưa chính nàng cũng phải vạch tóc xem khoáy để phân biệt hai anh em.

Chợp mắt, Huyền bật dậy khi bà cụ ngồi cạnh nắm tay lay nàng. Hai người áo trắng quần xanh đeo băng đỏ quanh tay áo xộc vào. Họ khinh khỉnh, nói trống không " Vé, giấy đi đường, chứng minh nhân dân... Đưa ra đây". Bây giờ, nhân viên không phải là những người phục vụ khách hàng. Và khách hàng, là kẻ thụ ơn, phải biết khúm núm, ne nét. Yên, thì cho yên. Nếu không, hạch sách. Không phạm tội, cũng cắn răng cúi đầu. Vì bắt tội, rất dễ. Chỉ cần giữ chứng minh nhân dân, nói gọn một câu, để kiểm tra là hết đi đứng. Một anh, tuổi còn trẻ, chỉ vào chiếc vali của Huyền, hỏi "Của ai đây?". Huyền đáp. " Mở ra!". Huyền mở. Vài trăm gam đường, hai gói bột ngọt, một ít thuốc trụ sinh. Hai sấp vải trắng và một sấp vải đen. Ít bút bi. Hai tút thuốc lá. Dăm cái bật lửa ga. " Thế này quá chỉ tiêu! Phải làm biên bản", anh nhân viên kiểm soát sẵng giọng, tay rút ra một tờ giấy trắng đưa cho Huyền rồi sang toa bên cạnh. Huyền ngạc nhiên, chưa biết phải làm gì. Thiếu phụ ngồi cùng toa ghé vào tai Huyền, nói nhỏ " Chuyện " đầu tiên " mà quên thì thế đấy. Giúi cho chục bạc là xong, khỏi ghi chép!". Huyền thấy xấu hổ. Đưa tiền cho thiếu phụ, Huyền bảo " Em giúp chị". Khi anh nhân viên kiểm soát quay lại, thiếu phụ đứng lên làm một động tác rất nhanh, và dặn " Dán cho cái giấy " đã kiểm " trên vali nhé". Viên sĩ quan ngồi cùng toa quay mặt không nhìn nhưng buột miệng thở dài.

Đi một ngày một đêm, xe lửa vào đến Qui Nhơn. Xe ngừng ở ga những tỉnh ly lớn, hành khách có dịp mua đồ ăn thức uống. Càng đi ra, dân càng có vẻ nghèo. Kẻ tật nguyền sắp hàng mếu máo chìa tay xin ăn, mắt trắng dã, miệng rãi rớt, công an đến đuổi cũng không đi. Xe lửa Thống Nhất tiếp tục chạy. Hai bên đường rày, đầy rẫy những hố bom cầy xuống đất, nước ứa lên thành những cái ao nhỏ chưa có người lấp. Thêm một quãng, thình lình có tiếng râm rầm đập vào thành xe. Thiếu phụ cất tiếng " Chúng nó quăng "củ đậu ". Phải coi chừng!". Đá lớn bị chặn lại nhưng những cục nhỏ bằng ba đầu ngón tay vẫn lọt qua lưới giây thép. Thình lình, một tràng AK cất lên chát chúa. Bà cụ ngồi cùng toa thét lên "Mô Phật, bắn thật à? ". Không ai đáp. Tiếng đá vẫn tiếp tục đập vào thành xe. Lại tiếng súng. Viên sĩ quan đứng tuổi chép miệng, " Bọn trẻ con nghịch ngợm quăng đá nên chắc chỉ bắn chỉ thiên cho sợ thôi. Hết chiến tranh rồi, mạng người ta đâu có rẻ đến vậy".

Trưa ngày thứ tư từ khi rời Sài Gòn, xe lửa vào ga Hàng Cỏ. Miền Bắc lừ đừ trôi ngược như một cuộn phim quay chậm. Quảng Bình, rồi Vinh. Sau đến Thanh Hóa, Ninh Bình. Dấu vết chiến tranh vẫn đó. Và những con người. Chẳng khác mấy kể từ ngày Huyền rời đất Bắc đã gần một phần tư thế kỷ. Vẫn chân lấm tay bùn trên những cánh đồng. Con trâu vẫn đi trước, người cày vẫn đi sau, như không thể khác đi được. Khi Huyền xuống xe, vợ chồng Khiêm đợi trên sân ga. Chị em mừng mừng tủi tủi nắm lấy tay nhau. Thiếu phụ cùng toa xe đã xuống trước. Dăm người đứng chờ bà ta, xúm lại khênh ra hàng chục thồ hàng để lên một chiếc cam-nhông. Thiếu phụ buôn hàng chuyến giơ tay vẫy chào Huyền.

Khiêm đã thuê sẵn một chiếc xích lô. Ở Hà Nội, xích lô thấp tè tè chứ không thon gọn cao nhổng lên như xích lô Sài Gòn. Huyền lên xe. Hai vợ chồng Khiêm cắm cúi đạp xe phía trước. Họ đi ngược để trở về quá khứ, nhưng vẫn cứ ngoái đầu lại nhìn như sợ lạc.

*

Gò người đạp lên dốc, ông phu xích lô ngoảnh đầu về phía trái, giọng đứt quãng "Khâm Thiên đấy. Bà ở Sài Gòn ra không biết, chứ chỗ này bị bom gần như tan nát hết". Nhìn những túp lều dựng tạm, Huyền ngạc nhiên hỏi "Sao mình không xây dựng lại, hả bác?". Ông phu xích lô đưa tay lên gãi tai "Tiền bà ạ! Có tiền thì mới xây dựng được chứ! Ông hắng giọng, tay chỉ - chỗ ngày xưa bom nó khoét to bằng hai cái ao ở làng. Dân xung quanh đây lấy chỗ đổ rác, bà bịt mũi lại, mùi thối ghê lắm...". Huyền giơ tay lên che mặt như một phản xạ, nhưng bụng đã hóp lại, ngực tức, cố kìm cơn nôn mửa.

Xe đạp là phương tiện đi lại phổ biến. Xe đèo hai, có cái đèo ba người. Thường là chồng đạp, vợ ngồi sau ôm con. Qua góc Khâm Thiên, ông phu xe rẽ trái, đạp một lát là đến Lò Đúc. Đến đầu phố Kim Ngưu, phía sau Khiêm đạp dấn lên, cười bảo ông xích lô '' Theo tôi nhé. Sắp tới rồi!''. Huyền cũng nhận ra lối về nhà chú thím xưa Huyền đã tá túc mấy năm liền. Xe rẽ trái, vào ngõ Lạc Trung. Nhà cửa, nếu thay đổi thì chỉ xơ xác đi. Cây cỏ y hệt những năm xưa. Người nay đông hơn chứ không thưa thớt như những năm giành chính quyền thời Nhật. Họ xộc xệch, nhếch nhác và nhìn người qua lại với ánh mắt lạnh lùng. Lòng quặn đau, Huyền thầm nhủ, biết làm sao khi hiện tại còn hằn vết trói buộc của một quá khứ cực kỳ gian khổ. Phải xây dựng, tất cả, như bắt đầu từ đầu. Khẩu hiệu '' vừa làm vừa học, sai thì sửa '' ở đâu hiện ra trong tâm trí khiến Huyền tự nhủ, nghèo không sợ, chỉ sợ không có ý chí vượt qua mà thôi. Hình ảnh chị Sáu và hai đứa con nằm chết trong đống nôn mửa bất chợt quay lại như nhắc nhở. Sai thì rõ, nhưng sửa thế nào trong trường hợp này? Huyền nhớ lần trao đổi với Bí Thư Phường. Ông ta lạnh lùng cho rằng Phường không có trách nhiệm vì Cải tạo Tư sản là chính sách từ Trung Ương, và cấp giấy tờ để mẹ con chị Sáu về quê làm ruộng là do cấp Quận. Người chết oan vì chính sách, không ai trách nhiệm gì, thế là thế nào? Huyền gặng. Ông Bí Thư gằn giọng, chính quyền Cách Mạng làm theo nguyên tắc phân công trách nhiệm, rồi quay ngoắt người thản nhiên bỏ đi. Cán bộ Cách Mạng nay đâu còn phải dựa vào dân, thành những viên chức quản lý, nên thoắt một cái họ biến tướng như cắc kè đổi sắc, chuyển hết qua mầu quyền lực cai trị. Huyền thót dạ, xây dựng cần những con người. Trồng cây mười năm nhưng trồng *người* phải trăm năm, cụ Hồ ơi, chẳng lẽ phải đợi thêm một thế kỷ nữa mới có thể bắt đầu?

Khiêm vừa gọi con vừa cuốn sợi xích sắt khóa cửa. Một thằng bé chạc bảy, tám tuổi chạy ra. Nó khoanh tay, cúi đầu, nói như máy:

- Cháu chào bác ạ!

Huyền mỉm cười:

- A, Phương phải không?

Nó gật:

- Dạ đúng. Tên cháu là Phương ạ. Dương Thanh Phương, lớp ba cấp một ạ!

Quay nhìn Khiêm, Huyền ngạc nhiên:

- Ngoài này bây giờ kỷ cương thật. Cháu nói với bác mà cứ như khai báo. Huyền hỏi - xưa, chị em mình thì chỉ ''chào bác ạ!'' chứ nay trẻ chúng nó lại thêm ''cháu'' vào, thế là sao?

- Ở trường các cô giáo dạy câu thì phải có chủ từ, rồi động từ... Thế mới là chuẩn. Cho nên chúng nó cứ thế cả! Còn kỷ cương thì thoắt ra đường là chửi tục ngay. Dạy con bây giờ gay lắm, chị ạ!

Thuận, vợ Khiêm, xách vali cho Huyền vào nhà, nói:

- Em " lấu lước " uống miếng trà. Chị rửa mặt rồi ngồi nghỉ một tí. Đường xa, chắc chị mệt lắm...

Đợi Thuận đi khuất, Khiêm nói nhỏ:

- Nhà em quê lắm. Bệnh " ngọng " chữa mãi mà không sửa được. Khiêm cười, vẻ ngượng ngập.

Huyền vỗ vai em:

- " Ngọng " chẳng sao, miễn biết yêu chồng, thương con là đủ!

Khi vào Sài Gòn, Khiêm đã kể, Thuận là người vợ thứ nhì. Học Y khoa năm cuối trước khi ra trường, xưa Khiêm yêu Thúy lúc đó đang theo học âm nhạc. Chính Thúy là người đã thuyết phục Khiêm ở lại không di cư vào Nam. Cũng vì thế chú thím Huyền đành thôi, không xuống Hải Phòng đi tầu há mồm, mặc đầu hành trang đã sẵn sàng cho một chuyến bỏ làng bỏ nước. Khiêm và Thúy lấy nhau, bạn bè ai cũng khen là đẹp đôi. Chú thím Huyền chỉ mong có người nối dõi. Đầu năm 57, Thúy chửa, đẻ một đứa con trai. Chú Huyền cười ha hả, sướng đến nỗi đứng tim mà chết. Hai năm sau, thím theo chú. Vừa hết tang mẹ thì đến lượt Thúy. Đó là thời kỳ xã hội miền Bắc đã hoàn thành cải tạo công-thương nghiệp, đưa nền sản xuất nông nghiệp vào hợp tác xã trên toàn cõi. Hà Nội bắt đầu thiếu thốn. Với chủ trương tiêu diệt văn hóa tư sản đồi trụy, Thúy không còn có thể dạy dương cầm kiếm ăn như xưa, xung vào lao động trong một tổ xay bột. Ít lâu sau, Thúy lâm bệnh rồi mất. Gà trống nuôi con được đâu một năm, Khiêm phải gửi thằng bé về nhà bà ngoại.

Cho đến khi vào chiến trường Tây Nguyên, Khiêm đi lại với Thuận, cùng phục vụ ở nhà thương nơi Khiêm công tác. Ít lâu sau, Thuận đòi Khiêm " chính thức ", nếu không thì làm ẩm lên với tổ chức. Khiêm bảo " Đi thế này, sống chết ai biết được mà vợ với con làm gì! ". Thuận khai với Bí Thư chi bộ là Thuận chửa. Rồi Thuận nắm áo Khiêm, khóc "Sống chết có số. Đàn ông con trai cứ chiến tranh thế này rồi thì em cũng góa. Có góa, em góa với anh, hiểu chưa? ". Mấy tháng sau, Khiêm nhận được thư Thuận, báo nàng có chửa thật. Và thế là thằng bé Phương ra đời.

Huyền đưa mắt nhìn quanh. Căn hộ trở thành xa lạ, không còn một chút dấu vết thân quen ngày xưa. Nơi Huyền ngồi, trước kia là phòng khách. Nay, phòng ngăn đôi bằng hai tấm cạc-tông ghép lại với nhau. Bên trái, trước là buồng xép, nay có kê một cái giường, ở trong ngổn ngang đủ thứ, từ sách vở đến xoong nồi. Khiêm không đợi Huyền hỏi, nói như than:

- Nhà mình bây giờ chia cho ba hộ chứ chẳng như ngày trước. Chúng em ở trên này. Cái phòng ngủ của thày me và cái bếp là một hộ. Vườn sau, xây thêm một phòng cho một hộ khác. Còn bếp, ở ngoài hè, là bếp tập thể. Hà Nội nay chật chội, dân ở nông thôn người ta chạy bom chạy đạn về nên cứ phải chia nhau mà ở!

Từ ngoài bước vào, Thuận xách phích nước, mở ấm tráng qua, châm trà. Miệng tươi cười, Thuận xởi lởi:

- Chè Thái Nguyên đây chị ạ! Phải khách quí mới lấy ra đấy.

413

- Cô coi chị là khách chứ không phải là người nhà à, Huyền đùa.

Cả ba người cười xòa. Huyền đỡ chén trà, uống từng ngụm nhỏ, lưỡi ban đầu hơi đắng nhưng lát sau ngọt dần. Huyền hỏi, Khiêm kể qua loa sinh hoạt. Hai vợ chồng cùng làm việc ở nhà thương, ngày tám tiếng, sáu ngày một tuần. Ngoài lương cán bộ, tem phiếu thì loại C cho Khiêm, E cho Thuận và TR cho thằng bé Phương. Từ hơn năm nay, gạo tiêu chuẩn không đủ, phải ăn độn lắm đợt đến sáu mươi phần trăm với khoai, sắn, bo bo hoặc mì. Thuận đằng hắng:

- '' Lói '' chung, từ khi ký Hiệp Định Paris thì có cơ cực hơn, nhưng cứ phải phấn đấu, chị ạ! Nhà em trí thức thì khó, chứ em là thành phần cơ bản, cái gì em cũng quen tất...

Huyền phì cười, nhưng trong lòng không khỏi xót xa. Nàng không thể tưởng tượng ra đời sống một bác sĩ cán bộ trung cấp và vợ là y tá đã có cả chục năm thâm niên mà khốn cùng đến mức này. Huyền buột miệng '' đất nước ta còn nghèo!'' như trong những buổi họp dân phố. Nói xong Huyền thấy xấu hổ khi Thuận nhướng mắt lên nhìn.

*

Thuận cắp rổ, le te vừa đi vừa nói:

- Bác ở nhà với nhà em. Em đi chợ, tối nay có bác cả nhà liên hoan nhé!

Khi chỉ còn hai chị em, Huyền nhìn vào mắt Khiêm, giọng có chút chua chát:

- Thư em viết bảo là cháu Dân đi học. Nhưng học gì, ở đâu thì em bảo còn tìm...

- Vâng. Thú thật, em không về quê nhưng có nhờ bạn bè vùng Kiến Thụy tìm hiểu. Địa phương người ta bảo cháu đi học từ cuối năm 74. Em lại đi lùng tin cháu, hỏi các trường đại học ở Hà Nội nhưng không một nơi nào họ biết gì cả. Hay là cháu học đại học ở một thành phố như Hải Phòng hoặc Vinh?

- Sao em không về quê...

Khiêm cúi mặt, mắt đỏ hoe, nuốt nước bọt. Lát sau, Khiêm ngửng lên, thẫn thờ:

- Ba mươi năm nay em chưa về. Ngày khi biết tin mẹ chị mất, em muốn về thắp cho bác một nén hương mà cũng chẳng dám!

- Tại sao?

- Tại vì gia đình ta ba đời là địa chủ. Ông bà mất, bác là con gái được chia hai mẫu, thành trung nông. Còn thày em, ông bà cho mười mẫu, tất là địa chủ. Thày em kệ, bảo bỏ của chạy lấy người, ở mút trên Hà Nội chứ đâu dám đặt chân về làng. Thêm cái tội mình lại công giáo, đủ để mắc mọi thứ vạ...

- Nhưng đó là chuyện Cải Cách Ruộng Đất năm 55! Huyền ngạc nhiên, tiếp - Vả lại, nhà nước đã nhận và sửa sai rồi cơ mà!

Khiêm thở dài, chiêu một ngụm nước, ngao ngán:

- Chị bảo ruộng mình "người ta" lấy chia cho nhau. Mình về, thì "người ta" ngại là mình có ý đồ lấy lại, cách này hay cách khác!

- "Người ta" là những ai?

- Thì ngài Bí Thư Đảng, ông Chủ tịch xã, và nhất là đồng chí Thường Vụ. Ở nông thôn, phép vua vẫn thua lệ làng. Mà lệ nay là lệ mới, tiếng là lệ của giai cấp vô sản chuyên chính. Sửa sai, nhưng các ông lãnh đạo vẫn nói, Cải Cách Ruộng Đất "cơ bản" vẫn là một thắng lợi, có sai là do cấp dưới thừa hành lệch lạc. Cho nên trên thì quan nói tha, dưới ma vẫn bắt. Nói tình thật, chị về quê em cũng lo lắm, nói để chị "cảnh giác".

Khiêm ngưng nói, đổi ra mặt vẻ tươi cười khi có người bước ngang cửa ngoài. Người đó nhìn vào, làm như không thấy Huyền, hỏi Khiêm:

- Sao, không đi làm hôm nay à?

- Không! Tôi có bà chị mới ra thăm.

- Sài Gòn hả? Người đó nhìn Huyền, mặt lạnh như tiền.

Huyền khẽ gật. Đợi anh ta đi khuất, Khiêm thì thào, đầu quay về phía sau như sợ có người nghe:

- Đấy! Ở "tập thể" nó thế! Khiêm tiếp – Có lẽ chắc rồi em cũng sắp vào chiến trường Tây Nam. Em nghe nói đã đánh lớn ở Tây Ninh. Mặt Bắc, quân Trung Quốc được điều tới biên giới.

Khiêm thở dài, đầu lại quay về phía sau, lẩm bẩm:

- Thế là vẫn cứ chiến tranh. Có chiến tranh, mới giải thích được tại sao phải ăn độn, và nhất là bắt ne bắt nét đủ điều. Trên đài, đã ra rả hàng ngày " thế hệ thứ ba lên đường Cách Mạng " rồi...

- Sao Khiêm cứ quay đầu như sợ có người nghe vậy?

- À... nó thành tật, chị ạ. Quay đầu để giữ lấy cái cổ mà!

Xế trưa, Thuận đi chợ về. Bữa cơm chiều dọn ra, Thuận chỉ bát canh, bộp chộp:

- Canh mồng tơi nhé! Nhà em bảo thuở còn bé chị thích món "lày" lắm. Tự nhiên chị nhé, không phải khách "lữa" đâu!

Thằng bé Phương tròn mắt nhìn đĩa thịt gà, reo lên:

- A, hôm nay được ăn cỗ!

Huyền bùi ngùi. Nàng xoa đầu Phương, bảo:

- Đến hè vào Sài Gòn, hai bác cháu mình tha hồ ăn cỗ!

Nhà bên vặn radio. Tiếng hát chói tai kiểu " opera " cất lên, nheo nhéo " Ba mươi năm đời ta có Đảng ". Huyền nhăn mặt. Khiêm ra vặn xuyệc-vôn-tơ tăng thế rồi bật đèn, ánh đèn vàng ệch khiến da người như da những kẻ mắc bệnh gan.

Cơm nước xong, Huyền lững thững ra vườn. Bây giờ, khoảnh đất xưa trồng hoa nay thành vườn "cải

417

thiện'' trồng rau xanh cho ba hộ chung cư. Huyền bỗng nghe tiếng chó sủa. Có phải con Vện? Huyền ứa nước mắt, nhớ lại cái cảnh con chó theo chân mình ngày xưa và hình ảnh cậu bé Khiêm mếu máo đưa tay lên vẫy. Trong góc vườn, dưới gốc ổi, thằng bé Phương đang mò mẫm. Huyền đến gần hỏi. Nó đưa tay lên miệng suỵt suỵt. Lấy chân dận đất rồi bẻ lá phủ lên, thằng bé kéo tay Huyền, thì thào:

- Cháu chôn xương gà!

-???

- Không phải ngày Tết mà ăn thịt gà, hàng xóm nó báo! Mẹ cháu bảo thế là ''rách việc''.

Thằng bé cũng quay đầu ra sau như bố nó, tiếp:

- Ăn như thế là không '' thắt lưng buộc bụng '', là trái chính sách nhà nước!

Khi thằng bé dứt lời, Huyền không nhịn được, bật lên khóc.

*

Ra khỏi thị xã, Núi Đối lừng lững trước mặt. Huyền cố nhớ lại lối về Thủy Hưng. Trước kia, vòng bờ đê lên và đổ một cái dốc nhỏ đến con đường đất. Đi khoảng một cây số, rẽ trái là vào làng. Nhưng nay, không còn bờ đê xưa. Hợp Tác nông nghiệp có lẽ đã xóa những ranh giới tư hữu, để thành đất ruộng canh tác và con dốc trở thành một trụ pháo phòng không thời chiến tranh. Cái còn, là trẻ trăn trâu. Chúng vắt vẻo trên lưng trâu, vẫn nón mê, chân đất. Huyền hỏi lối, cuối cùng đến một trụ canh, cửa gắn cái bảng kẻ chữ đỏ " Trình giấy tờ ". Anh "bảo vệ" ngủ gà ngủ gật, bật dậy khi Huyền đằng hắng. Anh xem chứng minh nhân dân, ghi tên rồi bảo " Lên trụ sở". " Trụ sở nào?", Huyền hỏi. Anh sẵng giọng, chỉ tay " Chỉ có một trụ sở, ở quãng giữa làng. Đi đi! ".

Huyền nén giận trước cách đối xử cửa quyền, lẳng lặng xách tay nải rảo bước. Hôm kia, Khiêm đã cho Huyền mượn cái tay nải bằng vải thô, dặn " Đừng dùng vali, nó khác người ta!". Rón rén gõ cửa, và khi nghe một tiếng cộc lốc "Vào", Huyền lách người đến trước một cái bàn. Trên bàn, một khay nước và cái điếu cày để cạnh một cái đèn hoa kỳ. "Hỏi ai?", anh thường trực còn rất trẻ không ngước lên, giọng đỏng đảnh. Huyền xin gặp người trách nhiệm Ủy Ban hành chính xã. Anh ta gọn lỏn " Chờ đấy!" rồi biến ra sau. Phải đến gần một giờ đồng hồ sau, anh quay lại với một người trạc ngoài ba mươi tuổi, áo kaki vàng, đầu đội mũ, vai gắn cầu đỏ. Người này liếc nhìn Huyền, hỏi chứng minh nhân dân và giấy giới thiệu của cơ quan. Huyền đưa giấy, miệng nói " Tôi về thắp hương cho mẹ tôi, và tìm con tôi là thương binh Phan Thượng Dân. Vì là việc riêng, tôi không xin giấy giới thiệu của cơ quan". Người này à lên một tiếng, tự giới thiệu mình là Thường Vụ của Ủy Ban hành chính xã. Sau đó, Huyền phải trả lời hàng loạt những câu hỏi, như chị công tác ở cơ quan nào, vào Nam làm gì, ra đây định ở bảo lâu...Cuối cùng, khi biết Huyền cũng từng công tác trong ngành công an, anh Thường Vụ xởi lởi gọi

Huyền bằng đồng chí, và lệnh cho "đồng chí" thường trực dẫn Huyền về nhà. Anh nghiêm trang:

- Từ ngày đồng chí Dân được lên đi học đại học ở Hà Nội, chúng tôi giữ nhà, khóa trái cửa, của đâu còn đó, nguyên vẹn cả!

Huyền vội vã:

- Có bao giờ cháu về không, thưa đồng chí?

- Không! Thấm thoát thế mà hơn ba năm rồi! Chắc là anh ấy phải phấn đấu lắm. Làng mình, tốt nghiệp đại học đếm chưa quá số ngón một bàn tay đấy! Thế là được "ưu tiên" lắm. Thương binh hạng ba mà!

Anh thường trực mở cửa cho Huyền. Anh chưa đi ngay, hỏi Huyền có cần giúp đỡ gì nữa không. Huyền nhẹ nhàng:

- Mộ mẹ tôi chỗ nào, anh có biết không?

Anh ta lắc đầu, hứa sẽ tìm ra cho Huyền.

Huyền vào nhà. Cả một thời thơ thiếu nhỏ ùa vào theo như giải nắng vàng bước qua thềm cửa. Huyền bỗng cảm thấy mình bé lại. Từ lúc lẫm chẫm học đi cho đến khi năm sáu tuổi, đây là nơi nàng tung tăng theo bạn đi rình những con kiến cam, bắt những con bướm trắng. Huyền úp mặt vào cây cột chính giữa nhà. Gỗ lâu ngày lên nước bóng loáng như thoa mỡ. Thuở tấm bé, nàng đã ngã, đầu đập vào cột toé máu, thất thanh gọi mẹ. Bao nhiêu năm đã trôi qua? Bao nhiêu cuộc đổi dời? Để hôm nay, nàng về đây, như một người lạ giữa gian nhà thờ thơ ấu. Mẹ, mẹ ơi! Huyền lại gọi, lần này không là tiếng thất thanh, nhưng nghẹn ngào trôi xuống cổ họng như một bát thuốc đắng.

Không biết bao lâu sau, Huyền nghe có tiếng chân, vội đưa tay lên lau nước mắt. Một người đàn bà cất tiếng, giọng chua chua:

- Em chào chị. Chị là chị Huyền ạ?

Huyền gật.

- Ấy, em được báo nên vội chạy đến ngay. Nhà em là Chủ Tịch Ủy Ban ở đây, dặn em nhắn là mai mời chị lên trụ sở. Hôm nay, em là người đưa chị đi viếng mộ bà. Tay đưa lên, người đàn bà tiếp - đây em đã sắm sửa hương, đèn rồi...

Huyền cám ơn. Người đàn bà cười hềnh hệch:

- Em là Quyên, hiện phụ trách Phụ nữ trong xã nhà. Suỵt soạt, Quyên hạ giọng - Khi bà đi, cả làng xúm vào mai táng, nghĩa tử là nghĩa tận mà chị!

Hai người đi về cuối làng. Nắng nhạt dần trên đầu mái rạ như tóc đang ngả màu. Bãi tha ma đìu hiu trong những vạt gió chiều thoáng đến thoáng đi. Quyên lên tiếng:

- Cơ khổ, bà cao tuổi, lại chỉ một mình từ khi anh Dân đi chiến trường, thỉnh thoảng chỉ có bà Nhiều làng bên đến thăm. Tự dưng, có một ông từ Hưng Nguyên, xưng là bác của anh Dân đến rồi lăn quay ra ốm. Thế là bà phải chăm sóc cho ông ta. Hai tuần sau thì ông ta chết. Bà lại lo chôn cất. Có lẽ vì thế mà bà yếu hẳn đi... Ba tháng sau cái chết của ông bác, bà cũng về với ông bà ông vải!

Huyền chột dạ. Ông bác từ Hưng Nguyên? Hay là Nguyễn Trường Văn, em của Chính? Huyền ngập ngừng:

- Ông bác tên gì hả chị?

- Lâu em cũng quên mất. Nhưng trên Ủy Ban thì lưu hồ sơ cả.

- Chắc mộ ông ấy cũng ở đây?

- Vâng. Nhưng chôn ở rìa làng chứ không gần chỗ bà là người làng ta.

Đến một khúc vòng, Quyên tiến lên trước, vạch cỏ bước vào. Huyền hồi hộp đi theo. Quyên trỏ:

- Mộ bà đây, chị ạ!

Đó là một gò đất cỏ dại mọc lấn ra hai bên, nếu không biết thì chịu không thể đoán ra là mộ phần. Huyền ngẩn ngơ, rồi ngồi thụp xuống. Dưới ba tấc đất này là xương cốt mẹ ư? Đầu Huyền trống tênh. Mọi cảm giác như tê liệt. Huyền đưa tay sờ vào đất, vào cỏ, và thấy mình là một người xa lạ. Huyền ơi! Thầm gọi mình, Huyền ứa nước mắt, những giọt nước mắt thương thân của một kẻ lạc loài ngồi trước mộ phần người mang nặng đẻ đau ra mình. Quay về phía Quyên, Huyền nhỏ nhẹ nhưng cương quyết:

- Chị về trước, cho em một mình ở đây với mẹ em

Khi Quyên khuất bóng, Huyền ngồi nhổ cỏ và vun đất lại cho ngôi mộ ngay ngắn. Lúc ấy, nàng mới òa lên khóc thành tiếng. Đánh diêm châm bó nhang, vẩy cho tắt lửa, nàng cắm vào chân mộ. Chắp tay, nàng khấn thầm, mẹ linh thiêng, xin mẹ về chứng giám đứa con bất hiếu đã bỏ mẹ đi xa, để rồi sống một cuộc đời lỡ dở. Giờ đây, chỉ còn hai cháu, một lại tù tội. Xin mẹ phù hộ cho chúng nó. Một vài năm nữa con sẽ về xây lại mộ mẹ cho đàng hoàng, mang hai cháu về cho chúng nó lạy bà... Trong im vắng, Huyền nghe đâu đây một tiếng thở dài. Đầu nàng doãi ra như một sợi thung nhão. Văng vẳng, ai đó nói, "Xây mồ xây ở trên, dưới ba tấc đất vẫn thế, lạnh lắm...".

Huyền rùng mình. Đầu bó nhang bỗng bốc lửa cháy phừng phực. Gió thốc lên cuốn tròn khiến Huyền có cảm tưởng đang bay lên, bay lên. Nàng nhắm mắt lại. Lát sau, tiếng chân sau lưng khiến Huyền quay lại. Một cậu con trai cụt một tay bước đến gần, miệng nhỏ nhẹ:

- Cháu chào cô. Cháu là Thành, bạn của Dân.

Huyền ngỡ ngàng không nhớ được Thành là con nhà ai. Kêu mệt, Huyền đứng dậy quay về nhà. Thành đi bên kể về Dân cho Huyền nghe, đến cửa thì chào rồi quay đi. Vào nhà, Huyền thấy trên chiếc bàn một ấm nước chè, một khúc sắn luộc và chiếc đèn dầu. Đóng cửa lại, Huyền thầm nhủ, chắc là Thành mang lại. Kiệt sức, Huyền lết chân về phía chiếc chõng tre để trong một góc.

*

Người đàn ông xiêu vẹo, cánh tay trái rũ xuống, đứng nhìn Huyền tròng trọc. Ơ hay, ông là ai? Tiếng chó sủa ma tru lên. Đêm đen như mực tầu. Gió lùa trên mái nhịp cho tiếng côn trùng văng vẳng lúc bổng lúc trầm. Người đàn ông giơ tay phải lên, ngón tay trỏ ra ngoài. Đêm hôm, đi đâu? Huyền hỏi, ngực tức, cổ họng tắc lại khò khè. Mặt khuất trong bóng tối, người đàn ông vẫn đứng, ngón tay trỏ sáng lên. Ra ngoài ư, nhưng để làm gì lúc tối trời? Người đàn ông đến cạnh chiếc chõng tre, tay phải kéo áo Huyền. Nàng chồm dậy. Nửa tỉnh nửa mê, Huyền căng tròn mắt. Không, không có ai! Nàng nhìn đồng hồ tay. Đã gần bốn giờ sáng. Huyền vuốt mặt, với chiếc ấm nước rót vào một cái bát. Ngụm nước chè đã lạnh trôi qua cổ. Huyền cồn cào trong bụng, cầm khúc sắn nguội lên ăn. Một lát sau, gà gáy sáng, hết con này đến con kia, tiếng ran lên vang vang khắp nơi. Huyền châm đèn rồi dựa lưng vào vách, nhớ lại giấc mơ và ngón tay trỏ người đàn ông chỉ ra cửa.

Sáng rõ, Huyền lên trụ sở Ủy Ban xã trình diện. Tiếp Huyền, có Bí Thư và Chủ Tịch ủy ban nhân dân xã. Đồng chí Thường vụ, người phục trách công an, cũng có mặt. Lại một bài, có lẽ được nhắc đi nhắc lại nhiều lần. Xã còn nghèo, nhưng thu hoạch của Hợp Tác xã từ ngày giải phóng đã vượt chỉ tiêu, ăn độn là vì phải chi viện cho những nơi sản xuất còn yếu. Rồi xã "ta" cần máy bơm, cần hạt giống. Sau là các loại quĩ. Quĩ để xây trường học, quĩ để "cải thiện" cho các cụ phụ lão, quĩ yểm trợ thương phế binh, quĩ cho gia đình liệt sĩ... Đồng chí Chủ tịch ngọt ngào:

- Ấy người xã ta từ miền Nam về thăm cũng đóng góp, tình nghĩa lắm. Chẳng hạn như cụ X, ông Y... Họ đều đi "Nam tiến" từ thời kháng chiến chống Pháp, về làng mang tặng...

Huyền nghe, ruột như mớ bòng bong, cố mỉm cười. Đến lúc đồng chí Bí Thư thăm dò Huyền có "nguyện vọng" gì thì Huyền hỏi về ông bác Dân về làng rồi chết, xã "ta" lưu hồ sơ, xin cho biết là ai. Đồng chí Bí Thư nhìn Thường Vụ. Đồng chí Thường Vụ hẹn Huyền đến trưa quay lại.

Huyền ra khỏi trụ sở Ủy Ban, thấy Thành lớn vởn, xung quanh một đám thương binh. Họ hàng chục mạng trẻ măng, người què một chân thì chống nạng, người còn hai chân thì ngồi xổm. Có kẻ mất cả hai tay, áo bộ đội bạc thếch xắn lên, vắt vẻo đung đưa mỗi lần cử động. Họ nhìn Huyền, trố mắt nhưng cười thân thiện. Thành nói to:

- Chúng cháu chào cô. Tay chỉ đám thương binh, Thành tiếp - đây là đám cùng cảnh với anh Dân cả đấy cô ạ!

Huyền xót ruột, gật đầu chào. Huyền hỏi có ai cùng đơn vị với Dân không, nhưng mọi người lắc đầu. Một anh, vẻ lém miệng, thốt:

- Bên Nghi Dương có Chính Ủy tiểu đoàn là Cự, hình như cùng đơn vị với anh Dân nhà mình trong trận Quảng Trị. Nhưng nay anh Cự ở Phúc Xá trên Hà Nội, cô ạ!

Đến cạnh Huyền, anh ta nhìn trước nhìn sau rồi thì thào:

- Có ai bảo cô đóng góp cho quĩ yểm trợ thương binh thì cô chớ. " Chúng nó" tém hết, bọn cháu được phát tám đồng một tháng, đói vẫn cứ đói. Cô cho gì chúng cháu, cứ cho thẳng, đừng cống hiến gì cho cái quĩ của chúng nó!

Nói xong, anh ta chống nạng đi. Đám thương binh bước theo, ngoái cổ đồng thanh chào. Thành đứng lại. Huyền nhớ đến khúc sắn, ấm nước chè và ngọn đèn dầu, cám ơn. Hỏi về Dân, Thành kể là Dân đến cuối năm 73 thì về, cụt một chân. Ban đầu, Ủy Ban để cho Dân phụ trách sổ sách công điểm của Hợp Tác xã. Sau khi không ăn ý với Ủy Ban về chuyện chấm công, Dân bị đẩy ra, xin đi học. Là thương binh, lại Đảng viên, Dân hưởng chế độ ưu tiên và lên Hà Nội học khoa Văn trường Tổng Hợp niên khóa đầu 75. Thành xuýt xoa:

- Anh ấy giỏi, lại phấn đấu tốt chứ cứ như cháu thì đầu đặc cán mai, chẳng học hành gì được. Năm sau, chúng cháu dưới này nghe là anh ấy lấy vợ người Yên Phong ở Ý Yên. Nhà trai, trừ cháu ra, chẳng có ai nên phải mời anh Cự đứng ra...Từ đó, không thấy Dân về làng!

Huyền mừng rỡ, vỗi vã cắt lời Thành:

- Thế vợ Dân tên là gì?

- Là Thắm, xưa cũng ở chiến trường Quảng Trị!

Lặng người đi, Huyền giấu cảm xúc, mím môi quay mặt. Thế là Dân đã lập gia đình. Và biết đâu, Huyền thầm nhủ, mình đã chẳng là bà ngoại. Niềm vui đầu tiên ập đến thật bất ngờ, như kẻ đi đường bỗng nhặt được một cái gì quí vô giá. Bỗng dưng, nàng quên hết. Nỗi ưu phiền từ ngày đặt chân về quê cha đất tổ tự nhiên biến đi, hệt như cái bong bóng xà phòng gió thổi bay lên rồi vỡ ra không tăm tích.

*

Bà chủ tịch Ủy Ban tên Quyên ở đâu le te chạy lại, ríu rít:

- Chị Huyền, em tìm chị mãi...

Nghe câu đãi bôi đó, Huyền cũng chẳng thấy khó chịu. Nàng chỉ cười. Thành chào Huyền, quay bước khi thấy Quyên. Đợi cho Thành đi, Quyên mời:

- Chị vào nhà em uống chén nước!

Không đợi Huyền đáp, Quyên kéo đi, miệng lại léo nhéo:

- Đừng cười chúng em nghèo nhé! Cán bộ chúng em trung với Đảng, hiếu với Dân, cần kiệm liêm chính mà lị! So với miền Nam, đúng là rớt mồng tơi, nhưng được cái lòng thảnh thơi, chị ạ!

Câu chuyện của Quyên lải nhải xoay quanh sự thiếu thốn "có tính giai đoạn" ở miền Bắc. Thấy Huyền không mặn mà, Quyên hỏi thẳng:

- Em định xin chị đóng góp ít nhiều cho quĩ Phụ nữ chúng em. Không ngượng ngùng, Quyên đặt giá - cụ X... năm ngoái cho một trăm, còn ông Y, tám chục... Tiền tình tiền nghĩa đấy!

427

Huyền đỏ mặt. Tình nghĩa nay tính thành tiền? Ở Hà Nội, nàng ăn một bát phở " không người lái " có năm hào. Quyên đon đả:

- Tối nay mời chị sang ăn một bữa rau dưa với gia đình em!

Huyền lảng, cám ơn rồi bảo đã định sang làng bên thăm bà Nhiều.

Cắp nón, Huyền chào rồi ra khỏi nhà Quyên. Nắng lên đến đỉnh ngọn tre, nóng hầm hập. Bước vào trụ sở Ủy Ban, Huyền hỏi thường trực. Một lát sau, đồng chí Thường Vụ ra, tay ôm một chồng giấy. Đồng chí sột soạt giở trước mặt Huyền, nửa tiếng sau thì reo lên, miệng kêu "Đây rồi". Đó là giấy khai tử. Huyền đọc, người cứng lại, tên viết rõ ràng là Phan Thượng Chính. Hít vào một hơi dài, Huyền hỏi:

- Ủy Ban "ta" có lưu giấy tờ không?

Đồng chí Thường Vụ đáp:

- Có chứ! Chứng minh nhân dân của người chết đây.

Huyền cầm lấy, nhìn tấm ảnh nhỏ xíu dán ở một góc. Thôi, đúng rồi. Ảnh là ảnh Chính. Đồng chí Thường Vụ hỏi:

- Chị nhận ra người thân chưa?

Bản năng tự vệ khiến Huyền mím môi, lắc đầu:

- Ông bác này tôi chỉ nghe nói đến, nhưng chưa gặp bao giờ!

Liếc mắt nhìn tờ giấy khai tử, Huyền đọc, ...chết ngày 3 tháng 1 năm 1973. Cố giữ vẻ tự nhiên, Huyền nói:

- Bác họ xa ấy mà. Nhưng về đến đây thì cũng phải thắp cho ông ấy nén hương. Nghĩa tử là nghĩa tận!

Ra khỏi Ủy Ban, Huyền đi như chạy về nhà. Đừng, Huyền ơi! Không được khóc. Anh ấy thế là đi mất rồi. Thảo nào chẳng tin tức gì từ ngày giải phóng. Thế mà, thế mà... đã có lúc em nghĩ oan cho anh. Là anh đã con này vợ nọ, bỏ mẹ con em. Huyền vừa đi vừa lẩm nhẩm cho đến khi nàng đẩy cửa vào nhà thì nước mắt tuôn thành một dòng lũ xoáy đến vỡ bờ, xói đến mòn đất. Cứ thế, thời gian nhập nhòa. Trời đất nhập nhòa. Cái con người Huyền tự nguyện hiến cả đời mình không còn trên thế gian này nữa rồi. Huyền bỗng thấy quãng đường trước mặt dài hun hút, đen thăm thẳm và trống vắng mông mênh.

Sửa sang nhang đèn, Huyền đi thẳng ra bãi tha ma. Mộ Chính ở tít tắp rìa làng, như Thành đã dặn dò. Nàng bới cây bới cỏ, một lúc thì thấy một gò đất nhô lên. Nỗi đau đớn khiến Huyền mụ người đi. Như cái máy, nàng nhổ cỏ, vun đất, nét mặt như bị hớp hồn. Khi cắm những cây nhang dưới chân mộ Chính, nàng cảm thấy hai mươi mấy năm chờ đợi chợt như làn khói mỏng từ chấm đỏ đầu những cây nhang bay lên. Khói loãng ra, biến đi như chưa bao giờ hiện hữu. Tất cả, hệt một cơn mơ. Lúc thức giấc, nó vẫn chập chờn đó đây, không đầu không đuôi, nhưng hầu như không còn một chút trói buộc nào vào cuộc đời. Nàng buồn bã nghĩ,

429

thật ra, có phải hôm nay mình mới góa bụa đâu. Cái kiếp gái góa, nàng đã chọn từ đầu những năm 60 để giữ cơn mơ một ngày đoàn viên không tưởng. Và hôm nay, Huyền cắn môi đến bật máu, biết nàng vừa kết thúc cơn mơ đó bằng dăm nén nhang cắm vào vào suốt một thời tưởng như có thật.

*

Loáng thoáng nghe tiếng chân người ngoài thềm, Huyền nhìn ra, thấy Thành và một bà già. Tự mình sang làng bên báo tin Huyền về cho bà Nhiều, Thành về nhưng bà đòi theo. Bà chống gậy đi, cuối trưa mới đến. Là một người cô, họ hàng xa, thuở xưa bà hay đi lại với mẹ nên Huyền còn nhớ. Mừng mừng tủi tủi, hai cô cháu nắm tay nhau. Bà Nhiều thì thào:

- Cô gần mẹ con cho đến phút cuối. Mẹ con trối thế này, dặn cô nói lại...

Huyền nắm chặt tay bà, lắc như giục. Bà Nhiều chậm rãi:

- ...rằng nếu ơn trên cho cô gặp con gặp cháu tôi, cô nói lại là cứ lên Hưng Nguyên hỏi ông Tín, sẽ biết mọi chuyện!

Huyền nhớ thuở sinh tiền, Chính kể có người em tên Văn được thụ phong linh mục, nhưng phục vụ ở giáo phận nào thì nàng không biết. Ông Tín là ai đây? Nhớ đến Chính, nàng lại xót xa, bật khóc. Bà Nhiều lầm bầm:

- Đến là khổ... Cô tắm rửa cho mẹ con, khi khâm liệm không có đến một mảnh vải trắng để đắp mặt. Cháu Dân thì ở chiến trường, muốn báo cũng không biết chỗ nào mà báo. Mấy tháng sau, nó về, cụt một chân nhưng may còn sống. Cô cũng nói lại cho nó lời trối của mẹ con. Hình như nó có đi Hưng Nguyên, nhưng không nói gì với cô cả!

Bà Nhiễu về, Huyền tiễn ra đến cuối làng mới chia tay. Bước một mình trên con đê gập ghềnh, Huyền ngẫm nghĩ, tự hỏi Chính xưa đã là cán bộ cao cấp, làm sao khi chết lại chôn ở một bãi tha ma như một kẻ vô thừa nhận thế này? Có điều gì khó hiểu vượt khỏi tầm suy luận. Nàng tự nhủ, bằng giá nào thì nàng cũng phải đi Hưng Nguyên. Lời mẹ trối trăn lạ lùng: tìm ông Tín thì sẽ biết hết mọi chuyện! Nhưng chuyện gì mà bí mật đến thế? Huyền xoay ngang lật dọc đủ cách, cái màn u u minh minh vẫn cứ chập chờn như thách thức trêu chọc.

*

Trên bến xe thị xã Kiến Thụy, Huyền đứng đợi với Thành. Sốt ruột, Huyền hỏi anh lái phụ, anh ta đáp, lúc nào cũng một câu "Tí nữa thôi...". Chẳng có giờ giấc gì, khách lúc tục, tay xách nách mang lên xe, cứ việc ngồi chờ. Thành nói nhỏ "Đám con phe "đi hàng" đấy. Cô lên xe đi, tí nữa sợ không có chỗ ngồi ". Huyền giúi vào tay Thành một cái phong bì. Thành giẩy lên, trả lại, giọng van vỉ " Cô cho nhưng cháu không nhận đâu. Cô gặp Dân, cứ hỏi khắc biết cháu với Dân như anh em. Chỉ cần cô nhắn nó thỉnh thoảng cố về làng cho cháu là

431

đủ!''. Huyền nghiêm mặt '' Nếu là anh em với Dân thì phải để cô đối xử như đối với Dân. Cháu nhận cho cô vui lòng, thật ra quà này là tình nghĩa, có gì đâu cháu phải ngại''. Nhìn Thành rơm rớm nước mắt, Huyền giục, '' Thôi, cháu về. Giúp cô thỉnh thoảng đến nhổ cỏ mộ bà và mộ ông bác cho cô''.

Thành vẫn đứng tần ngần cho đến khi xe chạy, đưa cánh tay lành lên vẫy vẫy. Xe đến Hải Phòng. Từ Hải Phòng, Huyền phải bắt xe khách đi Nam Định. Đến đó, không hiểu sẽ đi thế nào về Ý Yên. Huyền dựa lưng vào thành xe, nghĩ ngợi miên man. Mẹ chết, nhưng Huyền đã biết trước, vả lại ai già mà không rồi cũng phải vậy. Còn Chính. Với nàng, đúng là sinh ly tử biệt, nhưng vùi xuống đất thì ai cũng thế. Huyền chỉ thắc mắc, tại sao với một con người đã xả thân cho Cách Mạng khi sống, lúc chết lại chỉ còn là một nấm mồ vô thừa nhận? Huyền chua chát, dù thế nào thì Chính chết đã hơn năm năm, không thể viện là chiến tranh ác liệt nữa để bào chữa cho cách đối xử vong ân bạc nghĩa. Nhưng thôi. Đừng để quá khứ đằng trước. Sau này đi Hưng Nguyên xem sao đã. Bây giờ, là lúc đi tìm Dân. Và nay, có thêm Thắm. Đó là tương lai. Khi yên ổn, Huyền nghĩ, sẽ cố tìm cho Dân một chiếc chân giả. Huyền nghe nói là với kỹ thuật tiên tiến, lắp chân giả đi không cần chống nạng.

Xế trưa, Huyền mới tới được Nam Định. Quanh bến xe, nhà cửa tiêu điều. Năm ba thanh niên giắt xe đạp ùa ra vây quanh khách. Thì ra họ đến thồ hàng, xe nào cũng trang bị phía sau một cái poọc-ba-ga kềnh càng bằng gỗ. Huyền vẫy, một anh nhanh nhẩu sáp lại. Huyền hỏi, anh ta nhăn mặt "Ý Yên rộng, cô về xã nào?". Huyền nói xã Yên Phong. Anh nheo mắt, "Xa đấy". Mặc cả một lúc, anh ta nhận, hỏi " Hàng của cô đâu? ". Huyền mỉm cười lắc đầu. Anh thanh niên chỉ ra sau, nói "Cô lên ngồi đây, cháu giữ xe, đừng sợ ngã". Anh đẩy xe đi cho đến khi có đà, nhảy phóc lên yên, vừa đạp vừa nói "Đi thế này mất độ hơn một giờ thì tới, cô ạ! ".

Khi trời nhá nhem, Huyền đặt chân vào xã Yên Phong. Xốc tay nải lên vai, nàng bồi hồi, tưởng tượng Dân như Nhân, cũng dong dỏng cao, chỉ thiếu một cái chân. Vào ngay căn nhà đầu tiên, Huyền hỏi thăm một ông cụ đang ngồi đan rổ:

- Cụ cho cháu hỏi thăm nhà cô Thắm!

Ngước lên, ông cụ móm mém hỏi lại:

- Cái Thắm? Có phải cái Thắm nhà bà Lý Văn không?

Huyền không biết, nhưng cứ gật đầu, thầm nhủ không phải thì hỏi lại. Ông cụ đứng dậy bước ra thềm nhà. Húng hắng ho, ông khàn khàn:

- Bà đi về phía này! Tay chỉ, ông nói tiếp - cứ đi đến cái miếu thờ Thành Hoàng thì bà rẽ trái, nhà thứ ba là nhà Lý Văn...

Cám ơn ông cụ, Huyền tất tả bước. Dân lấy vợ thế là đã suýt soát ba năm, Huyền tính nhẩm. Chẳng hiểu con cái thế nào? Còn Thắm, năm nay bao nhiêu tuổi? Huyền nóng lòng, đi như chạy. Rẽ trái. Một, rồi hai.

Đây là căn nhà thứ ba, ngoài có một hàng dậu thưa xiêu vẹo. Huyền gióng tiếng:

- Cho tôi hỏi bà Lý Văn?

Trong nhà có người đáp:

- Ai đó? Chờ một tẹo...

Huyền đẩy cánh cổng khép hờ. Một bà cụ lưng đã còng chống gậy quờ quạng bước ra. Bà ngước cặp mắt đỏ hoe, hấp háy như hỏi. Huyền vội vã:

- Bà là mẹ của cô Thắm?

- Không, tôi là bà cái Thắm...

Huyền mừng rỡ:

- Bà ơi! Cháu là mẹ của cháu Dân đây?

- Ối giời ơi! Bà cụ kêu như thét lên, tay nắm lấy Huyền, lắp bắp - thật thế hả!

Từ cặp mắt đã lòa, nước mắt bà tuôn ra. Linh tính báo Huyền một điều gì đó chẳng lành. Bà cụ kéo Huyền vào nhà, vừa đi vừa ấm ức:

- Chúng nó đi cả rồi, bà ơi!

Huyền lặng người đi. Hai hàng nước mắt bà Lý như lớp băng tan cuốn trôi nỗi hân hoan nàng ấp ủ. Bà cụ lập lại:

- Chúng nó đi cả, bỏ tôi một mình rồi... bà ơi!

Tối hôm đó, Huyền hỏi bà lý Văn. Sau giải phóng được gần một năm, Dân tìm được Thắm, sau Tết thì hai người làm đám cưới. Thuở đó, Dân tiếp tục học, một hai tháng mới về Ý Yên một lần. Ở làng, Thắm đi làm đồng trong Hợp Tác Xã. Tiêu chuẩn tem phiếu không đủ, Thắm xoay sang làm thêm ở lò gạch. Bà Lý kể, cha Thắm hy sinh ở Điện Biên Phủ. Mẹ Thắm bỏ đi bước nữa, để hai đứa con cho bà nội. Em trai Thắm đi bộ đội rồi đào ngũ. Cả làng xúm lại lăng nhục gia đình bà đến nỗi Thắm gạt nước mắt, xin đi Thanh Niên Xung Phong. Thắm an ủi bà " Như thế để gỡ danh dự rồi mới sống được với làng xóm, bà ạ! Họ ác lắm!". Bà thở dài " Nó đi như thế hơn bốn năm, về thì còn lành lặn, nhờ ơn Giời Phật". Phần thằng em Thắm, sau nó đi buôn chè, buôn sắn, bị bắt đưa đi cải tạo ở đâu bà cũng không biết. Thắm về, lấy chồng, bà đã tưởng được yên thân đợi ngày về với ông bà ông vải. Rồi Thắm có chửa, không cưu mang được công việc, nhà túng bấn, bữa đói bữa no. Thuở đó, Thắm hay lên cơn đau bụng, y tá ở trạm Y Tế xã bảo thế là bình thường. Đâu chửa đến tháng thứ bảy, sau những cơn đau bụng là tử cung ra máu. Thắm nhịn đau, giấu bà, giấu Dân. Hôm Thắm chuyển dạ, Dân không có đó, vẫn ở trên Hà Nội. Đêm hôm nên chưa kịp đưa đến trạm Y Tế, Thắm đẻ.

Kể đến đó, bà lý ôm lấy mặt, sụt sùi, không nói được nữa. Lát sau, bà kêu, giọng não nề:

- Giời ơi là giời! Nó không phải là người. Không chân, không tay, chỉ có cái đầu méo mó, chẳng biết đâu là mắt, là mũi. Còn cái mồm, thì loe ra như mõm cá trê... Tôi lau cho sạch, nó thoi thóp, chắc là thở... Con Thắm nhà tôi nhìn cái bào thai rồi cứ thế khóc, cả ngày lẫn đêm. Mấy hôm sau, đợi đến nửa đêm, nó bọc cái bào thai không mang hình dạng con người lẻn trốn, viết lại hai hàng chữ " Bà tha lỗi cho cháu, anh Dân tha lỗi cho em". Khi Dân về, đọc được, Dân chống nạng đi từ đầu làng tới cuối làng gọi tên Thắm đến khản cổ. Vô vọng, Dân chửi "Cha tiên nhân chúng mày!", không biết là chửi ai. Vài ngày sau, Dân bỏ đi, nói với bà Lý "Con đi tìm nhà con". Nhưng Dân không còn bình thường, lúc nhớ lúc quên, đêm ngủ lắm khi la thét như phát điên. Thanh niên trong làng phải cột Dân vào chiếc chõng, rồi cho người lên Hà Nội tìm vợ chồng Cự. Vốn là những người độc nhất gần gụi Dân, họ về ngay và đưa Dân đi chữa trị...

Bà Lý lại không kìm được, thổn thức:

- Thế là đã gần hai năm nay rồi, chúng nó bỏ đi cả! Đi đâu? Tôi cũng chẳng biết!

Giời hỡi! Huyền nghiến răng. Dân ơi, con đang ở chốn nào rồi? Huyền muốn chết, chết vì bất lực, chết vì chẳng làm gì được để thay đổi cái cuộc sống khốn nạn này. Nàng lấy hết nghị lực, cầm tay bà Lý, nhưng không nói được gì. Có lẽ lâu lắm bà Lý mới khóc được với một người dính vào kiếp mình qua cái sợi dây định mệnh khắc nghiệt của con, của cháu. Bà chúi đầu xuống khóc vùi, khóc mãi, cứ thế khóc cho đến sáng.

Đêm đó, là một trong những đêm dài nhất trong đời Huyền.

*

Về đến Hà Nội, Huyền đi thẳng lại trụ sở công an thành phố. Nộp đơn xin đi thăm Nhân ở trại cải tạo

Tân Lập ngay từ khi ra Bắc, Huyền hy vọng có phép đi thăm nuôi. Đầu óc rã rời, Huyền ngồi ở phòng đợi, cơ thể ê ẩm đau như giần. Một nhân viên ra gọi tên. Huyền vào, lòng thấp thỏm. Người sĩ quan ngồi sau bàn giấy chỉ cho Huyền ngồi xuống, giọng nhẹ nhàng:

- Đơn xin của bà không được trên chấp nhận. Một lẽ, là khi bà xin đi phép ra Bắc, bà chỉ ghi nguyện vọng về thăm làng xã. Lẽ thứ hai, vấn đề an ninh hiện hơi gay!

Thất vọng, nhưng Huyền không còn sức để buồn. Nàng đứng lên, biết xin xỏ gì cũng vô ích. Huyền gọi xe xích lô về thẳng nhà Khiêm. Chỉ có thằng bé Phương ở nhà. Nó lại ''Cháu chào bác ạ!''. Huyền xoa đầu nó, không nói không rằng ngả mình xuống chiếc giường sau cánh màn buồng trong. Nàng nhắm mắt, lát sau không còn biết gì nữa.

Buổi tối, nàng kể chuyện về Dân rồi nhờ Khiêm hỏi dò chỗ ở của Cự ở Phúc Xá, hy vọng tìm ra Dân. Khiêm đích thân lên Phúc Xá, nhưng Cự và Xuân không còn ở đó nữa. Căn nhà của họ nay được phân cho một gia đình khác, đều từ B ra nên không hay biết gì. Huyền thất vọng, biết mình chẳng làm gì hơn được. Ngày hôm sau, mới tờ mờ sáng, Huyền đi cùng Khiêm ra ga Hàng Cỏ mua vé xe về Sài Gòn. Trước quầy vé, một đoàn người xếp hàng, chen chúc, đứng ngồi trước sau những cục gạch. Khi hàng nhích lên, chủ nhân cục gạch đến lấy chân đẩy nó, xong lại ra đứng dựa cột chuyện trò hay phì phèo thuốc lá, mắt nhìn đám người mua vé chẳng chút thiện cảm nào. Huyền còn ngạc

nhiên thì Khiêm thì thào, đầu vẫn lại quay về phía sau,
" Đám " đầu gấu " đấy, đừng có đụng vào chúng nó".
Một thằng bé chạc mười hai, mười ba đến gần trâng
tráo "Ông bà mua vé, cháu có". Huyền hỏi:

- Vé vào Sài Gòn, nhưng ghé Vinh chặng đầu, có
không?

Thằng bé cười:

- Vé lên trời cũng có bà ạ!

Nhìn hàng người nối đuôi nhau dài ra đến cửa ga,
Huyền gật đầu. Thằng bé bảo "Ông bà theo cháu" rồi
lỉnh đi trước. Quanh co trong những cái ngõ hẹp nằm
cạnh ga, lát sau Huyền và Khiêm đến trước một căn
nhà. Thằng bé bảo "Đại lý vé ở đây" rồi gọi to. Một
người thò đầu ra. Giá vé tùy, đi ngay rất đắt. Ngày đi
càng xa, giá càng rẻ. Cắt thành chặng, phải thêm tiền.
"Cái gì cũng có giá của nó, ông bà ạ", ông đại lý vé
vừa rê râu mép, vừa cười vừa nói. Ông ta dọa, ra mua
ở quầy vé trong ga thì tháng sau mới có chỗ. Huyền
gật đầu, mua vé đi ngày mai, đến Vinh ở ba ngày rồi
mới tiếp tục về Sài Gòn. Ông đại lý hỏi "Bà có hàng
không, hay chỉ người?". Huyền đáp, ông ta vờ vĩnh
bảo chờ. Mươi phút sau, ông ra giá. Để mặc cho Khiêm
mặc cả, Huyền chán nản ra cửa chờ.

Sau khi mua vé, Huyền để Khiêm đi làm, tản bộ dọc
hồ Hoàn Kiếm. Men phố Hàng Đào, nàng đi về phía
chợ Đồng Xuân. So với thời nàng làm công tác dân vận
cách đây ba mươi năm, chợ vẫn vậy, có phần cũ đi.
Người đi lại đông hơn, và ở vài ngã tư, một đám thanh

niên đeo băng đỏ đứng, cạnh là bảng Thành Đoàn và một băng vải trắng có kẻ chữ " Bảo vệ nếp sống văn minh". Họ thỉnh thoảng lại thổi còi, chặn cả người đi lẫn người đạp xe đạp. Họ nhìn ống quần, tóc tai. Nếp sống văn minh không chấp nhận quần loe, tóc dài. Họ túm lấy bọn trẻ, quát đứng yên, rồi họ xé ống quần nếu rộng quá hai mươi phân. Hoặc lấy kéo cắt xoẹt những mái tóc nam họ cho là dài. Huyền đứng lại nhìn. Nàng buồn nôn, tay đưa lên miệng. Một đoàn viên quát "Bà kia, đi ngay. Đứng đó cản trở giao thông à?".

Huyền cuống lên, chân bước trong cơn mộng du, đi như bay trên mặt đất. Hà Nội bỗng xưa hẳn đi, lùi về thời Chúa Trịnh - Vua Lê. Đám kiêu binh ngênh ngang giữa ban ngày ban mặt, tay dao tay kéo, hò hét nạt nộ. Chợ náo loạn. Có tiếng thét, tiếng khóc, tiếng chửi. Những người bán rong đứng lên cắp rổ, mắt nhớn nhác, chân trước chân sau. Thình lình, trời xập tối, tiếng đồng thanh kêu lên: " Mặt trời bị con gấu nó ngoạm mất rồi!". Kiêu binh hùng hổ " Gấu đâu? Đồng bào, ai có dao dùng dao, ai có súng dùng súng...". Tiếng sấm động ì ầm. Rồi tiếng sét. Ánh sáng chợt le lói. Kiêu binh rống lên " Gấu đang nhả mặt trời. Chỗ nào cần, thanh niên có, chỗ nào khó, có thanh niên". Đến khi mặt trời ra khỏi mõm gấu, tất cả, từ bà bán rong cho đến chị chạy chợ, anh xích lô, tất cả bất động như tạc bằng sáp nến. Người nói chưa hết câu, mồm vẫn mở, nhưng không ai nghe thấy gì. Kẻ vừa cầm con cá lên đưa cho người mua, tay cứng đơ, mặt đờ ra, chỉ con cá là cứ giẫy lên, giẫy mãi mà không chết. Huyền cắn thử vào môi. Không đau, nhưng nàng cảm thấy người mình lạnh như hóa đá. Nàng lại cắn môi. Một lát sau, nàng thấy mằn mặn. Thế là máu chảy. Huyền co chân, người lạng đi. Vậy, tức di chuyển được. Nàng cắm cúi đi, qua Quán Thánh, đến phố Châu Long.

Nhà cửa hình như dần dần lấy lại sinh khí. Trên trời, chim đã bay. Nàng tiếp tục bước, sau Trấn Vũ là đến Ngũ Xá, nơi nàng dấn thân vào Cách Mạng tháng Tám. Hồ Trúc Bạch vẫn đó, chỉ khác là nay đầy bèo, hôi hám mùi rác rưởi đổ ven hồ. Huyền lên đầu đê. Phía kia là bãi Phúc Xá. Và ẩn hiện trong bóng cây, mái chùa Hòe Nhai, nơi nàng suýt chết những ngày đầu giành chính quyền để khai sinh ra nước Việt Nam Dân Chủ Cộng Hòa.

Huyền không cưỡng lại được một quyền lực vô hình thôi thúc nàng bước vào cổng chùa. Qua chiếc sân gạch nay đã bị cậy lên, nàng leo lên Tam quan. Một thanh niên tay quấn băng đỏ giơ tay ra chặn. Nàng nhìn, hóa ra là một tên lính Tam Phủ. Lịch sử thêm một lần lùi lại với vận tốc chóng mặt. Tên lính lại đơ ra như làm bằng sáp, để nàng lần vào nơi nhà sư quay mặt vào tường ngồi thiền. Nhà sư vẫn đó, bất động. Huyền nghe ai gọi tên mình. Quay lại, trời ơi, đó là Diệp, người con gái có ngón đàn mê hoặc ngày xưa đã mang về cho Cách Mạng cả xe khí giới của binh lính Nhật. Huyền hỏi " Thế Diệp chưa đi à?". Diệp lắc đầu, " Không, em chưa đi được!". " Tại sao thế, hả?". Diệp ngồi xuống so dây, gảy một tiếng đàn, rồi hát nho nhỏ. Nâng Diệp lên, Huyền dịu dàng vuốt tóc, nghe Diệp thì thào một điều gì thế gian không hiểu, rồi chỉ tay về phía bên kia sông Hồng.

Thân như bay bổng lên trong gió cuộn quanh mình, Huyền lượn trên dòng nước đỏ phù sa, dật dờ tựa cánh bướm trong một cơn giông lạ. Nàng đáp xuống cạnh đền

Ngọc Sơn. Một vị sư già áo xám ra nhìn, tay xua, miệng nói nhưng Huyền không nghe thấy gì. Lùi đến sát bờ nước, Huyền chực ngã thì một đứa bé ở đâu xô ra nắm lấy áo. Bà già áo vàng đứng cạnh nhìn nghiêm nghị, bảo " bây giờ là lúc không được ngã, vì ngã thì chẳng bao giờ đứng dậy được nữa ". Con chim chào mào vuột khỏi tay đứa bé bay vù lên. Nó gọi, chim đảo một vòng rồi đáp xuống lưng Rùa thần mới nổi lên không biết tự lúc nào. Trên mu Rùa, một người búi tó, quần áo toàn trắng, tiếng còn tiếng mất, ngâm những câu thơ nghe như khóc. Con chào mào xà xuống tay đứa bé. Ngửng lên, nó giục, " Bà ơi, về thôi! Chẳng khác gì khi xưa, Hà Nội vẫn vậy, chẳng hiểu sao cứ chỉ biết lập đi lập lại những ác nghiệp! ".

Khi Huyền mở mắt ra, không còn ai. Trừ anh thanh niên tay quấn băng đỏ. Chỉ tay về phía cổng chùa, anh gằn giọng " Bà ra ngay! Nơi này ai không phận sự, cấm vào".

*

Hóa ra Nguyễn Trường Văn đổi tên là Tín năm 1956 để nhắc nhở mình đức tin hầu chống trọi với một xã hội từng mang treo cổ tượng Đức Mẹ và Phật Bà ở lối vào thôn Bùi Chu. Huyền nhận ra ngay Tín. Nét hao hao giống Chính, Tín ăn nói cũng chừng mực, mắt nhìn như cười, tác phong có vẻ quen nhẫn nhịn chịu đựng. Nghe Huyền xưng tên, Tín đứng dậy:

- Anh tôi có nói với tôi rất nhiều về chị. Ơn Chúa, bây giờ tôi mới được gặp.

Tín là người ruột thịt duy nhất Chính có liên hệ trước khi lìa đời. Huyền không kìm được lòng, xin Tín kể cho mình nghe về Chính. Tín tần ngần, giọng xa vắng. Mất tin hơn mười lăm năm, một hôm Chính lù lù về nhà Chung Giáp Đoài trong khi Mỹ tái oanh tạc miền Bắc để o ép chuyện ký kết Hiệp Định Paris. Tín hỏi, ngạc nhiên nghe Chính trả lời:

-Anh đi tù từ năm 1962!

Nghe Tín nói đến đấy, Huyền nhổm dậy, giọng hốt hoảng:

-Từ năm 1962...

-Vâng!

Huyền sụm xuống, đầu gối nhũn ra. Mặt tái không còn hột máu, Huyền chỉ thấy một màn đen sụp xuống dẫu mắt mở trợn trừng. Tai nghe tiếng thủy tinh vỡ, nàng cảm thấy hàng trăm mảnh nhọn chọc vào người, xuyên vào não, cắm vào tim. Đau đớn, nàng hét lên thảm thiết. Hình ảnh Tư Quới cũng đúng năm 62 đến kết nạp mình vào đường dây tình báo nội thành Sài Gòn hiện về. Thì ra lá thư bảo là của Chính gửi cho mình là giả mạo. Và mười lăm năm vừa qua, nàng có khác gì con rối múa may trong hiện trường của một sự lường gạt mang cái tên mỹ miều chống Mỹ cứu nước, giải phóng dân tộc. Nhưng tại sao? Nàng chỉ là một cái đinh, một con vít, dùng được thì dùng, nếu không, rút ra vứt vào nơi chứa đồ phế thải của một thời tao loạn? Tất cả, chỉ nhằm một mục đích là chiến thắng. Và vì thế phải vô hiệu hoá mọi mầm mống thù địch, thậm chí xử dụng chúng, với bất cứ ai, và bằng mọi cách, dù dối trá bỉ ổi? Cứu cánh biện minh cho mọi phương tiện, nhưng khi chính những phương tiện tiêu diệt con người thì cứu cánh có còn đâu nữa để mà biện minh!

Huyền ngất đi không biết bao lâu, tỉnh lại thấy Tín đang rì rầm đọc kinh. Trên bức tường vôi trắng trước mặt, tượng Chúa cứu thế nhỏ nhoi và cô đơn nhưng lung linh dưới ánh nắng bên ngoài hắt vào. Nghe tiếng rên, Tín mừng rỡ:

- Chị đã tỉnh, may quá. Lúc nãy vực chị dậy, tôi lo và đã định cho người đi gọi ông y sĩ trên trạm Y Tế!

Hít vào một hơi dài, Huyền ngồi lên, đầu óc tỉnh táo dần. Nàng xin một ly nước, uống chậm rãi. Lát sau, nàng ngước nhìn Tín:

- Chắc tôi không sao đâu! Tôi nào có ngờ là anh Chính nhà tôi bị tù từ năm 62... Nhưng vì sao? Tôi bặt tin anh Chính khi anh ấy ở trên Việt Bắc. Từ dạo ấy, tôi chẳng hay biết gì!

Nhìn Huyền, Tín chậm rãi kể Chính tham gia chiến dịch Điện Biên Phủ, bị thương và đang điều dưỡng ở Thanh Hoá thì bà Đồ bị đấu tố trong Cải Cách Ruộng Đất. Tín báo, và Chính về ngay Giáp Đoài, nhưng bị Đội Cải Cách bắt, đánh đến liệt một cánh tay.

- Liệt một tay? Huyền bật miệng, hồi tưởng lại con người trong giấc mơ trở tay chỉ ra ngoài.

- Vâng, anh tôi đang dưỡng thương, nhưng khi tôi báo thì anh về ngay quê để xác minh cứu mẹ. Vừ đến

443

nơi, anh bị Đội Cải Cách bắt và đánh vào vết thương chưa lành...

Nghẹn giọng, Tín hít hơi ngừng nói. Lát sau, Tín kể tiếp Huyền mới biết là Huyện phái một đội sửa sai về Giáp Đoài sau khi Chính trốn thoát, và bà Đồ được đánh xuống thành phần, nhưng đã mất nhà mất cửa, cuối cùng chết lạnh bên mộ ông Đồ. Huyền thắc mắc:

- Còn chị Xoan, chị ấy lúc đó ở đâu?

- Chị ấy cũng ở quê, nhưng ngày anh Chính trốn thoát Đội Cải Cách thì cũng là ngày chị treo cổ tự tử, Tín đáp, tay làm dấu thánh.

Huyền thở dài. Tín thuật lại chuyện éo le giữa Xoan, Chính và anh đội Cải Cách tên Tẹo, rồi thẫn thờ:

- Từ khi tiếp thu Thủ Đô thì tôi không còn tin tức gì anh Chính, cho đến mười bảy năm sau, một hôm anh ấy hiện ra như về từ cõi chết.

Hồi tưởng chuyến Chính về Giáp Đoài, Tín bóp trán, nét mặt thẫn thờ. Thời gian đó, trước triển vọng ký kết Hiệp Định Paris, chính quyền Hà Nội quyết định thả tù chính trị ra. Giữa năm 72, từ trại Cổng Trời, Chính được về nguyên quán để địa phương quản lý. Tín hỏi lý do tù tội, Chính kể ''Ban đầu, anh nghĩ là vì anh phản đối việc đóng cửa báo Nhân Văn, nhưng không phải. Ngẫm lại, có lẽ là vì anh không nhất trí với đường lối giải phóng miền Nam bằng võ trang. Đấu tranh tư tưởng mãi, anh vẫn không thông như một số người thời ấy. Những người như thế ở cấp lãnh đạo cao thì bị gạt ra khỏi quyền lực, nhưng ''người ta'' để đó, chẳng thể hạ bệ từ bàn thờ Cách Mạng xuống mà không làm mất lòng tin. Lãnh đạo cấp trung, có kẻ bị đẩy sang Liên Xô rồi không cho về. Có người như anh, gốc gác Quốc Dân Đảng, lại công giáo nên dễ thành đối tượng, phải bỏ tù để làm gương dọa dẫm những kẻ khác nhằm bịt miệng họ. Đến năm 68, khi chiến tranh ở mức cao điểm, và nhất là sau những tổn thất nặng nề trong Tổng Công Kích và Nổi Dậy, ''người ta'' bắt những người xưa cộng sự với anh như Vũ Đình Huỳnh, Đặng Kim Giang... thì rõ ra anh bị tù là vì cái sau này được gọi là cuộc đấu tranh giữa hai đường lối. Và bọn anh là bọn Xét lại chống Đảng, tên gọi anh nghe một cậu cán bộ tuyên án từ cái lệnh đầu đi Cải Tạo! ''.

Huyền thuật lại chuyện Nhân nay cũng phải đi cải tạo ở Tân Lập. Nàng xót xa, nhớ lại lời khuyên Nhân phải thành khẩn khai báo. Như thế, Nhân hóa ra là kẻ có cha thuộc thành phần phản động, và mẹ thì từng hoạt động trong đường dây một ông tướng công an, Thiếu tướng Nguyễn Công Tài, nay bị nghi ngờ dính líu đến CIA. Phần Nhân thì vậy. Ra tìm Dân, nay Huyền tìm cũng không được. Tín kể Dân có đến Giáp Đoài sau khi giải ngũ và đã trao cho Dân một lá thư Chính viết gửi vợ con. Hy vọng chiến tranh sắp kết thúc, Chính cầu Bề Trên cho Huyền và hai con sống sót để mình gặp lại. Nhưng khi Mỹ phong tỏa và ném bom miền Bắc cuối năm 72 thì Chính có lẽ tuyệt vọng. Mười hai ngày Hà Nội bị B-52 đánh cướp đi ước vọng hòa bình khiến Chính chắc hẳn không còn muốn sống. Và thế là Chính chết, tự nguyện chết như chọn lựa cuối cùng, chết cái chết lặng của một hòn sỏi quăng xuống không để lại tăm tích nào ngoài nấm đất vô danh trên bãi tha ma ở một góc làng hẻo lánh.

Huyền không cầm được nước mắt. Người đàn bà mười lăm năm không khóc trước mặt ai nay chẳng còn sức nghiến răng nuốt bao nhiêu oan trái vào lòng. Huyền có cảm tưởng mình bị lường gạt trong một canh bạc bịp năm này qua năm kia, đặt cược là máu xương chia ly để hy vọng thu về dăm điều hoang tưởng tô vẽ bằng những mỹ từ che đằng sau dấu tay của quỉ. Quỉ tưới xăng châm lửa. Lửa bùng lên, chẳng phải lửa địa ngục, mà là lửa đốt thế gian này. Vết bỏng trong hồn càng lúc càng nóng càng rát. Đến khi chịu không nổi nữa, tự nhiên Huyền quì xuống, thành khẩn nói với Tín:

- Cho con được xưng tội, thưa cha! Đã ba mươi năm con báng Chúa, mù quáng cho là mình có một niềm tin khác...

Tín lẳng lặng đứng lên quay bước. Lát sau, Tín ra, mặc áo lễ của linh mục, tay đưa cho Huyền quyển Kinh Thánh. Đến quì trước tượng Chúa, Tín lẩm nhẩm, nét mặt trầm mặc. Huyền quì phía sau, hai tay để lên Kinh Thánh, lặng lẽ, nghiêm trang. Theo chân Tín, Huyền bước vào một căn phòng tối nhỏ cho một người ngồi. Tín đi vòng, mở cửa căn phòng bên cạnh. Từ mái nhà Chung, nắng hắt ngang qua một tấm liếp đan thưa chắn giữa con chiên xưng tội và vị linh mục. Ánh nắng lỗ chỗ trên mặt Huyền như da một người bị bệnh đậu mùa. Tín lần tràng hạt, miệng đằng hắng, kiên nhẫn đợi. Huyền nuốt nước bọt. Ba mươi năm mới xưng tội, bắt đầu thế nào?

- Thưa cha... Con chót đã một mực chối bỏ phần hồn con, coi nó chỉ là hậu quả của vận động vật chất. Con tưởng rằng hạnh phúc ở thế gian này không cần đến cõi tâm linh, cái ác sẽ biến đi khi nhu cầu vật chất được đáp ứng đầy đủ...

- ...*et omnia vanitas* [7]. Tín thì thào bằng tiếng Latinh.

- Con tin vào khả năng một thế giới đại đồng, nhưng cho rằng đó không phải là thiên đường nước Chúa. Con quên con người trong thế giới là những con người thật bằng da bằng thịt, có yêu có ghét để rồi sắm cho họ vai những thiên thần trong cái thế giới đại đồng đó.

- Vanitas! Huyễn hão cả...*Memento mori* [8]!

- Con bị mê hoặc bởi những mỹ từ như Tổ Quốc, Giải Phóng, Dân Tộc, Cách Mạng... mà quên đi người chết, kẻ bị thương, những gia đình ly tán, những làng mạc tiêu hủy. Con ngu xuẩn thay tình yêu con người bằng những ý niệm rỗng tuếch nhưng đủ sức mê hoặc của Sa-tăng để gây ra cảnh thịt rơi máu đổ cho con người!

Tín bất chợt lên tiếng:

- Tình yêu. Để tình yêu đó chữa cho lành. Tình yêu đó, chính là Thiên Chúa!

---

[7] ...mọi sự đều huyễn hão.
[8] nhớ rằng ai rồi cũng chết!

447

Huyền lẩm nhẩm nói cho mình nghe:

- Tình yêu đó cũng là tình yêu con người với nhau. Không có, chúng ta đều thành thú dữ cả!

Huyền thôi nói. Khuôn mặt chấm nắng vàng hắt qua liếp như lên đậu chìm dần vào bóng tối. Nắng nhạt dần. Tín nhìn sang, có cảm tưởng như Huyền vừa khỏi bệnh. Mặt nàng nay bình thường. Nét căm hận đã biến đi. Ngược lại, có cái gì êm ả trở lại như một đứa trẻ về nhà.

23

MÂY ĐỔI TRẤU

Khi bộ đội ở chiến trường Tây Nam tràn qua biên giới ập vào nội địa Campuchia cuối năm 78, tù cải tạo ở Tân Lập di chuyển về Vĩnh Phú. Đề phòng đạo quân Trung Quốc đe dọa từ mặt Vân Nam, dân tản khỏi những nơi có thể thành chiến địa, lực lượng địa phương sửa soạn đánh trả khi bị tấn công. Hai chữ Cách Mạng lại mang âm hưởng một câu thần chú. Truyền thống yêu nước chống xâm lăng, lập đi lập lại trên báo chí, đẩy ý thức vào trạng thái bản năng, thứ bản năng đã trở thành khuôn thước từ những đời nhà Lý, nhà Trần, nhà Lê.

Nhân ở trong đoàn tù cải tạo nhập trại Vĩnh Quang. Trại nằm vùng chân núi Tam Đảo, xung quanh là những ngọn đồi xanh ngút ngàn. Trước đây, trại dành cho đám quan chức chính quyền cũ, đám chiến tranh

chính trị, và bọn CIA. Nay, cộng với số tù chuyển từ
Tân Lập, trại cưu mang thêm cả tù hình sự bị giam
trong những trại cải tạo gần biên giới. Số tù độ gần sáu
trăm người, chia thành nhiều khu, có khu riêng dành
cho tù hình sự. Trại có hai gian nhà gạch, còn lại là nhà
tranh vách đất để tù ở. Ngoài trụ sở và một số phòng
dành cho quản giáo và giám thị, Trại để riêng ra hai
phòng cho Bệnh Xá, nhân viên phục vụ là một y sĩ và
một số y tá. Thuốc men thiếu, người bệnh tật ốm đau
phải dùng cả thuốc lá truyền thống của người dân tộc
Tày - Nùng. Ăn uống, mỗi người được từ bốn đến tám
lát sắn, hòa nước muối để chấm và đôi khi có rau xanh
"cải thiện". Họ đói đến độ ăn cả củ, cả rễ, và bất cứ thứ
thảo vật gì tìm được. Công an quản giáo khá hơn,
nhưng thật ra chỉ chút ít, sắn có độn tí cơm. Đi tù, chất
đạm có ếch, nhái, thậm chí cả cóc, chuột... nhưng mãi
rồi chúng cũng tuyệt giống. Ban đầu, chỉ đám quản
giáo mới được người nhà đến thăm nuôi. Tội cho
những bà mẹ chống gậy đi bộ bốn, năm mươi cây số,
mang cho con vỏn vẹn một nải chuối. Tù hình sự khá
hơn, có những kẻ tổ chức cả một đường dây mua bán
với một cái chợ thị xã. Đói nhất, là đám tù chính trị đi
từ miền Nam. Tù nghển những cái cổ dài như cổ cò đợi
những ngày lễ lớn như ngày 2 tháng 9 hay Tết Nguyên
Đán để có "cải thiện". Năm Mùi, Tết con dê nhưng tù
được phát thịt trâu mừng xuân, đổ đồng mỗi người
được 150 gam, kể cả xương lẫn thịt. Nơi Nhân ở, tổng
cộng được 9 kí, đang bàn tán nấu nướng thế nào thì
cán bộ quản giáo tới chúc Tết và đề nghị "vay" thịt,
đến ngày mồng hai trại sẽ trả cho 10 kí. Dĩ nhiên tù

khó mà từ chối. Một vị Thượng Tọa, trước là Tuyên Úy cho một tiểu đoàn Biệt Động Quân, từ tốn:

- Thế, bớt cái nghiệp sát sinh. Thôi, Tết này thanh tịnh, ăn chay ... Đỡ phải tội!

- Nhưng rau cỏ cũng không, ăn thì ăn với cái gì? một người hỏi, mếu máo.

Vị Thượng Tọa chỉ tay , nói:

- Các vị có thấy những cái trái có ba khía trên cây xung quanh đây không? Mình thử xem mùi vị của nó thế nào nhé?

Tù ồn ào:

- Đói mà không ai ăn chắc trái là trái độc. Thôi đi ông thày chùa ơi, ông không thấy chim chóc tụi nó cũng chê à?

Vị Thượng Toạ mỉm cười:

- Tôi thử, ăn vài trái xem sao...

Đói quá, tù đành để cho Thượng Tọa liều mình. Vừa nếm, vị Thượng Tọa nhăn mặt chê đắng thì sủi bọt mép. Nhân tức tốc bơm nước vào miệng, tìm cách rửa ruột thật nhanh. Vị Thượng Toạ ngất ngư cho đến ngày mồng hai Tết, ngồi dậy được khi quản giáo đến trả 10 kí thịt trâu. Tù la lối với nhau:

- Toàn là da với xương, làm chi ăn được bây giờ?

Ban bếp núc nấu lấy nước làm canh, còn lại thì sáng tạo ra món da trâu hầm với riềng, bỏ rất nhiều muối và ớt. Thật lạ, tù được ăn cơm không độn dịp Tết, ăn rất vừa miệng, vừa ăn vừa suỵt soạt khen rôm rả. Niệm Mô Phật, vị Thượng Tọa suýt chết vì ăn thử trái có tên là trái trấu cũng nếm, nhưng không khen ngon, chỉ lẩm bẩm:

- Đằng nào thì con trâu nó cũng đã chết rồi, tội nghiệp!

*

Đói quá mà Nhà Nước không làm gì được nên cho tù cải tạo miền Nam được nhận quà theo tiêu chuẩn phiếu tiếp tế gửi qua bưu điện. Phải đến năm 80, người thân mới được phép đi từ miền Nam ra Bắc thăm nuôi, theo chính sách đi là đi động viên để con em học tập cải tạo tốt. Về Vĩnh Quang được bốn tháng, một hôm quản giáo báo Nhân sáng mai có người nhà đến thăm nuôi. Với truyền thống "bảo mật" rớt lại từ thời chiến chống Mỹ, quản giáo không nói rõ là ai. Suốt buổi chiều, Nhân xoay ngang lật dọc đủ thứ dự kiến, đoán xem là mẹ, hay Dao Ánh, hay có thể là cha mình. Mẹ kể cha đã từng gặp cả cụ Hồ, hẳn phải là cán bộ cao cấp. Ngày còn ở trại Trảng Lớn, mỗi lần được báo có thăm nuôi là chàng thấp thỏm đợi cha. Chẳng những sửa soạn câu đầu nói với cha, chàng còn dự trù những tình huống phức tạp, kể cả nếu cha có huấn thị kiểu quản giáo thì chàng sẽ đáp " Con chưa bao giờ biết hận thù, chưa bao giờ giết ai, và cũng chẳng hề ăn bơ sữa Mỹ mà phản bội dân tộc. Con nói thật vì cha là cha con, chứ nếu là quản giáo thì con ừ à cho qua chuyện!". Đợi cha cho đến ngày bị đưa ra Bắc thì Nhân thôi, coi như cha chàng đã chết. Tự an ủi, chàng thầm nhủ, cha chết còn hơn là sống, vì sống mà bỏ vợ con như thế thì chàng không biết sẽ phải đối xử thế nào cho phải. Vả lại, hữu sinh vô dưỡng, làm sao mà có tình cho được. Ngày còn bé, chàng nhặt được một con mèo bé tí, xấu xa, lông loang lổ pha trộn đen trắng vàng vện đủ giống. Nhân nuôi mèo, ngày ngày đổ sữa cho ăn, nó lớn dần. Đến tuổi lồng lên khi có tiếng mèo đực, nó ra đường và bị xe cán chết. Nhân đào lỗ chôn, ngồi khóc cả ngày. Mẹ thương, ra chợ mua về cho Nhân một con tam thể. Nhưng không hiểu sao Nhân vuốt ve con mèo đẹp đẽ này mà lòng có gì như ân hận như bội phản. Nhân trả mèo cho mẹ, nhất định không nuôi. Mẹ không bằng lòng. Nhân thương con mèo chết, đâm ra hằn thù con mèo sống, hành hạ nó đến độ rồi mẹ phải cho đi. Thế thì, Nhân tự nhủ, cha chàng không nuôi, không ở với chàng một ngày nào, có khác gì chàng với con mèo tam thể?

Thấy Nhân băn khoăn, ông bạn tù vong niên mà cả trại gọi là Sư huynh vỗ vai ân cần:

- Có thăm nuôi, người ta ai cũng vui mà cậu thì nhăn nhó, làm sao lại thế?

Sư huynh là một nhân vật tiểu thuyết. Gọi là Sư huynh nhưng ông ta không tu một ngày, vợ con đùm đề, từng là phụ tá cho Thủ Tướng Nguyễn Khánh. Xưa không biết làm gì, Sư huynh nay chỉ kể chuyện đi đá gà cá độ ở Sài Gòn và Lục Tỉnh. Nhưng ngoài chuyện đó, không một ai rõ Sư huynh nông nỗi nào mà lại bị đưa đến cái trại nhốt toàn tù cao cấp, có Bộ trưởng,

Thứ trưởng, Thiếu tướng, Trung tướng, Nghị sĩ, Dân biểu, dăm Thượng Tọa và cả một vị Tổng Giám Mục Công giáo. Có kẻ xì xào, Sư huynh thuộc loại gián điệp ''hai mang'' nên có vấn đề, chưa được xác minh. Khi nghe thấy, Sư huynh trợn mắt, bảo biết đứa nào nói thế thì ông cắt lưỡi.

Không thấy Nhân phản ứng, Sư huynh cười hềnh hệch:

- Tôi bảo thật, nếu vợ đến thăm, ngồi xa ra. Lâu ngày thèm, thấy vợ có đứa tè trong quần, đang thiếu ăn mà thế là tổn thọ đấy, cậu ạ!

- Bác thật lúc nào cũng đùa được! Em chưa vợ...

- À, à... mình quên! Dao Ánh của cậu thế thì không thăm nuôi cậu được. Quan hệ chưa ''chính đáng'' mà!

Trong trại, tù tự thành những nhóm nhỏ, tâm sự với nhau đủ chuyện nhất là chuyện gia đình riêng tư. Họ chia nhau những mơ mộng về hạnh phúc, chuyện vợ chuyện con, giúp nhau giữ làm sao cho cái cuộc sống bình thường bên ngoài có vẻ như còn gần gũi. Hai năm vừa rồi, vượt biên trở thành một phong trào. Họ báo nhau '' Con tôi năm nay đi học rồi'', hiểu thế là con đã đi và đến nơi đến chốn. Nhưng không chỉ có tin vui. Chuyện buồn, chẳng thiếu. Sư huynh kéo tay Nhân, bảo:

- Thôi! Tối nay tay Tam Quốc kể đến đoạn Quan Công phò nhị tẩu. Cơm nước xong, đến hút điếu thuốc lào với nhau nhé.

Tam Quốc là tên gọi anh tù nhớ chuyện Tam Quốc, kể lại mua vui cho mọi người. Còn một anh khác, tù gọi là Kim Dung, chuyên về võ hiệp kỳ tình, nhớ Cô Gái Đồ Long, Lục Đỉnh Ký... nhưng lại ở một lán khác. Nhân gượng cười, đáp:

- Vâng, tí em đến!

Sư huynh quay đi, nói với lại:

- Chắc là bà cụ đấy! Không mẹ nào bỏ được con mà!

*

Nhân ngồi bó gối, lưng dựa vào vách, bên cạnh liếp cửa chống lên bằng một thanh tre đực. Chung quanh, đủ mặt anh hào. Cạnh Sư huynh là Dũng, bạn tù gọi là Chế Linh vì hát hay và rất điển trai, nhìn như một tài tử điện ảnh bên Nhật. Trước mặt Dũng, Thưởng '' dúm dó'' không bao giờ đổi được nét đăm đăm, môi lúc nào cũng mím lại, họa hoằn cười thì chẳng khác gì mếu, mồm méo đi, xệ xuống. Giữa Dũng và Thưởng, là Tam Quốc. Kể chuyện hay ở chỗ thêm thắt vào cho bạn tù cười, và điều thêm thắt thường là đàn bà, cái thiếu thốn nhất trong tù. Sư huynh ngồi vòng ngoài, đốc thúc, hoạt náo, quản lý nước chè cũng như chiếc điếu cày và thuốc lào. Gọi thế, nhưng thuốc làm bằng một thứ lá cây phơi cho thật khô, thái nhỏ như chỉ, khói thuốc rất đắng nhưng được cái hút vào cũng khiến đầu óc tê đi được dăm giây. Tam Quốc thì thào ''Quan Công chấp tay vái chị cả, thưa rằng '' Bẩm Đại tẩu tẩu, xin tẩu tẩu bế Ấu Chúa ra ngoài, phòng lúc chạy thì lên ngựa mới kịp''. Mặt đỏ lên, Quan Công một tay rờ vào

455

thanh Long Đao, tay kia níu váy Nhị tẩu, giọng hối hả,
" tẩu tẩu để em và Nhị tẩu cản hậu cho, cứ bình tâm''.
Ấu Chúa thình lình khóc thét lên. Đại tẩu tẩu lẩm bẩm
" Chắc là phải thay tã! ''. Nhìn Quan Công, Đại tẩu
tiếp, giọng bực bội, '' Chú làm gì mà mặt đỏ gay, tay
nắm váy người ta thế này. Nam nữ thụ thụ bất thân cơ
mà!''. Tam Quốc ngưng nói, để mọi người xúm vào
giục. Chiêu một ngụm nước chè, Tam Quốc tiếp '' Mặt
Quan Công càng lúc càng đỏ, mồm thì cứ ấm a ấm ớ.
Khi đó Nhị tẩu ngả người ép sát vào Quan Công ngọ
nguậy, môi trề ra, nhìn như là giận lẫy. Quan Công
hổn hển, ''ra'' mất, giời ơi! Nhìn Đại tẩu tẩu bế Ấu
Chúa đi trước, Quan Công quay lại bảo Nhị tẩu, ra
thôi. Nhị tẩu ấm ức, ra thế nào được mà ra, chưa gì cả,
sao mà nhanh thế. Vùng vằng, Nhị tẩu theo chân Đại
tẩu, đi ngang tiện tay phát vào đít Ấu Chúa, trong khi
Quan Công sửa lại đai, khệnh khạng, tay kéo lê thanh
Long Đao...''. Cả bọn, trừ Thưởng, ré lên cười. Dũng bô
bô '' Anh chưa cho xem cảnh ''mùi'' nào, đã cho ''ra''
ngay thế, tức là nóng vội ''. Sư huynh hùa vào '' Mặt
đỏ, nóng vội là đúng hiện tượng lắm rồi. Duy ý chí thế
nào được! ''. Cả bọn lại cười, không ai để ý Nhân cứ
lẳng lặng nhìn ra ngoài cửa liếp.

Mặt trời đỏ như như lưỡi con chó thè ra liếm láp
những áng mây chuyển màu đen kịt. Dãy đồi trấu
nhuộm hồng chập chùng vây bủa tứ bề, ngả nghiêng
xếp đầu lên nhau gợi lại hình ảnh những đống xác chết
trên những chiến trường ngày xưa. Nhân nhìn Sư
huynh, nén tiếng thở dài. Sư huynh là kẻ chứng
nghiệm nhiều chuyện lạ. Những ngày đầu giải phóng,

Sư huynh đi trình diện, bị bắt ngay và giam vào Chí Hòa. Hai tháng sau, công an đưa vào phòng giam một cậu bé chừng mười hai, mười ba tuổi. Cậu ta trọc lóc, người Hoa, không nói được một câu tiếng Việt. Thật lạ! Bé thế, nông nỗi nào mà phải biệt giam? Sư huynh không hiểu, nhưng chép miệng, đây cũng chỉ là một trong trăm chuyện thế thời chẳng ai hiểu nổi. Thế rồi một ngày qua, hai ngày qua. Cậu bé chỉ biết nói '' Hảo a! Hảo'' khi ăn bữa cơm tù, ngó ngẩn chùi mép, và rồi lăn quay ra ngủ. Một đêm, Sư huynh bị lay dậy. Trong bóng tối, Sư huynh thấy một đồng tử thân hình tỏa sáng, mặc áo hồng, cười với mình. Ngạc nhiên, Sư huynh tự hỏi, có phải cái cậu bé ấy không? Cậu bé không máy miệng, nhưng Sư huynh nghe rõ ràng ''Sáng mai ta phải về chùa, mi có duyên nghiệp với ta, có gì hỏi không? ''. Ở tù thì chuyện ra tù là quan trọng nhất. Sư huynh khấn thầm. Đồng tử đáp ''Mi sẽ đi xa, chung quanh là những ngọn đồi. Ngày nào đồi trọc thì mi về. Sau, muốn gặp ta, đốt một điếu thuốc lá để đầu chúi xuống đất, khấn gọi ta là Sư huynh. Khi tàn thuốc không rơi là ta ở đó, có hỏi gì cứ hỏi!''. Nói xong, đồng tử đẩy cái cửa có khóa mà như là không, lẳng lặng bước ra. Đến sáng, quả là cậu bé không còn đó.

Ngày đến trại Vĩnh Quanh xung quanh đồi trấu chập chùng xanh mút mắt, Sư huynh nhớ lời đồng tử, đốt thuốc lá định hỏi lại, nhưng tàn thuốc rơi. Cây xanh ngút ngàn thì ngày nào đồi mới trọc? Sư huynh tuyệt vọng, ngã bệnh, không còn tâm lực để sống. Lúc đó, đồng tử lại hiện ra, mắng '' Mi chết thì về thế nào được''. Sư huynh lại cười, giọng nửa đùa nửa thật, bảo

"Muốn về thì sống, muốn sống phải biết cách giữ hy vọng". Từ đó, Sư huynh xem tử vi. Vốn có một trí nhớ trời cho, rồi học chỗ này một ít, chỗ kia một ít, Sư huynh kết hợp lại và trở thành ông già coi bói. Đến khi Sư huynh kể lại câu chuyện đồng tử trong khám Chí Hòa thì ông già coi bói được mọi người gọi là Sư huynh. Và thật oái oăm, cũng vì thế Sư huynh bị cùm hai tháng. Chuyện kể, khi khấn đồng tử, một lần Sư huynh hỏi cụ Hồ Chí Minh nay ở đâu? Đáp, ở địa ngục, tầng số sáu. Thế cụ Lê-nin? Tầng số bảy, nhưng sắp vào cổng số sáu. Còn Stalin? Tầng chệt, cũng số bảy, nhưng số bảy có đến hàng chục tầng! Người nghe chuyện từ đó gọi cụ Hồ là ông số sáu. Khẩu hiệu treo tường bị đọc trẹo là "Ông sáu sống mãi trong sự nghiệp của chúng ta". Quản giáo nghe, liền điều tra, cứ ngỡ là đám tù ca ngợi Sáu Dân, Bí thư thành phố Hồ Chí Minh để tìm cách chia rẽ khối đoàn kết giữa lãnh tụ. Thế là Sư huynh phải " thành khẩn khai báo", nhưng càng thành khẩn kể lại chuyện đồng tử thì quản giáo càng không tin, phải dùng đến cùm, kẹp, bỏ Sư huynh vào một căn phòng nhỏ đến độ chỉ ngồi bó gối chứ không có chỗ nằm trong hai tháng liền. Khi ra, Sư huynh liệt, tập mãi rồi mới đi lại được.

Nhân thẫn thờ, nhớ lại câu chuyện đổi phải trọc rồi mới được về, cảm thấy cả đời mình sẽ chỉ có rừng, có cây, có ánh mặt trời đỏ sắc máu nhuộm ba bề, bốn bên và những năm tháng đánh dấu qua những cơn đói, cơn bệnh. Chàng thở dài. Sư huynh ở đâu trườn tới:

- Này Nhân, cậu không nghe đoạn sau chuyện « Quan Công phò Nhị tẩu »...

- Có chứ, em có nghe!

- Thế cậu kể lại cho anh em xem cậu có nghe thật hay không nhé? Kể đi!

- Em nghe tai này lọt qua tai bên kia, chẳng nhớ gì được! Nhân lắc đầu.

Cả bọn cười ầm lên. Dũng lại bô bô:

- Mai anh có thăm nuôi, ăng-ten ''ta'' báo là có cả cái cô người yêu. Đêm nay, ''mơ mộng'' cho nó đã nghe chưa, mai đỡ thèm. ''Ra'' trước, gặp người yêu mới bình tĩnh được!

Nhân đứng lên. Quả thật lúc này Nhân chẳng muốn đùa cợt gì. Từ ngày ra cải tạo ở miền Bắc, Nhân chỉ nhận được thư và quà gửi qua bưu điện. Nhân đã đi một lệnh ba năm. Năm ngoái, là lệnh số hai. Cứ xét từng lệnh, thì có được phóng thích cũng hai năm nữa. Lý do vì sao bạn bè Nhân cũng là quân y sĩ đều được về chỉ sau hai, ba năm cải tạo trong khi mình bị đọa đầy thế này vẫn là điều Nhân thắc mắc. Nhất là trong khi mẹ mình từ bao nhiêu năm đã hoạt động tình báo nội thành Sài Gòn. Chịu, Nhân bật miệng, chịu không hiểu nổi!

*

Gà vừa sáng, Nhân đã cạo râu, quần áo chỉnh tề, ra cửa lán nhấp nhổm. Đêm hôm qua, dài không thể tưởng tượng nổi. Nhiều khi nghĩ quá hóa quẩn, Nhân nhẩm Kiều, đoạn nào có chung cảnh ngộ thì nhẩm đi nhẩm lại hai ba lần. Ê a trong đầu, một đêm có thể ''đọc'' Kiều hai lần, từ đầu đến cuối. Nắng sớm sao đẹp lạ lùng. Sương mong manh trên những ngọn đồi chập chờn tan dần, trả lại tầm mắt nét uốn tròn trịa tươi đầy của những thiếu nữ nằm ngửa đón ánh dương về. Trời ơi, có những phút giây đáng sống làm sao. Từ phép lạ, sự sống và cái đẹp quyện vào nhau, phập phồng thở khiến màn sương trắng màu sữa cứ theo nhau bay lên loãng vào tít tắp. Không biết từ phía nào, một đàn cò liệng cánh bay là là, ánh nắng bắt vào phản chiếu rực lên những vết lửa trong bầu trời xanh cẩm thạch.

Một anh quản giáo đến gọi. Nhân hấp tấp đứng lên, miệng cám ơn, lòng khấp khởi. Phòng đón tiếp nằm ở vòng ngoài rìa trại. Anh công an đứng ở trạm gác nhìn Nhân, giữ vẻ lạnh lùng. Vào trong, hai dãy bàn. Vẫn một khuôn, hai công an đứng hai đầu, tù một bên, bên kia là người đi thăm nuôi. Hàng tiếp tế đã kiểm tra để dưới đất, tù sẽ tiếp nhận khi hết giờ. Nhân bước qua ngưỡng cửa, nhướng mắt nhìn. Cuối phòng, Nhân thấy mẹ. Và Dao Ánh. Nàng đưa tay lên vẫy rối rít. Mẹ đang ngồi, cũng đứng dậy.

Nhân bước về phía mẹ, chẳng còn để ý gì đến hai anh công an đang theo sau. Thế giới của Nhân thu hẹp vào không gian có cái bàn ở góc căn phòng đang sáng lên rực rỡ. Nhân nắm tay mẹ, mắt nhìn Ánh. Nàng vẫn giữ mái tóc dài đen nhánh, môi thoa nhẹ một lớp son, có gầy đi nhưng vẫn đẹp như thách thức thời gian.

Còn mẹ, mẹ già trông thấy, tóc chớm bạc, tròng mắt sâu thêm, môi lại mím lại. Nhân nói, như để chống chỏi một qui luật thiên nhiên:

- Mợ vẫn vậy! Lại có vẻ khoẻ ra...

Nhìn con, Huyền biết Nhân nói cho mình vui lòng. Quay sang Ánh, Nhân tiếp, giọng xúc động:

- Còn Ánh nữa, trẻ ra mới lạ chứ... Hơn ba năm không gặp nhau rồi còn gì!

Công an nhắc phải ngồi xuống và "trao đổi" nghiêm chỉnh. Nhân cười như mếu. Ánh và Huyền nhẫn nhục gật đầu. Ngồi cách một cái bàn, họ nhìn nhau, không nói thêm được gì. Thật là khó khi chuyện riêng tư có người lạ nghe, lại nghe vì nhiệm vụ "bảo vệ an ninh" cho đất nước và xã hội. Không còn riêng tư, liên hệ con người bị thủ tiêu để chỉ còn lại những câu "trao đổi" kiểu liệt kê hàng thăm nuôi có gì, bé Quỳnh đi học được quàng khăn đỏ, Lương có thư về đều đặn, mới viết xong luận án Tiến sĩ, phấn đấu tốt để nay mai về thăm quê hương, vân vân...Cuộc đoàn viên ngắn ngủi hóa thành trò cười, hai công an vẫn vừa nghiêm vừa buồn, mắt giả tảng nhìn ra ngoài.

Nhân hỏi:

- Mợ đi đường có vất vả lắm không?

Huyền kể từ Hà Nội đi xe lửa đến Vĩnh Yên, lấy xe khách đi Bâm rồi xuống Phà Trung, từ sáng sớm đến trưa thì tới. Sau phải đi xe trâu, đường đồng, có chỗ phải lội suối, mất khoảng nửa ngày thì vào đến trại. Huyền tặc lưỡi, nhìn Ánh:

461

- May mà có mẹ có con, đi cũng không đến nỗi nào!

Ánh cười, giọng cảm động:

- Có Ánh lo cho mợ, anh không phải bận tâm đâu...

Nhân nghe hai người đối đáp, lòng êm ả, nhìn với ánh mắt biết ơn.

- Nhà có tin của Dân không? Nhân hỏi.

Huyền thở dài, lắc đầu rồi kể cho Nhân nghe câu chuyện về Ý Yên tìm nhưng không gặp Dân. Nàng tự an ủi:

- Nhưng thế là Dân còn sống, tìm thế nào rồi cũng được!

Định hỏi mẹ về tin cha, Nhân chẳng biết nghĩ thế nào, kìm lại không thốt nên lời. Khi đó, một anh công an nhắc là hết giờ thăm nuôi. Ánh vội vã:

- Xin ông cho thêm vài phút...

Nhưng Nhân đứng dậy, nói thôi chẳng cần. Chàng không muốn cho đám công an lên mặt thi ơn. Bước vòng cái bàn, Nhân tiến về phía Huyền, hai tay ôm lấy mẹ. Huyền thì thào rất nhanh vào tai Nhân:

- Cha con chết rồi. Tù từ năm 62, về rồi chết năm 73...

Nhân sững người, chưa kịp suy nghĩ gì cả. Niềm thương mẹ trào lên, Nhân nghẹn lời:

- Tội quá. Tội cho mợ quá!

Khẽ gỡ tay Nhân ra, Huyền nhìn thẳng vào mắt, nghiêm giọng:

- Mợ sẽ qua được. Con phải cẩn thận, mợ không lo cho con ngay được!

Nói xong, Huyền bước khỏi phòng đón tiếp của trại. Chỉ còn Dao Ánh. Nước mắt ràn rụa, nàng bước đến, chân chao đi xiêu vẹo. Thình lình, Nhân ôm choàng lấy Ánh, hôn lên mặt, lên môi, hôn ngấu nghiến, vừa hôn vừa nói ''Anh yêu em, anh yêu em''. Anh công an sáp lại gần, lắp bắp:

- Ô hay, lạ nhỉ. ''Lếp'' sống văn minh mà thế ''lày'' à? Ai cho hủ hóa...

Nhân lùi lại, xua tay bảo Ánh đi đi, miệng nói:

- Khi tuyệt vọng, anh sẽ nghĩ đến Ánh. Em cho lại anh niềm tin vào cuộc sống, em nhé!

Ánh nức lên, lòng quặn lại, vừa gật vừa đi.

Quay sang anh công an, Nhân cố cười, nét mặt chạm trổ vào đá vô cảm vô hồn. Anh công an hắng giọng:

- Hôn trái phép, phải kỷ luật anh mới được!

Nhân gật đầu:

- Vâng, cán bộ muốn cùm muốn kẹp bao lâu cũng được.

Công an sẵng:

- Ai cho anh hủ hóa ''phong tục'' xã hội chủ nghĩa thế...

463

Nhân cười:

- Cùm cứ cùm, cùm chân cùm tay. Nhưng có thứ không mang cùm ra cùm được...

Công an quát:

- Cái gì?

Nhân ưỡn ngực, tay chỉ vào chỗ con tim, nhỏ nhẹ nhưng quả quyết:

- Cái này, thưa cán bộ.

*

Một cái hôn, hai tuần cùm. Câu chuyện cái hôn của Nhân mang ra bàn đi bàn lại trong trại Vĩnh Quang cả tháng, từ tưởng tượng đủ tình huống, kể lại như mắt thấy tai nghe. Ngay sau khi Dao Ánh đi, Nhân ký nhận quà thăm nuôi, gửi lại ban quản giáo và đi thẳng vào khu biệt giam. Ngày hôm sau, Nhân nghe Sư huynh gọi. Vừa đáp '' Em đây bác!'' thì Sư huynh mắng '' Sướng cái mồm một phút mà liệt hai chân một đời là... bỏ mẹ''. Bật cười, Nhân hồn nhiên, ''Sướng cái đã, còn lại tính vào sổ nợ Thiên Tào''. Vụ Nhân hôn Ánh không ai quên, vì Thiếu tá trại trưởng tên Cát ra lệnh treo một cái bảng trong phòng đón tiếp, kẻ chữ đỏ « Cấm gần gũi » để ngay cửa ra vào, dưới khẩu hiệu « Chủ nghĩa Mác-Lênin bách chiến bách thắng ».

Ra khỏi khu biệt giam, lại thêm một chuyện rắc rối khác. Ngoài đường, sữa, nước mắm, ruốc, thịt rang, Nhân xin thuốc và y cụ như ống tiêm, kim tiêm và một cái *tetho*. Quản giáo hỏi "Cái này là cái gì?". Nhân đáp "Thưa cán bộ, ống nghe". Không nói không rằng, quản giáo báo cấp trên. Lát sau, vị này ra, giọng nghiêm khắc:

- Ống nghe thì tịch thu. Không cho phép nghe đài "địch"!

Nhân vội vã ngắt:

- Thưa cán bộ, ống nghe này là nghe tim, nghe phổi. Có cắm điện cắm pin đâu mà nghe được đài?

- A... Anh định bảo chúng tôi "dốt" phải không? Không điện, không pin thì có điện tử vô hình, mắt không thấy nhưng vẫn bắt được điện đài!

Nhân cuống lên, chỉ sợ cán bộ quyết định tháo tung ra, rạch xem ống nghe giấu điện tử vô hình ở chỗ nào thì hỏng hết. Cắn răng, Nhân xuống nước, năn nỉ:

- Báo cáo cán bộ. Xin cán bộ cho hỏi y sĩ Bệnh Xá để xác minh cái ống nghe này không bắt được đài!

Đợi cả giờ đồng hồ, cán bộ y sĩ lên. Sờ cái ống nghe, lắc lắc, ông ta không nói một lời, sà vào ngắm đống thuốc tây, tay lôi lên, mắt nhìn. Cầm một lọ Át-pi-rin, thứ thuốc rất thông dụng, ông y sĩ đến gần Nhân, nói nhỏ "Ủng hộ nhé". Khi Nhân gật, ông y sĩ ra rỉ tai cán bộ quản giáo. Nhưng Nhân không tiếc rẻ gì. Một lọ Át-pi-rin đổi lấy cái ống nghe, hẳn là lời, thậm chí lời lớn.

Thế là Nhân lại hành nghề bác sĩ, tù nay gọi là "ông thầy". Nhưng từ khi có thăm nuôi, nhiều vấn đề gai góc xuất đầu lộ diện. Trước 79, tù có nhận chỉ được nhận một ký lô, hai ký lô. Sau, qua bưu điện là năm ký

lô, một quí một lần. Nhưng nay, người miền Nam ra
Bắc thăm nuôi, có người chở đến vài chục ký lô quà bồi
dưỡng. Thôi thì đủ cả. Đồ ăn, thức uống. Tươi có, khô
có. Thậm chí, một bà tướng mang cho chồng cả sâm
cao ly giấu trong dây lưng quần. Và thuốc, trăm thứ.
Tù sẵn bệnh gì, người nhà đem thuốc nấy. Về mặt này,
so với cán bộ quản giáo, tù nhân đâm sướng hơn.

Sinh hoạt trong trại bề ngoài vẫn như xưa. Sáng,
đánh kẻng. Đội nào đi lao động đội nấy. Có đội trồng
sắn. Khâu này cần những anh có sức, leo lên đồi, chặt
cây, trốc gốc rồi mới đào đất gieo giống. Có đội canh
tác cây xanh, nôm na là đi trồng rau. Đội viên đội này
phần lớn còn khỏe, nhưng không xốc vác bằng đội
trồng sắn. Có đội vệ sinh và đội bếp nước, ưu tiên các
vị đã có tuổi, thường là loại chức sắc chính quyền cũ.
Họ khéo nói và thường nhanh nhạy bắt được những
cái sơ hở của chế độ mới để lách vào nương thân. Chùi
bếp, rửa rau: một Tổng thư ký Hạ nghị viện. Kỳ cọ nhà
xí công cộng: một vị Thứ trưởng. Làm ăng ten, thì mọi
cấp, cao có thấp có. Một Đại tá chiến tranh chính trị xin
được nấu nước sôi cho ban quản giáo, gần gũi với cán
bộ để có điều kiện giác ngộ "sớm". Những người này
đều làm những việc quả không đúng khả năng, nhưng
lại rất gần bản chất, và hay bóp tay xun xoe tự giác mỗi
lần cán bộ hỏi. Trong trại, một hình thức "phạt" là đưa
xuống đội phân. Phân gánh lên đồi trồng sắn. Phân
gánh ra vườn cây xanh. Cứ đòn gánh hai đầu, thùng
phân lủng lẳng nặng độ năm, bảy ký lô, mùi thối bốc
lên khiến người qua lại lảng xa. Tù gánh phân đa phần
là tù hình sự, nhưng lẫn vào có tù "ba gai" miền Nam

không chịu giác ngộ cách mạng. Hai vị Thượng Tọa thuộc diện này, họ vừa gánh phân, vừa lẩm nhẩm như tụng kinh.

Thiếu tá trại trưởng Cát mời Nhân lên văn phòng để "trao đổi". Cát than "Trại thiếu thuốc, cán bộ cũng như tù không có thăm nuôi ốm đau thì nhiều, trong khi "bên" các anh, thuốc chưa dùng lại giữ như dự trữ, thật khó mà giải thích cho mọi người hiểu". Nhân nghe, và khi Cát hỏi Nhân có ý kiến gì thì Nhân lắc đầu:

- Thưa cán bộ, tôi chẩn bệnh kê thuốc. Nhưng tôi không có thuốc. Bệnh nhân nào biết bệnh thì tìm người có thuốc điều đình với nhau, tôi không liên can.

Cát sẵng:

- Thế anh có biết thế nào là « mỗi người cho mọi người, mọi người cho mỗi người » không? Học mãi rồi mà chưa hiểu à?

Nhân về kể lại cho bạn tù nghe cuộc "trao đổi" với Cát. Một người kêu "Chắc sắp thu mua". Một người khác cắt ngang "Có tiền đâu mà mua? ". Sư huynh cười cười " thế thì sẽ có cuộc cải tạo " tư sản thuốc tây" đấy! ". Đêm đó, mọi người bàn nhau giữ một số thuốc cho có, còn lại phải mang chôn giấu ngay.

Bất ngờ, trại tập hợp tù để "học tập", không phải đi lao động như lệ thường. Lần này, Bí thư Đảng ủy của trại trực tiếp tham gia buổi học hai ngày. Sau phần thảo luận chung, sẽ chia tổ để làm việc, phê và tự phê. Cuối cùng, sẽ lại họp tất cả lại để "thu hoạch". Buổi học tập trung vào hai tiêu đề, là công bằng văn minh, và thế nào xây dựng một xã hội cho mọi người, vì mọi người. Ngày đầu, khi tù đang nghe cán bộ giảng thì công an ập vào khám xét những lán tù ở, kiểm kê tài sản, "bắt" được bộ Lục Mạch Thần Kiếm của Kim Dung đã bị xếp vào loại văn hóa đồi trụy và thu được một lượng thuốc cân lên được mười hai ký lô tất cả. Tối về, tù ôm lấy nhau cười. Dũng chửi "Đm, cái thằng Bí thư mới là thằng có thực quyền. Trại trưởng thì sai gì làm nấy thôi". Sư huynh trầm ngâm, "Thế nào rồi nó cũng hành mình". Lúc đó, Thưởng xen vào "Phải đấu tranh! Muốn thế, tù cần một tiếng nói chung đại diện". Sáng hôm sau, tù đi học phần hai và nghe vị Bí thư Đảng ủy vừa quát vừa lồng lên, dọa "Ngoan cố thì sẽ có chính sách, không nhân nhượng, không khoan hồng, thậm chí cuối năm không cho ăn Tết!". Sư huynh rỉ tai Nhân "Thu hoạch kém, giận mất khôn, lại ba không ấy mà".

Biện pháp đầu của trại để "đối phó" với bọn ngoan cố là tịch thu cái ống nghe, ống và kim tiêm của Nhân. Tù vẫn ì ra, hỏi từng người thể theo hồ sơ kiểm kê quà thăm nuôi thì tù bảo thuốc dùng hết rồi. Biện pháp thứ hai, tăng giờ lao động và cắt khẩu phần khoai sắn. Bên tù hình sự phái một liên lạc viên qua phía tù chính trị, đề nghị trao đổi "hai bên cùng có lợi". Khoai sắn không chân mà sang được lán tù chính trị. Thuốc men không cánh vẫn bay qua chỗ giam tù hình sự. Ý kiến phải có đại diện lan ra. Anh chàng Tổng Thư ký Hạ viện chính phủ Thiệu-Hương thời Cộng Hoà lăm le "ứng cử". Anh em tù bảo "Dọn nhà xí, thối như cứt.

Thôi đi, lại định "cơ hội" anh em đấy hả!". Tù bàn nhau mấy buổi họp rồi ép Sư huynh làm đại diện. Sư huynh lắc đầu, bảo Tử Vi mình vào năm hạn, cung Nô có sao Phục Binh, chính chiếu lại Tướng Quân, là thế binh trong tướng ngoài, không tốt. Nhưng khi Thiếu tá Cát tới tra vấn thì Dũng bất thình lình lên tiếng "Đại diện chúng tôi là ông Thức, xin thông báo cán bộ Trại trưởng có gì cứ thảo luận với đại diện chúng tôi ". Sư huynh nhăn nhó cười, không nhận cũng chẳng được. Bên hình sự, chính tay " Soái chủ" tên Dự, tù gọi là Dự gấu, đích thân sang gặp Sư huynh. Nguyên là đảng viên, xưa được phong anh hùng, Dự gấu nói kiểu bài bản "Ở đâu có đàn áp, ở đó có đấu tranh" rồi lễ phép xin Sư huynh đại diện luôn cho cả bên hình sự. Sư huynh lần này cũng cười, cái cười mếu máo, bảo " Đúng là cung Quan của tớ Hung Tinh đắc địa, phát dã như lôi".

*

Bí thư Đảng quát tháo "Không đại diện đại diếc gì cả Thế là trái nguyên tắc". Anh em tù bàn nhau, tuyệt thực một vài ngày làm áp lực. Dũng lại bô bô "Ăn thì ăn đói, không ăn vài lát sắn nhưng không đi lao động, chẳng sao cả ". Sáng hôm sau, đa số tù nghe tiếng kẻng đánh sáng, nhưng không dậy, nằm ì ra. Thiếu tá Cát đến tận nơi, Sư huynh kê ra những yêu cầu của tù. Đến ngày thứ hai, tù hình sự cũng biểu dương đoàn kết, không ăn, không đi sản xuất. Bí thư ra lệnh biệt giam bọn phá thối, trong đó có Sư huynh và Dũng. Ba ngày sau, thình lình bọn biệt giam được thả. Bí thư nói với

469

Sư huynh, "Đảng vẫn lãnh đạo, đồng chí trại trưởng quản lý! Còn anh, đại diện cũng được. Như công đoàn thôi, có sai nguyên tắc đâu!". Sư huynh mỉm cười, đã định hỏi "Nhưng ai làm chủ? " nhưng kìm lại, chỉ lễ phép cám ơn.

Tối hôm đó, Dự gấu đến thăm Sư huynh, nói lại việc đại diện cả cho "bên chúng em hình sự". Dự kể, "Thưa bác, để góp vào khí thế đấu tranh, em thưa với đồng chí Bí thư là cứ thế này thì hai ngày nữa em sẽ cho "đọp" con nái xề nhà ông cụ thân sinh ra Bí thư đấy!". Đồng chí Bí thư bỏ Dự vào khu biệt giam nhưng quả là con nái xề bị bắn chết. Sợ quá, ông ta thả Dự. Dự lại bảo, " Sau con nái mà không giải quyết thì sẽ đến cụ ông "nhà ta", rồi cụ bà "nhà ta". Thằng này có cả một đội "gấu" hoạt động bên ngoài, muốn làm thì dễ lắm! ". Đồng chí Bí thư tái mặt, nhưng biết Dự không đùa, đành thay đổi chính sách.

Sư huynh tò mò, hỏi đội "gấu" là cái gì? Dự hềnh hệch " Thì cái đám đầu quân cho em ấy mà". Dự kể, mười bảy tuổi Dự tình nguyện vào bộ đội đi chống Mỹ cứu nước, để lại mẹ một mình ở quê. Bảy năm sau, giải phóng xong thì Dự về. Tìm mẹ, ra đồng Dự thấy mẹ thay trâu kéo cày. Dự ứa nước mắt, thề là sẽ không để mẹ mình khổ như súc vật. Tiền lương phục viên một mình chỉ ăn cũng không đủ, ruộng thì ruộng cằn, công điểm Hợp Tác xã gộp cả hai mẹ con lại mà vẫn đói. Bạn bè rủ rê, Dự quyết định đi buôn. Tuy lời lãi chẳng được bao nhiêu nhưng vẫn còn hơn trước, Dự chỉ định lợp cho mẹ cái mái nhà đã dột gần chục năm rồi thôi, nhưng công an xã một hôm ập đến bắt, đưa Dự về giam ở Huyện. Vì được phong anh hùng và sau được kết nạp vào Đảng, Dự chỉ bị hai tháng "quản lý" rồi tha. Dự ức, bảo với mẹ là con lên vặn cổ thằng xã đội. Mẹ Dự khóc, quì xuống níu chân Dự, kêu "Mẹ chỉ còn mình con, chớ có liều mạng!". Thế là Dự đành thôi, lại đi, nhưng sau về đưa cho mẹ cả cuộn tiền, xây nhà gạch và tung tiền ra quà cáp cho các vị "lãnh đạo" xã, lại còn giúp xây dựng hạ tầng cơ sở bằng cách mua máy bơm và đào giếng cho cả làng.

Sư huynh ngạc nhiên:

- Cậu làm gì mà ra tiền đến như vậy?

- Thì em vẫn " ba lô lộn ngược xuôi đường Bắc – Nam" chứ còn làm gì nữa. Nhưng lần này, em buôn " trôn" bác ạ...

- Buôn trôn?

- Vâng, bác đừng cười! Em bán cho bọn chuyên gia Thụy Điển ở nhà máy giấy Bãi Bằng bác ạ!

-???

- Đơn giản thôi, các bác trí thức cả, hiểu ngay...

Thấy Sư huynh đờ người ra, Dự đập đập tay như diễn thuyết, tiếp:

- Này nhé, có hai mặt: vật chất và tinh thần. Nhưng qui luật vận động, vật chất trước, tinh thần sau. Cho nên cái chuyện vật chất nó quan trọng lắm. Thế thì em hỏi bác, bọn chuyên gia nó thiếu cái gì, nó thừa cái gì?

- ...

471

- Này nhé, nó là tư bản nhưng loại tốt sang giúp ta. Giúp được, tức nó thừa tiền. Nhưng nó thiếu cái '' ấy...'' ấy mà. Bác hiểu chưa? Mình có cái ''ấy'' cho nó, nó có tiền cho mình. Thế là em móc nối tài xế xe tải, công an và đi ''vận động'' phụ nữ, hà hà...

- Đâu đơn giản, ngoài Bắc chặt chẽ lắm chứ, Sư huynh ngắt.

- Chặt đánh kiểu chặt, bác ạ. Ta đánh Mỹ mà còn thắng cơ mà! Phải tổ chức. Em học sách Lê-nin, có ba điều quan trọng, là tổ chức, tổ chức và tổ chức. Vả lại, mình nắm qui luật vật chất là yếu tố quyết định mọi vận động. Vấn đề là đừng tham. Phải biết chia, và phần em, em chỉ có một phần năm thu nhập, còn lại một phần năm là chị em phụ nữ, một phần năm là tài xế, và còn lại chia cho công an giao thông, công an gác nhà máy, liên lạc đường dây... Thế mà chỉ ba tháng '' thu hoạch'', em xây nhà gạch cho mẹ em. Bà cụ sợ lắm, hỏi mày làm gì lắm tiền thế này. Em đáp, đánh bạc, bu ạ! Nhưng em mắc phải một cái sai lầm cơ bản...

- Sai lầm thế nào? Sư huynh vừa ngạc nhiên vừa buồn cười, thắc mắc đưa mắt lên nhìn.

- Em không kín đáo. Xây nhà, đào giếng... lộ liễu quá. Em ''mua'', chỉ mua được xã. Bọn công an Huyện rình rập. Thế là toi, ''phi vụ'' bị chúng nó đánh tơi tả. Em thì bị một ''lệnh'' ba năm, trong khi đó dịch vụ bán trôn của em thì công an Tỉnh nó vào nó nắm, vẫn làm ăn như xưa...

Dự thở dài:

472

- Thế là chỉ ''hoạt động'' được hơn một năm, tiếc thật! Bác không biết, em ân hận lắm cơ. Cũng chỉ vì cái bệnh mê, sĩ diện và lại trả thù kiểu cho chúng mày biết tay ông nên mới ra cơ sự. Xưa, em suýt chết mấy lần là vì muốn thành anh hùng diệt Mỹ đấy, bác ạ!

- ...

- Cha tiên sư chúng nó, có đứa nào biết là em cắn răng làm anh hùng đâu. Sợ lắm, sợ ơi là sợ. Sợ quá hóa liều. Liều xong lại sợ. Những thằng anh hùng đa phần chết cả, có bao nhiêu sống để mà được phong anh hùng. Khốn nạn nhất là những thằng được ''tổ chức'' cho đi phong anh hùng những thằng khác. Chúng nó thúc cho có anh hùng thật đông để chúng mũ áo xênh xang, nhân danh cuộc chiến đấu thần thánh, ban phát huy chương, xướng ''quyết tâm'', vỗ tay hát Đảng ca, Quốc ca và nhắc lời Bác Hồ...

Dự đang nói, bỗng im bặt, khuôn mặt chìm vào bóng tối trừ cặp mắt cứ long lanh như có nước mắt. Một lát sau, Sư huynh hỏi:

- Thật tình... Tại làm sao bên hình sự muốn chúng tôi làm đại diện?

Không đáp ngay, Dự hỏi xin một điếu thuốc lào. Rít điếu cày khành khạch, Dự nhả khói, mắt lim dim một lát. Ngồi lên, Dự nhấn nha:

- Nói thật với bác, bị bắt như em có vốn còn giấu được. Ở trại Tân Lập trước khi có chiến tranh biên giới, em ''sinh hoạt'' với một đường dây buôn lậu từ Vân Nam, có trách nhiệm phân phối về vùng đồng bằng và nhất là những thành phố lớn. Chiến tranh xảy ra, dịch vụ ngừng nhưng nay đã bắt đầu ''hoạt động'' trở lại. Nhìn thẳng vào mắt Sư huynh, Dự tiếp - Em định dùng cái trại Vĩnh Quang này như một điểm ''dừng'' hàng, vì vậy, với các bác, yêu cầu sắp tới là thúc đẩy quan hệ dịch vụ với ''cánh'' chợ thị xã. Nhưng em đảm thêm chuyện thuốc tây để ''ngụy trang'', mà làm thì phải có các bác ''gia công''. Mọi nơi, ai cũng bảo đường dây là ''thuốc'' từ miền Nam vào, sẽ lời, lời to...

Sư huynh à một tiếng. Thì là vậy. Nhưng với Dự gấu, Sư huynh thừa hiểu muốn hay không muốn mình cũng lên ngồi lưng cọp rồi. Sư huynh ôn tồn:

- Cậu biết, anh em tù chính trị chỉ mong về với gia đình thôi, có ai muốn buôn bán gì đâu!

Nhảy nhổm lên, Dự reo:

- Em cũng biết thế. Em bảo đảm công việc không những không cản trở, mà còn làm ngày về các bác sớm hơn. Tất cả là tổ chức, tổ chức và cuối cùng vẫn là tổ chức. Dự chép miệng, em mà được sống ở nước tư bản thì phải biết, em sẽ cho thế giới biết tay! Vấn đề, hãy nắm vững qui luật vận động... Đấy, châm ngôn của em chỉ có vậy. Nhưng bác cứ yên tâm. Sáng mai, Trại sẽ trả dụng cụ chuyên môn của bác sĩ Nhân. Sau đó, cả trại sẽ vật một con trâu liên hoan với nhau, quên mấy ngày tuyệt thực, cùng nhau... hướng tới tương lai.

Xòe tay ra, Dự huỵch toẹt:

Lãnh đạo trại chúng nó ở hết trong này, sau cần gì bác cứ thông báo cho em biết...

Sư huynh lắc đầu, thầm nhủ, ghê thật, một xã hội ra
ngõ cũng gặp anh hùng. Kiểu Dự, thứ anh hùng đặc
biệt võ đất chui lên, không ý thức bất cứ gì ngoài sự
tồn tại trước mắt của chính mình. Nhưng với cái qui
luật vật chất là yếu tố vận động tất yếu, kiểu anh hùng
bất chấp đạo lý và phó mặc mọi tương lai không phải
là loại anh hùng đáng sợ nhất. Bọn đáng kinh đáng
gờm, Sư huynh thầm nghĩ, là bọn đi phát tước vị anh
hùng. Và biết đâu mai mốt, kẻ đi phát tước vị anh
hùng kiểu này lại cũng sẽ là Dự, người nắm được "qui
luật".

*

Sinh hoạt thường nhật ở trại Vĩnh Quang bề ngoài
không thay đổi, nhưng thật ra cuộc sống đã có những
xáo trộn đáng kể. Tiếp tế cho tù, nay người nhà chỉ cần
gửi thuốc tây, vừa nhẹ, vừa có thể đổi ra tiền và mua
bán bất cứ cái gì ở chợ Vĩnh Yên. Bệnh xá không ở tình
trạng chỉ chữa bệnh bằng Xuyên Tâm Liên, nay có
những loại thuốc thông dụng và một ít trụ sinh. Nhân
không còn đi trồng sắn. Tiếng là đến Bệnh Xá làm công
tác trợ y, nhưng thực chất Nhân trở thành "ông thầy".
Đồng chí y sĩ được đào tạo theo hệ miền Bắc không
nắm cách xử dụng thuốc mua ở miền Nam, phần lớn là
thuốc Pháp hoặc Mỹ.

Người lo trong bụng nhưng không dám nói ra là Sư
huynh. Thuốc tây chỉ là cái bình phong để trại Vĩnh
Quang có có "thông thương" với con "phe". Thật ra
thuốc phiện mới là mặt hàng chính. Dự móc lại đường
dây Vân Nam, dần dần chiếm một vị trí khá quan

trọng, cung cấp cho thị trường một số tỉnh miền Bắc. Nhưng kẻ ra mặt chống lại chính sách "hòa hợp hòa giải" với ban lãnh đạo Trại cải tạo Vĩnh Quang là Thưởng. Vốn nhăn nhó, nay Thưởng càng nhăn nhó, gần như không nói chuyện với ai khác ngoài Nhân, lao động xong là tìm một góc ngồi quay mặt vào vách, tu theo cách thiền diện bích.

Thưởng xuất thân từ một dòng họ có tiếng tăm gốc gác, tốt nghiệp khóa đầu Chính trị - Kinh doanh Đà Lạt, qua Mỹ học một khóa bồi dưỡng rồi được bổ nhiệm làm giảng viên tại trường Quốc gia - Hành chánh, nơi đào tạo cán bộ chuyên viên trung cấp của chế độ Sài Gòn từ thời Ngô Đình Diệm. Lấy vợ sớm, Thưởng có hai đứa con trai, thằng anh, mười tám tuổi, thằng em năm nay mười sáu. Vợ Thưởng là con một, ở với mẹ, cha nghe nói thất lạc từ khi nàng sinh ra, không biết sống hay chết. Mẹ vợ Thưởng ở vậy nuôi con, và khi con lấy chồng thì xin để Thưởng ở rể. Sau đó ít lâu, cha mẹ và các em Thưởng đều có quốc tịch Pháp quyết định sang sống ở Paris. Thưởng không đi, tiếp tục giảng dạy cho đến ngày giải phóng.

Ngay quí đầu năm 76, Thưởng ra học tập cải tạo với những Bộ trưởng, Thứ trưởng và đám Tướng, Tá cao cấp của "ngụy" quyền. Thời gian đó, bố vợ Thưởng liên lạc được với vợ con. Ông ta gốc Huế, hiện là Thứ Trưởng Bộ Ngoại Giao, nhưng nay đã có gia đình mới. Vợ Thưởng nắm tay ông khóc, xin ông thương hai đứa cháu ngoại, làm thế nào để Thưởng về đoàn tụ với gia đình. Không biết bàn tính ra sao, gia đình hiến căn nhà ở Sài Gòn cho Cách Mạng, kéo nhau lên vùng kinh tế mới vùng Bảo Lộc. Vào đầu năm 79, đứa con trai lớn của Thưởng bỗng biệt tích, sau mới biết nó vượt biên đường bộ, qua đến Campuchia thì bị bắn chết. Ông Thứ Trưởng vào đến tận Bảo Lộc, đề nghị đưa cả nhà về Hà Nội. Vợ cũ ông thấy không ổn, quay lại Sài Gòn. Vợ Thưởng chẳng nỡ để mẹ một mình nên cuối cùng chỉ để đứa con út của Thưởng về ở với ông ngoại, có thể may ra mới tránh được cái chuyện phải đi nghĩa vụ nếu chiến tranh kéo dài.

Phần gia đình Thưởng, ông chú xưa từng đi Nam Tiến, tham gia Chiến Dịch Biên Giới, sau là một trong những vị tướng chỉ huy mặt trận Điện Biên Phủ và hiện còn công tác ở Bộ Quốc Phòng. Cha Thưởng ở Paris thư về, gửi tiền và nhờ chú thăm nom cháu. Chú Thưởng dĩ nhiên nhận, nhưng quà thăm nuôi Thưởng chỉ có một cái ca làm bằng nhôm, và mấy chữ " Nhôm là nhôm cánh máy bay B-52, cháu mỗi lần uống nước thì nhớ nguồn để đừng quên tội ác của Đế Quốc". Thưởng cười nhạt, khoe bạn bè, rồi lấy đinh đục đáy ca, nước cứ đổ vào là chảy ra có vòi. Thưởng tuyên bố " Tình nghĩa vô gia đình nó thế!". Khi ông chú Thưởng đi xe Volga lên thăm, Thưởng nhất định không gặp. Vị Hoà Thượng suýt chết vì nếm trái trấu ôn tồn: "Ông không nên thế, chắc đằng sau có gì khúc mắc đấy. Hãy xả lòng thương, từ đó mới xóa được những đường ranh chia cắt chỉ làm khổ mọi người". Thưởng không nghe.

477

Có lẽ Đức cha Thuận, nghe nói là cháu Ngô Đình
Diệm, là người độc nhất Thưởng chịu chuyện trò bàn
luận dẫu Thưởng không phải là người công giáo. Cha
Thuận từ tốn, không đòi hỏi gì, tự nguyện lao động
như tất cả anh em tù. Khi tù người đạo Công giáo chết,
cha rửa tội cho họ vào giờ lâm tử, mặc dù quản giáo
cấm đoán. Cha nói với Thưởng "Ông ạ, theo như tôi
hiểu, thì "họ" cũng mang ước vọng của Thiên Chúa
chúng tôi. Nhưng họ cuồng tín, tin vào ý chí và nhất là
tin vào tư duy khoa học thời Thế kỷ Ánh Sáng, cho
rằng có thể thay Thiên Đàng của chúng tôi bằng Địa
Đàng - tức là cái thế giới Đại Đồng - của họ! Vì thế,
chúng tôi cho rằng "họ" là cuồng đồ của Thiên Chúa
giáo! ". Thưởng phụ họa " Họ tin thế nào chẳng biết
nhưng cái họ gọi là "tổ chức" Đệ Tam Quốc Tế, sao mà
nó giống cách tổ chức của Giáo Hội Roma đến thế! ".
Cha Thuận cười " Thì sau Lê-nin là Stalin, mà Stalin
vốn là tu xuất, thế cũng dễ hiểu! ". Lại nghiêm nghị,
cha Thuận ôn tồn "Chúa chúng tôi dạy, có một điều tối
quan trọng là lòng thương... *compassion* ấy mà! Đó là
chiều kích con người mà u mê quên đi thì chỉ có Địa
Ngục trên thế gian này chứ làm gì có Địa Đàng! ".

Thưởng không chịu được cái Thưởng cho là khoan
nhượng về nguyên tắc để đổi lấy quyền lợi chia chác
tiền lời từ buôn thuốc tây, nên chỉ có mỗi Nhân là
Thưởng còn nói chuyện khi cha Thuận chuyển trại về
Hà Đông. Một hôm, Thiếu Tá Cát báo Thưởng là ông
Thứ Trưởng Ngoại Giao, mẹ và vợ Thưởng cùng đứa
con đã lên thăm nuôi nhưng Thưởng nhất định từ chối
không gặp. Ngày sau, ông Thứ Trưởng về Hà Nội. Số

người kia ở lại, đã ba ngày, đợi Thưởng đổi ý. Quà thăm nuôi, Thưởng trả lại. Thư vợ Thưởng nhờ đưa vào, Thưởng xé trước mặt quản giáo, không đọc. Cát đến nhờ Nhân thuyết phục Thưởng. Chưa kịp nói gì, Thưởng choảng ngay "Sứ giả hả?". Nhân gật, quạt lại " Chẳng phải tôi được gì, mà vì cái độc đoán bất cập nhân tình của anh. Anh mà là cộng sản thì bỏ mẹ chúng tôi! Anh còn "ghê" hơn họ nhiều...". Chẳng ai ngờ là Nhân nói kiểu thuốc đắng dã tật mà lại có tác dụng. Thưởng đồng ý, nhưng chịu gặp một mình thằng con út, và không cho quản giáo đến dòm ngó. Gặp con, Thưởng ôm lấy, chỉ biết khóc. Cuối cùng, Thưởng bảo nó "Con đi đi, đừng ở với "chúng nó" ". Thằng bé ngỡ ngàng, hỏi " Đi đâu hở bố?" Thưởng nghiến răng "...qua Lào, vào sứ quán Pháp khai ông bà nội ở bên Pháp", rồi đẩy con ra khỏi phòng đón tiếp của trại.

*

Sóng lớn thường đến từ những cơn giông rất nhỏ. Cơn giông trong trại Vĩnh Quang thuộc loại gió vụng trộm. Nhưng cũng chính vì thế mà nó còn tác dụng cánh bướm, tạo ra một cơn bão suýt đánh sập những niềm tự hãnh cao ngạo nhất của tập đoàn chiến sĩ công an, một ngành có khẩu hiệu là bạn dân, sống với dân như cá với nước.

Sóng đến từ giọng ca của Dũng, tức Chế Linh của trại tù, được lên trình diễn văn nghệ Tết năm Dậu. Dũng cầm micro, nhưng không hát nhạc Cách Mạng kiểu ôpêra Liên-xô mà hạ giọng nghẹt mũi miền Nam,

479

mùi mẫn rên rỉ " *Em, cô gái ơi... Súng trên vai sao vuông cài mũ, em đi về đâu mà mắt em tươi sáng"*. Tiếng hát lọt qua cửa lòng một chiến sĩ "gái" tên Mai ôm ghi-ta đệm. Mai hiện làm nhiệm vụ an ninh của Bệnh Xá, chồng là một Trung Úy công an đang công tác hình sự ở thành phố Vĩnh Yên. Vốn con một cặp đồng chí tập kết, Mai học và tốt nghiệp cùng khóa đào tạo công an với chồng, nhưng ở lại miền Bắc chứ không theo ba má vào tiếp quản Sài Gòn. Nàng đậm người, tính hồn nhiên và từ khi nghe nhạc Trịnh Công Sơn thì mê, không có ai bên cạnh là lẩm nhẩm một mình "vai em gầy guộc nhỏ, như cánh vạc về chốn xa xăm". Nghe Dũng hát, Mai bỗng có cái ý ngồ ngộ, là nếu Dũng mà hát nhạc Trịnh Công Sơn thì chắc "cực kỳ". Ông Trời khéo chiều Mai. Dũng bị đau ruột thừa, phải vào nằm Bệnh Xá. " Ông thầy" nói không cần mổ, chỉ tiêm trụ sinh, sau cần mới chuyển Dũng đi bệnh viện Vĩnh Yên. Quả thế, chỉ ba ngày sau thì Dũng đi lại được, và Mai đã học xong ba bốn bản nhạc vàng, nay thôi " như cánh vạc về chốn xa xăm" mà bắt đầu "ta xô biển lại sóng về đâu? ". Câu hỏi không dễ trả lời, nhưng Mai bị sóng đẩy chui tọt vào lòng Dũng, ngay tại Bệnh Xá, đêm trước hôm Dũng phải quay về lán tù. Dũng thì thào kể, Sư huynh mắng " Trò nguy hiểm, "công đoàn" chúng tớ không biết. Ngày nào mà Đảng và Chính Phủ khám phá ra vụ hủ hóa cán bộ thì chúng nó thiến cậu". Dũng nhăn nhó "Nhưng mà, không nhịn được Sư huynh ạ! ".

Nếu chỉ là chuyện qua đường, chắc không còn gì đáng để kể. Nhưng lại ông Trời, lần này ông trớ trêu, khiến Mai như bị Dũng hớp hồn, ngày này qua tháng kia chỉ chờ cho Dũng bệnh lại. Nhưng Trời lần này không chiều lòng. Mai tự nhủ, xưa nay "nhân định thắng thiên" không phải là ít. Khều được Dũng, hai người đến cạnh con suối ngập đầu gối phía dưới trại, cứ năm bảy bữa có dịp là lén lút ân ái một lần. Sư huynh lại mắng " Chồng nó không ở đây, bụng nó mà ễnh lên thì chết cậu". Dũng lại nhăn nhó "... Nhưng mà, nhưng mà không nhịn được Sư huynh ạ!". Sư huynh nhắc Dũng đã một vợ, hai con. Vợ Dũng vốn là một ca sĩ hạng hai ở Sài Gòn, lấy Dũng năm năm thì giải phóng. Dũng bực bội " Từ ngày đi tù ở đây, Sư huynh biết đấy, vợ con có thăm hỏi gì nữa đâu. Thư gửi về, nó cũng chẳng thèm hồi âm ". Nói xong, Dũng vùng vằng bỏ đi.

Hai tháng sau, nếu ông Trời có mắt thì công an chẳng những không mù mà còn có cả tai. Than ôi, tai lại tai vách, và mạch chẳng mạch rừng mà còn ăng-ten toòng teng chỗ này chỗ nọ. Trại trưởng Cát gọi Mai, bắt kiểm điểm. Dĩ nhiên, Mai chối hết. Nhưng cũng vì thế cặp uyên ương hết dám mò đến con suối Mai gọi là con suối Thiên Thai. Ô, cái kiếp con người! Đánh mất Địa Đàng, và đáng lẽ phải quên, sao lại nhớ đường về Địa Ngục để tìm lối đoạn trường mà đi? Nhưng vốn được trui rèn, Mai không chịu thua. Phải sáng tạo. Còn Dũng, sức trai thế này, Dũng kêu, không nhịn được! Thế là Dũng than lại đau, chỗ bụng dưới, phía tay phải. Dũng bảo Nhân, cậu chẩn cho tớ cái bệnh ruột tái phát, tớ đổi một bao thuốc Thăng Long. Nhân lắc. Y sĩ Bệnh xá dễ dãi " Ruột thừa ấy mà, lần trước biết rồi...".

Nhưng lần này bệnh phát triển bất thường, không theo một qui luật nào, biến chứng khiến Dũng không đi được, phải nằm miết cả ngày. Đến đêm, khả năng Dũng thế nào thì chỉ một mình Mai biết, nhưng nàng vui vẻ hẳn ra, yêu đời, nhí nhảnh, còn tặng y sĩ trách nhiệm Bệnh Xá một cái quần bò miền Nam nàng mới nhận được.

Bất ngờ, một đêm chồng Mai ập vào Bệnh Xá với bốn công an tỉnh. Khi đó, cả Bí thư lẫn Trại trưởng lên Vĩnh Yên họp. Chồng Mai rút súng, lên đạn, quát "thằng nào là thằng Dũng?". Nằm mọp, Dũng không động đậy. " Mày giả vờ, ngồi dậy! ". Mai chạy lại, hớt hải "Anh điên hả? Bệnh nhân liệt...". Chồng Mai trừng mắt, tay tát vào mặt vợ, chửi " Con mẹ mày, xê ra. Lang chạ với một thằng ngụy mà không biết dơ! Thằng ngụy, ngồi dậy!". Dũng biết, vẫn nằm yên. "Được, liệt hay không, sẽ biết! ". Khoác tay, chồng Mai ra lệnh cho bốn công an tháp tùng cáng Dũng ra suối. Mai báo động cho lán tù. Cả Nhân lẫn Sư huynh đều hối hả đi theo. Đến bờ suối, chồng Mai quát " Đem thằng ngụy bỏ xuống nước, xem nó có động đậy được không? ". Dũng lạnh người, tính toán rất nhanh. Động đậy, tất nhiên lộ, phần chết hẳn nhiều hơn sống. Dũng hít hơi cho đến khi không hít thêm được, mặc cho người rơi vào lòng suối, chìm xuống đáy như một viên đá cuội. Một, hai... Dũng đếm trong đầu. Không biết đếm đến bao nhiêu nhưng Dũng tiết kiệm từng giọt oxy, đầu lịm dần... cho đến khi được kéo lên, Dũng vẫn cứng đơ, nhưng ngắc ngoải. Chồng Mai vẫy tay, công an khiêng Dũng trở lại Bệnh Xá. Đi theo Sư huynh và

Nhân về đến lán, lúc đó Mai mới bật lên khóc òa, tay chìa hai trái lựu đạn ra. Nàng nức nở "Nếu nó giết anh Dũng thì em ném cho chết hết, không chừa mạng nào cả!". Nhân nổi gai ốc, người lạnh toát. Chàng vừa thoát chết, và lần này, chàng tự nhủ mình, còn may mắn hơn hồi ở mặt trận Quảng Trị.

*

Đọc báo Nhân Dân và Quân Đội Nhân Dân, xưa nay là một sinh hoạt của trại, nhưng không còn nhốn nháo như thời trước Đại Hội V. Trong thời gian trù bị Đại Hội, tù cũng hy vọng, kháo nhân vật tiến bộ và cởi mở Võ Nguyên Giáp sẽ thành Chủ Tịch Hội Đồng Bộ Trưởng. Cặp Duẩn-Giáp chắc ngả về phía Liên-Xô, và sau khi môi răng cắn nhau từ Hữu Nghị Quan cho đến hang Bắc Bó, hẳn màn xiếc ngoại giao đi dây căng giữa Trung và Liên Xô không thể giữ được thăng bằng như trước. Đến khi ông Giáp được ủy nhiệm làm Trưởng Ban Sinh Đẻ có Kế Hoạch thì tù cười, rồi thôi bàn tán. Quả cứ như đùa! Vì khi họ Đặng bên Trung Quốc bắt chuột, dùng mèo không kể đen hay trắng, với điều kiện mèo bắt chuột chứ không được nhằm nhe quyền lực chính trị, thì tư bản Mỹ bắt đầu thăm dò khả năng một thị trường gần tỉ nhân mạng. Đồng thời Liên-Xô, chỉ ba năm sau khi trịnh trọng tuyên bố đã "hoàn thành" Cách Mạng Xã hội Chủ nghĩa, đã bắt đầu kiệt quệ về mặt kinh tế. Rỗng ruột, làm sao tiến đến xã hội cộng sản đây? Thế nhưng lãnh đạo ở nước Cộng Hòa xã hội chủ nghĩa Việt Nam khác. Họ đã đánh thắng Đế Quốc Mỹ, họ làm gì mà chẳng xong. Kiên trì. Phải kiên trì. Nhất định tiến nhanh, tiến mạnh, tiến vững chắc lên xã hội chủ nghĩa. Thiếu gạo, ta dùng tinh thần sáng tạo Cách Mạng, trồng sắn. Từ trại Vĩnh Quang nhìn ra, chỉ trong hai tuần, toàn bộ những ngọn đồi bị cạo trọc đầu. Bội đội và dân quân xô vào cắt cây xanh, thoáng một cái, dãy đồi trùng trùng vây quanh trở thành hàng trăm cái đầu sư cạo nhẵn thín, la liệt phủ phục chầu ngọn Tam Đảo xa xa. Sư huynh hét tướng lên "Có nhớ lời tiên tri không, anh em mình sắp được về rồi!". Dũng chồm lên " Bao giờ hả Sư huynh, nói đúng thì em mắc võng cho Sư huynh nằm cho đến khi tới Sài Gòn! ".

Về, ôi một chữ sao mà trân quí đến vậy! Kẻ nào mất cái hy vọng đó, kẻ đó rơi như chiếc lá mục lìa khỏi cành đời. Và họ ra đi vì mất hy vọng như vậy, kể cũng đã khá nhiều.

*

Sau Tết năm Nhâm Tuất, Nhân đang ở Bệnh Xá thì một quản giáo mời lên văn phòng trại trưởng. Đẩy cửa, Thiếu tá Cát vồn vã mời vào. Quay lưng về phía Nhân, một người quần áo chỉnh tề đứng lên. Thầm nhủ chắc dính dáng đến vụ cha mình là Chính đây, Nhân sửa soạn tinh thần. Quyền lực xã hội này đánh tận gốc, trốc tận rễ, ba đời cũng sẽ đào lên, Nhân chặc lưỡi. Người lạ quay lại, nhìn thẳng vào mắt Nhân. Ô hay, lạ quá. Nhân xô lại kêu " Lương, có phải là Lương không?".

Đúng là Lương. Xa nhau gần chín năm trời, Lương cao lên, người to ra, nay đã thành một thanh niên chứng chạc. Tin về Lương mẹ chỉ báo qua loa, Nhân nhớ loáng thoáng năm ngoái hay năm kia Lương đã bảo vệ luận án Tiến sĩ về Kinh Tế. Khi xưa được Huyền gửi gắm, Lương liên hệ với một gia đình ngày trước cũng tham gia kháng chiến. Từ quan hệ đó, Lương vào hội Liên Hiệp người Việt, sinh hoạt trong nhóm sinh viên - học sinh, một hội đoàn người Việt ở Pháp ủng hộ miền Bắc từ trước những năm 45. Sau 75, Hội đổi tên thành Hội Người Việt Nam tại Pháp, mở một quán cơm trên đường Monge. Lương vừa đi học, vừa xung phong đến giúp, ngày nào cũng gặp các "anh" lãnh đạo Hội đến ăn. Lương được "hội" cử, quần chúng đoàn viên " bầu" vào Ban Chấp Hành phân hội sinh viên. Hoạt động tích cực, Lương được đánh giá khá tốt, lại lọt vào mắt xanh của Võ Văn Sung, đại sứ Cộng Hòa Xã hội Chủ nghĩa Việt Nam tại Pháp. Ít lâu sau, tuy không nói ra nhưng các "anh" đều cho rằng Lương có khả năng là thế hệ "kế thừa" trong tương lai, được "tiến cử" với các cấp lãnh đạo cao như dịp Thủ Tướng Phạm Văn Đồng thăm chính thức nước Pháp, và sau đó, với Bộ Trưởng ngoại giao Nguyễn Cơ Thạch ở Hà Nội. Hiện Lương giảng dạy tại Đại học Paris 10, nghiên cứu xử dụng toán kinh tế trong đề xuất những phương án và kế hoạch.

Tiến về phía Nhân, Lương tay đưa ra bắt tay Nhân, dĩ nhiên rất lịch thiệp. Thiếu tá Cát trịnh trọng, nói như nói với loại quan chức:

- Báo cáo với anh, anh cần biết gì về các trại viên đang cải tạo thì cứ hỏi anh Nhân đây, lâu nay đã trở lại nghề bác sĩ, là "ông thầy" của Bệnh Xá. Chính sách của

Đảng thế nào thì anh rõ, hết sức nhân đạo, và chỉ mong trại viên "giác ngộ" là để đạt trả họ về với gia đình. Xoa tay, Cát tiếp - Các anh là anh em nhà, nay gặp lại, có nhiều chuyện riêng tư, tôi mời hai anh trao đổi riêng ở phòng khách của trại.

Lương lắc đầu:

- Chúng tôi tuy là anh em nhưng chuyện nhà chẳng có chi, cho nên anh đừng ngại có cái gì riêng tư phải trao đổi riêng.

Nhân ngạc nhiên, bùi ngùi thấy mình không nhận ra Lương, đứa em nhỏ ngày nào mình còn chăm nom, bảo bọc. Nay Lương tự tin, ăn nói rất nguyên tắc, bài bản đến độ lạnh lùng. Khi đề cập đến tương lai, dĩ nhiên tương lai một xã hội với những nghị quyết, Lương tự hào, mắt bốc ánh lửa quyết liệt của kẻ tử vì đạo, miệng say sưa nói những dự tưởng như đóng đinh vào cột. Ngay khi Nhân chuyển sang nói chuyện gia đình, Lương vẫn giữ Thiếu tá Cát lại, chỉ đáp:

- Em bận công tác, không ở nhà mà ở khách sạn Cửu Long chỗ bến Bạch Đằng để tiện đi lại làm việc, nên mới chỉ gặp mợ có một lần từ khi về nước!

Nhân thất vọng, muốn đứng lên trở về lán và được lui vào chốn chỉ một mình. Người hững đi, Nhân cảm thấy mất mát lạ lùng. Rồi Lương cuối cùng ra xe. Đó là một chiếc xe của Bộ Ngoại Giao, có tài xế và hai đồng chí bảo vệ. Cát đưa ra tận xe, mở cửa, hai tay bắt tay Lương, lưng hơi khòm xuống. Nhân đứng trong nhìn ra, lòng quặn lại. Chàng đau xót cảm nhận khoảng

cách rộng một đại dương ngăn mình với đứa em nay
đã khôn lớn, nhưng chẳng giữ được một hình bóng
nào của thời thơ dại.

*

Thông báo một số khá đông tù chính trị sẽ chuyển
trại về Hà - Nam - Ninh khiến không khí háo hức chờ
đợi căng ra. Ai cũng biết là sau đó, có lẽ đến ngày
mồng 2 tháng 9, tù sẽ được phóng thích về "thế giới
bên kia", cách tù gọi một thế giới không có quản giáo.
Thường là cần một thời gian "vỗ béo" nhìn cho đỡ
thiểu não tàn tạ trước khi đoàn tụ với gia đình, tù phải
học tập thêm một đợt. Lần này, ai cũng hăm hở, cứ
như những ngày đầu giải phóng khi chính quyền kêu
gọi trình diện đi học tập ngắn hạn.

Một ngày trước khi rời Vĩnh Quang, Dự gấu sang
chào anh em bên ngụy. Nắm tay Sư huynh, Dự bùi
ngùi:

- Em cứ ngỡ các bác "gian ác" lắm, nhưng khi làm
việc mới thấy không phải, các bác "ngây thơ" nên thua
cũng đúng đấy! Có bài chú này, em tặng lại các bác
nhớ để phòng thêm nhé!

- ...

- Tiền, là tiên là Phật, là sự thật của loài người, là nụ
cười của tuổi trẻ, là sức khỏe của người già, là cái đà
của danh vọng, là cái lọng của nịnh thần, là cán cân của
công lý, tiền là... "hết ý". Sau mà có đứa bảo nhất thân
nhì thế, các bác chớ tin. Nén bạc đâm toạc tờ giấy, các
cụ dạy chẳng sai đâu!

Sư huynh bật cười. Không biết làm thế nào Dự đưa vào lán tù được vài chục chai bia Trúc Bạch, dăm bộ lòng lợn và chục lít rượu trắng. Chỉ Thưởng là ngồi bó gối, cả lán sà vào liên hoan, đâu đến tối thì Dũng biến đâu mất. Đến sáng hôm sau, Dũng về, ngoái lại, thấy Mai nép ở gốc cây, mắt đỏ hoe, giơ tay lên vẫy.

Làm xong thủ tục xuất trại, mặt trời đã lên cao. Nhân hít đầy không khí vào lồng ngực, khấp khởi nhìn ra bãi đậu xe. Năm chiếc cam-nhông sơn màu lá ngụy trang cho gần hai trăm tù nằm đợi tựa năm con mèo nằm phơi nắng, bụi phủ khắp mình. Bí thư Đảng ủy có mặt. Khi anh ta bắt tay Sư huynh, "đại diện" tù, chúc thượng lộ bình an thì Thưởng sấn đến trước mặt, gằn:

- Còn tôi, tôi chúc các anh ở lại địa ngục. Cái câu cuộc chiến này chỉ có người Việt chiến thắng, anh xem đúng hay sai? Thắng, các anh bắt chúng tôi bỏ tù, gọi văn hoa là học tập cải tạo. Nói thật, năm năm tù vừa qua, tôi chỉ học được đúng một điều, và là một điều cũ rích: đừng tin những gì Việt Cộng nói, hãy nhìn những gì Việt Cộng làm. Nhìn, thì tôi chỉ thấy các anh trả thù những kẻ chiến bại... Đấy, tôi "thành khẩn", các anh cứ giữ tôi lại, nếu các anh muốn!

Quay đi, Bí thư Đảng ủy làm như không nghe thấy. Thiếu tá trại trưởng Cát đến cạnh Nhân, bùi ngùi:

- Cám ơn bác sĩ trong những ngày qua. Đi làm cai tù chục năm nay, chưa bao giờ tôi thoải mái như lần này!

Nhân cười, giọng có chút mỉa mai:

- Chắc là nhờ đường dây thuốc của Dự gấu... Anh em tù cũng thoải mái, thưa cán bộ!

Ngạc nhiên thấy Cát buồn lặng người đi, Nhân ngừng nói. Cát bắt tay Nhân, cười méo xệch:

- Các anh thì có ngày ra rồi còn về với gia đình chứ chúng tôi, là cai tù đấy, nhưng cũng là một loại tù. Và chẳng biết lúc nào là ngày ra nên chúng tôi không hy vọng gì cả!

Động lòng, Nhân nói nhỏ:

- Chuyện ''làm ăn'' của Dự, sớm muộn cũng vỡ lở. Cán bộ xin chuyển công tác càng sớm càng tốt...

Cát thở dài, ngắt:

- Vỡ lở thì đã vỡ lở ngay từ đầu, nên chúng tôi là thứ gươm treo cổ. Cai tù lúc nào thành tù cũng chỉ cần một chữ ký là xong. Ai người ta cho chuyển để mà chạy tội! Những bọn tội tầy đình thì lại có quyền ký cái chữ ký ấy! Thôi, ta chia tay!

Nhân lên xe. Chỉ chớp mắt, hơn sáu năm lao cải, ăn đói nhịn khát trong trại Tân Lập rồi Vĩnh Quang trôi đi vùn vụt. Dự gấu và anh em bên hình sự đứng trong sân giơ tay lên vẫy. Mai, cô y tá đa tình, mắt sưng húp đang giả vờ cười. Dũng vẫy lại. Dẫu gì thì cũng là một cuộc tình suýt đã nhận chìm Dũng trong lòng con suối cạn ngày nào.

Sư huynh cười, vứt hết cái nét đăm đăm về phía sau. Chỉ có Thưởng là vẫn nhăn nhó, mặc dầu Thưởng là người độc nhất trút được nỗi căm gằm trong lòng vào mặt tay Bí thư Đảng ủy của trại.

*

Thời gian ở trại Hà- Nam- Ninh tương đối cũng dài. Nếu có lâu, là lại thủ tục. Tù được trả về đời sống bình thường phải về trình diện ở địa phương. Mỗi nơi có chế độ quản lý riêng, nhưng nói chung, theo phổ biến của trại, tù phải tự giác ra ''làm việc'' định kỳ với những cơ quan quản lý của chính quyền. Thưởng lại càu nhàu:

- Thế có nghĩa là quản chế. Hết sắn, hết khoai không nuôi nổi tù thì thả để gia đình nuôi. Thế mà ngoài miệng thì cứ ''khoan hồng'', không biết ngượng! Cái ''thế giới bên kia'' cũng là một trại tù khổng lồ, có khác là tù phải tự liệu lấy miếng ăn, thế thôi!

Anh em tù nghe, chỉ cười. Dẫu sao, về vẫn còn hơn là bó chân nhìn nhau, mãi rồi Tam Quốc hết chuyện và sau Kim Dung phải trộn Lộc Đỉnh Ký với Cô Gái Đồ Long, sáng tác những tiểu thuyết võ hiệp không lấy gì làm hay cho lắm. Và về, nhất là có đàn bà. Trời ơi! Sáu năm không được ngửi cái mùi ''ấy''. Thế rồi tù được phát một bộ quần áo, chút tiền đường, và cả những điều qui định ''thế giới bên kia''. Tù lúc nhúc chen nhau lên xe ra Hà Nội. Rồi từ đó, phải ''độc lập tác chiến'', mua vé tầu Thống Nhất vào thành phố Hồ Chí Minh.

Chỉ khi chen chúc xô đẩy leo lên một toa tàu chật ních người, tù mới thực sự cảm thấy mình đã tự do. Dũng ghé được chợ Nam Định, mua chiếc võng làm bằng giây dù, mắc cho Sư huynh trong góc toa tầu như đã hứa. Sư huynh cười duyên và đủng đỉnh đưa võng, lắc lư bảo " Ấy, cái chuyện tôi về có cái võng cũng được tiên tri rồi!". Cả bọn lại nghe Thưởng lẩm bẩm "Ờ tù khổ, nhưng về chắc gì sướng hơn? ". Câu Thưởng nói khiến Dũng sợ. Hai năm nay, Dũng không có tin vợ con. Dũng tự nhủ, vợ chẳng chờ đợi gì mình nữa, nhưng giờ đây sống thế nào? Hai đứa con ra sao? Nếu vợ mình đã đèo bồng thêm một bước, mình sẽ phải xử sự làm sao cho phải? Dũng khều tay Sư huynh, xin xem lại tiểu hạn tử vi cho mình. Sư huynh chiều, bấm tay, lẩm bẩm rồi phán " Trai anh hùng năm thê bảy thiếp. Cậu lại đẹp trai, lo gì... Cung Nô của cậu tốt lắm, chẳng sợ nằm không một mình lâu đâu". Dũng vội vã " Thế cung Thê thì sao?" Sư huynh không đáp, quay sang bên Thưởng, trầm giọng: "Về thì cậu bớt cau có và phát biểu linh tinh đi. Chẳng được cái đếch gì, chỉ vạ miệng! ".

Tầu Thống Nhất ì ạch bốn ngày sau mới về đến Sài Gòn. Nắng ở thành phố này rực rỡ, khác hẳn đất Bắc đã vào độ chớm đông. Xe chưa lăn vào ga tù đã sẵn sàng bị gậy. Con buôn chắc đoán họ là ai, đều nhường bước, bớt chen lấn. Thật lạ, chỉ lúc ấy Nhân mới biết chắc mình sẽ về nhà. Báo chậm, chàng biết không ai ra đón, mặc dù ga xe lửa chỉ cách nhà mươi phút đi bộ. Tự nhiên, chàng nghĩ đến Ánh và thèm được soi gương. Rất trẻ con, chàng hỏi Dũng " Cậu thấy mình mặt mũi râu ria thế nào? ". Dũng đáp, giọng thành thật "...Thì như quỉ nhập tràng về với thế gian loài người chứ gì nữa".

Nhảy xuống sân ga, Nhân biết mặt đất không tròng trành như mặt biển. Chàng bước về nhà trên con đường quen nhưng vẫn cảm thấy mình chênh vênh ngụp lặn trong một khoảng mù khơi đã dìm chàng trong những năm tháng chắc chàng chẳng bao giờ muốn nhớ lại.

24

ĐỈNH SÓNG RÉO

Cửa vừa mở, Huyền reo lên, gọi tên Nhân rồi ôm chầm lấy con. Nhìn mẹ, Nhân rưng rưng nước mắt. Huyền gầy gò, tóc đã bạc, khắc khổ tạc vào khuôn mặt cương nghị những nét đẽo của một định mệnh khắc nghiệt lạ lùng. Đưa tay lên lau nước mắt, Huyền lại mím môi, phản xạ vô điều kiện của một đời sóng gió. Nhìn quanh, Nhân không thấy U già. Cũng không Dao Ánh. Chỉ bé Quỳnh từ bếp bước lên nhà trên.

Huyền bảo bé Quỳnh đi ngay lên chợ Tân Định báo tin cho Ánh. Dăm ba năm trở lại đây, Ánh tiếp tục bán thuốc tây. Phần Huyền, nàng khai bệnh rồi rút mình thu vào như loài nhím, tránh không quan hệ gì với bất cứ ai. Nhân hỏi, Huyền báo U già đã qua đời năm kia, chôn ở nghĩa trang Gò Vấp. Nàng ngậm ngùi, dặn

Nhân đợi đến ngày rằm sắp tới sẽ cùng lên thắp hương cho U và cho chú Hoàng. Nhân ngạc nhiên nhưng lòng chớm một chút vui. Thế là mẹ đã giải được một nút thắt oan uổng xưa buộc đời mẹ vào đời chú.

Nhân lên phòng. Mẹ chàng vẫn để căn phòng hệt như xưa, giữ rịt ngày tháng trong một không gian đóng kín không mảy may thay đổi. Chàng chợt thấy mình trong gương. Chồm đến gần nhìn vào, chàng dần dần nhận ra mình và cảm thấy thương thân. Dăm nét nhăn đã kéo đuôi mắt chàng về chân tóc ở thái dương, hai bên mép nét hằn chạy xuống cằm ghi dấu vết của cả một thời vắng những nụ cười. Không, Nhân tự nhủ, không làm gì chống được thời gian. Và căn phòng của chàng dẫu không thay đổi cũng chẳng thể đánh lừa cái qui luật sinh tử vô thường. Huyền lên đứng sau lúc nào mà Nhân không hay. Cầm cho con một cốc nước, nàng đặt lên chiếc bàn xưa Nhân dùng làm bàn học, nhỏ nhẹ nói:

- Mợ thu xếp để con và Ánh ở phòng này. Bé Quỳnh xuống ngủ với bà. Phòng của Lương, nay mợ để bàn thờ!

Thật lạ, xưa nay mẹ có bao giờ đặt bàn thờ trong nhà đâu. Nhân nhìn, chưa kịp hỏi thì Huyền tiếp:

- Con đi thắp hương cho những người quá cố với mợ...

Theo chân mẹ, Nhân bước vào. Trên những cái kệ bắt vào tường, có ảnh bà ngoại, ảnh chú Hoàng, U già, mẹ của Ánh và một người đàn ông lạ. Ảnh màu vàng ố, là loại ảnh rất xưa được phóng lại, Nhân đoán là ảnh cha mình. Tin mẹ Ánh mất, chàng đã được báo gần ba năm, trước khi Ánh đi thăm nuôi mình ở trại Vĩnh Quang. Về Huế chôn cất cho mẹ, từ thuở đó Ánh không đặt chân trở lại. Còn chú Hoàng? Nhân nhớ đến khi chú qua đời, đến đưa ma chú mà mẹ cũng không đi. Mười hai năm liền, mẹ không nhìn mặt chú, coi như chú chết ngay từ lúc mẹ dọn nhà mang theo Nhân và Lương. Mẹ cấm cửa chú, chỉ để U già mang cơm nước cho chú từ ngày chú lâm bệnh. Tiếng thét của mẹ '' Đàn ông chi mà vậy'' thuở Nhân còn thơ lại văng vẳng bên tai. Nhìn mẹ, Nhân hỏi, giọng dịu dàng. Huyền buồn bã kể đó là năm Huyền được báo cha chàng sống chứ chẳng phải đã chết như chú Hoàng nói. Mắt nhìn xa xăm, Huyền chậm rãi:

- Chú Hoàng đeo đuổi mợ từ năm 45, thời giành chính quyền. Bà cô chú lừa mợ đi Nam để chú đi theo. Sau khi biết không có Tổng Tuyển Cử năm 56, chú đợi thêm hai năm, nằng nặc đòi cưới mợ, bảo cha con đã chết rồi... Mợ tưởng thật, về với chú thì ba năm sau, ''người ta'' đến đưa cho mợ một bức thư của cha, nhưng là một bức thư giả mạo. Cũng năm đó, ''người ta'' bỏ cha con vào tù, tội danh không có gì rõ ràng. Con còn một người chú, tên Văn, hiện là linh mục Tín ở Hưng Nguyên. Gặp chú, mợ biết cha được thả quí cuối năm 72. Cái lý do ''người ta'' bắt cha con đi tù là cha không theo ''họ'', chống lại việc giải phóng miền Nam bằng quân sự. Cha chết, có lẽ chết vì tuyệt vọng không thấy được hòa bình khi Mỹ tái oanh tạc miền

Bắc. Bà ngoại chôn cha, rồi vài tháng sau thì đến lượt bà...

Nhân ứa nước mắt. Với cha và bà ngoại, thậm chí đến cái bóng Nhân cũng không có. Nhưng mẹ mình và chú Hoàng. Cuộc đời cả hai bị xới tung lên, ngổn ngang, đổ vỡ là vì sao? Không cầm được lòng, Nhân nghẹn giọng:

- Sao mà ''họ'' ác thế! Ác thế để làm gì?

Huyền lẩm bẩm:

- Để làm gì? Trước hết, là nhằm triệt tiêu tất cả những người kháng chiến cũ ''họ'' biết là đã rõ thủ thuật của ''họ'' nên có khả năng đối kháng. Sau, như trường hợp mợ xung vào làm tình báo nội thành thì như lên lưng cọp, chót cưỡi nên không có cách nào xuống được. Nhưng đừng tưởng ''họ'' tin mình. Đến như Tư Trọng, Thiếu tướng và là Thứ trưởng Bộ Công An cũng bị tạm đình chỉ công tác để điều tra. Ngày ra Bắc, mợ sợ, không dám thăm hỏi gì!

Huyền thở dài, mắt nhìn ra xa. Nhân lắc đầu, im lặng. Thình lình, Huyền nghẹn ngào:

- Chính mợ, mợ cũng từng ác, rất ác, ngay cả với chú Hoàng là người thực sự yêu thương mợ. Mợ qui cho chú là thủ phạm khiến mợ phải chia ly với cha con, mất Dân và xa bà ngoại. Cứ thế, mợ trút nỗi căm thù lên chú, năm này qua năm nọ!

Huyền bật khóc, họng tắc lại không nói thêm được. Lòng tràn thương xót, Nhân nhẹ nhàng nắm hai bàn tay mẹ. Từ trước đến nay, chàng chưa bao giờ thấy mẹ mình khóc như vậy. Nhân cảm thấy bất lực. Ngay cả vỗ về mẹ, chàng cũng không biết làm thế nào, chỉ thì thầm ''Mợ cứ khóc, khóc cho hả mợ ạ!''. Lát sau, Huyền nói như nói với chính mình:

- Cái ác song sinh với thù hận, đến từ sự thiếu hụt tâm linh vì không có niềm tin vào một thế giới khác ở bên kia cuộc sống này. Mợ đã xưng tội, và xin trở lại làm con chiên của Chúa Cứu Thế. Từ khi ấy, mợ không còn hờn oán căm hận gì nữa mà chỉ thấy lòng xót thương vô hạn cho mọi con người, tất cả, không trừ một ai.

Không phải tôn giáo, Nhân thầm nghĩ, là cách duy nhất khôi phục tâm linh để con người trở lại làm người. Nhân từ tốn kể cho mẹ nghe chuyện Dự gấu thương mẹ thay trâu kéo cầy hay cô công an đa tình yêu anh cải tạo, rồi nói với giọng lạc quan:

- Con người vẫn cứ là con người...Yêu thương là một khả năng tự nhiên, khôi phục được ngay ở trong cuộc sống này chứ chẳng cứ cần niềm tin vào một thế giới khác!

Chàng lờ đi không kể cho mẹ nghe chuyến Lương đến thăm mình ở trại Vĩnh Quang. Trong lòng, Nhân rất sợ biết đâu mai này Lương lại sẽ không trở thành loại nhân vật lạnh như kim khí kiểu '' Thép đã tôi thế đấy'', tên một cuốn tiểu thuyết Liên Xô mà Nhân đã có dịp đọc trong những ngày tù tội.

497

*

Nghe tiếng cửa sắt kéo lạch xạch dưới nhà, Nhân nhổm dậy, biết là Ánh về. Chàng nhảy ba bước một, xuống đến tầng dưới khi Ánh vừa bước chân vào. Bỏ mặc chiếc xe đạp cho bé Quỳnh giữ, Ánh chạy ào đến, miệng gọi, tiếng líu ríu vấp vào nhau như tiếng chim. Nhân ôm chầm lấy Ánh, mặt úp vào mái tóc dài, tay vuốt ngắn cổ lấm tấm mồ hôi. Ánh ghì lấy Nhân như thể sợ Nhân lại biến đi. Nước mắt chảy dài trên má, cổ họng ậm ực kìm tiếng khóc, nàng lẩm nhẩm ''Lạy trời, lạy trời!''.

Huyền yên lặng đứng yên, vẫy bé Quỳnh rồi bảo:

- Bà cháu tôi vào bếp làm tí thức ăn. Chiều nay, ăn cơm không độn, tí nữa đi chợ xem có mua được thì làm bát canh Thiên Lý nhé...

Nắm tay Nhân, Ánh bước lên cầu thang, tay kia lau nước mắt, nghẹn giọng:

- Bữa ni mới được khóc, tưởng hết nước mắt rồi!

Nhân theo chân Ánh như đi trong một cơn mộng du. Lên đến cửa phòng, Nhân không nhịn được, xoay Ánh lại, hôn vào mặt, ngoạm vào môi như một kẻ chết đói sống lại vục mặt để ăn, để uống. Người run rẩy tựa lên cơn sốt, Nhân tưởng như ngày nào chàng ghé Huế, đi với Ánh lên lưng núi Tam Thai lộng gió, nhìn về Thành Nội chập chờn trong màu nắng nhạt nhòa. Chàng vòng một tay ôm riết lấy Ánh, tay kia đưa lên vuốt ve khuôn mặt Ánh căng ra đón đợi. Nhân đê mê, không kìm hãm, quần ướt đầm đề. Cái sức thanh xuân đầy nhựa sống tràn ra, hối hả bù cho những tháng năm tù ngục mùi ẩm ướt bốc lên từ nền đất lạnh đã đẩy mùi lông tóc đàn bà vào một góc nhập nhòa trong trí nhớ.

Ánh thì thào, mắt ngước nhìn Nhân, tròn và sâu, lấp lánh tựa những vì sao một đêm tối trời:

- Để em tắm cho anh!

Nhân bật cười, nhớ lại là chàng chưa tắm rửa gì bốn năm ngày qua, râu ria lởm chởm chẳng khác loài sơn nhân lạc vào phố thị. Ánh đi nấu nước sôi. Trên lầu, nước rô-bi-nê chảy vào bồn tắm, tóc tách nhỏ một giòng yếu ớt mãi vẫn chưa được lưng bồn. Ánh đổ nước, bắt Nhân ngâm người vào bồn. Như một đứa trẻ, Nhân để Ánh kỳ cọ, nâng niu, mơn trớn. Người choãi ra, những bắp thịt chùng xuống, chàng có cảm giác như bé lại, bé đến độ thành một chiếc bào thai, bốn bề được bảo bọc trước khi phải mở mắt vào đời.

Thình lình, Ánh cởi toang áo. Nhân kéo Ánh, mặt áp vào bầu vú, mũi hít mùi ngầy nồng từ da thịt đàn bà bốc lên hăng hăng kích thích. Hai người cuộn lấy nhau. Từ ngày nhận làm vợ Nhân, Ánh vẫn chưa được một lần gần gũi thân xác. Dẫu yêu Nhân từ ngày còn là một thiếu nữ, đối với Ánh, Nhân trừu tượng, chưa bao giờ là da là thịt. Ánh nửa thèm muốn, nửa sợ như sợ một cuộc đi chơi trên những nẻo đường nàng còn lạ lẫm. Nhân bế thốc Ánh lên, tay kéo chiếc quần Ánh xuống. Chàng đẩy cho Ánh dạng chân ra, úp mặt vào khoảng đất trời lẫn lộn, mắt nhắm nhưng vẫn thấy đủ bảy sắc cầu vồng trong thiên thể màu bích thạch, xanh

499

và sâu, sâu đến vô cùng. Như phản xạ, Nhân bế đặt Ánh lên bụng mình. Chàng cảm thấy được bao bọc, ấm áp, trong chuyển động bập bềnh tự nhiên khiến người rướn lên trong tiếng Ánh thở hổn hển, thở mỗi lúc một gấp gáp cho để đến khi Ánh buột miệng kêu:

- Trời ơi! Chết mất, chết thiệt...

Dưới bếp, bé Quỳnh nhớn nhác, hỏi: ''Bà ơi, mẹ cháu... có chuyện chi vậy? ''. Quá khứ bỗng ập về. Huyền nhớ lần đầu mình trở thành đàn bà trong một căn nhà nửa đã sập vì pháo của chiến hạm Pháp bắn vào từ cảng Hải Phòng. Thật lạ, chuyện thân xác khi đó xảy ra rất tự nhiên, không toan tính, nghĩ ngợi. Và nhất là, dẫu có chết khi đó, Huyền cũng vẫn cảm thấy toại nguyện. Nàng hy vọng cho Ánh trưa nay cũng thế. Nhưng nàng thành khẩn mong cho Nhân không phải sống cái kiếp của Chính, người đàn ông nàng đã trao thân trong khi chiến trận lan ra như một đám cháy. Huyền cười, dịu dàng, vuốt tóc bé Quỳnh:

- Không có gì cả! Hai bà cháu đi chợ nhé.

Bữa cơm chiều có canh Thiên Lý. Bữa cơm xum họp không độn mì, êm ấm như trong một giấc mơ thần thoại. Nhân ngồi cạnh bé Quỳnh, hỏi chuyện học hành, gắp thức ăn cho và bảo Quỳnh gọi mình bằng cha. Huyền nói, giọng thúc giục:

- Con và Ánh nhớ ra làm thủ tục kết hôn, khai lại khai sinh cho Quỳnh, đừng chậm trễ!

Nhân hơi ngạc nhiên thấy mẹ vội vã, nhưng không hỏi gì. Huyền bảo bé Quỳnh, ''Bé nay ngủ với bà, nghe không''. Nó gật đầu, hơi tủi thân, biết rồi đây nó sẽ phải chia xẻ mẹ nó cho Nhân.

Buổi tối, thành phố lại cúp điện. Nhân thì thào vào tai Ánh:

- Thế mà lại hay! Ta đi ngủ sớm.

Đêm trăng sáng lụa là nửa hở nửa che ân ái ở thế gian dưới này chập chờn trong ánh đèn đêm. Ánh và Nhân bước ra sân thượng. Đứng cạnh hòn non bộ nay xanh rêu vì không ai chăm sóc, Nhân nhìn sang nhà ga xe lửa. Những toa tầu xếp dọc đường rầy nhô cao như chiến hào một thời dọa dẫm. Chênh chếch, mái nhà thờ Huyện Sĩ nghễu nghện, cây thánh giá vẫn vụt lên trời cố giữ cho bằng được sự có mặt của một cái gì khác với cuộc sống nghiệt ngã thách đố trên mặt trái đất. Gió lành lạnh. Mây ở đâu đến che ánh trăng, nhìn tựa như dát bạc vào bầu trời mênh mông. Kéo sát Ánh vào người, Nhân thì thào, như ngày gặp Ánh ở trại cải tạo '' Anh yêu em, anh yêu em ''. Gục vào vai Nhân, Ánh bỗng tin vào hạnh phúc là điều có thể cho một ngày sẽ đến. Hai người dìu nhau vào, nằm cạnh nhau, để ánh trăng lọt qua chấn song làm đèn cho đêm tân hôn sau sáu năm thành vợ chồng. Họ không ngủ. Yêu nhau xong, họ thiêm thiếp nằm ôm nhau, tỉnh ra họ lại ghì lấy nhau, lại yêu nhau, cứ thế cho đến khi trời sáng.

*

Bước vào con đường quen thuộc dọc bến Vân Đồn, Dũng thấy chân nặng chình chịch. Nỗi lo âu khiến chàng gần như tê liệt. Con đường vẫn thế, nhà cửa xơ xác hơn đôi chút và cái xe của ông già mì Quảng vẫn ở ngã ba rẽ vào hẻm nhà chàng. Nhìn xuống rạch, thuyền cắm san sát, loáng thoáng bóng người. Dưới nắng, mùi kinh rạch bốc lên, gió thốc vào mũi đến lợm giọng. Trên lộ, nay chỉ có xe đạp. Như những con thoi, xe ngược xuôi, lấn nhau cướp đường. Thỉnh thoảng mới thấy một chiếc Honđa, vừa phóng vừa bấm còi inh ỏi.

Căn nhà Dũng đã ở trong tầm mắt. Cửa ra vào nay sơn lại, màu xanh đậm, cửa sổ ở bên khép kín. Xế trưa, chắc là trẻ con đi học cả. Dũng thầm tính, hai thằng con trai bây giờ đứa mười một, đứa lên tám. Hình ảnh chúng là bức ảnh Dũng nhận được cách đây bốn năm. Hẳn chúng nay lớn hơn, nhưng Dũng sẽ nhận ra. Dũng ngần ngại một lúc, không suy tính gì được, đầu rối bù lên. Ba năm không thư từ của vợ, chàng thầm nhủ, có hai khả năng. Một là nàng mang con vượt biên, nhưng chắc thế là đã bỏ mình trong sóng gió. Còn hai, là nàng không chờ đợi nữa, đã gán phận mình vào một người đàn ông khác. Dũng phân vân, cuối cùng chàng hy vọng khả năng thứ hai. Dù gì, cái gia đình dẫu tan tác nhưng sống vẫn hơn chết.

Dũng mon men lại gần ông già bán mì Quảng, đợi xem ông có nhận ra mình không. Ông hấp háy nhìn, hỏi "Nị ăn một tô?". Dũng gật. Lẳng lặng gắp mì, Dũng cố nuốt, chỉ mong ông già nhận ra người ngày xưa ông gọi bằng "thầy ba ca sĩ". Nhưng không. Ông lẳng lặng ngồi xuống chiếc ghế xếp, mắt nhìn ra rạch. Dũng cất tiếng, dè dặt "Ông bán mì ở xóm này lâu chưa?''. Ông già không quay lại, đáp '' Lâu chứ, ngồ pán ở đây mười lăm năm rồi ''. Dũng đánh bạo ''Nị có biết thầy ba ca sĩ không? Ngộ là bạn, biết nhà trong xóm nhưng không biết là nhà nào''. Ông già chỉ tay '' Kia kìa, căn thứ ba đó. Nhưng cổ biểu thầy ba chết rồi! ''. Dũng hỏi ''Cổ là ai?''. Khịt mũi, ông già lẩm bẩm ''Thì vợ thầy ba đó. Giờ cổ có chồng mới rồi a ''.

Dũng quanh quẩn một lát, không biết làm gì, lững thững đi về phía cầu Chương Dương rồi lang thang vào Chợ Cũ. Nắng sắp tàn, chợ về chiều buồn như cảnh những cuộc đời chực khép lại. Đợi đến tối mịt, Dũng quay lại nhà mình. Rón rén như một tên ăn trộm, Dũng nhô lên nhìn qua cửa sổ, tai nghe tiếng chuyện trò bên trong. Niềm ao ước độc nhất của Dũng là nhìn thấy hai đứa con. Nhưng Dũng chỉ thấy vợ mình nhấp nhổm, chửa vượt bụng, nặng nề đi lại. Thình lình, có tiếng chó sủa. A, đó là con chó mười năm trước Dũng nhặt ở Cầu Kho về. Khi đó, con chó gầy nhom, ghẻ lở đến không một ai muốn đem thịt. Dũng tắm rửa cho nó, nuôi cho ăn, đặt tên ''chó con'' để nó bầu bạn với đứa con đầu lòng Dũng trìu mến gọi là ''chó lớn''. Có tiếng suỵt chó, rồi tiếng chân đi ra ngoài. Dũng thót bụng, lủi vào bóng tối như phản ứng tự động của những sinh vật yếu đuối bị xua đuổi. Một người đàn ông hé cửa, nhìn ra, rồi lại khép cửa lại. Con chó ư ử kêu, thỉnh thoảng lại sủa lên, đầu đập nhẹ vào cánh cửa như muốn ra ngoài.

Dũng mò đến chợ Xóm Chiếu gần nhà. Sau giờ giới nghiêm, không còn một bóng người ngoài đám phường đội có nhiệm vụ an ninh thỉnh thoảng đi ngang, thuốc lá bập đỏ và chuyện trò chửi tục luôn miệng. Tìm một cái sạp hàng, Dũng chui xuống dưới, tay nải kê xuống dưới đầu làm gối, cố chợp mắt. Mùi hôi thối tanh tưởi thoảng lại. Buồn nôn, Dũng bụm mũi, chờ cho đến sáng. Khi nghe tiếng chân đi, Dũng choàng dậy. Ra đến đầu hẻm, ông già mì Quảng đang đẩy xe tới, chén bát kêu lách cách đánh nhịp. Dũng tìm một gốc cây, ngồi đó chàng nhìn thấy cửa nhà mình. Dựa vào thân cây, Dũng căng mắt đợi. Đường phố đã có người qua kẻ lại. Dũng thu mình, chỉ sợ những người hàng xóm ngày xưa có thể nhận ra mình. Cửa nhà chàng mở, con chó chạy ra, lủi vào cái ngách bên cạnh. Rồi một người mặc đồng phục công an giắt chiếc Honda ra. Theo sau, hai đứa trẻ. Và cuối cùng là vợ chàng, tay móc xích sắt chung quanh cửa rồi bấm chiếc khóa đồng. Hai đứa trẻ, cổ quàng khăn đỏ, tay cắp cặp đi dọc con rạch. Vợ chàng ngồi lên yên sau Honda, vòng tay ôm bụng anh công an. Tất cả vụt hiện, vụt biến.

Dũng chạy theo hai đứa con. Chúng vừa đi, vừa chỉ trỏ, không biết đang nói gì với nhau. Bắt gần kịp, Dũng mới tự hỏi, đuổi theo làm gì? Lẽo đẽo theo sau, Dũng cứ thế bước cho đến khi hai đứa trẻ gần đến cổng tường có cái tên dài thườn thượt: Trường cấp I Nguyễn Tất Thành. Dũng hốt hoảng kêu, "Đợi, đợi một chút...". Hai đứa trẻ quay lại. Dũng đến gần, luống cuống không biết nói gì. Thằng bé lớn nhìn Dũng, hỏi:

- Chuyện chi vậy chú?

- A... không có chi! Chỉ muốn hỏi thăm mấy... cháu một chút!

Gọi con bằng cháu, Dũng thấy ruột xót như sát muối. Nhìn chúng ngước lên nhìn chờ đợi, Dũng nói đại:

- Trụ sở Công an phường ở chỗ nào?

Thằng nhỏ mau miệng:

- Phường thì cháu hổng biết, nhưng công an Quận tư thì hổng xa. Ba cháu công tác ở đó, cháu rành mà. Chú đi đường này, qua ngã tư quẹo trái, gần nhà Lưu Niệm Bác Hồ là tới.

Bàng hoàng nghe con gọi mình là chú, Dũng thực sự thấy mình mất hết. Ba nó, nay là ông công an Quận tư, nào đâu có là chàng. Chàng đã chết. Vợ chàng nói vậy, đến cả ông già mì Quảng cũng biết. Ngơ ngẩn, chàng đi ngược lối cũ, nước mắt ràn rụa ứa ra, biết là đã lỡ làng hết cả rồi, chẳng còn có gì để cứu vãn.

Quay lại gốc cây, Dũng ngồi dựa mình vào, mắt nhắm lại. Một lát, chợt chàng thấy tay mình âm ấm, tai nghe tiếng hinh hích như khóc. Mở mắt ra, "chó con" đang liếm tay, đầu chúi vào lòng Dũng. Mắt nó kéo màng không còn thấy gì, nhưng khứu giác vẫn khiến cho nó nhận ra chủ cũ. Dũng ôm nó, tay vuốt lưng, lông rụng ra từng mảng. Chàng bùi ngùi, hỏi nhỏ "Mày chưa chết hả, "chó con"! ", và chưa bao giờ tủi thân mình như lúc này. Ông già mì Quảng ngồi chứng kiến từ đầu chí cuối cảnh con chó ra nhận chủ. Lẳng lặng, ông bỏ hai vắt mì vào tô, chan nước, bưng lại cho

Dũng, nhỏ nhẹ '' Thầy ba ăn đi, ngỗ mời nè''. Thì ra ông ta cũng đã nhận ra Dũng. Cầm lấy tô mì, Dũng hỏi. Ông đáp '' Ngỗ bữa qua thấy nị giống giống thầy ba, nhưng hổng chắc. Nhưng ngỗ nói đúng đó, thầy ba chết rồi, nị hà!''.

Dũng bị gậy đi tìm nhà Sư huynh, cũng ở Khánh Hội. ''Chó con'' vẫn cứ kêu hinh hích đi theo, Dũng phải đuổi mãi nó mới ngừng chân. Nhìn theo cho đến khi Dũng khuất bóng, nó ư ử rên rồi lủi thủi lê bước về. Khi bấm chuông, hai đứa con Sư huynh ùa ra mở cửa. Lát sau, Sư huynh lên. Chỉ nhìn Dũng, Sư huynh đã đoán được hết, nói ngay:

- Đã bảo cung Thê cậu không đẹp lắm. Nhưng cung Nô và cung Di thì tốt, tốt lắm. Năm Hợi của cậu thì muốn gì được nấy, chẳng có chi phải lo cả!

Trong trại, bạn tù đều hiểu xem Tử Vi là một cách Sư huynh dùng để giữ tinh thần cho mọi người. Nhưng thật lạ, chuyện đồi trầu trụi lá và tù được phóng thích là lời tiên tri đã kiểm nghiệm. Dũng vừa ngồi xuống chiếc ghế Sư huynh kéo thì không còn chịu thêm được, ôm mặt khóc òa lên, vừa khóc vừa kêu ''Giời ơi, sao hành nhau thế hả giời! ''.

*

Giáp Tết lần thứ tám từ ngày Giải Phóng, Ánh mua một cành mai mang về, vui vẻ bảo ''Trông cho nó ra năm mới''. Thật ra, ba năm vừa rồi, đúng như Nhà Nước nói đi lập lại, phải thắt lưng buộc bụng. Cải tạo công thương nghiệp, đổi tiền rồi vượt biên ''bán''

506

chính thức nhằm lấy vàng bỏ vào ngân quĩ không vực
được một chính quyền lao đao không biết làm gì để
thực sự tiến lên xã hội chủ nghĩa. Những anh hùng
thời này là những cán bộ "phá rào". Ở đồng bằng sông
Cửu Long, họ tiếp tục nới rộng khoán sản phẩm trong
nông nghiệp, đề nghị kinh tế năm thành phần, chấp
nhận kinh tế tư nhân là một, nhưng chưa dám đề cập
đến quyền tư hữu. Nhưng chính quyền Trung Ương
tiếp tục ngăn sông cấm chợ. Dân chúng Sài Gòn vẫn ăn
độn, khi bo bo, khi mì hột. Nghị quyết "giá - lương -
tiền" không ra đâu vào đâu, chẳng giải quyết gì, chỉ
gây thêm rối. Cán bộ cao cấp kêu "Cái khó bó cái khôn.
Nhưng đừng quên tiềm lực của đất nước là tài nguyên
với rừng vàng, biển bạc. Con người thì thông mình,
cần cù...". Tương lai tít tắp xa ngời ánh hoang tưởng
những lời hứa suông của một thời cứ mãi mãi trước
mặt.

Nhân nâng cành mai, loay hoay cắm vào chiếc bình
cao cổ, loáng thoáng nghe tiếng đập cửa. Ánh ra, lát
sau vào bếp, giọng tinh quái:

- Có cái cô nào đang hỏi anh ngoài kia!

Bước chân lên nhà trên, Nhân bỡ ngỡ một lát rồi
nhận ra Mai. Bỏ trang phục công an, nàng nay mặc áo
hoa, mang quần bò, mặt đánh chút phấn, môi thoa son
đỏ chót, nhìn chẳng thể đoán đây là cô cán bộ mới vài
tháng trước còn ở bệnh xá một trại tù heo hút.

- Chào cán bộ, Nhân nói, giọng máy móc.

507

- Trời, cán bộ chi mà cán bộ. Em đi phép vào miền Nam ăn Tết với gia đình, đến thăm anh...

- ...Và hỏi xem nay Dũng ở đâu, phải không? Nhân ngắt, giọng hóm hỉnh.

Nhìn Mai gật đầu, Nhân hồi tưởng đến người bạn tù không may mắn. Dũng về Sài Gòn, trình diện với công an phường, và trở thành kẻ vô gia cư vì vợ Dũng khai chồng chết để tái hôn. Chuyện rối như bòng bong, công an phường bảo "Chúng tôi chẳng biết là anh đi cải tạo về hay anh chết rồi sống lại, nhưng chắc chắn không để anh vào hộ khẩu ở địa chỉ nhà anh vì nay nhà có chủ mới rồi". Dũng biết đám công an bao che cho nhau, nhờ Sư huynh gặp vợ cũ mình, điều đình xin ba cây vàng đổi căn nhà để lấy tiền đi vượt biên. Năm 83, giá đi bán chính thức đã xuống, không còn cao như giá những năm đầu, từ mười sáu, xuống mười hai, rồi mười, rồi tám, rồi sáu cây một đầu người. Thật oái oăm, anh chồng mới - Đại úy công an Quận tư - cho tay chân rình, ập vào bắt Dũng và kết tội "tống tiền" khi Dũng chỉ mới chạm tay vào vàng, miệng đã định cảm ơn vợ. Giải pháp công an đề nghị rất gọn, "Tha tội tống tiền", nhưng Dũng phải làm giấy xin đi kinh tế mới, nếu không sẽ truy tố cả Sư huynh, người đứng làm trung gian, ắt là đồng lõa.

Mai ngập ngừng, gặng:

- Anh cho em địa chỉ, em tới thăm anh ấy!

Kể sơ qua những khó khăn của Dũng, Nhân ghi vào một mảnh giấy địa chỉ ở Trảng Bon, Tây Ninh. Mai cám ơn Nhân, gửi lời chào Ánh rồi tất tả đi ngay. Nhân nhìn Ánh, giọng buồn buồn:

- Cô công an đa tình anh kể cho Ánh nghe đấy! Cô ta là con cán bộ tập kết. Vào Nam ăn Tết với gia đình nhưng chắc sẽ đi tìm Dũng!

- Tình là dây oan mà! Ánh cười, mắt tinh nghịch.

Đúng lúc đó, Huyền đi chợ về. Nghe câu Ánh nói, Huyền lẳng lặng quay đi giấu nỗi xúc động bất ngờ ập đến. Đưa tay xách giỏ cho Huyền, Ánh giả giọng làm vui, khoe:

- Mợ ạ! Tết năm nay cả nhà đoàn tụ. Con mua một cành mai đấy...

Huyền gượng cười:

- Chỉ thiếu Lương! Chợt nhớ ra, Huyền bùi ngùi, và thiếu cả Dân và Thắm, rõ thật khổ!

*

Mồng 3, Nhân đạp xe đến chúc Tết Sư huynh. Từ ngày về Sài Gòn, Sư huynh lại đi đá gà giải khuây sau khi làm đủ thứ giấy tờ, kể cả đơn xin đoàn tụ gia đình với hai đứa con đã di tản qua Canada ngay từ năm 75. Sư huynh nói như đinh đóng cột '' Gia đình mình sẽ đi năm sau! Tiểu hạn của hai vợ chồng đều vào cung Di. Lá số mình có Thai - Tọa, còn lá số vợ thì giáp Quang - giáp Quí. Tam Thai - Bát Tọai là ngồi vừa thư thả vừa vững vàng, thế thì chỉ có đi bằng máy bay mới vậy! ''

Nhân đang dựa xe đạp vào tường, Sư huynh mở cửa bước ra. Vẫn cứ với nụ cười lạc quan, Sư huynh bảo "Đem vào trong nhà, bây giờ xểnh một cái là ăn cắp" rồi tự tay giắt xe, miệng vui vẻ hỏi thăm. Nhân kể Mai đến hỏi địa chỉ của Dũng, đùa " Chắc hai anh chị đang hòa hợp hòa giải tới nơi tới chốn, bác ạ ". Sư huynh bật cười, hỏi Nhân gần đây có gặp Thưởng không. Trong số bạn tù, có lẽ trường hợp Thưởng là bi thảm ngoài sức tưởng tượng của mọi người.

Nhà cao cửa rộng hiến cho Cách Mạng, mẹ vợ, vợ Thưởng và hai đứa con đi kinh tế mới theo lời khuyên của ông Thứ Trưởng khiến Thưởng gần như phát điên trong trại Vĩnh Quang. Khi đó, Thưởng thư cho vợ, bảo khi nào chưa về lại Sài Gòn lo cho hai đứa con được học hành thì đừng liên lạc gì nữa. Vài tháng sau, Thưởng nhận được thư báo thằng con lớn chết. Không ăn không ngủ ba ngày ba đêm, Thưởng bó gối, mắt mở trừng trừng, chẳng nói năng gì. Sau giờ lao động, Sư huynh và Nhân rón rén đến ngồi gần, chia xẻ nỗi đớn đau của Thưởng trong im lặng. Thưởng như ngọn nến bập bùng trước gió, đến ngày thứ tư thì quị. Bạn tù có gạo nấu cháo đổ cho Thưởng. Sư huynh nói những lời chí tình về sự sống. Cha Thuận cũng đến bên cạnh Thưởng, tay lần tràng, miệng rì rầm đọc kinh. Nhân làm phận sự bác sĩ, nhưng chẳng có thứ thuốc nào chữa được tuyệt vọng, thứ bệnh nan y chỉ Thượng Đế mới có cách cứu giải. Dũng vốn bộc tệch bộc toạc, vuốt tóc Thưởng, thốt "Anh phải sống cho thằng bé con chứ!". Câu nói đó đã vực Thưởng dậy.

Về Sài Gòn, Thưởng lần đến Ngã Năm Bình Hòa, nơi mẹ vợ Thưởng sang được một căn nhà vách đất sau khi rời khu Kinh Tế mới ở Bảo Lộc. Đưa thằng bé ra Hà Nội sống với ông ngoại để hy vọng tránh được việc bắt thanh niên đi nghĩa vụ, hai mẹ con quay lại miền Nam, buôn bán lặt vặt ở chợ Bà Chiểu độ nhật. Đùng một cái, tin như sét đánh, thằng bé em trốn qua Lào, bị bắn chết khi vượt biên. Ông Thứ Trưởng nhận xác cháu, chôn cất xong thì xin từ nhiệm. Vợ Thưởng treo cổ, mắt trợn trừng, hốc mắt máu đổ ra lòe loẹt không đông lại được. Từ đó mẹ vợ Thưởng phát điên, cứ thấy đàn ông đi qua là bà quì xuống vái, miệng kêu ''Lạy mấy ông, chừ tha cho tôi''. Bà không nhận được con rể khi Thưởng về, thấy Thưởng như thấy người dưng, quì xuống lạy và kêu ''Chừ tha cho tôi! Chừ tha cho tôi!''. Biết vợ và thằng con còn lại đã chết, Thưởng chẳng tha thiết gì đến sống, nhưng lại không đành bỏ bà mẹ vợ điên dại. Muốn đi sang Pháp, đối với Thưởng không khó. Chàng vẫn còn quốc tịch Pháp và gia đình ở Paris giục thế nào Thưởng cũng không đến Lãnh Sự Quán Pháp để xin đoàn tụ. Thưởng - kẻ đã một thời kinh điển đầy mình, luận án cao học chủ đề là '' Phủ định của phủ định: tiến hóa trong quá trình biện chứng Mác-xít''- đang thập thò ở ngưỡng cửa vô sản. Hiện nay, sắm được một chiếc bơm xe đạp, một mỏ lết, hai cái kìm, một cái búa, Thưởng ngồi vá xăm lốp xe đạp ở đầu đường.

Nghe Sư huynh hỏi, Nhân đáp hai tháng nay không gặp Thưởng. Sư huynh rủ, ''Hai anh em mình đến thăm anh ấy đi''. Đến nhà, Thưởng không có đó. Bà mẹ vợ Thưởng chỉ còn da bọc xương, tóc trắng xác xơ, quì xuống, miệng móm mém thều thào " Lạy mấy ông chử tha cho tôi". Sư huynh chép miệng, kéo Nhân đến nơi Thưởng thường ngồi vá xe. Vẫn cái thế ngồi chân co đầu gối lên, Thưởng nhìn bạn, mắt lạnh lẽo vô cảm. Sư huynh chúc Tết:

- Này năm mới, tớ chúc cậu tỉnh ra nhé! Năm Dậu thường là năm lắm biến cố, không tỉnh thì... chỉ có toi!

Tưởng rằng vẫn ngậm miệng như thường lệ, nhưng Thưởng đáp, cũng bất ngờ không kém:

- Toi được, tôi toi ngay. Gia đình tôi đi sang Pháp, cho nên mẹ vợ chẳng khác gì mẹ đẻ... Thưởng cầm lấy búa gõ nhè nhẹ vào kìm như đánh nhịp. Lát sau Thưởng thẫn thờ tiếp – Chính tôi bảo cháu sang Lào. Nó chết, vì tôi. Rồi vợ tôi tự tử, cũng lại vì tôi. Mẹ vợ có mệnh hệ nào khi tôi toi thì hóa ra tôi sát nhân ba lần, mà toàn là giết những người thân! Thế thì tôi là cái giống gì?

Ba người bạn tù lại im lặng. Ngoài đường, ngày Tết nên vắng vẻ. Để phá cái không khí ngột ngạt, Nhân kể chuyện mình có đứa em tên Lương cũng đang ở Paris. Lương làm đơn bảo lãnh, nhưng hiện chỉ có tên mẹ Nhân và Nhân, chuyện kết hôn với Dao Ánh nhùng nhằng giấy tờ vẫn chưa xong. Nhân nói:

- Tôi chỉ muốn mẹ tôi đi. Phần tôi, ở lại cũng không sao. Bệnh viện Bình Dân đã cho tôi làm trợ y, trong khi chờ đợi "họ" thẩm định lại khả năng hành nghề bác sĩ...

512

Đắn đo, Nhân nhìn Thưởng, tiếp:

- Khi đó, tôi có thể chẩn bệnh bà cụ mẹ vợ anh, và yêu cầu gửi cụ vào nhà thương Biên Hòa, nơi có thể chăm sóc cụ! Phần anh, theo tôi thì anh cứ liên lạc với Lãnh Sự Quán Pháp, đã đi ngay đâu mà ngại. Mình sửa soạn, và đến lúc có thể yên lòng đi thì đi...

Thưởng cười nhạt, ngắt:

- Để xem... Nhưng hỏi các anh, đến sống mà tôi còn không thiết thì đi để làm gì?

Sư huynh vỗ vào tay Thưởng, hỏi:

- Xưa trong trại cải tạo, cậu có nhớ đã nói gì với tôi không?

-???

- Cậu bảo cậu phải sống để ra tù, cậu sẽ bỏ thời gian nghiên cứu và viết lại Mác-xít cho người Việt Nam, vì cậu thấy cái guồng máy quyền lực miền Bắc chẳng Mác-xít, mác xiếc gì cả. Cậu cho rằng guồng máy đó chỉ thuần toàn trị, kiểu theo cái bà tên... Hannedth... nói thì phải!

Bật lên cười, một ánh lửa bốc cháy trong khóe mắt. Nhưng chỉ tích tắc ánh lửa đó lại tắt ngúm. Thưởng buồn bã:

- Trước đây có Trần Đức Thảo, một triết gia danh tiếng, đã thử làm cái điều ấy theo cách ông nhìn, và kết cục là người ta lấy còng kẹp miệng ông lại ba mươi năm, các anh ạ! Chữ và nghĩa không đổi đời ngay được. Đương cự với sự ngu xuẩn dưới thế, đến

513

Thượng Đế cũng bất lực, đành vứt lên Thiên Đường những viễn mơ!

Nắm tay Nhân và Sư huynh, Thưởng ngậm ngùi:

- Chúng ta tự mình đánh mất địa đàng, và dần dần đánh mất chính chúng ta. Họa hoằn, trong mong manh tôi thấy còn con người. Vì thế... xin cám ơn các anh có lòng đến với tôi. Điều này, sống hay chết, tôi cũng sẽ ghi nhớ!

*

Chiếc xe Jeep mang phù hiệu công an xịch lại đỗ đầu ngõ. Hai người nhảy xuống, một mặc thường phục, người kia vận quân phục mũ cát-két trên đầu. Họ gõ cửa, Huyền ra mở, reo:

- Dũng hả?

Thời gian vô gia cư, Dũng thỉnh thoảng về trú ở đây, có khi ở cả tuần. Thấy người đi kèm, Huyền thót bụng, lùi một bước. Trước thái độ Huyền, Dũng trấn an:

- Thưa bác, bạn cháu xưa đã đến nhà đây tìm địa chỉ cháu, bác đừng ngại.

Lúc đó, Nhân ở dưới nhà bước lên. Nhìn Mai trong trang phục công an, Nhân ngại ngùng. Mai chào rồi ngượng nghịu:

- Em ăn mặc thế này đi với anh Dũng mới an toàn, không bị hỏi giấy!

514

Nhìn chiếc xe đậu đầu ngõ, Nhân đoán có lẽ Mai là con của một vị quan chức ngành công an ở Bà Rịa, nhưng không tiện hỏi. Sau khi gặp Nhân, Mai đi thẳng lên Trảng Bon gặp Dũng. Về Bà Rịa mồng hai Tết, Mai mang xe công an lên đón Dũng về, thề là không sống nếu phải xa Dũng. Là con một, cha mẹ Mai nuông chiều quen, cuối cùng không muốn cũng phải chịu. Bạn bè nàng, phần lớn cũng dân tập kết và được đào tạo trong ngành công an, đã khuyên nàng nên rời miền Bắc. Nhưng gặp được Dũng, nàng mới biết Dũng nằng nặc đòi vượt biên. Nắm chặt lấy tay Dũng, Mai quyết liệt nói, sống chết phải có nhau. Sau đó, Mai nói với cha mẹ hiện đang công tác ở Ban Thường Vụ Tỉnh. Cha Mai bảo, tao từ mày! Mẹ Mai khóc, nhưng chỉ phản đối yếu ớt. Lần này về Sài Gòn, Dũng định thăm bè bạn lần chót, nay mai sẽ lên đường ra biển.

Khi chỉ còn Nhân tiếp chuyện, Dũng hỏi ngay:

- Gia đình cậu muốn đi, Mai và tôi sẽ lo. Đi thế này, là đi "bán" chính thức, không sợ bị bắt, không sợ tù tội!

Mai vội đỡ lời:

- Công an Bà Rịa họ lo giùm hết phần bãi bến. Chi phí cho thuyền, xăng nhớt... là hai cây một đầu người!

Nhân nghe Dũng và Mai nói, lòng không khỏi hoang mang. Đây không phải là lần đầu Nhân nghĩ đến chuyện vượt biên. Hồ sơ bảo lãnh của Lương chưa đâu vào đâu, nhất là vì giấy tờ của Ánh và bé Quỳnh. Dẫu không nói ra miệng, trong lòng Nhân quyết là

515

không bao giờ để Ánh và bé Quỳnh ở lại. Mặt khác, nếu không có Nhân, chắc mẹ sẽ không chịu đi. Thương mẹ cả một đời vất vả, Nhân chỉ muốn làm sao cho mẹ được hưởng an bình trong những năm cuối đời, qua sống với Lương vừa lập gia đình tháng trước. Phần chàng, chàng không muốn nhờ vả gì em, nhất là khi nhớ lại lần Lương thăm mình ở Vĩnh Quang, lạnh lùng và nguyên tắc còn hơn cả đám quản giáo.

Đêm hôm đó, Nhân trằn trọc đi ra đi vào. Bước lên sân thượng, Nhân nhìn trời mông lung, lòng ngổn ngang trăm mối. Ánh theo ra, dịu dàng hỏi. Nhân kể lại buổi thăm viếng của Dũng và Mai, cũng như nỗi băn khoăn đang rày vò mình. Ánh khẩn khoản:

- Vượt biên thì khi ra khơi, sóng gió thế nào không ai biết trước được. Em nghĩ mình không nên liều lĩnh. Bây chừ, mợ và anh cứ làm giấy đi diện bảo lãnh, hồ sơ có tên em và bé Quỳnh để bổ túc sau. Đi được, anh cứ đi trước. Ánh nuốt nước bọt, cố đùa - Em đã đợi anh sáu, bảy năm rồi, và còn có thể đợi thêm cả trăm năm nữa, sợ gì!

Nhân lắc đầu, chua chát kể lại lần mình gặp Lương trong trại cải tạo. Ánh thuật lại cho Huyền nghe thì Huyền chỉ bật cười. Chính là mẹ Lương, Huyền cũng từng khó chịu về cách ứng xử cứng ngắc của Lương. Lần cuối Lương về cách đây hơn một năm, Huyền cùng Lương lên viếng mộ chú Hoàng. Cố nhưng không giấu được xúc động, Lương ứa nước mắt khi nhổ cỏ. Mím môi, Lương nói nhỏ " Con định xin cho cả gia đình đi qua Pháp đoàn tụ. Nay, con đủ sức lo cho tất cả mọi người! ''. Huyền ngạc nhiên, hỏi '' Con xin thế, thì những người nắm quyền ở đây làm sao tin con được nữa? Những dự định góp tay xây dựng lại đất nước của con sẽ hỏng cả thôi! Con đã nghĩ kỹ chưa? ''. Lương chỉ tay vào mộ cha, buồn rầu '' Lý lịch của con nằm dưới ba tấc đất đây, vì thế con chẳng bao giờ nghĩ là con sẽ lấy được niềm tin của họ! Vả lại, theo ''họ'' thì cho đến bây giờ, con chỉ có ''tâu'', rồi ''trình'', nhưng chưa thấy mình thực sự ích lợi thế nào...''. Lương im lặng, lát sau nhắc ''...khi anh Nhân được thả về thì chuyện đầu phải làm là giấy tờ kết hôn với chị Ánh, có thế con mới lo được ''.

Huyền kể lại cho Nhân nghe câu chuyện với Lương, ngậm ngùi bảo '' Lương thật vẫn là em con, và chỉ thế thôi là mợ cũng đã vui lắm rồi '' rồi giục Nhân đi dò hỏi. Chần chừ thêm cả tuần, Nhân mới mang hồ sơ lên phòng Ngoại Vụ của thành phố nộp, lòng vẫn áy náy không yên. Huyền hiểu, gọi Nhân và Ánh đến, nói rành rẽ:

- Mợ chỉ đi Pháp khi có cả Dao Ánh và bé Quỳnh. Nộp đơn bảo lãnh cứ nộp, nhưng phải thúc đẩy giấy tờ đăng ký kết hôn cho nhanh, có mất tiền lót tay cũng cứ làm. Mợ giục Nhân từ lâu vì mợ biết Lương sẽ lo hồ sơ bảo lãnh cho tất cả mọi người.

Những tháng đầu năm 83, số người đi diện bảo lãnh vẫn khá thưa thớt. Dẫu sao, có hồ sơ là có thêm một hy vọng thoát khỏi chẳng phải chỉ nghèo khổ mà cả cái ngột ngạt của một xã hội chông chênh đáng sợ. Chìm đắm trong chiến tranh, xã hội đó đã quen được chi

517

viện. Nhưng Trung Quốc bành trướng bây giờ là kẻ thù số một, Mỹ cấm vận và Liên Xô kiệt quệ không còn giúp đỡ được như xưa. Người dân miền Nam nay cũng quần đen áo bà ba, cũng xe đạp, chẻ củi đun bếp, nhưng chưa quên những phồn vinh giả tạo ngày nào. Mặt khác, có lẽ để tránh cái thói "nhàn cư vi bất thiện" với những người không công ăn việc làm, dân được gọi họp, họp và họp, nghe đi nghe lại những khẩu hiệu đến phát nhàm. Nhưng họ bắt đầu mất tin tưởng vào phép lạ của những thần thánh mới. Người có tiền chi trả để vượt biên đã đi hai ba năm qua. Những chuyến vét sau này, giá xuống nhưng bắt đầu thưa thớt. Cướp biển hãm hiếp. Rồi đến bờ nhưng lại bị xua đuổi và sợ phải tiếp tục lênh đênh tìm một nơi tị nạn, thuyền nhân đục thuyền cho đắm, có thể chết đuối ngay cả khi đã nhìn thấy đất liền. Đó là những thông tin người còn ở trên bờ rỉ tai nhau, dần dà đẩy lùi giấc mơ đổi đời bằng cái vẩy tay huyền diệu của một bà tiên chỉ có trong cổ tích. Không, vượt biên gian nan lắm, *nhất chín nhì bù*, nói cách nói người miền Nam.

Trước khi lấy vợ, Lương hẹn đến Tết sẽ mang vợ về chào gia đình. Không hiểu sao, không thấy Lương về. Huyền viết thư cho con hỏi căn do. Đợi mãi, Lương hồi âm, chỉ báo đơn xin nhập cảnh bị trục trặc. Thơ nhận được dăm ngày sau khi Nhân nộp hồ sơ xin đoàn tụ. Đưa thơ cho Nhân đọc, Huyền buồn bã:

- Những trục trặc ở xã hội này muôn hình vạn dạng!

Nghĩ đến chuyện Lương đã từng gặp những người như ông Phạm Văn Đồng, Nguyễn Cơ Thạch... Huyền đoán chắc lại chuyện trâu bò húc nhau, ruồi muỗi chết. Một bên, những kẻ bảo thủ, là số đông. Bên kia, dăm người tiến bộ cởi mở. Đại Hội V, bảo thủ thắng. Vậy thì giết ruồi là cách trâu bò cảnh báo nhau. Và Lương, có hơn gì một con ruồi trong vòng quay quyền lực. Huyền thở dài:

- Từ nay, chuyện bảo lãnh không phải là chuyện ta có thể chờ đợi gì nữa. Nhân cố xin hành nghề trở lại và phép mở phòng mạch!

Nhân gật đầu. Ánh lặng người đi, tay ôm lấy con, mắt ươn ướt chực khóc. Ngay sáng hôm sau, Ánh xách giỏ đi. Nhân hỏi, nghe Ánh đáp, giọng quyết liệt:

- Em đi Bà Rịa!

*

Đêm đã khuya, nhưng cả ba vẫn ngồi, không ai lên tiếng. Ánh nê-ông chiếu vào bức tường vôi xanh nhạt hắt ngược lên da mặt người sắc nhợt nhạt của những kẻ đầm mình chết trôi. Bất chợt, Huyền nhìn Nhân, giọng cả quyết:

- Khi tương lai ở đằng sau, sống nay mà mai lại chỉ là quá khứ, với mợ thì còn hiểu được nhưng với hai con và bé Quỳnh thì không, vô lý lắm. Mợ cho là Ánh tính đúng, và dẫu gì, Chúa cũng an bài cho mỗi người một số phận. Chép miệng, Huyền tiếp - Mợ cũng đi với các con, sống chết có nhau. Sóng gió có dập vùi, thì đấy là ý Chúa... Các con đừng sợ!

519

Nhìn lên, Nhân biết một khi mẹ quyết định gì thì rất khó lay chuyển. Thương mẹ đã một đời vất vả, Nhân trầm ngâm:

- Nếu để sống ở đây với nghề nghiệp của con, con chắc sẽ sống được. Ai thế nào, mình cũng sẽ thế ấy...

Huyền ngắt:

- Tức là có cái ăn, không chết đói và chỉ có thế thôi! Còn bé Quỳnh? Và mợ cũng mong hai con cho mợ những đứa cháu khác. Chúng thì sẽ ra sao? Chẳng lẽ tất cả mơ ước cho chúng nó chỉ đơn giản là chúng nó không chết đói? Thời gian mợ ra Bắc, về quê và vào Hưng Nguyên quê cha con, mợ thấy kiểu lý lịch như nhà mình thì tương lai của các cháu mịt mùng lắm. Đời mợ, thôi thì cứ như xong. Nhưng còn đời các con và các cháu sau này, mợ không đành lòng! Phần mợ, vượt biên mợ cũng đi!

Ánh không nói gì, nhìn Huyền với ánh mắt biết ơn. Huyền đứng dậy, dặn:

- Ánh trả lời cho họ, nhà mình đi như thế là bốn người. Nếu chỉ nội tháng này thì sửa soạn ngay, đến lúc đi được là đi liền. Và đi thì tất cả nhà lúc nào cũng phải có nhau.

Đợi Huyền ra khỏi buồng, Ánh nắm tay Nhân, oà lên tức tưởi. Áp mặt Ánh vào ngực, Nhân vuốt tóc, nghe Ánh nghẹn ngào:

- Mợ nói thế, chắc đã nghĩ kỹ rồi. Và thế là vì con vì cháu, em không muốn phụ lòng mợ...

Xiết chặt lấy Ánh, Nhân thầm nhủ, sóng gió có đến thế nào đi chăng nữa chàng cũng không thể sống lấy một mình. Nhân lẩm nhẩm, nhắc lời mẹ, tự hỏi sống với tương lai ở đằng sau, có phải là sống không?

*

Cuối tháng tư, vượt biển vào vụ mùa. Biển ít giông gió, nước theo luồng đẩy cho những con tầu dạt xuống quần đảo Nam Dương. Nếu thuận gió thuận nước, bốn năm ngày là đến bến đến bờ. Cẩn thận, đồ ăn nước uống phải dè chừng cho mười, mười lăm ngày. Rồi xăng, nhớt. Phụ tùng máy. Chân vịt dự phòng nếu hư hại. La bàn và hải đồ. Tất cả, do chủ tầu và tài công lo. Chuyện mua bến mua bãi và đưa người từ bãi đến tầu, Nhân đích thân xuống Bà Rịa gặp Mai và Dũng để tìm hiểu. Mai khẳng định, tầu ba "lốc", có cả một đầu máy dự phòng và số người vượt biển chỉ có bảy mươi hai người, gia đình tài công đi kèm nên không sợ bị lừa.

- Còn bãi, mua rồi anh à! Toàn tụi bạn em nó bán, chắc ăn. Phần anh Nhân, Mai tiếp, anh chuẩn bị thuốc men nhưng gọn nhẹ thôi!

- Đối phó với cướp biển, cũng phải tính đến. Nhân băn khoăn - vậy mình làm thế nào?

- Dì Tư em là chủ tầu đã có kế hoạch đối phó. Ba đứa con dì xưa một là du kích, một là bộ đội Giải Phóng và một đi Biệt động quân Cộng Hòa. Tụi nó lo phần bảo vệ!

521

Chồng tiền cho Mai, Nhân hỏi kỹ điểm hẹn và cách đi từ Sài Gòn ra Bà Rịa. Dũng bảo gia đình ông chú Dũng năm người cũng đi, hiện đứa con út đang ở Bà Rịa, khi biết ngày giờ lên đường, nó sẽ về báo. Để Nhân yên tâm, Mai nhắc, đến Bà Rịa là không có vấn đề gì với công an biên phòng ở đây, nhưng từ Sài Gòn ra thì phải cảnh giác.

Ánh bắt Nhân đưa lên thăm Sư huynh. Chỉ nhìn nét mặt lo âu của Ánh, Sư huynh đã đoán ra, đùa:

- Muốn bói, thì cô phải đặt quả mới linh!

Nghe Nhân kể về Sư huynh nói gì trúng nấy như ''thánh cho ăn lộc'', Ánh bám vào tử vi như bám vào một cái phao an toàn. Nàng đi xem ông Minh Lộc, một thầy bói mù nhà gần Phở 79. Rồi nàng đến bà Đồng khu Vườn Chuối chuyên bói bài tây. Ánh bóp tay, miệng ngượng ngập, lí nhí:

- Em nhờ bác xem hộ cho, và chỉ hỏi một chuyện!

Sư huynh hỏi ngày sinh tháng đẻ của Ánh, bấm tay tính toán, rồi phán:

- Chắc giờ sai. Cứ theo giờ cô cho, mệnh là Thiên Phủ, phải béo tốt đẫy đà chứ đâu có mảnh mai thế này!

Nhân cười, miệng đùa nhưng có chút chua chát:

- Ăn độn lấy đâu ra mà béo với tốt. Cứ như bác dạy thì người Việt mình bây giờ chẳng mấy ai có sao Thiên Phủ thủ mệnh đâu.

Sư huynh rung đùi, lại lẩm nhẩm bấm tay như bắt quyết. Lát sau, Sư huynh chậm rãi:

- Lấy giờ Dậu tức là lùi lại mười phút, thì mệnh cô là Thái Âm, bộ sao chủ là Cơ Nguyệt Đồng Lương, đúng với nhân dạng. Bây giờ tôi xem tiểu hạn của cả hai lá số, giờ Dậu và giờ Tuất nhé...

Trầm ngâm, Sư huynh nhắm mắt, tay lại bắt như bắt quyết. Lát sau, Sư huynh nghiêm trang:

- Cả hai lá số, đều đi bình yên, nhưng phải trước tháng sáu. Nếu chậm, thì không nên đi!

Dao Ánh reo:

- Ông Minh Lộc cũng nói thế bác ạ!

Sư huynh cười tủm:

- Không thấy nhân dạng cô, ông ấy xem số lấy giờ Tuất. Nhưng sai lệch năm, mười phút khi ghi giờ sinh là thường. Còn lá số của Nhân, tôi vẫn nhớ, cung Phúc Đức tốt, mệnh lại Tử Phủ Vũ Tướng, chính phụ có đủ tứ Đức. Thế thì đi đâu cũng lọt.

Nhân lại cười:

- Kể cả đi vào tù với bác!

Sư huynh im lặng. Bất chợt Sư huynh thốt lên, giọng than vãn:

- Cải tạo công thương nghiệp thì hôi của, đổi tiền hai bận là ăn cướp, rồi vượt biên "bán chính thức" thì lột vàng. Họp hành công việc, lúc nào cũng hỏi lý lịch. Thôi, ai đi cứ đi. Ở lại, vô vọng và vô ích. Mươi mười lăm năm nữa, nếu cái đất nước này biết làm sao để "châu về hợp phố" thì hãy về! Với lại, chuyện cậu

Lương không được nhập cảnh thì là phức tạp đấy! Đi diện bảo lãnh như vậy đi được lúc nào, chỉ có Trời biết!

Nhân và Ánh về đến nhà khi bé Quỳnh tan học. Cơm chiều dọn lên, nhưng Huyền chỉ chấm đũa, không ăn uống gì. Đợi bé Quỳnh lên buồng, Huyền mới chậm rãi:

- Mợ đã thay các con lên nghĩa trang thắp hương cho U già và chú Hoàng. Còn chút tiền và vàng, mợ sẽ đổi ra tiền "đô", bỏ bao plát-tích rồi may liền vào giải áo, giải quần cho cả nhà. Năm nay, bé Quỳnh đã lớn. Mợ muốn Nhân mua thuốc ngừa thai, để Ánh và Quỳnh uống ngay. Phải ngừa những chuyện xấu nhất với bọn cướp biển và sửa soạn tinh thần đối phó với mọi tình huống!

Nghe mẹ nói, Nhân nổi gai ốc và cảm thấy tủi nhục vô cùng. Không dám nhìn Ánh, Nhân khẽ gật đầu. Huyền tiếp:

- Mình đi tìm sự sống trong cái chết. Vì vậy, sống... phải sống với bất cứ giá nào! Các con có hiểu mợ không?

*

Chia thành từng đám nhỏ, người xuống đủ thì "taxi" - một chiếc ghe đuôi tôm - mới chống ra giữa rạch Bến Nghé, nhắm hướng sông Sài Gòn lướt đi không gây ra tiếng động. Chỉ có gia đình ông chú của Dũng và gia đình Nhân. Họ ngậm tăm, lặng lặng nhìn nhau, ánh mắt không giấu được lo âu. "Tài xế" thì thào:

- Đến chỗ an toàn mới nổ máy. Bà con cô bác yên tâm, tui làm "taxi" hai năm rồi, chưa bị bắt lần nào!

Không ai trả lời. Thời gian như sợi cao su kéo dài, căng chỉ chực đứt. Trên trời, chim đêm thỉnh thoảng vỗ cánh bay ngang. Trước mặt, tối hù. Ghe không đèn đóm, cứ trôi về phía trước. "Tài xế" chống mắt nhìn, chèo hờm trong tay, lầm lì, chốc chốc quay ra sau. Chừng vài ba giờ len lỏi trong một vùng kinh lạch, ghe nổ máy. Lúc đó "tài xế" mới vui vẻ:

- Rồi, bây giờ thoải mái được rồi, bà con.

Ánh thở phào, cài cúc áo bé Quỳnh bị tuột ra, hỏi Huyền:

- Mợ có lạnh không? Gió sông khá lớn!

Huyền lắc đầu. Gia đình ông chú Dũng lao xao nói với nhau. Bà cô, chạc tuổi Huyền, răng nhuộm đen đánh vào nhau lập cập, kêu suỵt suỵt. Ông chú hỏi "tài xế":

- Chừng bao lâu nữa mới tới, chú?

- Chắc thêm một ngày à! Ra tới Phước Trung, phải tới chiều! Có nhiều khúc miệt Cần Giờ phải chống ghe chứ không dám chạy máy, nếu không thì sớm được một buổi!

Thật lạ, từ khi bước chân xuống ghe, Nhân lại hết sợ. Giống hệt ở chiến trường, sợ là lúc chờ đợi, chứ khi đã nghe tiếng súng thì lại tỉnh ra. Mọi sự lúc ấy như không, vì có lẽ dẫu muốn khác đi cũng chẳng được. Trước khi đi hai bữa, Ánh đánh tiếng là cùng Nhân và bé Quỳnh ra Huế, để nếu phải về vì đi hụt cũng không gây ra thắc mắc với tổ dân phố. Phần Huyền, nàng khai đi Lâm Đồng thăm bà con ngoài Bắc vào vùng kinh tế mới. Nhà khóa trái cửa bên ngoài, giữ một dấu hiệu bình thường không để ai nghi hoặc gì.

Quả nhiên, chiều ngày hôm sau ghe cập bến. "Tài xế" neo ghe, nhảy lên bờ chuyện trò với hai người dân địa phương. Dường như họ đã quen công việc này, một người bỏ đi, người kia xuống ghe, vừa chống ghe vừa nói:

- Chút xíu nữa bà con cô bác lên bộ nghỉ, tối nay mới ra tầu.

Vòng vèo trên những con kinh, ghe ngừng cho mọi người lên một khoảnh vườn trồng măng cụt. Nhân đỡ cho Huyền lên trước. Ánh và bé Quỳnh theo sau, tất cả hầu như đã mệt sau gần một đêm một ngày ngồi bó gối trên chiếc ghe đuôi tôm dài không hơn năm mét. Tài xế dặn:

- Bà con ăn gì cho chắc bụng đi! Tui đợi tầu đi mới về. Nếu kẹt mà không đi được, tui đưa bà con trở lại Sài Gòn, khỏi phải lo!

Khoảng chập choạng tối, một chiếc ghe khác ghé vào. Trên ghe, có Dũng và Mai cùng với hơn một chục người. Dũng hớn hở chào Huyền và Ánh, kéo Nhân ra, thầm thì:

- Cú này đi chót lọn. Có mấy đứa cháu một ông Tỉnh Ủy thì chẳng có công an nào dám bắt! Nhưng giữ kín, lộ ra là chúng nó không đi định cư được!

Nhân nghe, đoán ông Tỉnh Ủy đó chính là cha của Mai, hỏi đối phó với cướp biển định làm thế nào? Dũng đáp:

- Có một trung liên, một súng phóng lựu đạn, hai khẩu AK... Chúng nó kêu đánh Mỹ còn thắng nữa là mấy thằng cướp cạn! Cậu yên tâm.

Mai ra chuyện trò với Ánh và Huyền, chẳng có vẻ gì là sợ hãi. A, Nhân thầm nhủ, cái thế hệ mới ngày nào xẻ dọc Trường Sơn đi đánh Mỹ! Nay vượt biên, họ cũng lì lợm không kém với giấc mơ sang Mỹ làm giàu. Cũng cái nước Mỹ mà họ đã học căm thù thử tấm bé bỗng thành thiên đường? Hay chẳng qua đó chỉ là nơi ít ra là đỡ tồi tệ hơn quê hương mà họ đã giải phóng để rồi nhận ra thế nào là địa ngục?

Trời tối xuống nhanh như trùm chăn. Gió lay lá cây, tiếng xào xạc như vướng vít lời đay nghiến của những giấc mộng dở dang. Mặt trăng kéo một hình lưỡi liềm chém vào những cụm mây bay ngang, nhát chém ánh lên tóe lửa. Có tiếng chân rậm rịch. Lục đục, đám người sửa soạn xuống ghe ra tầu đợi ở mé khơi. Tự dưng, Nhân bỗng thấy xót xa lạ lùng. Chàng có cảm tưởng như ai đó vừa cứa dao vào lòng mình. Trong bóng tối, Ánh nắm lấy tay bé Quỳnh, long lanh nước mắt. Nhân ngoảnh lại. Huyền đứng cạnh Dũng, xua tay ý bảo Nhân cứ lên ghe, rồi bước theo toán người đi về phía chiếc ghe bên cạnh. Xuống ghe, Ánh và Nhân vẫy Huyền xuống. Mái tóc bạc trắng ánh lên như cước, Huyền cười, tay vẫy lại.

Hai chiếc ghe trôi về phía con tầu bỏ neo cách bờ chừng trăm thước. Chỉ có tiếng khuấy nước, đều đặn, nặng nề. Mặt nước như dát thủy ngân, chập chờn xoay thành vòng, bọt nổi lên rồi vỡ ra lách tách. Ghe cặp vào thành tầu. Thang bỏ xuống, người ở dưới trèo lên, lổm ngổm như những bóng ma vạch mồ chui lên dương thế. Chủ tầu đếm người. Không biết thế nào dư ra mười sáu. Có những kẻ đi "chui". Chắc họ cũng là những kẻ thân thích ruột rà của những người đã trả tiền "vé" cho chuyến vượt biên.

Máy tầu nổ, tiếng động cơ rú lên. Neo đã nhổ. Nhân nhướng mắt quay ngược quay xuôi tìm mẹ. Một lúc sau, Nhân thấy Dũng ở cuối tầu. Nhân bước từng bước một lại gần, hỏi "Mẹ tôi đâu?". Dũng lắc đầu, tay đưa cho Nhân một cái phong bì. Nhân chợt hiểu. Không nói không rằng, Nhân thẳng tay đấm vào mặt Dũng. Mặc cho dăm ba người lạ xông vào đứng giữa, Nhân mở căng mắt nhìn về phía bờ. Nhưng chàng không thể nào nhìn thấy mẹ mình, nước mắt chan hòa, đang chập choạng đi về phía đất liền như một bóng ma quay về âm phủ.

Nhân gào lên " Mợ, mợ ơi!".

*

Hai ngày sóng nước. Biển mênh mang một khối ngọc thạch nhìn bốn phía đến tận chân trời dập dềnh

528

chói nắng. Tiếng động cơ chạy sình sịch. Tiếng chân vịt quạt nước. Thỉnh thoảng, một đàn hải âu bay ngang để lại dăm tiếng kêu đánh vỡ sự tịch mịch dọa nạt. Ngồi trong ca-bin, Nhân bó gối, tay ôm đầu. Hai ngày, chàng không ăn uống nói năng, mắt như chìm vào một nơi trống không. Ánh và bé Quỳnh ngồi bên, không nói gì. Từ khi lên tàu, Dũng lánh mặt. Hôm nay, Mai đi trước, Dũng theo sau. Mắt Dũng tím bầm, nhưng miệng cố nhếch lên như cười. Dũng đến ngồi trước mặt Nhân. Giọng dịu dàng, Dũng kể:

- Tôi nắm tay bác, kéo đi thì bác giằng lại. Bác giúi vào tay tôi phong thư bảo "Đưa cho Nhân" rồi bác lùi lại, tách ra khỏi đám đông. Tôi chưa hiểu gì, bác đã quay ngoắt vào vườn. Tôi chạy theo, nhưng không thấy bác nữa. Tôi quanh quẩn mãi, có ý đợi bác...

Mai xen vào, ái ngại:

- Em kêu anh Dũng là người chót. "Tài xế" dọa, không lên là ghe đi luôn. Lúc đó anh Dũng mới lên ghe!

Vẫn lắng lặng, Nhân móc túi đưa cho Dũng phong thư. Mở ra, thư vỏn vẹn mấy chữ « Mợ ở lại để tìm Dân. Các con bình yên báo tin ngay cho mợ. Cầu Chúa ban phước lành cho tất cả. Thương yêu các con, Mợ ».

Nhân lắc đầu, nước mắt ứa ra. Dũng ngơ ngẩn, mặt cúi xuống như một kẻ tội phạm. Ánh nghẹn ngào:

- Mợ không để lộ ý định ở lại, vì biết như thế sẽ chẳng ai đi. Còn mợ, mợ muốn mình tìm một đời sống với tương lai ở phía trước.

Bé Quỳnh bật lên nức nở, kêu khe khẽ ''Bà ơi''. Nhân quàng tay ôm vai Quỳnh, môi mím lại. Lát sau, Nhân đứng lên cầm tay Dũng. Giọng trầm tĩnh, Nhân bảo:

- Cậu để mình xem cái mắt cậu có sao không?

*

Ngày thứ tư. Vẫn sóng. Vẫn nước. Gió biển nhè nhẹ thổi như chống cái nắng hừng hực mặt trời đổ xuống những con người dưới này. Trên boong, còn đỡ. Mấy chục nhân mạng dưới khoang thì nóng và ngột, mặc dầu hai tấm ván làm cửa xuống khoang đã được kéo lên cho có gió. Dì Tư, chủ tàu, đứng cạnh anh tài công. Dì đã bắt đầu sốt ruột, hỏi:

- Đi hoài mà hổng thấy bến bờ chi? Liệu có lạc không chú.

- Không đâu dì, lạc sao nổi. Đúng hướng mà dì. Tui có ghi hải trình đàng hoàng!

Thằng Ba, Biệt động quân ''ngụy'', đứa con phá làng phá xóm của dì Tư quạu:

- Cha có phải là Trung Úy Hải Quân thiệt không cha?

Người phụ cho tài công, một thanh niên da đen xạm, cướp lời:

- Thiệt chớ sao không? Hồi thời ''mình'' đó, tui là người nhái, ổng lái tàu tui biết mà!

Thằng Hai, bộ đội Giải Phóng, chen vào:

530

- Thôi mầy Ba, để cho ảnh lái tầu!

Xế trưa, tài công la, "Bên tay mặt, có một cái tầu. Tầu nhỏ thôi! Chắc tầu đánh cá". Thằng Ba mượn ống nhòm, nhìn chăm chú, nói "Nó chạy về phía mình! Coi chừng cướp biển". Trả ống nhòm, Ba quát "Sửa soạn nghe bây!". Đàn bà con nít xuống khoang. Trên boong, chỉ có ba anh em con dì Tư, Nhân, Dũng và Mai. Súng đạn giấu trong ca-bin mang ra. Ba đưa cho Dũng một khẩu AK. Vốn là lính kiểng Tâm Lý Chiến, Dũng lắc đầu. Mai giằng lấy khẩu súng. Chiếc tầu lạ chỉ còn cách hơn trăm thước, giảm tốc độ, rồi chạy vòng quanh như muốn chặn đầu. Nhân đón khẩu AK từ tay thằng Hai. Khác hẳn thời ở chiến trường, Nhân lên đạn, quên rằng mình là bác sĩ đi cứu chứ không phải đi giết người. Nhìn đám đàn ông đen trùi trũi, tóc cháy nắng hung vàng, tay chỉ trỏ, mọi người biết bọn này chắc là bọn cướp. Thằng Ba lắp lựu đạn vào bệ phóng. Nó trườn đến thành tầu, nheo mắt nhắm.

- Đùng!

Lựu đạn nổ, nhưng hụt. Thằng Hai lên đạn trung liên. Chiếc tầu lạ quay mũi lại, chạy thẳng. Thằng Ba lại quạu:

- Đù mẻ nó, uổng thiệt! Chút xíu là trúng!

Thằng Hai chọc:

- Tụi bay bắn trật hoài, thua tụi tao là phải rồi!

Thằng Ba chửi đù mẻ, mặt hầm hầm. Dì Tư quát nhỏ:

- Mẹ mày nè, đụ cái gì! Tụi bay gây lộn, lộ ra mình phe giải phóng là hết đường định cư đó nghen!

*

Ngày thứ năm, biển hiền lành, tầu lướt như đi trong mơ. Giữa trưa, gặp một chiếc tầu rất lớn, cắm cờ nhìn mãi không ai đoán được là cờ nước nào. Mặc tiếng reo hò và những bàn tay vẫy, nó cứ lừ lừ đi. Trên boong, không bóng thủy thủ. Những người vượt biển sống nay, có thể chết mai. Kẻ không cứu họ, không dám nhìn, phải chăng là để giữ cho lương tâm được một chút an bình? Ánh thốt "Giá mà còn có con tầu ánh sáng". Ngày thứ sáu, buổi sáng biển vẫn lặng. Trên trời, chim hải âu ở đâu bay hàng đàn. Dũng nổi hứng hát *"Em như cánh chim biển hiền hòa. Chỉ còn tiếng hát này lặng lẽ bay xa. Chỉ còn tiếng nói này ở giữa chốn bao la... Đất trời rộng mà sao không bến đỗ! "*.

*

Buổi chiều, gió bốc lên. Chỉ trong dăm phút, trời tối sầm xuống. Tài công chép miệng "Dám bão lắm". Tiếng sóng vỗ vào thành tầu mỗi lúc một mạnh. Tầu luồn lách tìm đường cưỡi sóng. Thanh niên trên boong lấy thừng quấn quanh người, buộc vào những cái cột, lỡ có bị đánh văng đi cũng không tuột xuống biển. Những người khác, xuống hết khoang tầu. Nhân nói lớn "Ai có thuốc say sóng, nên uống ngay!". Anh tài phụ xuống xếp cách ngồi thế nào để giữ thăng bằng cho tầu, dặn ráng giữ chỗ mình ngồi, đừng dồn hết vào một nơi, có thể làm lật tầu.

Gió rít lên nguyền rủa. Thình lình, mưa xả xuống, hạt quất vào mặt như đánh roi. Nước trắng xóa. Nước mưa, nước biển. Sóng trồi lên cao, đen ngòm. Đỉnh sóng réo gọi hồn, tiếng hú lúc i í rên rỉ, lúc trì triết riếc móc. Bốn bề, nước bể đen như mực. Con tầu nhấp nhô, đẩy lên đầu sóng, rồi sụp xuống quay cuồng chao đảo không khác gì bị đồng nhập. Dì Tư dưới khoang gào ''Ai niệm Phật Bà Nam Hải, niệm đi! Niệm lớn lên''. Trong sóng gió, văng vẳng tiếng Nam mô cứu khổ cứu nạn.

Thình lình, một tiếng ầm nghe như vỡ tai. Tầu bể, có tiếng thét. Ánh buộc chiếc phao mỏng mảnh vào bụng bé Quỳnh. Nước ào vào khoang, ai nấy ướt như chuột. Trời nháng sét, tiếng nổ đinh tai, sau tiếng sấm lại ầm ì chuyển đi mỗi lúc một xa. Mọi người dưới khoang hò nhau múc nước đổ ra ngoài. Anh tài phụ nhớn nhác, kêu ''Ngồi múc, đừng đứng lên''. Con tầu lại trồi lên đỉnh sóng, vẫn réo gọi, tiếng lẫn vào tiếng nghiến răng ken két của định mệnh. Trên boong nhìn xuống, dưới là đáy nước thăm thẳm. Trên đầu con sóng, những cái vòi bạch tuộc vô hình bất ngờ cuốn lấy con tàu mỏng mảnh nhận chìm xuống, khiến con người chao đảo, bụng thắt lại, tay bám vào chỗ bám được, nghiến răng ghì lại những cơ bắp rã rời nhão dần trong giông gió.

*

Nửa đêm, biển lặng đi như ngủ. Trăng to bằng cái nón lơ lửng trên trời, phủ lên mặt nước thứ ánh sáng huyền ảo lấm chấm lân tinh. Những con người vừa chống chọi sóng gió lả đi, nằm bất động. Trừ tài công, Nhân và thằng Ba. Tầu tắt máy, lờ lững trôi. Tài công dựa vào cửa cabin, ngất ngư, miệng nhắc đi nhắc lại " Thiệt ghê, tầu mình vậy mà nhỏ". Thằng Ba mặt xám xịt, luôn mồm đủ mẻ, không biết chửi sóng hay chửi gió. Bò xuống khoang, Nhân phát giác ra một đứa nhỏ chừng hai, ba tuổi, mặt úp xuống nước lên độ nửa lưng khoang tầu. Bên cạnh một người đàn bà có lẽ xỉu chắc từ lâu, mắt nhắm nghiền, tay vẫn còn nắm áo con đã chết ngộp.

*

Ngày thứ chín.

Sau cơn bão, máy tầu khục khặc không chạy như trước. Ngoài ra, chân vịt hư. Anh tài phụ lặn xuống thay, nhưng loay hoay cả ngày không được. Theo luồng nước, tầu trôi, nhưng nay Tài công không còn định được vị trí. Ba ngày liền, mẹ đứa nhỏ chết vì ngộp nước ngồi ôm con, lúc khóc gào lên, lúc thút thít, trông thật tội nghiệp nhưng không ai giúp gì được. Người đi cùng xin liệm nó để chôn vào biển. Mẹ nó nhất định không chịu.

Ngày thứ mười.

Cá nuộc bơi theo con tầu chết máy, hàng đàn, nhởn nhơ chẳng sợ hãi gì. Có những con dài đến hai thước, lắm khi nhô lên như diễn tuồng làm xiệc. Nước biển xanh và trong, rất quyến rũ, như gọi mời. Xác đứa nhỏ đã có mùi. Mẹ nó cứ ôm ghì lấy, ai nói gì thì lạy van, nói chôn nó bây giờ cá sẽ rỉa xác.

Dì Tư bắt đầu lo cuống lên, rỉ tai là nay phải tiết kiệm đồ ăn và nước uống. Dì tới ngồi cạnh người đàn bà bất hạnh, to nhỏ cả buổi. Đáp lại, chỉ có tiếng khóc ấm ức. Thằng Ba nói:

- Không chôn, người trong khoang này bịnh hết, chịu sao nổi! Nó chết bốn ngày rồi, không sống lại được nữa đâu.

Thế là người ta giằng xác đứa nhỏ, bọc vào một mảnh vải, buộc thừng xung quanh rồi móc vào một cái neo nhỏ dùng để neo ghe. Có tiếng niệm Phật. Rồi tiếng người mẹ rú lên. Đàn cá nuộc vẫn tung tăng quanh tầu.

*

...Ngày thứ mười tám.

Hết nước uống. Hết đồ ăn khô. Hết đồ hộp. Hết bánh tét, cơm sấy. Hết tất cả, kể luôn sức để mà hy vọng. Thằng Ba mang khẩu trung liên lên boong, bắn hàng tràng. Hỏi, nó bảo để kêu cứu chứ còn làm gì nữa. Mọi người đều lả đi, không ai cãi lại.

Bé Quỳnh thoi thóp thở, đầu dựa vào vai Ánh. Nàng nắm lấy tay Nhân, miệng mỉm cười, thì thào '' Số mệnh cả. Nhưng cứ gần nhau, em cũng hạnh phúc, kể cả sống hay chết". Nhân quành lấy vai Ánh, khẽ xiết lại. Chàng nhắm mắt và thỉnh thoảng hình ảnh mẹ chàng lại hiện ra, mím môi lại nói " Sống, phải sống! ".

Chiều rơi chập choạng, thằng Ba bắn một phát hỏa châu lên trời, chửi đù mẻ liên hồi. Nhưng lát sau, nghe văng vẳng có tiếng động cơ. Thằng Ba thét lên, đù mẻ, mang ra bắn nốt viên hỏa châu cuối cùng, ánh lân tinh chụp lên tầu như một vòng kim cô, loang ra rồi loãng dần. Tiếng động cơ gần lại. Rồi đèn chiếu lên, quét trên mặt sóng. Thằng Ba kêu "Bà con ơi, thét lên, gào lên...". Thế là ai còn sức, người ấy hả miệng ra, kêu *"Save us!* Cứu chúng tôi với!". Thằng Hai bộ đội và thằng Tư du kích nói với Nhân và Dũng, "Coi chừng bọn cướp biển!". Không nói không rằng, chúng lên đạn khẩu AK. Nhân ngăn lại, bảo chờ xem động tịnh.

Chiếc tầu lạ cặp vào. Một người đàn ông đứng tuổi đầu quấn khăn nhô ra. Ông ta nói bằng thứ tiếng không ai hiểu được. Dũng hỏi bằng tiếng Anh. Ông ta lắc đầu, ra dấu ý không hiểu gì. Nhưng ông ta trông không có vẻ như cướp biển. Dì Tư lấy một cái xô bằng nhựa đi quyên tiền, quyên nữ trang, vàng... Dì cầm cái xô, vẫy vẫy. Ngôn ngữ này, ai cũng hiểu.Thằng Ba nâng cái xô, bám vào mạn chiếc tầu lạ, đưa lên. Ông già đầu quấn khăn nói một tràng. Dì Tư rất nhạy, hiểu ngay, vào khoang tìm thêm một cái xô, lại vẫy vẫy... Một sợi thừng to bằng cổ tay quăng từ chiếc tầu lạ lên boong. Tài công, thằng Hai, thằng Tư và Nhân túm lấy, buộc vào đầu tầu mình. Ông già đầu quấn khăn đợi cho đến khi tài công ra dấu mới rồ cho máy chạy.

Chiếc tầu bắt đầu di động kéo theo tầu đám người vượt biển. Ánh lúc đó mới thì thầm ''...Có số mệnh cả'' và ôm ghì lấy bé Quỳnh đã lả đi.

*

Tờ mờ sáng, tầu kéo vào một cái vũng nhấp nháy ánh điện, chắc là một cái cảng nhỏ. Đến gần nơi thuyền bè neo, và ông già đầu quấn khăn lại xuất hiện, nói một tràng, một tay chỉ về phía đất liền, tay kia nắm sợi thừng. Ông giơ chiếc búa lên, chặt dây. Nhân tự nhủ, thế là thoát chết. Bờ bến là đây, mờ ảo trong sương mai trắng xóa. Đám thuyền nhân vứt xuống nước những chiếc phao nổi và thuyền nhẹ. Từng toán nhỏ, kẻ biết bơi đẩy thuyền, đẩy phao vào bờ. Toán cuối cùng, phải phá tầu để khỏi bị kéo ra biển. Thằng Ba giành nhiệm vụ này. Khi cách con tầu chừng ba mươi thước, nó lắp lựu đạn vào súng và bóp cò hai ba lần liền. Tầu bốc cháy. Đạn trong tầu nổ, tiếng ầm ầm. Thằng Ba quăng khẩu súng phóng lựu đạn ra xa, miệng rất chân thành nhưng giọng cải lương, ''Thôi nhé, giã từ vũ khí!''.

Chỉ nửa giờ sau khi tất cả lên bờ, có tiếng còi hú. Một lát, cảnh sát đã đến bao quanh. Họ nhìn đám thuyền nhân kẻ nằm người bò trên bãi, chẳng tỏ ra vẻ gì ngạc nhiên. Một người, chắc là sĩ quan, đến hỏi ''Có ai nói được tiếng Anh không?'' Thằng Hai, bộ đội Giải Phóng và thằng Ba, Biệt Động quân đồng thanh '' *Yes, sir*''.

*

Hai tuần sau khi cặp vào đất liền, thuyền nhân được đưa đến Galang. Vào trại tập hợp đám người lưu vong chờ xét duyệt xin đi định cư ở một nước thứ ba, Nhân ngạc nhiên, không ngờ số người ở đây lên đến hơn chục ngàn. Họ đi từ khắp nơi. Miền Trung, thì Phan Rang, Phan Thiết... Miền Nam, Gò Công, Bình Dương, Bà Rịa... Có người đã ở trại ba, bốn năm, nhưng chưa nước thứ ba nào phỏng vấn. Có kẻ chỉ đợi dăm ba tháng là đi. Trại có hai nhà thờ, một là của người Việt, một của người Campuchia. Ngoài ra, trại cũng xây được một ngôi chùa. Và thờ Phật thì không phân biệt chủng tộc, chỉ cưu mang '' Nạn nhân Cộng Sản'', nói cách nói của nhà sư chủ trì người gốc Bình Định. Trại bầu một ban Trị Sự lo vấn đề xã hội, việc liên lạc với chính quyền sở tại, với các cơ quan từ thiện. Ban Trị Sự tổ chức hai lớp học cho trẻ em, một phòng sinh hoạt để giúp đỡ chuyện giấy tờ, một lớp tiếng Anh cấp tốc. Vấn đề xã hội khá phức tạp. Thuyền nhân phần đông chỉ ăn, ngủ và đợi phỏng vấn nên đám thanh niên độc thân đã bắt đầu hút sách, cờ bạc, rượu chè và lập băng lập đảng. Sống trong dãy nhà dài thuồn thuỗn, mái lợp tôn nóng đến chảy mỡ, họ thường tụ tập, ấu đả và quấy phá mọi người. Thằng Hai ra nhập băng đảng Miền Nam thành đồng trong khi em nó, thằng Ba, vào băng cựu chiến binh Cộng Hoà. Hai băng xung đột liên miên, bên nào cũng trưng cờ chính nghĩa. Ban Trị Sự gần như bó tay, phải nhờ cảnh sát địa phương can thiệp.

Dao Ánh gặp lại Kim Ngân, một người đẹp nổi tiếng học trước mình hai năm ở trường Đồng Khánh thời trung học. Kim Ngân vào Sài Gòn học Dược rồi quay về Huế mở một tiệm thuốc Tây trên đường Lê Lợi, góc Phạm Ngũ Lão. Chồng nàng, dạy Toán ở Đại Học Huế, có tiếng là tài hoa. Kim Ngân nay rũ rượi, tóc rụng từng mảng, đi chân đất, mặt mày bụi cát lem nhem. Nàng thẫn thờ, cả ngày lê hết chỗ này lết đến chỗ kia, hát đi hát lại:

> *"Trên đời người trổ nhánh hoang vu*
> *Dưới vòng môi mọc từng nấm mộ ..."*

lâu lâu cười lên lanh lảnh, ngay sau đó lại gào khóc cho đến khi ngất đi. Ánh hỏi, mới biết thuyền có gia đình Ngân bị hải tặc chặn. Đứa con gái lớn bị ba thằng giặc biển đè ra, chồng nàng thấy vậy, liều mạng xông vào, bị đâm lòi ruột nhưng chưa chết ngay. Nằm hấp hối, anh chồng phải chứng kiến cảnh sau là vợ, rồi đến đứa con gái nhỏ, bị lột quần lột áo, thân xác tả tơi, gào thét vô vọng. Hải tặc bắt đứa gái lớn mang đi. Kim Ngân ôm xác chồng, miệng rủa Trời rủa Đất. Hai mẹ con lên đất liền thì đứa bé gái không ăn uống gì được, suốt ngày kêu "Con dơ quá, cho con đi tắm", vài tuần sau cũng chết. Kim Ngân phát điên, ra đâm đầu xuống biển nhưng người trong trại cứu kịp, nằm liệt giường liệt chiếu hai tháng. Từ đó, Kim Ngân mất trí nhớ, hỏi tên cũng không biết, chỉ còn độc một câu hát buộc vào đời sống ngày qua ngày như một loài thảo mộc nhiễm độc.

Chiều chiều, Nhân và hai mẹ con Ánh thường đi ra nghĩa địa của trại. Nằm sau một dãy đồi cát, những ngôi mồ thuyền nhân mọc lên như nấm với những ngày những tháng ghi để đánh dấu sự vô vọng bước vào một tương lai ổn định. Nhìn ra biển, Nhân lại nhớ mẹ. Xa tít tắp bên kia, bến bờ quê hương nay chẳng còn gì ngoài hình ảnh mớ tóc mẹ bạc dưới ánh trăng chập chờn lẫn vào hàng cây trong khu vườn cạnh con rạch ở Phước Trung ngày chàng ra biển.

Dũng và Mai cũng ra ngồi, mặt hướng về phía mặt trời lặn, sắc hồng tía ánh lên tóc, lên môi, lên má. Tìm đâu được một cây đàn ghi-ta, Dũng so dây, bật lên những tiếng tan ra trong gió mơ hồ. Bé Quỳnh gục vào vai Nhân, không nói năng. Ánh nói, giọng thẫn thờ, ''Có phải quá khứ nay nằm đằng sau không nhỉ? ''. Dũng dạo dăm nốt nhạc, khe khẽ hát '' *Trên đời người, trổ nhánh hoang vu...*''. Thình lình, nghe văng vẳng '' *...dưới vòng môi mọc từng nấm mộ*'' nhưng bỗng nghẹn lại trong gió rì rào. Đằng sau những nấm mộ lạnh lẽo giữa một chốn u linh, chợt tiếng cười lanh lảnh cất lên, thê lương, não nùng. Không hẹn, ai cũng đợi tiếng gào khóc. Nhưng lần này, không, không nghe thấy gì nữa.

Hôm sau, ban Trị Sự trại Galang thông báo Kim Ngân đã cắn lưỡi chết tối trước.

25

XỔ LỒNG

Cửa sập lại, và như thế chút nắng ngoài kia chỉ còn hắt qua những chiếc chấn song sắt han rỉ. Người đàn bà bước đến, lông mày xếch lên, môi trề ra. Tại sao anh lại đánh ông ấy? Câu nói vừa dứt, ánh nắng chao nghiêng. Hắn giụi mắt, nhướng lên nhìn, ngô nghê, hỏi tại sao đánh, mà đánh ai mới được cơ chứ! Người đàn bà lúc lắc cái đầu to quá khổ. Tay giơ chiếc nạng gỗ lên ngang tầm mắt, bà ta gằn, xem đây, còn dính cả máu, không phải anh thì ai quật vào đầu ông ấy. Ới giời ơi là giời, ông ấy có sao không? Sao chứ lại không sao! Chết rồi à? Chết thì chưa, nhưng chỉ tí nữa là toi. Lạy Giời, thật là may. Ai may, người đàn bà sẵng giọng, anh hay tôi, hay ông ấy? Chắc không phải tôi đâu, bà ta mỉa mai, giọng chua như mẻ. Hắn cúi gầm mặt, hai tay đấm thùm thụp vào ngực.

Đúng thế, viết đi, cứ kiểm điểm là xong. Bắt đầu, khai ra tên tôi là... Tên... tôi... là... Phan Thượng Nhân, xã...huyện...tỉnh...Người đàn bà ghé mắt nhìn, gắt, không phải thế! Anh không phải là Phan thượng Nhân. Thế ư? Vậy tôi là ai? Là Dân, bà ta cố trấn tĩnh. Hai tay đưa lên rồi bỏ cho rơi thống xuống, bà ta bước ra khỏi căn phòng hẹp cuối hành lang. Tiếng chìa khoá tra vào ổ. Rồi tiếng xâu khóa leng keng đập nhau nhịp cho bước chân xa dần, mất hút. Hắn thở ra. Hắn dập chữ Nhân. Tôi tên là Phan Thượng Dân, quê ở...Khai thế này từ thuở học cấp hai, chán thế, như bát cơm vừa khê vừa nhão. Quơ chiếc nạng, hắn lảo đảo đứng lên. Đến dựa bên cửa sổ, hắn lẩm nhẩm, Nhân chứ. Thằng Dân là đứa em song sinh của mình cơ mà. Hai anh em, chỉ khác nhau chỗ một thằng đầu có một khoáy, thằng kia tham lam, đầu có những hai khoáy. Mình nhường, một cũng được. Nhưng mình chưa bao giờ thấy tận mắt đầu mình một hay hai khoáy. Ở với nhau được đến năm lên sáu, lẽ ra mình có thể kiểm nghiệm trên đầu thằng anh hay thằng em kia. Vì không làm, nên mình là thằng nào, Nhân hay Dân? Con mụ hoạnh họe mình ngu thật, nó nhầm chứ mình làm sao lẫn được mình với người khác. Thôi, vào xóa chữ Dân vậy.

Ơ mà này, nghe đâu có tiếng ầm ì từ cuối trời vắng lại. Gió bất chợt bốc từng cơn cuốn thốc những chiếc lá bàng từ nền sân đất nện lên trời. Lá bay, nhìn xa tựa một đàn bướm nhởn nhơ chao lượn. Những con bướm này chẳng khác bướm bản Chênh Vênh chân Trường

Sơn, bom đạn thế mà cứ ngu dại nhởn nhơ. Thời còn nằm ở địa đạo Vĩnh Mốc, thỉnh thoảng bắt được con nào thật đẹp là mình rút ruột rồi kẹp vào quyển sổ tay ép khô. Đồng đội trêu, ê này thủ trưởng, lính mà sao lại lãng mạn ủy mị như đàn bà con gái thế hả. Chúng nó nào có biết, *xưa yêu quê hương vì có hoa có bướm. Có những lần trốn học bị đòn roi* [9]...Còn nay? Im miệng, cấm hỏi, tiên sư chúng mày, chuyện riêng tư. Ái chà, đồng đội đồng chí với nhau, ép bướm cho người yêu chứ gì! Cái con bé mắt lá dăm trong đội thanh niên xung phong thỉnh thoảng tải gạo đến đơn vị mình, có đúng không? Thình lình sấm động. Mưa thưa hột lộp bộp. Bóng ai như Thắm thì phải. Bầu trời nhoáng lửa bổ dọc thành hai mảnh run rẩy. Tiếng sét xé không gian tưa ra như tấm áo mục rách tả tơi. *Nay yêu quê hương vì trong từng nấm đất*... Khốn nạn, Thần Sấm vừa qua, Con Ma đã tới. F-4 hay F-108 đây? Nhìn ra ngoài cửa sổ, mình kêu toáng lên, bướm ơi, có cánh thì bay, bay đi cho nhanh. Nhưng sao đàn bướm vẫn cứ chập chờn lượn quanh Thắm. Thắm ơi, vào hầm trú, nó đánh bom. Con Ma rú rít sẹt ngang đầu. Đất đá tung tưởi. *Có một phần xương thịt của em tôi.* Mưa nặng hột, rào rào vỗ lên những mái tôn cười từng tràng phụ họa cho trận bom nổ trên thân thể Thắm đang bị vây hãm trong đàn bướm nhởn nhơ.

Hắn vung chiếc nạng thẳng cánh quật vào khung cửa sổ, miệng há hốc gọi tên Thắm, mắt lồi ra đỏ lè

[9] Thơ Giang Nam

như lửa bốc cháy rừng. Quị xuống, hắn rúc đầu giữa hai đầu gối, người co giật, bọt mép nhể nhại ứa trắng, và cứ thế gào thét cho đến lúc có người tung cửa xông vào.

*

Cuộc hội chẩn gồm 3 giọng. Giọng 1, ề à, miệng thỉnh thoảng chép chép như thể đang xỉa răng, có lẽ là giọng một chức sắc trong ngành nghề. Giọng 2, đa dạng, lắm lúc the thé rồi bất chợt hạ xuống thầm thì bí mật, đúng là giọng con mụ ấy, đang ở tuổi mãn kinh nhưng vẫn lăm le lên chức trưởng khoa một ngành trị liệu trong cái nhà thương Sài Đồng chẳng mấy ai để ý đến này. Giọng 3, giọng thanh niên, phát ngôn kiểu có chút nóng nẩy của anh y sĩ nào đó chắc mới ra trường.

Giọng 2: Báo cáo anh, đây là lần đầu bệnh nhân nổi hung đánh người chứ bình thường, anh ta ngồi đâu ngồi đó, im như thóc, lành như đất. Em theo rõi anh ta từ gần năm nay, không thấy triệu chứng gì, lắm lúc còn nghi vấn anh ta giả bệnh để khỏi phần đấu kiếm ăn bên ngoài!

Giọng 1: Ờ...cũng có thể, thương phế như thế khối người vờ vịt chứ ra khỏi nhà thương là chỉ có đói! (chép, chép) Thời này hết bao cấp nên thấy tống khứ đứa nào được cứ tống, ngân sách chẳng có bao nhiêu, tỉnh cứ dùng dằng, cuối năm rồi mà vẫn chỉ giao chưa đến năm mươi phần trăm. Ờ ờ... Thuốc men thì từng bước chuyển dần sang Đông Y (tiếng mở giấy loạt xoạt) Ờ, Phan thượng Dân, cấp ủy Quân Đội Nhân Dân...ờ ờ...Mặt trận Quảng Trị, bị bom...ờ ờ ...Huân Chương Chiến công, phục viên, về Kiến Thụy rồi được lên Hà Nội học Tổng Hợp, khoa Văn. Bộ Thương Binh Xã Hội báo cáo y thị phát rồ, suốt ngày đi bắt châu chấu, không lao động. Y lại có tật chửi đồng...(cười) có thể gây hoang mang cho quần chúng. Ờ ờ...Thỉnh thoảng y khóc rống lên rồi gọi tên Thắm, gọi mẹ. Bộ đẩy đương sự về địa phương, rồi Ủy ban Nhân Dân Xã khiếu nại trả đương sự lại cho cơ quan quản lý xã hội thương binh. Hừm ...kéo qua giằng lại và cuối cùng thì là nhà thương đây (thở dài, tiếng gấp giấy loạt xoạt). Các đồng chí nghĩ thế nào?

Giọng 2: Báo cáo thủ trưởng, em cho là hung bạo gây thương tích thì phải xử lý nội bộ, có biện pháp cải tạo, không được thì trừng trị!

Giọng 3: Em xin phép được phát biểu...(hắng giọng) Đó là đối với những người bình thường, chứ với người bệnh thì hành động của bệnh nhân vô ý thức. Vì thế xử lý, cải tạo, trừng trị là thế nào? Nhà thương chỉ có một việc là chữa bệnh cho người ốm, và muốn chữa thì phải đi tìm căn do!

Giọng 2 (cười, khinh khỉnh): Ai chả biết thế, học ở trường mà. Chú không biết chứ thực tế nó khác. Làm bậy, cai bệnh cứ đánh, đánh cho đau thì sợ. Cái sự chú gọi là vô ý thức được thay bằng cái sự sợ...Thế là vào khuôn phép, cứ răm rắp cả. Báo cáo thủ trưởng, mềm thì nắn, vào đến đây có rắn cũng nắn cho mềm.

Giọng 3 (ngắt): Nhà thương khác, nhà tù khác. Cai tù đánh thì khả dĩ còn hiểu được, chứ cai bệnh khác cai tù, chức năng là góp phần trị bệnh cho những người tâm thần. Cứ là cai thì có quyền đánh thì quả (cười nhạt)... "ta có cách của ta" thật!

545

Giọng 1 (xen vào): Ờ...này nhé, đại đoàn kết thì đại thành công, phải không nào? Chúng ta trao đổi chuyên môn trên tinh thần nội bộ, các đồng chí nhớ cho...Ờ ờ...(miệng chép chép) Thế hệ mới được đào tạo có khác với cái thời của mình. Cứ như mình, học y được hai năm thì lệnh đi B, thế là khăn gói lên đường, vừa đi vừa học, phấn đấu dưới hai ngọn cờ trong ba dòng thác Cách Mạng. Nhưng chuyên không bằng hồng, thằng nào cũng biết cái thời đó là như thế...Ờ ờ (nhìn người đàn bà, cười nháy mắt) Sau thì khác, phải lấy hồng xen chuyên mới được. (Quay sang thanh niên) Thời của cậu thì thế nào đây?

Giọng 3 (chậm rãi): Thời chúng tôi là thời làm y sĩ thì công việc là chữa bệnh, tất phải chuyên. Còn hồng hay xanh hay đen hay trắng thì là chuyện quản lý, chuyện lãnh đạo! Công nào việc nấy!

Giọng 2 (cười nhạt, mỉa): Cái thời trứng khôn hơn rận mà lại!

Giọng 1: Thôi, thôi! Tôi giao cho chú bệnh nhân này nhé...Phương án trị liệu của chú thế nào? Chú trình bày sơ qua cho chúng tôi biết, được không?

Giọng 3: Phải tìm căn do. (tần ngần, lẩm nhẩm nói một mình) ...những con châu chấu, Thắm, lẫn lộn Nhân với Dân...Khung hiện thực vật chất chao đảo trên cái nền tâm linh hỗn mang!

Giọng 2 (bực bội): Báo cáo thủ trưởng, cái nền vật chất là cơ bản. Nền, chứ không phải khung! Cơ sở của duy vật biện chứng không chấp nhận đi ngược lại!

Giọng 1 (ê a): Thôi, cho tôi xin...Đã bảo phải đoàn kết mà lị!

*

Tôi tiếp cận với anh bác sĩ trẻ trong tư thế một con lợn bị trói. Phần trên ngực và hai tay tôi nong tròn trong chiếc áo vải cứng như mo mặc ngược từ trước ra sau, cột bó giò vào chiếc giường đơn bằng gỗ tạp. Phần dưới, cổ chân bị trói vào chân giường bằng một sợi chão chắc nịch, càng đụng đậy chão càng xiết vào khiến máu không lưu thông, lâu chân tê liệt đi. Nằm ngửa như thế hai ngày, bụng rỗng. Tôi biết đang trong Hỏa Lò, cái tên bệnh nhân gọi "phòng cách ly" dành cho những kẻ lên cơn hay phạm kỷ luật. Thế nên kêu cũng chẳng ai nghe, mà dẫu nghe thì cũng không thay đổi gì, chỉ tổ khát nước. Đói còn chịu chứ khát thì lâu là mê mụ đi, mà chao ơi, những cơn mê lại kinh hoàng gấp trăm gấp ngàn lúc tỉnh.

Nghe tiếng kẹt cửa, tôi giả tảng nhắm mắt, thở gấp lên, họng khò khè. Phương án này là để chống bọn cai bệnh, chúng thấy thế ngại mạnh tay, e bệnh nhân có thể " tút" qua bên kia thế giới. Bác sĩ cúi xuống, tay thò vào nắm lấy mạch tay tôi, hỏi anh thấy trong người thế nào? Được dịp, tôi rên lên. Tôi lắc đầu, thều thào, nước, cho tôi nước. Rồi vừa uống, tôi vừa nhướng mắt lên. Anh ta nhỏ nhẹ, cứ uống, từ từ thôi. Tôi gật gật, nhìn kỹ. Anh ta còn rất trẻ. Sau anh kể tôi mới biết anh tốt nghiệp Đại Học Y, tu nghiệp ở Cộng Hòa Dân Chủ Đức về ngành Tâm Lý, mới quay lại Hà Nội hai năm nay. Đây là một ngành tương đối mới, chỉ gần đây mới được chính thức đào tạo. Bệnh đường ruột, dạ dày, tim, phổi...có thuốc, thuyên giảm thấy và đo được. Đến mất ngủ, nhức đầu, đái đêm, di tinh, mộng tinh.. chẳng thuốc tây thì thuốc ta, cứ uống mãi, cơ thể cũng dần dần điều chỉnh quân bình. Nhưng bệnh tâm là thứ bệnh nhập nhằng, bệnh không ra bệnh, kẻ mắc vào thì nhẹ gọi là hâm, là gàn, là dở người. Nặng hơn, là "chập dây", là rồ, là tâm thần, là điên loạn. Đánh người đến suýt gây mạng vong thuộc diện điên ác, không phải điên lành. Và không khéo người ta đưa qua khu "thế giới bên kia", tên biệt khu dành cho những bệnh nhân xếp loại nhà thương bó tay, không chữa trị, chỉ lăm le ghi tên vào sổ Nam Tào mong nhẹ gánh càng sớm càng tốt.

Anh bác sĩ trẻ nhìn sao mà giống Chính Ủy tiểu đoàn mình đến thế. Cũng cặp kính trắng trễ xuống trên sống mũi nhô cao. Cũng cái cười nửa miệng. Cũng nhỏ nhẹ, hai bàn tay xoắn vào nhau lúc nói, đầu gật gù, giọng khi nhỏ khi to. Kéo tôi ra một góc vườn, anh hỏi, đã hồi sức chưa? Làm gì mà phải hồi sức? Anh quên rồi ư, mấy hôm trước nằm phòng cách ly vì đánh người. Thế à? Đánh ai? Tôi đáp, lơ đãng nhìn xuống thảm cỏ lung linh chút nắng vàng còn sót buổi cuối thu. Anh nhìn gì vậy? Ngóng quân. Đây này, đây này! Nó đấy, thế là bổ xung được một tốt. Tay bỏ chiếc nạng, tôi rón rén ngồi, tay kia với lên rồi thình lình từ cao chụp xuống. Mất thăng bằng, tôi chao người. Anh bác sĩ nhanh tay nắm được áo tôi, kéo lại, miệng kêu làm gì thế? Đứng thẳng dậy, tôi từ từ mở bàn tay nắm hờ. Một con châu chấu còn non ngỏng cổ, mình đen, cánh ánh sắc xanh, râu lúc lắc, chân đạp, càng giơ cao. Tôi nghiêm trang, đưa tay lên chào:

- Báo cáo Chính Ủy, bổ xung đợt này như vậy chỉ toàn lính trẻ, lại nhỏ giọt thế này, số quân trung đội tôi chưa lên được một nửa thời chốt ở Gio Linh.

Anh bác sĩ lắc đầu, ai là Chính Ủy? Thì còn ai nữa! Theo chân tôi, Chính Ủy xăm xăm bước. Đến chỗ nằm, tôi bỏ nạng, mắt đảo một vòng, cảnh giác đề phòng rồi mới cúi xuống lôi từ gầm giường chiếc hộp các tông nắp có đục sáu cái lỗ thông hơi. Tôi mở nắp, chìa cho Chính Ủy xem. Trong hộp có năm con châu chấu ma cúi cổ dương càng rồi rút hết vào một góc. Thả con vừa bắt vào, tôi trầm giọng:

- Báo cáo đồng chí, cách đây mấy ngày bị phi pháo, trung đội chúng tôi mất bảy còn ba, yêu cầu bổ xung quân số càng sớm càng hay!

Thò tay vào nắm lấy con châu chấu non, tôi vặn béng một càng. Thấy Chính Ủy nhìn chòng chọc, tôi vội nói, tay vỗ vào cái nạng:

- Đồng chí cứ kiểm soát, đội viên đứa nào cũng mất một càng. Đơn vị tôi đặt chỉ tiêu bình đẳng lên hàng đầu, quân trang quân dụng như nhau, tim một trái, chân một cái, cơm sấy lương khô chia đều.

Thoáng một cái bóng thoắt qua.

- ...Lại Nó! Báo cáo đồng chí, chuẩn bị tác chiến, tôi gầm lên.

- Nhưng Nó là ai?

Giảng lấy cái hộp, tôi luồn xuống gầm giường, nói vội, chắc đám lính Lữ Dù 2. Không, làm gì có ai đâu? Nó đấy, tôi hét, tay chỉ một người đầu quấn băng trắng vụt biến mất.

- Nó làm gì?

- Báo cáo đồng chí, chính nó đã dập pháo vào đơn vị tôi, đạp một đạp, trung đội toi mất nửa.

- Anh ta nằm cùng viện, có phải lính Dù đâu!

- Chính nó đạp, anh em mới phản công, phạng cho một cú chí mạng.

À, ra thế! Anh bác sĩ chép miệng, lẩm nhẩm, tất cả là vì những con châu chấu ma...

*

Sổ tay:

...người bệnh hai tháng liền không nói thêm một câu. Thăm anh, anh nhìn, cái nhìn vô cảm. Hỏi, anh quay đi. Vẫn vô cảm. Y tá kể, anh ôm hộp các tông có những con châu chấu, thỉnh thoảng mở ra ngắm nghía, lẩm bẩm chuyện trò. Thỉnh thoảng lại khóc, rấm rứt, tức tửi. Đêm đêm, anh mơ, miệng lẩm nhẩm. Bệnh nhân nằm giường bên nói, anh ngủ được thì ngáy to lắm, nhưng chỉ thế, không biết gì thêm....

Làm sao để anh nói cho bật ra cái phần vô thức? Vô thức = vô minh? Có phải phục hồi được phần ý thức là hết điên? Chắc gì! Có những cơn điên tập thể. Quẳng cả triệu người Do Thái vào lò thiêu chẳng hạn. Một xã hội cùng rủ nhau

550

lên cơn điên thì ý thức trong trường hợp ấy là cái gì? Vừa trình bày một chút lý luận, bà X, bác sĩ vừa hồng vừa chuyên bĩu môi. Bà nói nhỏ, nhưng vừa đủ cho mọi người nghe, rồi hơi! Đồng chí Giám Đốc bệnh viện ề à phán, chủ nghĩa xã hội nghĩa là làm sao điên mà vẫn lao động cho tốt! Và nhất định cứ một câu, đoàn kết đoàn kết. Bà X gợi ý sang xin bên Công An thuốc ''sự thật'' cứ tiêm vào là có gì nói hết, vô thức nào cũng lòi mặt chuột, chẳng thể giả điên trốn lao động mãi được! Nóng mắt lên, mình bảo: chúng ta không phải là công an. Đồng chí Giám Đốc ề à, cái thứ thuốc sự thật đó bên nhà thương dân sự không có vì đất nước chúng ta còn nghèo. Và lại đoàn kết, đoàn kết, để chấm dứt buổi họp.

Điên-tập thể. Nhắc chuyện này lại nhớ ông Elhanan Donnefeld, thầy hướng dẫn mình ở Berlin. Ông là Đức, gốc Do Thái, chạy sang Liên Xô vào đầu Thế Chiến 2 lúc 16 tuổi, xung phong vào Hồng Quân và là một trong số những người lính đầu vào giải phóng Berlin. Sau ông qua Moscova, học Y và chuyên ngành tâm bệnh trước khi trở về công tác ở Đức. Ông bị ám ảnh bởi cái chết của cả dòng họ ông, nội cũng như ngoại, khi tất cả mười sáu người máu mủ lủi thủi leo lên xe lửa đi qua Ba Lan dưới mũi súng phát-xít. Thời gian ấy ông mới mười ba tuổi, may được một bà già vốn là bà giáo dậy ông cưu mang, giấu xuống hầm trong một vùng ngoại ô. Bà bảo:'' Này Elhanan, con cũng sang Ba Lan, nhưng đi bằng con đường khác, và đi với một cái tên khác,

một cái tên arien [10] *chính hiệu...". Bà buồn rầu, thì thào: "*
Trong cái nước Đức này, họ phát điên lên cả rồi!". " Nhưng
họ là ai?". Bà ngoảnh mặt, thở dài " Lạ một cái, họ chính là
hậu duệ của những Holderlin, Heidegger [11]*...Tại sao những*
đứa con của một nền văn minh bỗng chốc thành bầy quỉ đi
tàn hại con người hả?". Elhanan được những người Đức
theo Cộng Sản đưa qua Liên Xô. Khi về Berlin sáu năm sau,
ông đi tìm nhưng bà giáo cứu ông đã chết. Elhanan nói, câu
hỏi của bà cho đến nay ông chưa tìm được giải đáp hoàn
toàn thỏa đáng. " Đó là món nợ với bà mà tôi còn phải trả!".

*

Chính ủy dạo này thật lạ, hỏi han chuyện nhà
chuyện cửa. Tôi thành khẩn:

- Thưa đồng chí, tôi không nhớ được gì! Cha đi công
tác ở đâu tôi không biết. Còn mẹ, mẹ tôi chết khi tôi
còn bé. Tôi chỉ còn bà ngoại, già lắm rồi! Khi tôi lên
đường đi B, bà dặn, sống khôn thì chớ chết, thác thiêng
mà lúc bà đi về hầu các cụ thì mày cũng chỉ có cháo lá
đa thôi con ạ!

Chính ủy lắc đầu, tay ghi chép. Vỗ vai tôi, Chính ủy
thân mật:

- Thế những người đồng đội, thân nhất là ai? Có kỷ
niệm gì không?

---

[10] Giòng người Đức nguyên thủy, được Phát-xít Đức tuyên truyền là
giòng đặc tuyển khai sáng và lãnh đạo loài người.

[11] Nhà thơ và Triết gia Đức nổi tiếng.

Nhất định là có, báo cáo đồng chí. Khi ấy, tôi đã bị điều qua sư đoàn 325, toàn tân binh mới vào để bổ sung chiến trường. Cùng qua coi bọn lính trẻ, có Tạ, Trung đội phó, đi B từ năm 67. Nó người Bãi Cháy, vạm vỡ, nhanh như vượn và khôn như qủi. Tội một điều là nó hay nói, nói nặng, và nói thẳng với mọi người, kể cả cấp trên. Trước đó, có Trường Sơn chết ở Bàu Bính. Tay này yêu Giang, cô bé giao liên đi mua thuốc Tây bị chặn khám. Cô ta nuốt hết đủ loại thuốc để phi tang, nhưng sau đó thuốc hành đến phát điên. Bàu Bính bị tấn công, Giang cứ lừng lững đi trong lửa đạn. Sơn nhảy ra tính cứu, nhưng dẫm phải mìn chính ta gài để chặn địch. Rồi khi rút từ bờ bắc sông Nhung về An Thái, thằng Phi người làng, nói gở là thèm một bát cháo gà. Nó cũng chết, không hiểu chết thế nào, trừ chuyện khi chết nó vẫn đói. Cũng trong đợt ấy, có thằng An. Nó còn măng tơ, lãng mạn, ra trận sợ nên cứ i ỉ ngâm « Chiến trường đi chẳng tiếc ngày xanh ». Về đến An Thái mới biết nó lạc đâu mất. Cả trung đội không ai nói gì, nhưng đứa nào cũng nghĩ chắc nó toi, không bom đạn thì mìn chông, chẳng thể thoát được... Đầu tháng tám, hội nghị Paris tái họp. Chiến trường đột nhiên yên tĩnh. Hội đàm, tiếng nói át tiếng bom. Tạ ngửa mặt nhìn trời chi chít sao, cười khẩy " Nhưng át được bao lâu. Tiên sư chúng nó! ". Tôi không đáp. Bọn lính « tơ » hoàn hồn, rủ rỉ tâm sự với nhau, kháo là hòa bình đến nơi rồi. Ngồi bên Tạ, tôi nghe tiếng sột soạt. Quay nhìn, mặt nó đờ đẫn, tay thọc trong quần. Nó hự lên một tiếng, mặt áp vào đất ẩm, chân từ từ duỗi ra. Lát sau, nó thở phào, giọng bẽn lẽn "...Tớ nhớ vợ tớ quá. Cứ đêm thế này, không bom không đạn là lại nhớ! ''. Rồi nó kể, vợ tớ kháu lắm nhé. Ngày làm than thì nhem nhuốc, nhưng nó về tắm một cái là trắng như tiên trên giời, sờ vào là má hây hây, người hừng hực. Nó hỏi tôi ''Thế cậu đã... ấy với cái Thắm chưa? ''. Ấy à? Ấy chứ lị. Nó hềnh hệch, ừ, làm ma không chồng qui không vợ thì phí của giời. Tôi khẽ quát '' Lại nói gở! ''.

*

Sổ tay:

... Bất ngờ, bệnh nhân buột miệng nhắc Thắm. Hỏi gặng về Thắm đôi ba lần, bệnh nhân nín lặng, làm như điếc. Điều gì bí ẩn? Tuần trước, tôi lại lân la khơi chuyện. Vùng đứng lên, bệnh nhân réo tên Thắm gọi ầm ĩ, xông ra vườn, lết chạy đến kiệt lực rồi ngất đi. Thời gian sau, anh ta lại im lìm, không nghe, không nhìn. Xem lại hồ sơ bệnh lý, anh ta bị thương ở đùi, sau phải cắt vì vết thương nhiễm trùng tấy lên...Nhưng làm thế nào để gần gũi anh ta thì mới có thể chẩn cho sát bệnh? Mấy hôm nay, mình đi bắt châu chấu mang đến gửi bệnh nhân, miệng bảo, này quân tăng viện đây. Bà X bảo mình « lây » điên. Bệnh nhân có vẻ mừng rỡ. Ít nhất, anh ta cũng ngước lên nhìn mình, miệng kêu ''Cám ơn Thủ trưởng!''. Lân la hỏi anh về Thắm, anh quay mặt, tay trả lại những con châu chấu.

...Elhanan xưa có đề cập rất nhiều đến trạng thái psychose [12] vì sự tổn thương libido [13] mà bệnh nhân không

---

[12] Loạn tâm.

chấp nhận. Ông ta cho rằng libido không phải chỉ là tình yêu và khả năng thỏa mãn dục tính trai gái. Libido rộng hơn thế, gần với Eros trong thần thoại Hy Lạp, là thứ tình yêu giành cho cả cái thế giới bên ngoài của một cá thể. Nếu cái tình yêu đó mất và không có gì đền bù được, cá nhân trở thành cô độc và chỉ tồn tại được bằng cách tạo ra thế giới của riêng mình với những qui luật của nó, dần dần tiến đến trạng thái tâm thần phân lập¹⁴, có thể mất hết ý thức về mọi hiện thực khách quan. Nhưng khi cái hiện thực khách quan - Elhanan chép miệng - tương ứng với một cơn điên tập thể như trong thời Nazi ở nước Đức, thì tạo ra và sống trong thế giới phân lập của mình là điên hay tỉnh? Vì vậy, Elhanan cho rằng chữa bệnh "điên" của một người không thể tách được sự chẩn đoán những cơn điên của cả xã hội!

*

Dân đáp, giọng quả quyết:

- Tôi không thể là Phan Thượng Dân. Thằng anh em song sinh của tôi chết rồi. Chính mắt tôi, tôi thấy nó chết ngày 19 tháng tám. Phan Thượng Nhân thì còn sống.

- Dân chết ngày 19 tháng tám? Chết ra sao? Anh cố nhớ lại đi...

Dĩ nhiên là nhớ vì muốn quên cũng chẳng được! Phải, tôi kể cho Chính Ủy, đầu tháng tám, chiến trường

---

¹³ Dục năng.

¹⁴ Schrizophenie

yên tĩnh. Bên ta ngưng pháo, địch cũng thôi bom. Lính kháo, hòa đàm ở Paris nhất định sẽ thành công. Chúng tôi chuyển thương binh về phía bắc sông Thạch Hãn. Xác lính chết đầy giòi bọ, sau khi kiểm tra đơn vị, tên tuổi, đem xúc tất cả vào những căn hầm chữ A, thắp hương cúng kiếng rồi lấp. Bọn lính « tơ » lầm rầm khấn, các anh phù hộ, cho hòa đàm suôn sẻ, chúng em nguyên vẹn mà về lại hậu phương. Chính ủy tiểu đoàn đến động viên, báo ta thắng lớn ở Paris, Ních-xơn nhượng bộ, chỉ cần ta cho phép nó rút hết sáu mươi ngàn lính Mỹ an toàn là cái gì nó cũng chịu. Tạ cao giọng '' Thì cho chúng nó cút, giữ làm đéo gì! Cuốn xéo sớm lúc nào hay lúc đó! ''. Chính ủy cười, dĩ nhiên, nói '' Nhưng còn nhiều vấn đề. Bồi thường chiến tranh chẳng hạn. Các cậu yên trí, « trên » lo hết. Lính chúng mình sẽ được đền bù ''.

Chỉ ba ngày ba đêm không bom không đạn đã là một đền bù rồi. Lính chúng tôi không phải bò, không phải lết, không phải kéo xác đồng đội, không phải há mồm để giảm sức áp của bom trong không khí, không phải giỏng tai nghe tiếng đạn xé gió để đoán địch đang đến từ đâu. Chúng tôi đi đứng thẳng thắn khoan thai, hít thở thảnh thơi, thong dong tỉ mẩn lau súng, thông nòng, soát lại cơ bẩm. Tạ cười '' Đéo mẹ nó, súng với đạn! Bây giờ đánh đấm gì nữa mà lau với chùi! Sờ vào nòng, ghê cả tay - nó quay lại bọn lính tơ, hềnh hệch - chúng mày may, vừa ra chiến trường là hoà bình, toàn mạng về với cha, với mẹ! ''. Thằng Thao, mới mười bảy tuổi, rú lên ''Em ấy à, em sẽ đi học nốt cấp ba...''. Nó vỗ ngực '' Đây, học sinh chuyên toán nhé. Loại giỏi nhất Ý Yên, Nam Định nhé ''. Nghe đến quê Thắm, tôi nhìn sang nó, lòng bỗng nôn nao. '' Cậu Ý Yên hở, nhưng làng nào?''. ''Em ở ngay thị xã...'' . ''Cậu tả cho tôi xem, tôi có người quen ở Ý Yên''. Tôi nghe nó nói, ghép hình bóng Thắm vào phố, vào chợ. Vào con sông Đáy lững lờ. Tạ ngồi nghe, thình lình lên tiếng '' Thằng bé con nhà mình năm nay mới học xong cấp 2 ''. Nói xong, nó quay mặt về phía biển, tay quệt nước mắt.

Sáng tinh mơ ngày thứ tư, Quảng Trị bị lùa dậy bằng một trận mưa pháo đại bác 105 ly. Quà sáng, điểm tâm bằng bom bướm do một đoàn Con Ma bay qua rắc xuống. Ôi, thế là những ngày hòa bình bèo bọt. Tạ quát lính xuống công sự, chửi địt mẹ nó, vừa đánh vừa đàm, hết đàm lại đánh, hết đánh đến đàm. Thằng Thao vội vã kẹp súng, quơ nón cối, nhảy ào xuống giao thông hào. Mặt nhớn nhác, rỉ mắt tép nhèm, nó nắm lấy tay tôi, hỏi '' Thế lại đánh nữa à? ''. Chúng tôi nằm trong công sự cầm cự có lẽ đến hàng tuần. Ngày qua ngày, tiếng cánh quạt những đợt trực thăng đổ quân tiếp viện. Tiếng xích sắt M-113. Bên địch, lính Lữ Dù 1 đang lấn đất tiến vào. Ống liên hợp điện đài réo lên. Chính trị viên trung đoàn phổ biến đến toàn thể bộ đội lệnh từ Quân Ủy Trung Ương, ta không lùi một bước, bám công sự giữ vững trận địa để mừng ngày kỷ niệm Cách mạng Tháng tám.

Lữ Dù 1 xua quân đánh thắng vào những công sự phòng thủ đúng ngày đó. Trước khi xung phong, máy bay địch thả bom xăng, lửa hừng hực bốc cháy trong chiến hào. Hàng chục con người mình mẩy thành

những ngọn đuốc sống vùng nhẩy lên mặt đất, cắm
đầu chạy, miệng la thét đau đớn, làm bia cho hàng
tràng đạn đại liên tới tấp ghim vào thân thể. Họ co giật
rồi ngả xuống như những thân cây đổ, mỡ người cháy
xèo xèo bốc khói lẫn vào mùi xăng hăng hắc. Không
còn cách nào tránh chết cháy, tôi hô lính bỏ công sự, bò
về phía lính Dù. Đêm tối, lính rút lưỡi lê, trùi người
vào cát, cứ trước mặt bò tới. Khi hỏa châu bựt sáng,
nằm im giả chết. Đạn veo véo bay sát đầu, gió xé rách
khoảng không vạch ra một hấp lực vô hình xô đẩy lính
vào vòng tay thần chết đang mở ra đón đợi.

Lính hai bên trộn vào nhau trong đêm đen mịt
mùng, một tay nắm lưỡi lê, tay kia quơ lên. Nón sắt, ta
đâm. Nón cối, là bạn. Và ngược lại, nón cối, địch đâm...
Cứ như thế, những con người đâm nhau, máu phọt ra
thấm xuống cát trắng, cát thản nhiên nhấm nháp vị
tanh tưởi của máu đổ ra mặt đất khốn khổ. Pháo tắt,
người đâm, kẻ bị đâm rú lên. Pháo sáng, tất cả nằm im
giả chết. Vũ trụ thu lại thành một trò chơi kinh dị, sống
chết lập đi lập lại, xác người văng vãi khắp nơi. Tiếng
thằng Thao, thằng bé ở Ý Yên, hực lên "Giời ơi, em vừa
đâm lòi ruột một người, thủ trưởng ơi. Em... em ...!".
Pháo sáng lại chiếu rọi một vùng trời. Thằng Thao
thình lình nhổm lên đứng thẳng người, hai tay đưa lên
trời, kêu "...Thôi, bắn đi! Bắn cho tao chết đi! ". Một
loạt đạn vang lên chát chúa. Tôi nhắm mắt lại, lẩm
bẩm, Thao ơi, sao mày lại tự tử kiểu ấy. Có cái gì lành
lạnh dí vào trán. Tôi mở mắt. Nòng khẩu súng M-16
đưa đẩy nghịch ngợm. Người lính dù, miệng nhếch cái
cười khinh mạn, mắt nháy tôi như trêu trọc. Tôi nhìn

kỹ. Anh ta giống tôi. Cũng mắt. Cũng mũi, cũng mồm. Anh chỉ khác bộ quần áo rằn ri. Tôi, quân phục xanh rêu. Anh, nón sắt. Tôi, mũ cối. Anh có thể bóp cò. Tôi buông con dao găm vấy máu. Bỗng nhiên thật bình thản, tôi chậm rãi nhắc lại lời thằng Thao ''Thôi... Bắn đi!''. Anh ta lắc đầu. Có lẽ anh là Nhân chăng? Tôi hỏi. Anh lắc đầu, buồn bã '' Là ai cũng thế! Bắn làm gì nữa. Chết vậy quá đủ rồi! ''. Anh không bắn, thế thì anh là Nhân, anh em của tôi, chẳng thể khác được. Tôi vui mừng đứng dậy, tay giơ về phía anh. Đúng lúc đó, tôi nghe một tiếng nổ lớn. Như khán giả xem ảo thuật, tôi nhìn thấy cả thân thể mình bật lên đu bay trên những đám mây rám sắc thép tôi đỏ đêm 19 tháng 8. Không mong nó rơi xuống, tôi biết tôi chỉ muốn từ biệt trái đất kinh hoàng này. Và tôi bay, mỗi lúc một cao...

*

Sổ tay:

.... Thằng Thao điên hay tỉnh? Anh lính dù điên hay tỉnh? Trong cái tập thể lính hai bên đang chém giết như thế, tách khỏi hành vi giết người bằng cách giết chính mình chắc không ai trong cơn điên cuồng đó cho là tỉnh!

... Nhưng cái gì là cơn điên của tập thể? Mình hỏi, rồi nghe tiếng Elhanan đáp, là hiện tượng ám thị của đám đông bị thôi miên! Trong trường hợp này, người điên tách khỏi đám đông hóa ra kẻ tỉnh nhất. Vì hắn là kẻ chối bỏ hiện thực bên ngoài hầu giữ được nguyên vẹn ý thức về bản thể của mình!

*

Tôi nhớ những buổi tối, bà tôi lẩm nhẩm cầu kinh, tiếng thì thầm, lạy Chúa ba ngôi lòng lành, Chúa không cứu rỗi thì ai cứu được bày cừu con Chúa tội nghiệt khi vào giờ lâm tử. Bà cầu kinh một mình, giấu giếm cả tôi. Cho đến khi tôi phát hiện cây thập tự làm bằng hai đõn tre buộc lại, bà mới bảo, cháu ơi, người ta bảo tôn giáo là thuốc phiện, nghiện ngập tất sa đọa, thiếu đạo đức cách mạng. Một mình bà, bà cầu Đức Mẹ che chở. Phần cháu, muốn sống như mọi người thì chỉ được phép tin vào Cách Mạng... Thế đi, cho bà yên lòng! Vâng, để yên lòng bà, tôi ngậm tăm, lớn tiếng hô phất hai lá cờ trong ba dòng thác cách mạng như mọi người, được quàng khăn đỏ, làm cháu ngoan bác Hồ. Nhưng khi học hết cấp 3, tôi không được vào đại học, lý do úp úp mở mở nhưng tôi sau cũng hiểu được rằng tôi gốc công giáo. Muốn tiến thân, chỉ có một cách là đăng ký đi bộ đội, thề diệt Mỹ-Ngụy, góp tay vào công cuộc thống nhất đất nước. Để có hy vọng nhập ngũ, tôi biếu bà Bí thư xã cái nhẫn đính hôn của mẹ tôi, vừa khóc vừa van xin bà nói với ông Bí thư lờ đi cái khoản tôn giáo trong lý lịch tôi. Và đấy là lần đầu tiên tôi thành công. Oái oăm thay, đó là sự thành công cho phép tôi khoác lên mình cái áo màu xanh xỉn, đeo lên vai vũ khí giết người, kẹp vào hông lựu đạn «ù ét», cứ từng bước lò dò đến chỗ chết. Bác sĩ biết, tôi không chết, chỉ cụt một chân. Hạ bộ mất một ít cơ năng, đái dắt cả ngày, lắm khi sót đến không chịu nổi. Tất cả để đổi lấy cái Huân chương Chiến Công năm 72 tôi đã vất đi đâu mất.

Cuối năm 73, tôi ra viện, về làng. Thương binh Phan Thượng Dân được đón tiếp như một vị anh hùng. Tôi nhìn xuống phần thân thể gửi tặng lại những ngày tháng chiến tranh, vừa mừng, vừa tủi. Ông Chủ tịch xã bảo, bà tôi đã qua đời, nhân dân xã ta lo lắng ma chay đầy đủ. Tôi điếng người, nước mắt chạy quanh. Vào nhà, nhà trống trơn. Vẫn một chiếc chõng con, dưới gầm chõng là hai cái nồi, một cái xoong và dăm cái bát, cái đĩa dân làng đã xếp gọn. Tôi vất cây nạng, ngồi thụp xuống, khóc nức lên, khóc tức tưởi. Chao ôi, những ngày đầu tàn cuộc chiến là cái tang bà tôi. Ngồi trong căn nhà gianh, tôi gục đầu, ôm mặt khóc suốt đêm như một đứa trẻ con lạc đường. Bây giờ, tôi là người cô độc. Không thân thích. Không nghề nghiệp. Không đồng đội. Những thằng Tạ, thằng Phi, thằng Thao... chúng mày đâu cả rồi? Thắm nữa, em ở đâu? Nếu em còn, em sẽ thấy thân thể tôi tật nguyền, liệu em có nhắc lại cái câu ngày xưa dưới địa đạo Vĩnh mốc, rằng em không muốn mất tôi nữa không? Gặp lại thằng Thành, cũng thương phế, tôi đi với nó và em gái nó ra nghĩa địa viếng mộ bà. Mấy hôm sau, tôi qua nhà bà Nhiều ở làng bên, người gần gũi giúp đỡ bà tôi. Lúc đó tôi mới biết bà tôi trối trăn để lại cho tôi vài chữ do ông bác viết, dặn lên Hưng Nguyên tìm một người tên Tín. Hóa ra đấy là chú tôi. Còn người tôi cứ tưởng là bác thì chính là cha tôi, cũng chết và chôn ở làng. Tôi kín đáo tìm hiểu. Chủ tịch xã bảo "Bác nhà về quê đây thì đồng chí đang ở mặt trận, khoảng giữa vụ mùa năm 72". "Thế sao bác tôi lại chôn ở đây?". Ông bí thư gãi đầu "Ấy là khi bà ốm nặng thì bác nhà từ Hưng

561

Nguyên về. Nhưng bà chưa đi, bác nhà đã lăn đùng ra đâu hai tuần sau khi đến đây, đúng lúc Mỹ ném bom mọi nơi trước khi ta "bắt" nó ký Hiệp Định Paris! Đồng chí biết, chúng tôi cũng cố gắng nhưng chỉ có thể ma chay sơ sài cho bác nhà. Nghĩa tử là nghĩa tận mà ".

*

Sổ tay:

...Ông giám đốc ề à " Trên điêu cậu đi Qui Nhơn, công tác trong một bệnh viện chuyên sâu về tâm thần đấy! ". Bà X chua loét, giọng hồ hởi " Mừng cho anh. Cứ ở cái nhà thương Sài Đồng này, chữa trăm thứ bệnh, thuốc lại không có, nửa Tây y nửa Đông y mãi, làm sao lên tay nghề được!". Tôi cám ơn cả hai. Trong đợt bàn giao bệnh nhân, tôi đề nghị, để Phan Thượng Dân cùng tôi vào Qui Nhơn. Lý do: bệnh nhân đang ở giai đoạn bình phục, đổi bác sĩ có thể làm chậm, thậm chí đảo ngược hẳn tiến trình hồi phục. Bà X, nay đã lên chức Trưởng khoa, đỏng đảnh " Vâng, tôi đồng ý, đi cho có cặp. Trên đường, tha hồ bắt cào cào, châu chấu!". Nhìn bà, tôi cười mỉm. Tôi nhớ, y tá kể lại, là bà từng lớn giọng "Đám bác sĩ trẻ chúng nó có cái cười hỗm thế nào ấy, không ưa được!". Dù sao, thời gian trước mắt vẫn cứ phải lo cho Dân. Anh ta đang có đà bình phục, bỏ thì phí, sợ lắm khi không còn dịp.

Chúng tôi lên đường vào đầu mùa mưa. Dân không hỏi gì, tay giữ rịt hộp đựng châu chấu, lẳng lặng lên ngồi cạnh tôi trong chiếc xe của bộ Thương Binh Xã Hội. Đi được một ngày mới đến địa phận Vinh. Quốc lộ 1 có sửa sang, nhưng còn những đoạn xe ì ạch tránh hầm hố lồi lõm. Hôm sau xe

562

vào địa phận Quảng Bình. Từ lúc đó, nét mặt Dân bỗng âu lo, ôm hộp châu chấu vào lòng, miệng mím lại. Cơn xúc động lúc một mạnh khi xe đến Vĩnh Linh. Dân lắp bắp: " Thủ Trưởng, mình vào chiến trường rồi hẳn? ". Tôi lắc đầu, nói giọng chắc nịch " Hết chiến tranh lâu rồi, làm gì có chiến trường nào nữa!". Dân không tin, tai giỏng lên nghe ngóng, miệng lẩm bẩm " Đã chiến tranh rồi, làm sao thật sự hết để có được hòa bình!". Chợt có tiếng máy bay. Dân hoảng hốt quát: " Bom...Ngừng lại. Nó sắp đánh". Anh nhỗm người lên, nhưng thật may, tiếng máy bay xa dần. Dân thở ra, lẩm bẩm " Chắc bọn thám thính. Nó phát hiện thì tí nữa thế nào Con Ma cũng bay đến ". Đột nhiên, Dân quay sang nhìn tôi, hỏi: " Cứ đi thế này là đi đến đâu? Đi làm gì?". Tôi chưa kịp trả lời thì Dân nhoài người về phía anh lái xe, khẩn khoản " Đồng chí, vào đường mòn mà đi chứ thế này trống hếch trống hoác nó đánh thì mình phăng teo ngay! ". Tôi lại phải ghì Dân xuống. Và cho đến nay tôi cũng chẳng hiểu động lực nào khiến tôi khi đó bật miệng đáp "Đi tìm Thắm...". Dân nghe, ngơ ngác một lúc rồi trở nên hiền hòa. Anh nhìn tôi, "Đây đâu có phải đường về Ý Yên đâu! ". Tôi không biết phải nói gì, bỗng hối hận. Nói mà không có, bệnh nhân có thể mất hết niềm tin tưởng vào người y sĩ. Và khi không thể chinh phục lại được cái niềm tin ấy thì coi như là vô phương chữa chạy.

Xe chạy thêm nửa ngày thì vào địa phận Quảng Trị. Tay chỉ về hướng Tây, Dân bảo: " Cổ thành ở bên kia... Đi tí nữa thì đến Ngã Ba Máu!". Nói xong, mặt Dân tái mét, người run lên như sốt rét. Dạo gần đây, tôi dùng phương pháp thôi miên trấn an Dân. Tôi yêu cầu Dân lập lại một số động tác, rồi đưa anh ta vào giấc ngủ. Dân nhắm mắt nhưng chân tay vẫn thỉnh thoảng co giật...

*

Cha xứ Hưng Nguyên tên là Nguyễn Trường Văn, sau năm 54, đổi tên thành Tín khi quyết định ở lại không đi Nam, nhắc mình giữ đức tin vào Chúa để phục vụ giáo dân. Cha có những nét thân quen lạ lùng. Cha nói, tôi mới biết cha là chú tôi. Tôi không phải họ Phan, mà là họ Nguyễn, tên cha đẻ ra tôi là Nguyễn Trường Võ. Họ Phan là họ cha mượn một người đồng chí thời Quốc Dân Đảng bị chết trôi sông. Phan Thượng Chính thật ra là Nguyễn Trường Võ, người Giáp Đoài. Chú tôi lôi ra cho tôi xem gia phả. Ông cố tổ tôi là Nguyễn Trọng Thức, đã từng sang Pháp, sau cộng tác với Tây Sơn trong thời Gió Lửa. Đến đầu triều Gia Long, con ông là Nguyễn Quốc Thư cùng mẹ là Đặng thị Mai về tá túc xứ đạo Bùi Chu, đẻ ra Nguyễn Trường Tộ. Cụ Tộ cũng bôn ba đây đó, dâng Tế Cấp Bát Điều lên triều đình Tự Đức, không được dùng, đau đến đứt ruột mà chết. Cụ sinh ra ông tôi, Nguyễn Trường Cửu, tục gọi là Đồ Cửu. Ông tôi nối chí cố tổ, tiếp tục biên soạn cuốn Tế Nhân Thế Luận, nhưng lực bất tòng tâm. Ông sinh được ba người con trai, cha tôi là con cả. Ngoài chú tôi, tôi còn một ông chú khác hiện là Linh mục tại Rô-ma. Chú tôi chép miệng, gia tộc mình là vậy, may còn có tôi nối dòng. Hai chữ nối dòng làm tôi điếng người. Tôi vội thưa, còn anh Nhân, Phan Thượng Nhân. Chú bảo chú biết rồi, đưa cho tôi một cái phong bì, thư cha tôi gửi cho tôi.

Tôi ở lại giáo xứ, hỏi chú, Tề Nhân Thế Luận là gì? Sao ông tôi làm tiếp chuyện cố tổ để dở dang mà lại lực bất tòng tâm? Chú kể, cố tổ tháp tùng hoàng tử Cảnh đi Paris, quen Seyès, một Linh mục theo cách mạng Pháp, nhờ thế được đọc Công Ước Luận của Rousseau, Vạn Pháp Tinh Lý của Montesquieu. Tề Nhân là mọi người như nhau. Cố tổ yêu lẽ công chính, muốn đưa xã hội phong kiến quân quyền đến một xã hội mới, con đường ắt phải khởi đi từ truyền thống nước ta, văn hoá xưa là văn hóa Tống Nho. Đến đời cụ Tộ, cụ kêu gọi cách tân qua con đường khoa học kỹ thuật, từ phát xuất đó mà từng bước cải cách chính trị và tổ chức xã hội. Rồi đến thời ông tôi, ông lại cho rằng đề xuất của cụ chỉ có một mặt, mặt kia là văn hóa, cái mặt đã thấm sâu vào đến xương tủy dân tộc. Ông dạy "tu thân, tề gia, trị quốc, bình thiên hạ" là một thể loại qui nạp bóp chẹt con người. Thiên hạ phức tạp hơn quốc gia, quốc gia phức tạp hơn gia đình. Từ tề gia đến trị quốc, là hai khuôn mẫu khác biệt, không thể suy từ cái nọ qua cái kia như hệ luận. Còn đúc kết về tu thân, tu thế nào? Trai thì Trung, Hiếu, Tiết, Nghĩa. Gái, thì Công, Dung, Ngôn, Hạnh. Tất cả đều nhằm ổn định một xã hội dựa trên quân quyền và phụ quyền. Cá nhân mỗi con người teo tóp lại đến chỉ còn là những cái đinh con vít mất hết tự do, tự chủ, quay thế nào cho phù hợp với guồng máy xã hội là quay. Như thế, kỹ thuật và khoa học có đổi thay là đổi thay bề mặt, hời hợt như sóng trên biển, như gió trên cây. Ông cho rằng phải thay thế quân quyền - phụ quyền bằng ý thức về dân quyền. Muốn vậy, cá nhân như chủ thể phải giải phóng khỏi khuôn mẫu cũ, cướp lại cái tự do mà xã hội phong kiến tước đoạt, cùng nhau tạo ra một tập hợp đồng thuận trong tinh thần Công Ước. Trầm ngâm, chú tôi tiếp, sau cuộc khởi nghĩa của Quốc Dân Đảng ở Yên Bái thất bại, cha tôi gia nhập đảng Cộng Sản Đông Dương, đọc Tư Bản luận, cảm thấy cái hy vọng một xã hội công chính là có thể có được. Khả năng có và con đường để đạt đến là hai phạm trù tách biệt. Cái trước, đến từ lý luận. Cái sau, từ hành động, làm đòn bẩy thay đổi xã hội. Hành động thì sai một ly, đi một dặm... Chú tôi chép miệng, hành động lại là sự cụ thể hóa chẳng phải chỉ của cả lý luận mà còn cả tâm linh. Phần tâm linh sâu thẳm là phần những người theo cách mạng ngày nay phủ nhận. Họ giản lược con người theo phép duy vật nhưng lại thiếu phương pháp biện chứng, đến độ con người trong lý luận của họ là con người chỉ còn một tầm kích, không toàn diện, và vì thế không có thật. Họ cũng hứa hẹn thiên đàng, đặt tên là thế giới đại đồng. Thay cho ba ngôi trong Ki Tô giáo nay có biện chứng lịch sử một bên. Có tính khoa học bên kia. Ở giữa là Đảng chuyên chính của những người Vô Sản, không thể sai lầm, vô cùng quyền lực, chẳng khác gì Thượng Đế. Muốn linh thiêng phải có uy vũ, và thế là người ta đề ra đấu tranh giai cấp. Không tạo được mưa, được nắng, chú tôi bảo, thôi thì người trần mắt thịt tạo ra oan khổ vậy.

Nam Dao

*

Sổ tay:

...Thú thật, ra đến bệnh viện tâm thần Qui Nhơn, tôi có cảm tưởng như bị đi đày. Nằm chơ vơ ở khúc rẽ sang cầu Sông Ngang, bệnh viện có khoảng gần một trăm bệnh nhân, một bác sĩ "chế độ cũ" đã luống tuổi, mười hai nhân viên gồm y tá, y công và năm cái chuồng nhốt đâu độ mấy chục con chim. Bệnh nhân thường không thân thích, bị những cú sốc cực kỳ bạo liệt trong chiến tranh, mất cha mẹ, vợ con... trong những hoàn cảnh trớ trêu bi đát. Điên để quên hết nên gợi trí nhớ cho họ là phương thức điều trị nghịch lý và vô vọng. Chỉ có một ít thuốc an thần, bất khả kháng tôi mới dùng đến. Thiếu mọi phương tiện, tôi gần như bị bó tay. Một trăm người điên, tức một trăm thế giới cá biệt. Mỗi ngày tôi đặt chân vào mười cho đến mười lăm thế giới, nửa tiếng sau lại bước ra, xoay tua quá một tuần thì hết số bệnh nhân. Tôi bất lực, cuối cùng vì bất lực nên kiệt lực. Ông bác sĩ "chế độ cũ" lo, bảo " bác sĩ không thể tiếp tục như thế, sẽ phát điên lên đấy!".

Nhưng trong một tập thể những người ai cũng điên những nỗi điên riêng, không có cái điên-tập thể kiểu Elhanan đề cập. Ông ta bảo, điên-tập thể đến từ sự ám thị của lịch sử. Người Đức bị cộng đồng Âu Châu o ép đè nén, khiến cái Tôi-thăng hoa lý tưởng bị cái Tôi-tục lụy trần trụi của mỗi cá nhân kéo xuống xé rách thành hai mảnh, một bên là bản năng, bên kia là trí huệ. Chỉ bật một que diêm kiểu dòng giống arien là dòng đặc tuyển của đấng Tối Cao, tức

567

thì ngọn lửa tiền sử của bản năng bùng cháy trong những lò thiêu ở Auschwitz, thiêu sống hàng triệu người Do Thái. Oái oăm thay, tôn giáo của những nạn nhân người Do Thái này cũng cho rằng xưa nay họ vốn được Thượng Đế chọn lựa. Và thật kinh hoàng khi chỉ một thoắt, những kẻ văn minh được nuôi dưỡng trong Chân-Thiện-Mỹ của thế kỷ Ánh Sáng bỗng trở thành loài thú man rợ nhất từ khi có trái đất này!

Tôi nói với Elhanan, hiện tượng vừa nói trên khá gần với chuyện lên đồng ở xứ sở tôi. Elhanan căn vặn, thế nào là lên đồng? Tôi kể có những người từ thuở thiếu thời "đội bát hương" xin được các ông Hoàng bà Chúa linh thiêng thu nhận, người thì "cốt" ông Hoàng Mười, kẻ "cốt" bà Chúa Thượng Ngàn...Lên đồng là nhập "cốt", thường được một đồng-cô dẫn giắt qua những "giá đồng", mỗi giá tương ứng với một "cốt". Người lên đồng đầu phủ khăn, lắc lư theo tiếng hát của cung văn, tiếng nhạc bát âm đủ kèn, nhị, chiêng, trống ...cho đến khi nhập đồng là hoàn toàn mất ý thức về cái Tôi, trở thành cái Tôi-thăng hoa, hành xử như những ông Hoàng bà Chúa ở ngoài mọi thực tại. Elhanan hỏi, những người lên đồng thường là những ai? Họ hình như đều có một đặc điểm là họ không tương hợp hoàn toàn với giới tính của họ, ít là về mặt tâm lý.

Elhanan ngẫm nghĩ, mấy ngày sau gặp lại, nói tôi nên đào sâu hiện tượng lên đồng-tập thể. Ông nhấn mạnh, tập thể đó có tổ chức, nghĩa là một tập thể có chủ tể và một thứ "vật linh" mang khả năng tập hợp mọi cá thể và điều khiển hành động tập thể ngoài nguyên tắc hiện thực. Tập hợp trong trường hợp này có tính loại trừ và triệt tiêu ý thức cá nhân khi "vật linh" xúc tác lên tiềm thức tập thể, thậm chí

568

khơi dậy bản năng nguyên thủy trong vô thức, đưa mọi người vào trạng thái nhập "cốt". Thời xa xưa, "vật linh" có thể là một tiếng phèng, một câu chú, một buổi tế vật cho thần linh. Sau này, "vật linh" là bất cứ gì gây ra một phản ứng tự động của tập thể, và thường nó được cấu thành từ lịch sử, văn hóa của một xã hội. Người chủ tể, như thời con người tổ chức bộ lạc, là kẻ được đồng loại tin đã sở hữu được "vật linh" và có quyền năng phân phát nó đến mọi thành viên trong bộ lạc. Ngày nay, người chủ tể đó là những nhà chính trị.

*

Thấm thoát hơn ba năm chúng tôi ở Qui Nhơn. Thời gian sau này, anh ta thôi không gọi tôi là Chính ủy, nhưng lẩn thẩn hỏi:

- Điên có phải là bệnh không, bác sĩ?

Tôi nhìn xuống cánh đồng vừa gặt phía dưới khu vườn của nhà thương. Ngẫm nghĩ, tôi tránh trả lời thẳng, thành thật:

- Trong ban quản trị ở Sài Đồng, có vài vị bác sĩ bảo tôi điên. Tôi «lây» bệnh anh. Họ đã làm báo cáo, cho rằng hành vi tôi khiến bệnh nhân trong viện mất lòng tin, nghi ngại, và vì thế họ thuyên chuyển tôi về Qui Nhơn đây!

- Hành vi nào?

- Thì tôi cũng đi bắt châu chấu ma. Anh có nghĩ rằng tôi điên không?

569

- Có lẽ cũng đôi chút. Điên ở cái nghĩa đồng loại không hiểu. Còn tôi, tôi biết bác sĩ không điên. Bác sĩ có gì cứ nói thật với tôi. Như tôi, nói được với bác sĩ, hình như tôi đỡ hẳn. Nay chỉ thỉnh thoảng tôi mới lại nhức đầu, rồi hoảng hốt, chẳng duyên cớ gì...

- Trong những giấc mơ, anh vẫn gọi Thắm, gọi mẹ! Anh nói về mẹ anh cho tôi nghe đi...

- Bác sĩ biết, mẹ tôi đi Nam năm tôi mới lên sáu! Tôi chỉ có một bức ảnh mẹ tôi khi mẹ còn là con gái. Bà tôi còn giữ, nước ảnh đã ố vàng, bà cho lại tôi cái nhẫn hứa hôn của cha, cùng bốn năm tờ bưu thiếp mẹ tôi gửi từ Sài Gòn vào năm 55...Bà tôi kể, cha tôi đi kháng chiến biền biệt, mẹ về vùng tề với bà bảy năm, chỉ bí mật gặp cha đúng được ba lần. Cuối năm 54, Nhân ốm. Ở nhà quê bấy giờ chẳng có thuốc men gì. Mẹ ẵm Nhân lên Hải Phòng chữa bệnh, kẹt không về được, rồi không hiểu thế nào lọt xuống tàu há mồm xuôi Nam. Đấy, chuyện mẹ tôi chỉ có vậy!

Nhìn khuôn mặt anh ta dúm dó, mép giật lên như sắp vào một cơn động kinh, tôi im lặng, giả tảng nhìn ra xa. Anh lại ôm hộp các-tông lên vuốt ve. Lát sau, anh lẩm bẩm lập lại như nói với chính mình, chuyện mẹ tôi chỉ có vậy! Tôi đánh bạo, thốt:

- Chắc là anh có đôi chút giận hờn mẹ?

- Tôi không chọn làm đứa trẻ mồ côi mẹ! Ân oán từ kiếp nào đấy, tôi không biết!

Nhìn vào mắt anh ta, tôi nhỏ nhẹ:

- Mẹ anh cũng đâu chọn vứt đứa con trai ở lại. Những sự ngẫu nhiên trong bàn cờ đời khiến có những con chốt sang sông thí mạng do định mệnh.

*

Gần như bực bội, Dân ngắt lời tôi:

- Oan khổ dễ tạo ra hơn hạnh phúc. Bác sĩ cứ hỏi về cha tôi, tôi chẳng biết nói gì. Thôi, bác sĩ đọc bức thư cha tôi gửi cho tôi, may ra bác sĩ hiểu phần nào.

Đưa vào tay tôi một phong thư khá dày, Dân quay ngoắt người, chống nạng bỏ đi. Bức thư dài, kể chuyện từ khi Nguyễn Trường Võ thành Phan Thượng Chính, gia nhập Đông Dương Cộng Sản Đảng sau khi khởi nghĩa Yên Bái thất bại, cướp chính quyền vào thời điểm Nhật hàng Đồng Minh cho đến cuộc Trường Kỳ Kháng Chiến. Bức thư hé một chút chi tiết về cuộc tình giữa cha và mẹ Dân. Nhưng sự bí mật về người cha đi không về mới là yếu tố giúp tôi tìm ra phương pháp trị liệu cho con bệnh. Tôi xin trích bức thư:

Ngày... tháng...

Con thân yêu,

...Chiến tranh tiếp tục... Kết cục là chiến thắng Điện Biên. Và sau đến hiệp định Genève. Năm 55, cha về Kiến Thụy thì bà ngoại cho biết mẹ bế Nhân lên Hải Phòng chữa bệnh. Chỉ kịp ôm con ngủ một đêm, sáng hôm sau cha tức tốc đi tìm mẹ con. Không tìm được, cha lại về Kiến Thụy. Vẫn biệt vô âm tín. Đến đầu năm 56, bà ngoại cho cha xem bức bưu thiếp đầu tiên mẹ gửi từ Sài Gòn về. Thời gian đó,

571

*chuyện gia đình đã chia ly, còn chuyện đất nước, lại là
những day dứt khủng hoảng. Cha nói với bác Vũ Đình
Huỳnh, người gần gũi ông Hồ, Đảng ta đang thanh lọc nội
bộ đồng thời phá nát cơ sở gia đình, làng xã bằng cách vu
oan giáo họa, lấy quyền lợi nhử người này để giết người kia.
Thế thì còn cái gì gọi là xã hội? Bác Huỳnh chua chát, "duy
vật dở chứng, chẳng biện bác gì cả. Không còn xã hội cũ,
thì xây dựng xã hội mới!". Cha kêu, Đảng bị sói mòn, vỡ
thành mảng. Đồng chí chúng ta bị đánh, bị bức tử! Bác
Huỳnh lại cười nhạt, " Thì đồng chí này đánh đồng chí kia,
chứ còn ai vào đấy! Chỉnh Đốn Tổ Chức mà!". Cha nài nỉ,
anh phải nói thẳng với ông Hồ. Bác nhún vai, buông thõng,
nói rồi! Nhìn cha buồn bã, bác tiếp, còn cậu nữa, cậu cũng
phải cẩn thận. Bác Huỳnh dặn, " Cậu cứ bám lấy thành thị.
Ai bắt đi công tác về quê thì cáo ốm. Nhớ đấy! Và thu mình
lại...".*

*Hòa bình mới chập chững, quyền lực ngoài miệng nhận
sai trong Cải Cách Ruộng Đất và Chỉnh Đốn Tổ Chức
nhưng vẫn tiến hành Cải Tạo Công-Thương nghiệp, thủ
tiêu mầm mống một xã hội dân sự pháp trị qua vụ đàn áp
Nhân Văn-Giai Phẩm, tước đoạt quyền ngôn luận, thu tất
cả về một mối là Đảng lãnh đạo mọi mặt. Đầu những năm
60, những người nắm quyền lực muốn thống trị toàn bộ xã
hội, tiêu diệt mọi mầm mống dao động đối kháng trên miền
Bắc Việt Nam Dân Chủ Cộng Hòa chưa đầy sáu tuổi. Cách
tốt nhất là dọa giặc ngoài. Có giặc ngoài, ắt diệt thù trong
thành lẽ tất nhiên. Giặc ngoài là giặc Mỹ, cấu kết với Diệm,
kẻ phá Hiệp Thương và Tổng Tuyển Cử. Nghị Quyết 15 cho
phép tổ chức đấu tranh võ trang trong miền Nam là một sai
lầm khủng khiếp. Sau đó ít lâu, thời gian Đảng họp hành*

sửa soạn Nghị Quyết 9 rất căng. Con đường chung sống hòa bình không thông, chủ nghĩa giáo điều Mao-ít áp đảo. Và như thế, những người chủ trương Chiến Tranh Giải Phóng ở miền Nam hoàn toàn thắng thế. Một cuộc thanh trừng nội bộ được sửa soạn. Cha sẵn bất mãn, nay người ta biết là mẹ đang ở miền Nam, hẳn cha trở thành đối tượng đáng ngại. Cục Bảo Vệ thuộc bộ Công An yêu cầu cha tiếp tay với họ kết tội một vài đồng chí của cha thời Quốc Dân Đảng. Cha không làm, viết thư cho ông Hồ và ông Giáp rồi treo cổ định chết, nhưng cha chết hụt, công an rình sẵn xông vào chứ không để cho chết. Bức thư lại là cái cáo giác quan điểm của cha về vấn đề Giải Phóng miền Nam!

...Cha đi học tập cải tạo. Một, rồi hai, ba lệnh kéo đến đâu 10 năm. Gặp Phùng Cung, anh em chuyện trò hỏi nhau, nếu phải làm lại từ đầu thì sẽ làm gì? Khi đó cha chỉ biết cha sẽ chống Giải Phóng miền Nam bằng võ trang, chống Cải Cách Ruộng Đất, chống Cải tạo Công-Thương nghiệp...Còn xây dựng một quốc gia với những tiêu chí như Độc Lập - Tự Do - Hạnh Phúc thì cha vẫn cứ tâm nguyện như từ thời dấn thân đi làm Cách Mạng. Một năm tù ở Cổng Trời, cha nghĩ lại và biết mình như thế vẫn cứ còn lầm lẫn. Cho đến nay, cuộc chiến giành Độc Lập chỉ vẫn đơn thuần là giành quyền lực từ ngoại bang về tay Đảng. Sau đó, Đảng làm gì để Giải Phóng Dân Tộc thì còn là một bước.

Dân Tộc nào cũng tập hợp những con người. Cha tự hỏi, có thể nào giải phóng dân tộc mà không giải phóng con người? Ở đây, con người cá nhân là cứu cánh, chứ không phải con người tồn tại qua phận vụ trong vận hành xã hội. Con người - phận vụ, thành tố trong gia đình, làng xã, quốc gia... có thể trải qua những giai đoạn phải giữ vai trò những con vít, cái đinh trong một guồng máy để giữ cho tập thể tồn tại trước những nguy cơ hủy hoại đến từ bên ngoài. Trong những giai đoạn đó, con người phải thỏa hiệp và tương nhượng với tập thể, phủ nhận cá nhân mình như cứu cánh. Nhưng đã gọi là giai đoạn, sự phủ nhận kia không mang thuộc tính tất yếu. Và giải phóng chính là tiêu hủy những giai đoạn nói trên để mang con người - phận vụ quay về con người - cứu cánh. Trong chiến tranh, con người - phận vụ với chức năng chiến sĩ có thể chết phanh xác. Nhưng trong thời bình, một thời dĩ nhiên lâu dài hơn, con người - cứu cánh có thể nào sống không hồn không vía giữa đồng loại, múa may rập theo chức năng của những con rối để mặc cho quyền lực điều hành xã hội giật dây?

Giải phóng con người là gì? Cha thiết nghĩ, tạo điều kiện cho mỗi con người phát huy được cá thể của mình trong niềm tương ái và sự đồng thuận về những giá trị tạo nên chất keo gắn bó những cá nhân cấu thành xã hội, là giải phóng. Đó chính là Giải Phóng Văn Hóa, cái nền tảng cho Giải Phóng và Độc Lập Dân Tộc, một công cuộc thường trực, không quyền lực nào có thể tự nhận là mình đã hoàn tất. Cơ sở của Giải Phóng Dân Tộc là giải phóng cho mỗi con người, con người - cứu cánh, và những con người này chỉ có thể là những con người tự do trong một xã hội tập hợp trên sự đồng thuận.

Không, chết phanh xác chứ không thể sống phanh hồn! Vì vậy, cha nghĩ lại, thì ra cha tưởng đi giải phóng dân tộc mà hóa thành kẻ xây nhà tù để tước đoạt tự do của chính mình. Thì ra cha bị ngôn từ đánh bùa, hai chữ Độc Lập không đồng nghĩa với Giải Phóng Dân Tộc, và chẳng thể nào có *giải phóng dân tộc mà lại không giải phóng con người. Cho nên cha mất Tự Do và hiểu, nếu mai này thế hệ các con chinh phục được quyền con người - cứu cánh, Tự Do là tất yếu. Và không Tự Do, thì đừng nói gì đến Hạnh Phúc...*

*

Mấy hôm sau, Phan Thượng Dân đòi lại bức thư. Anh ta nhìn xuống đất, vẻ băn khoăn, xoắn tay bóp lấy nhau. Tôi biết anh chờ đợi gì. Rủ anh ra vườn, chúng tôi thủng thỉnh người trước kẻ sau. Gió Lào thỉnh thoảng thổi về, nóng rát mặt. Ngồi trên chiếc ghế đá quay mặt về phía biển, tôi khẽ khàng:

- Tôi chỉ mong có được một người cha như cha anh.

Dân tròn mắt nhìn tôi. Lát sau, anh ngả người tựa vào thành chiếc ghế gỗ dưới lùm cây, tay đưa lên trán che nắng.

- Bác sĩ ạ! Đêm qua tôi nằm mơ. Một giấc mơ khủng khiếp. Trong giấc mơ, tôi không tật nguyền, đứng giữa sân cổ thành Quảng Trị nguyên vẹn chứ không phải chỉ là gạch đá bây giờ, mắt cứ ngong ngóng trông về phương Bắc. Thình lình, một đám người ở đâu xông ra. Họ mặc áo chẽn màu trắng, quần thùng, đầu quấn khăn đỏ, tay kiếm tay dao. Vây quanh, họ la thét, gầm gừ: hai châu Ô Lý của chúng tao. Bay ở Quảng Trị chết, chết hết, là để trả cái oán xưa. Nói đến đấy, họ biến mất, nhưng sau đấy lại toàn là lính hiện ra. Bộ đội ta, có Thao, có Phi, có đám lính «tơ» bổ xung sư 325. Lính miền Nam, có lính Dù mũ đỏ, Thủy Quân Lục Chiến mũ xanh, Biệt Động Quân mũ nâu. Họ chen vai thích cánh, lởn vởn, da trắng xanh, mắt nhìn buồn bã. Nhưng không có tiếng xe tăng, máy bay. Không có tiếng bom, tiếng đại pháo, tiếng AK, tiếng M-16. Tất cả là một sự im lặng chết chóc. Tôi kêu, Tạ đâu, tao ở đây! Thằng Phi, thằng Thao... súng chúng mày đâu, sao không quàng lên vai? Tất cả vẫn im lặng. Vòng trong, vòng ngoài, lính lẳng lặng xiết dần vào. Trên không, bỗng có tiếng ầm ì. Chắc lại Con Ma. Chắc lại Thần Sấm. Tiếng ầm ì mỗi lúc mỗi gần, rồi nổ tung, choáng óc, ù tai. Lính cả hai bên Nam - Bắc bỗng biến sạch, chỉ còn một đàn bướm nhởn nhơ trong máu, lửa bùng lên khắp ngả. Đâu đó, có tiếng Thắm thét "Trời ơi, sao trời làm khổ chúng tôi thế này!". Nhìn quanh nhưng Thắm đã biến đâu mất, tôi gào " Thắm ơi, vào hầm trú, nó đánh bom!".

Hổn hển, Dân đưa tay lên quẹt nước mắt trên má trên môi. Anh ta hít hà, vai cứ bần bật run lên, nghẹn ngào:

- Thế có phải là cả Thắm, cả Tạ cũng như thằng Phi, thằng Thao đều chết hết rồi sao? Hả, bác sĩ?

Tôi biết trả lời thế nào đây? Và không thể kìm mình, tôi mặc cho nước mắt tôi đổ ra. Tôi cũng khóc, khóc cho hả. Dân ôm lấy vai tôi nức nở. Đám bác sĩ, y tá và bệnh nhân trong nhà thương ùa ra xem. Ai đời, anh bác sĩ trẻ ôm con bệnh của mình cùng khóc. Tôi cố nén:

- Anh Dân ơi! Bây giờ ai cũng bảo là chúng mình cùng điên...

Nhìn tôi, Dân đưa tay quệt mắt. Tôi nghẹn giọng:

- Thế giới này điên, điên... Điên đến độ kẻ tưởng mình không điên chính là người điên nhất!

Dân mỉm cười. Một lúc sau, Dân nói, giọng độ lượng:

- Mặc, ai nói gì mặc ai! Vô tư đi thôi!

Ngẫm nghĩ, Dân chậm rãi hỏi:

- Nhưng cái gì cứu được chúng ta bây giờ, bác sĩ?

- Cái Đẹp! Tôi quả quyết.

- Có phải bác sĩ bảo là một trong ba cái Chân-Thiện-Mỹ?

- Không, tôi đáp, ba cái đó là một. Cái gì đúng, cái gì tốt, thì tự thân đều đẹp cả. Cái đẹp của Tâm Hồn...Một cái Đẹp toàn diện là thế! Thế giới chỉ có thể thay đổi bằng cái Đẹp ấy. Và chỉ cái Đẹp mới giữ được trí nhớ!

- Không, giữ trí nhớ là những trang sử, ai cũng nói vậy!

Tôi lắc đầu, ngậm ngùi:

- Sử do người chiến thắng viết, và họ chỉ nói già ra là một nửa sự thật. Còn nửa kia, điều liên quan đến những người chiến bại, đều dối trá cả, chẳng đáng để tin. Bây giờ làm gì có người yêu sự thật lịch sử đến độ bị thiến như ông Tư Mã Thiên đâu!

Dân ngẫm nghĩ, rồi khẩn khoản:

- Tôi phải làm gì?

Tôi buột miệng:

- Làm thơ...

Dân bật cười:

- Người điên làm thơ?

Tôi nói, giọng chắc như đóng đinh:

- Chứ sao! Điên làm thơ, thơ mới hay. Còn tình, người ta làm tiền bằng đủ cách, cách hiển nhiên là chiếm chức trọng quyền cao. Bây giờ họ thế cả!

Bóp trán, Dân ngẫm nghĩ một lát rồi nói, giọng tiếc nuối:

- Tôi có học văn ít năm, luận văn tốt nghiệp định viết về Chùa Đàn của nhà văn Nguyễn Tuân...Làm sao ở đây có sách để đọc nhỉ? Vùng này lại là quê hương của Bích Khê, của Hàn Mạc Tử. Bác sĩ có đọc họ chưa?

- Chưa! Miền Bắc chúng mình coi loại văn chương không hiện thực xã hội chủ nghĩa là phản cách mạng cho nên tôi cũng mù tịt. Nhưng để tôi hỏi xem. Có lẽ ông bác sĩ "chế độ cũ" biết chỗ tìm sách đấy!

*

Ông bác sĩ già ngạc nhiên nhìn tôi, rồi nhẩn nha:

- Cách nhà thương chừng sáu bảy cây số, dòng nữ tu đó ở trong một dãy nhà dân địa phương gọi là cu-văng Francesco. Các bà nữ tu đều đã có tuổi, nhưng xưa vẫn cử người đến giúp đỡ nhà thương những công việc như giặt rũ, khâu vá và bếp nước. Ông Giám Đốc nhà thương ngày trước lên thị xã báo cáo với ông Trưởng phòng Y Tế, Đảng ủy của nhà thương. Ông

Trưởng Phòng mắng mỏ thế là mất lập trường, tôn giáo cũng như thuốc phiện, hút vào thì còn đâu là xã hội chủ nghĩa.

Tôi nghe, bật cười. Đợi ngày nghỉ, tôi rủ ông đến thăm các dì trong nhà tu, nhân tiện hỏi thăm xem có cách nào tìm được thơ Hàn Mạc Tử và Bích Khê. Các dì, gọi là ma-sơ, vui vẻ tiếp chúng tôi và đưa vào chào Mẹ bề trên. Bà năm nay chắc ngoại thất tuần, lưng gù, nhưng cặp mắt vẫn tinh anh. Bà dịu dàng:

- Từ ba năm nay, chúng tôi không còn được làm gì phục vụ nhà thương. Nhưng lúc nào chúng tôi cũng sẵn lòng. Thơ thì tôi sẽ bảo tìm cho các ông, dân ở đây chắc thế nào cũng có người còn giữ được. Gớm, sao cán bộ trên thị xã ngặt nghèo đến độ đuổi không cho chúng tôi giặt rũ, nấu ăn cho những người bệnh. Các ông ấy sợ chúng tôi tuyên truyền tôn giáo, nhưng quên bệnh nhân là những kẻ không bình thường, điên thì tuyên truyền để làm gì! Người tu hành chúng tôi chỉ muốn làm cái phần vụ của mình để góp phần xoa dịu những bất hạnh, thế thôi!

- Dà, dà... Ông bác sĩ "chế độ cũ" bắt lời. Tụi tui nhiều cái hổng hiểu nổi. Thôi thì trên biểu, dưới nghe cho rồi!

Tôi xấu hổ, đỏ mặt. Lát sau, tôi quả quyết:

- Thưa Mẹ, một số người phục vụ bệnh viện vừa xin nghỉ. Nhà thương có nhu cầu, nhân tiện đến xin Mẹ giúp như ngày xưa.

Mẹ bề trên ngạc nhiên nhưng cười:

- Các sơ đến giúp thì Chúa Nhựt, ngày của Chúa, là ngày nghỉ phải về nhà tu, bác sĩ Giám Đốc có ưng không?

Tôi mau mắn gật. Khi đi về, ông đồng nghiệp "chế độ cũ" kêu, thế nào cũng sẽ lại có vấn đề với "trên".

Độ một tuần sau, Mẹ bề trên phái một bà sơ mang đến cho nhà thương hai tập thơ. Sơ người thanh mảnh, tóc bạc trắng, ăn nói mềm mỏng, và nói giọng Bắc chứ không là giọng địa phương. Sơ bảo Mẹ bề trên phái đến để giúp việc. Tôi hỏi:

- Sơ làm được việc gì?

- Việc gì tôi cũng làm được! Sơ nhếch miệng cười dịu dàng.

Từ đó, sơ giặt rũ khâu vá cho bệnh nhân, buổi trưa giúp một số người ăn uống, sau thì ra vườn ngồi cạnh những chiếc lồng chim, che mắt nhìn về phía biển cuối tầm mắt. Đó cũng là nơi Dân thường ra, tay vẫn lăm lăm hộp cạc-tông đựng châu chấu như một đứa trẻ ôm đồ chơi như một vật tùy thân. Lạ là mỗi khi gặp sơ, Dân nói nho nhỏ:

- Không, không phải đâu. Mẹ tôi ở trên trời cơ mà!

Sơ chỉ cười dịu dàng, lẳng lặng ngồi xa ra, và lại nhìn về nơi biển nhòa vào chân trời.

Phần Dân, tôi biết bệnh tình anh khá hơn trước nhiều, nghĩ đến lúc nào Dân bỏ được cái hộp châu chấu thì chắc Dân có cơ bình phục.

Sổ tay:

Nhưng dẫu gì thì Dân cũng đã từng nhập đồng trong chiến tranh và khi đồng thăng, anh ta đã phản ứng thật bất thường để rơi vào tình trạng thương bệnh. Phản ứng đó, vô tình hay cố ý? Phải chăng đó là cách thanh tẩy để tìm lại cội nguồn của bản thể?

... Tôi loay hoay mở ra đọc lại luận án tôi viết về hiện tượng lên đồng tập thể do Elhanan làm giáo sư hướng dẫn. Ông gợi ý, Hitler từng là chủ tể Nazi. Và Stalin, chủ tể thời Liên Xô hy sinh gần hai mươi triệu người để xây dựng xã hội chủ nghĩa Stalinít. Năm sau, tôi trình bầy trong luận án rằng '' vật linh'' của người Việt Nam là đất-nước *trong truyền thống yêu nước để chống nạn ngoại xâm từ phương Bắc hàng ngàn năm nay. Và chủ tể, cố Chủ Tịch Hồ Chí Minh. Elhanan đọc và bảo hết tệ sùng bái cá nhân thì chủ tể là Đảng Cộng Sản. Và ông hóm hỉnh tiếp, đất-nước như ''vật linh'' thì hầu như đó là chuyện tự nhiên cho mọi cư dân vùng sản xuất lúa-nước từ thuở chưa có công nghiệp và giai cấp tư bản. Nhưng không hiểu làm sao mà ông thở dài, vẻ mặt băn khoăn, gỡ kính ra lau. Tôi hỏi. Ông đáp bằng một câu hỏi lại, giọng buồn bã, ''Hết ngoại xâm rồi thì các anh làm gì?''. Tôi không ý thức hết được tầm câu Elhanan nói . Ông trầm ngâm, '' Tập thể các anh xác định mình bằng cách chống lại những cái khác-mình. Nhưng khi những cái khác-mình không còn hiện hữu như đối tượng để chống thì có hai nguy cơ. Thứ nhất, các anh chống lẫn nhau. Thứ nhì, các anh tìm cách thành nạn nhân cho một cái thế lực ngoại lai*

nào đó đè nén để chống lại. Trong cả hai trường hợp, tôi đều buồn. Không một dân tộc nào lại có thể khẳng định mình bằng toàn những phủ định, kể cả sự phủ định của những cái khác mình. Người Việt Nam các anh đã giang tay đóng đinh chịu tội cho cả nhân loại. Lẽ ra, các anh có thể xuống thập tự giá để phục sinh, sống bình thường, và chết hạnh phúc. Để được thế, các anh phải biết mình là ai và muốn trở thành gì!''.

*

Giải sông Thạch Hãn uốn quanh Cổ thành lấp loáng ánh thép một lưỡi dao quắm trong chiều tàn buổi đầu thu rờn rợn gió. Hôm ấy là ngày 16 tháng 9, kỷ niệm đâu gần 20 năm sau trận đại hồng thủy mang tên mặt trận Quảng Trị với những Đại lộ Kinh Hoàng, Ngã ba Máu, Đồi Bom, Cứ điểm Gọi Hồn. Thành xưa, nay không còn gì. Người xưa, những ai mất những ai còn? Túm lại chút trí nhớ, người ta xây lại Cổng thành, kè hào, trồng dừa và kẻ bảng ghi hai chữ tưởng niệm ở góc Đông Nam, đặt trên nền đất 81 tảng đá tạc văn bia mô tả 81 ngày thịt rơi máu đổ. Góc Đông Bắc, người ta phục chế thành với một tỉ lệ nhỏ hơn, trồng một rừng mai gợi lại biểu tượng non Mai sông Hãn. Góc Tây Nam, là khu trưng bày hàng trăm hiện vật của trận đánh khốc liệt nhất trong cuộc chiến. Tham chiến, miền Bắc có sư đoàn 304, 308, 312, 320, 324, 325...Miền Nam, Lữ đoàn Dù 1 và 2, Sư đoàn Thủy quân Lục chiến, Sư đoàn 1 bộ binh, 3 liên đoàn Biệt Động quân, lữ đoàn 1 thiết giáp...Thị xã Quảng Trị diện tích tổng cộng 3.2 km vuông với Thành cổ mỗi cạnh dài 100 m đã chịu trong

81 ngày đêm 328 nghìn tấn bom, 9552 nghìn đạn pháo 105 ly, 55 nghìn đạn pháo 155 ly, 8164 đạn pháo 175 ly, 615 nghìn đạn pháo bắn từ hải hạm Mỹ, 2240 lần oanh tạc của không quân Mỹ với sức công phá tương đương 7 lần hai quả bom nguyên tử thả trên đất Nhật cuối Thế Chiến 2. Đấy là phe "địch". Còn "ta"? Tổn thất vẫn là một bí mật. Nhưng chắc chắn không chỉ hò hét mà loại được 249 xe, 230 khẩu pháo, 205 máy bay các loại, 26400 quân trong đó có trên dưới 10,000 phơi xác trên chiến trường!

Họ rời cổng Thành, men về phía trái, một đi trước chống nạng khập khiễng, một theo sau, lưng thồ một thồ đầy hoa, mắt đăm đăm nhìn về phía chân trời. Thình lình, anh đi trước ngừng bước đợi kẻ đồng hành.

- Thống kê không cho biết thiệt hại về phần ta. Và nhất là số thương binh tàn phế như tôi đây. Bị B-52, nghe nói vừa chết vừa bị thương đến cả trăm nghìn. Rồi cả hai bên, bên "ta" bên "địch", số vợ góa con côi là bao nhiêu? Chẳng ai biết, lờ đi như nạn nhân không hề có mặt trong sự bất hạnh của cái chiến công oanh liệt thần thánh được ca ngợi trong căn nhà lưu niệm trên kia. Nói cho cùng, súng đạn "ta" là súng đạn Liên Xô, Trung Quốc. Súng đạn "địch" là súng đạn Mỹ. Chỉ người chết là Việt Nam!

Thở dài, người đồng hành đăm chiêu, giọng chua xót:

- "Ta" với lại chẳng "địch", rõ quân! Cái cuộc đánh nhau lấn đất cắm cờ hồi ở Quảng Trị không thay đổi gì nội dung bản dự thảo cuối cùng ký kết dưới cái tên Hiệp Định Paris tháng giêng năm 73. Thế mà sau Quảng Trị, B-52 quần thảo toàn bộ miền Bắc, kết thúc bằng trận ném bom Hà Nội vào dịp Giáng Sinh năm 72. Nhất chiến công thành vạn cốt khô. Nhưng khốn nạn thay, chiến công nào? Thay đổi được gì mà trả giá bằng ấy xương máu?

Anh thì thào như nói một mình:

- Bức tường Bá Linh giờ nay sụp rồi! Chính thế là duy vật biện chứng đấy. O ép niềm tin vào chủ nghĩa xã hội và ý thức hệ Mác-Lê như một tôn giáo cuối cùng dẫn đến sự phá sản không tránh được của cả một chế độ xã hội. Bây giờ lại phải chờ một bước ngoặt mới của lịch sử. Phải đợi cho thời gian gạn sạch những vùng ô nhiễm hận thù, soi sáng trí tuệ và đánh động lương tâm!

Một lũ trẻ ở đâu xổ ra. Chúng chỉ trỏ hai người, cười rú lên rồi la inh ỏi, ''ông già điên''!. Người chống nạng đưa tay lên vuốt tóc. Đúng là mình già, tóc nay chớm bạc, lòa xòa rơi xuống ngang vai. Điên, cũng đúng, mình mới ra nhà thương. Bọn trẻ con đến gần hai người, khúc khích cười, mắt tròn lên nhìn cái hộp các tông trong tay ông ta. Một đứa bạo dạn nói, nè ông, ông đọc thơ như bữa qua giữa chợ đi ông. Người chống nạng buồn buồn bảo, quên hết rồi, không nhớ nổi. Bọn trẻ ré lên, lạ chi rứa, mới bữa qua quên sao được hè! Ông ta hứa cho qua chuyện, chút nữa, sẽ đọc. Nói xong, hai người xuống dốc, người lành dắt người què. Đám trẻ ồn ào theo sau. Tới ven sông, hai người lẳng lặng ngồi. Người lành mở thồ hoa. Hoa có đủ loại, vét mua khắp chợ thị xã. Này lan, huệ, cúc, hồng, thậm chí cả những loài hoa dại người ta kết thành bó. Người chống nạng mở một xếp báo, xé thành mảnh nhỏ rồi gấp những chiếc thuyền giấy. Bọn trẻ đòi, ông ta lẳng lặng đưa. Cả đám lụi cụi gấp, bẻ, và không hiểu sao tất cả đều im lặng. Trên cao, chỉ còn gió, gió vi vút, và ánh nắng yếu ớt đang lụi dần. Ngước nhìn lên bờ thành, người chống nạng thình lình khóc rưng rức. Bọn trẻ ngơ ngác, đứa khóc theo, đứa nắm lấy áo ông, đứa mím môi nhìn lên trời.

Đặt những bông hoa lên thuyền giấy, cả bọn đến mé nước. Mặt sông Thạch Hãn lăn tăn sóng. Bên kia là làng Nhan Biều ủ dột, khói bếp đâu đó lững lờ vươn lên trời bắt đầu im gió. Người chống nạng nghẹn ngào:

- Buồn ơi là buồn! Làm sao quên những mảnh gạch vỡ trong Cổ thành năm xưa đây. Chẳng có đến một hòn nguyên vẹn...

Người lành bảo đám trẻ:

- Ta thả thuyền đi các cháu!

Trên sông, những chiếc thuyền giấy chở hoa sang bờ. Chúng dập dềnh theo những gợn sóng, có cái chao vòng, nhưng rồi lại theo con nước ròng quay về một hướng. Người chống nạng cất tiếng, giọng tha thiết, se sẽ ngâm:

Đò xuôi Thạch Hãn xin chèo nhẹ
Đáy sông còn đó bạn tôi nằm
Dâng tuổi hai mươi cho sóng nước

Vỗ yên bờ mãi mãi nghìn năm

Trên mặt ông ta, nước mắt đầm đìa. Bọn trẻ thình lình cùng nhau lập lại, như reo,

Vỗ yên bờ mãi mãi nghìn năm.

Giòng sông mang tên mồ hôi của đá bỗng chồng chềnh, nước sủi bọt, bọt vỡ, tiếng đánh động linh hồn những kẻ nằm dưới đáy sông. Một đàn chim trắng bay ngang, cánh chim bắt những ánh nắng cuối cùng trong ngày, sáng lên màu của lửa, đảo một vòng rồi tít tắp bay xa. Người lành đến cạnh ôm xiết lấy vai người chống nạng. Người chống nạng thụp xuống, tay ghì hộp các tông vào lòng. Lát sau, ông ta mở nắp. Đàn châu chấu ma lách tách nhảy ra, con lủi vào cỏ, con đập cánh vù bay đi. Bọn trẻ con sửng sốt nhưng im lặng. Người chống nạng dịu dàng:

- Đã đến lúc phải cho tất cả giải ngũ rồi! Đời sống chỉ đáng sống trong hòa bình. Chiến tranh là chuyện ngu xuẩn nhất khiến con người còn xuống thấp hơn cả những loài thú man rợ...

Đó là câu chuyện kẻ cứu mình bằng thơ một hôm ghé bờ sông ven Cổ thành Quảng Trị. Truyền thuyết đàn châu chấu ma tìm được tự do và bốn câu thơ kia không biết thế nào được truyền tụng trong dân gian. Rồi hàng năm, cứ vào ngày tưởng niệm anh hùng liệt sĩ cả Bắc lẫn Nam trong trận đánh khốc liệt nhất trong toàn bộ cuộc chiến tranh, các mẹ, các chị thả hoa trên những chiếc thuyền giấy trôi qua bờ Thạch Hãn, nước sông là do đá rịn mồ hôi, nhớ những kẻ dưới đáy sông để nhắc nhở những người đang sống trên bờ đã có một thời dâu bể.

*

Phan thượng Dân ở bệnh viện Qui Nhơn với tôi tất cả đâu khoảng năm năm. Thời gian cuối, anh hí hoáy viết, tâm hồn an bình dần, mặt mũi đôi khi thoáng thấy chút niềm vui. Anh không cho xem anh viết gì, và tôi, tôi tôn trọng tư riêng, chẳng dám hỏi. Thuở ấy trời vào Xuân. Én bay về từng đàn, chao lượn, cánh như dát bạc dưới nắng vàng tươi. Anh ngày ngày ngồi ngắm, rồi một hôm thủ thỉ, cắt cánh hay bỏ lồng, chim mất chức năng bay bổng thì nó thành gì? Mấy ngày sau, anh trầm ngâm, bay là chức năng của chim, nhưng cái gì là chức năng của con người? Tôi buột miệng, ăn ở, làm việc, mưu cầu hạnh phúc. Anh lắc đầu, muốn thế thì phải tự do. Tôi ngạc nhiên, trong đầu nổi lên hai chữ tất yếu trong những bài giảng ở cấp 3 nghe tù mù khó hiểu đến nỗi hỏi là các thầy các cô thời đó hoặc lảng đi hoặc gắt lên. Lập lại một cách máy móc, tôi lên giọng như hỏi, tự do là tất yếu? Dân lại lắc đầu. Tôi hỏi, thế nó là cái gì?

Dân thủ thỉ, nếu anh chỉ một mình trên thế giới này, tự do không có nghĩa gì hết, một mình anh muốn gì cứ làm. Giả thử không chỉ một mà bây giờ có hai người. Điều anh làm không đụng chạm đến người kia, kẻ cùng chia xẻ một môi trường, anh vẫn có thể cứ làm. Nhưng nếu ngược lại, anh không thể cứ làm như anh một mình một cõi. Tự do có nội dung khi nó là phạm trù xã hội, và phải chăng nó là qui ước kết hợp những ý thức cá nhân với nhau để tạo ra một không gian xã hội đồng thuận. Nhưng cái nền cho mỗi người vẫn là ý thức cá thể, Điều này cấu thành từ tư duy, tức là suy nghĩ độc lập. Không tự mình nghĩ, những điều vừa kể vô nghĩa. Tư duy là chức năng quí báu nhất, cần phải phục hồi. Đối với con người, nó như cánh của loài chim bay. Có tư duy, mới có khả năng chính mình chọn lựa tương lai cho mình. Chọn lựa thực sự, ắt phải trong điều kiện tự do, chính như vậy tự do mới có ý nghĩa tất yếu. Và chỉ thế, chúng ta mới có thể làm người với nhau. Không làm người, không thể là người được.

Đêm hôm ấy, anh rón rén đi bẻ gẫy tất cả cửa những cái lồng chim trong sân nhà thương. Sáng tờ mờ, anh lặng lặng ra đi, để lại cho tôi một bài trường ca mang tính sử thi anh từng đọc cho tôi nghe những đoạn rời. Bài thơ lạ. Nó không giống bất cứ gì tôi đã đọc trong quá khứ. Khác từ âm điệu, kết cấu. Nhất là những chữ rời ghép với nhau đôi khi bằng những khoảng trống. Anh có lần nói với tôi, giọng bí mật, chính những khoảng trống ấy là không gian để người đọc toàn quyền tự do cảm nhận và dự tưởng. Có vậy, mới là Thơ. Băn khoăn, thỉnh thoảng tôi lại xin anh đọc lại. Cho đến hôm tôi bảo tôi hiểu, nhưng anh khoát tay, nói chính anh, anh không hiểu hết, không biết hết. Anh chỉ tay lên trời xanh, cười:

- Trên ấy, ông Trời hiểu hết biết hết. Vì thế, ông ấy không còn sáng tạo gì được! Ông ấy chưa hề làm thơ, bác sĩ ạ!

Tôi ngửng lên. Cao vót, một cánh chim trắng liệng tròn. Cái có thể hiểu rất giới hạn. Nhưng tôi hiểu chim sinh ra để bay. Tôi hiểu, tư duy với chúng ta hệt như chim vẫy cánh. Và làm Thơ, những nhà Thơ mong phục hồi cái chức năng ấy cho chính mình và cho tất cả mọi người.

Những hôm trời nắng, tôi ra ngắm những lồng chim cửa đã mở. Cuối chân mây, những cánh chim bay, thật cao và thật xa, vào tương lai.

NGOẠI TRUYỆN:
Sau dâu bể

Thật ra *truyện* Bể Dâu đã chấm dứt khi Dân thành cánh chim bay. Nhưng không phải vậy vì có những *chuyện* bất ngờ sau khi Dân đi. Vắng một bệnh nhân, bề ngoài mọi sinh hoạt bề mặt tiếp tục bình thường. Bà sơ tóc bạc thanh mảnh như một cành liễu ban đầu không nói gì, chỉ ngóng cửa, vẻ chờ đợi. Trưa trưa, bà vẫn ngồi cạnh những chiếc lồng chim trống, nhìn ra biển, mắt lim dim dưới nắng. Thỉnh thoảng, bà mỉm cười một mình. Cho đến một buổi bà nhắm mắt lại, ai gọi thế nào thì gọi, bà không bao giờ mở ra nữa. Bà cũng đi, trời vẫn xanh và mây vẫn bềnh bồng, để lại một hộp bánh bít-qui bằng thiếc trong có giấy tờ, thư từ. Tôi mở ra, và trời ơi, đọc những lá thư con bà là Nhân từ Úc, là Lương từ Pháp gửi về, tôi biết bà chính là Huyền, người mẹ của Dân, lưu lạc từ ngày Dân còn tấm bé. Bấy giờ tôi hiểu có lẽ bà bảo bà là mẹ Dân, nhưng như một phản ứng vô điều kiện, Dân khi đó chỉ kêu '' Không không, Mẹ tôi ở trên Trời! ''.

Một mặt tôi lùng kiếm Dân, mặt khác tôi viết thư báo Nhân và Lương. Hai tháng sau, Lương, Nhân cùng Dao Ánh và bé Quỳnh đến Qui Nhơn viếng mộ Huyền. Họ đều có thật, như chính tôi. Nhân giống hệt Dân, khác là không chống nạng. Hỏi về bệnh tình, Nhân lo lắng, cho rằng sự bỏ đi đột ngột của Dân vẫn là hành vi của người chưa hoàn toàn kiểm soát ý thức. Tôi chợt nhớ lời ông Elhanan Donnefeld. *Chữa bệnh ''điên'' của một con người không thể tách được sự chẩn đoán những cơn điên của cả xã hội!* Nói lại với Nhân, anh ta trầm ngâm một lát rồi hỏi, giọng thất vọng: '' Nguồn gốc cái cơn điên của cả xã hội ở đâu? ''. Tôi không biết, nhưng tôi quả quyết, phải đi tìm nó thôi. Không thấy, thì tất cả chúng ta là những cánh chim có bay cũng chẳng biết về đâu. Và phung phí ném tự do vào hư không như ném những bông hồng xuống vực.

Chúng tôi có một thời gian ở bên nhau khá dài nên tôi có dịp hỏi về chú Hoàng, về Huyền và nguồn cơn câu Huyền hét '' Đàn ông chi mà vậy! ''. Dao Ánh ngậm ngùi nói về Huế và vụ Thảm sát Tết Mậu Thân. Bé Quỳnh vẫn ngơ ngác nhắc đỉnh sóng réo trong chuyến vượt biên lênh đênh và người đàn bà hát '' *Trên đời người mọc nhánh hoang vu* '' rồi chết tức tưởi. Lương băn khoăn không biết tương lai đất nước đi về đâu. Anh cho biết được Viện Vật Giá mời về như chuyên viên kinh tế nhưng khi đến Nội Bài, có hai ông Đại Tá Công An ''mời'' anh ra, lý do chuyện trục xuất oái oăm thì chỉ bảo ''trên'' quyết định như vậy. Anh bật miệng, eo ôi, cái khúc ruột ngàn dặm! Và Nhân, anh kể cho tôi tâm tư trong cuộc chiến, tượng Đức Mẹ ở La Vang ứa nước mắt, bà ni cô già cưu mang một lũ trẻ trong rừng già dưới bom đạn!

Nhân đi với tôi về Hưng Nguyên gặp chú là linh mục Nguyễn Trường Tín. Qua ông, tôi biết được một phần cuộc đời Nguyễn Trường Võ, tức Phan Thượng Chính, và thảm kịch của bà Xoan, người đàn bà đã lấy một xác chết. Cha Tín bảo, nhà thơ Hữu Loan còn sống, và biết rõ về giai đoạn Chính ở Hà Nội sau năm 54. Chúng tôi vào Thanh Hoá. Nhà thơ nay già lắm rồi, ở trong một căn nhà vách đất, ngủ võng, vừa tiếp chúng tôi vừa chửi bọn sai nha thời mới. Trong kháng chiến chống Pháp, ông đã từng phụ trách Tuyên Huấn dưới quyền tướng Nguyễn Sơn ở Liên Khu 4. Bà Hữu Loan nghe ông chửi, thình lình chen vào '' Bây giờ chửi làm gì, ai mà chẳng có tội?''. Bà nhìn ông, tiếp '' Ngày xưa, bốn cái chữ *Cha Già Dân Tộc* không phải là chính ông bịa ra à! ''. Nhà thơ Hữu Loan cười móm mém. Hỏi, tôi mới biết bà là con địa chủ, và dẫu có đóng góp cho kháng chiến nhưng cha mẹ bà vẫn bị xử tử trong Cải Cách Ruộng Đất. Năm lên bẩy, bà không nhà không cửa, một mình vất vưởng ăn cây ăn cỏ, ngủ đồng ngủ bãi, Hữu Loan mang về nuôi. Khi Hữu Loan bỏ Hà Nội về Thanh Hóa, ông vất vả làm đủ thứ nghề, nào là đi thồ hàng, nặn gạch, thợ rèn...Và bà lớn lên, trở thành vợ ông, chia xẻ đủ mọi cơ hàn tủi nhục. Đêm hôm đó, chúng tôi nghe Hữu Loan nói về Võ từ thuở học sinh ở trường Quốc Học Vinh cho đến khi thành Chính, đảng viên đảng Cộng Sản Đông Dương, và vụ giấy in tờ Nhân Văn có bài '' Con Ngựa Già của Chúa Trịnh'' của Phùng Cung. Ông dặn, Nguyễn Hữu Đang và đám Nhân Văn-Giai Phẩm còn sống, cứ đi hỏi. Thế là tôi gặp cả những nhân vật như Trần Dần, Hoàng Cầm, Lê Đạt... Sau này, tôi còn tìm ra Cự, đồng đội của Dân, biết thêm chút ít về Thắm, người đã hạ sinh một cái thai không nhân dạng, và hiểu ra đó là yếu tố nguyên ủy những cơn "điên": *Điên vì đẻ ra giống không phải là giống người!*

Điều này Dân chưa hề nhắc tới, chắc hẳn vì đau đớn quá. Để tìm ra căn cơ những cơn điên của Phan Thượng Dân, tôi phải đi ngược một chặng đường suốt 60 năm bể dâu, gặp cả kẻ tỉnh lẫn người mê. Tất cả quay cuồng trong một cơn lên đồng lịch sử. Tất cả cho tôi những dữ kiện làm nền cho tập tiểu thuyết này. Đi như vậy, tôi hy vọng tìm ra Dân và Thắm. Cho đến nay, họ vẫn biệt tăm. Vì vậy, tôi tiếp tục, hỏi, câu hỏi duyên nghiệp: *Sau dâu bể, có lẽ nào cứ mãi như vậy?*

Không. Cũng có khác, và sẽ khác rất nhiều. Nhân hiện hành nghề bác sĩ bên Úc, hàng năm gửi về nhà thương Qui Nhơn thuốc men và một số tiền để những người điên từ nay ăn chưa ngon nhưng ít ra cũng no. Bé Quỳnh, nay là một thiếu nữ đã tốt nghiệp ngành giáo dục, cứ hè là cùng mẹ về giúp chúng tôi trong việc điều trị điên bằng cách dậy cho bệnh nhân hát những bài hát của trẻ con. Lương xin tài trợ của Pháp, tổ chức xê-mi-ne cho trường Đại Học Kinh Tế Quốc Dân, dồn sức vào việc đào tạo một lớp chuyên viên trẻ. Họ đã xin được phép rời mộ chí của Võ và Huyền về nghĩa địa Giáp Đoài, nơi chôn Nguyễn Trường Tộ và ông bà Đồ Cửu. Huyền trối lại trong bức thư gửi Nhân là mong sau này đưa tử phần Xoan về chôn cùng chỗ. Nhân y lời, và tôi được mời trong dịp bốc mộ cho những người đã khuất về đoàn viên một nơi dưới ba tấc đất.

Trên chạc cây lá xòa xuống phủ bia mộ họ Nguyễn Trường, thình lình một con chim chào mào lông xanh biếc từ đâu bay lại cất tiếng hót khi hóa vàng. Chắc vẫn là con chim thuở Nguyễn Trường Võ đội mồ phục sinh. Nhân thẫn thờ nhắc Dân và Thắm vẫn còn vắng mặt. Tay hắt chén rượu hồng vào lòng đất, Nhân lẩm nhẩm, thôi thì để *giải oan cho cuộc bể dâu này*. Ngơ ngẩn trong hương khói tống tiễn một thời oan khiên, tôi ứa nước mắt. Đến nay, tôi - và chúng ta - chưa tìm được Dân và Thắm, những người tôi tin còn sống nhưng vẫn chịu kiếp sinh ly. Tôi đành kể lại câu chuyện của dâu bể, hy vọng qua đó họ sẽ nhận ra và tìm lại nhau.

Nam Dao
16-05-2003
30-05-2006
Chỉnh sửa cho ấn hành Người Việt 20-04-2014,
vào ngày Phục Sinh.

Phụ lục

Bối cảnh lịch sử Việt Nam vào thế kỷ 20

Cuối thế kỷ 19, Việt Nam hoàn toàn bị thực dân Pháp thống trị. Nam Kỳ, là thuộc địa. Bắc Kỳ trở thành đất bảo hộ. Trung Kỳ, tiếng là thuộc quyền cai trị của nhà Nguyễn nhưng thực chất cũng chỉ hữu danh vô thực. Vua Hàm Nghi rời Huế kháng chiến nhưng bị bắt. Sau, Thành Thái tiếp tục chống ách ngoại thuộc, giả điên che mắt Pháp, nhưng rồi bị truất và bị đầy ra đảo Réunion. Cùng một chí hướng, Duy Tân cũng cùng số phận. Phong trào Cần Vương với những cuộc khởi nghĩa của Phan Đình Phùng, Tán Thuật, Hoàng Hoa Thám ...chứng tỏ cách nhìn và phương thức chống xâm lăng của lớp sĩ phu cựu học bế tắc. Hai nhân vật xuất sắc gióng hai tiếng chuông, Minh Xã với Phan Châu Trinh và Ám Xã với Phan Bội Châu. Họ đều đọc Tân Thư, *đồng tình với thuyết Tam Dân do Tôn Dật Tiên đề xướng ở Trung Hoa, và chịu ảnh hưởng tư tưởng của cuộc Cách Mạng Pháp.*

Phan Châu Trinh chủ trương "chấn dân khí, hưng dân trí, hậu dân sinh", tranh đấu theo đường lối cải cách, lập Đông Kinh Nghĩa Thục với mục tiêu giáo dục quần chúng để từng bước tiến đến xây dựng chủ quyền dân tộc. Bị tù Côn Đảo, Trinh được phóng thích nhờ sự vận động của những người Pháp tiến bộ, sang Paris năm 1911, tiếp tục tranh đấu, lại bị tù, 14 năm sau về nước và chưa đầy 9 tháng thì tạ thế. Đám tang Phan Châu Trinh năm 1926 là một sự kiện đánh thức tinh thần dân tộc. Phan Bội Châu gây phong trào Quang Phục, tìm cách lật đổ chế độ thực dân bằng mọi cách, đặc biệt là đấu tranh quân sự. Châu từng liên hệ với Đề Thám, xướng lên phong trào Đông Du với mục đích tìm sự hỗ trợ của Nhật trên con đường hiện đại hóa một xã hội mang những giá trị Khổng giáo như Việt Nam. Bị bắt và giải về nước năm 1925, Châu sống ở Bến Ngự, địa danh nơi ông bị giam lỏng cho đến ngày lìa đời.

Hai thập niên đầu thế kỷ 20, phong trào giành chủ quyền đất nước tiếp tục với những đảng phái như Tân Việt (TV), Thanh Niên (TN), Quốc Dân Đảng (QĐĐ). Trong giai đoạn này, TN do Nguyễn Ái Quốc điều động du nhập hệ ý thức Cộng Sản (CS), TV và QĐĐ thiên về hệ ý thức Cách Mạng Dân Chủ Tư Sản Âu Châu . Về phương thức hành động Cách Mạng, cách nhìn của hai nhà ái quốc họ Phan vẫn là hai cách nhìn chính, mặt nào hỗ trợ lẫn nhau, không đối kháng chính trị. Trong Nam, bắt đầu có những vận động theo chủ trương của Trinh, nhưng vài năm sau Nguyễn An Ninh phải thay đổi phương thức đấu tranh vì tính cách ngoan cố của thực dân Pháp. Ngoài Bắc, Nguyễn Thái Học của Việt Nam QĐĐ cũng không có chọn lựa nào khác, phải tiến hành cuộc Khởi Nghĩa Yên Bái năm 1930. Dẫu thất bại, nhưng cuộc khởi nghĩa này đánh một dấu mốc mới trong tâm thức người dân: họ gọi những người hy sinh cho đại cuộc là những Chiến sĩ Cách Mạng.

Nguyễn Ái Quốc liên hiệp được những người CS ở 3 miền Trung, Nam, Bắc và thành lập Đảng CS Việt Nam. Nhưng không bao lâu sau, đảng này bị Dệ Tam Quốc Tế giải thể vì mang mầu sắc quốc gia, bị kết là mang tính thỏa hiệp giai cấp, hữu khuynh và cơ hội. Nguyễn Ái Quốc bổng mất tích, và một nhóm lãnh đạo được đào tạo tại Liên-Xô xuất hiện nắm quyền, lấy lại tên cũ là Đảng Cộng Sản Đông Dương (ĐCSĐD), gồm Bắc – Trung – Nam Việt Nam, Lào và Cao Mên. Không lâu sau, cuộc nổi dậy vũ trang Xô-Viết Nghệ Tĩnh bùng ra. Lại thêm một thất bại, với những người lãnh đạo đã được tôi luyện bài bản ở Moscou mà lá cờ giải phóng dân tộc chỉ là một trong những bước góp phần đẩy mạnh cuộc cách mạng thế giới của giai cấp vô sản. Trong những năm 30, thanh niên yêu nước dấn thân bị Pháp bắt. Nhà tù Côn Đảo và Sơn La thành hai nơi đào tạo những chiến sĩ Cách Mạng. Mâu thuẫn Quốc - Cộng bên Trung Hoa lây sang Việt Nam, họ cũng phân hóa trên bình diện ý thức hệ, tuy vẫn cùng giữ mục tiêu giành độc lập cho đất nước.

Thế chiến 2 nổ ra. Trục phát xít Đức-Ý-Nhật tiến công khắp nơi. Pháp thất trận năm 1940 khiến chính quyền thực dân ở Đông Dương hợp tác với Nhật, tiếp tục quản lý hành chính và an ninh. Cuộc nổi dậy của 8 tỉnh Nam Bộ bị Nhật-Pháp đàn áp dã man. Nhật tung khẩu hiệu Đại Đông Á và độc lập dân tộc, trá hình cho một cuộc xâm lăng khá qui mô. Khi đó, Nguyễn Ái Quốc, kẻ hình như bị quản chế ở Moscou sau năm 30, đi sang Trung Hoa, gia nhập Việt Nam Cách Mạng Đồng Minh Hội, một tổ chức liên kết những người Việt Nam chống Nhật. Năm 41, ông ta về nước, triệu tập Hội Nghị Trung Ương 8 của ĐCSĐD ở Pắc Bó, mục tiêu nêu rõ là chống Phát-xít và Thực dân để giành độc lập. Nhằm thể hiện mục tiêu đó, ĐCSĐD tìm cách thiết lập một mặt trận quốc gia, một mặt kết hợp mọi tầng lớp, mọi tôn giáo, mọi đảng phái..., mặt khác xây dựng một lực lượng võ trang nhằm cướp chính quyền khi thời cơ đến tay. Việt Nam Độc Lập Đồng Minh, gọi tắt là Việt Minh (VM), ra đời. Năm 42, Nguyễn Ái Quốc sang

Trung Hoa và bị bắt. Ở miền Nam, những người CS tả khuynh tiến hành Nam Kỳ Khởi Nghĩa, bị thực dân Pháp đàn áp và tiêu diệt một phần lớn lực lượng. Trong thời điểm 43-44, chiến tranh du kích được khởi động trên vùng Thượng Du miền Bắc. Ở vùng đồng bằng, quần chúng được vận động chống sưu cao thuế nặng, chống chính sách thu gạo, trồng đay của Nhật – Pháp. Đầu năm 45, trục Phát-xít đứng trước nguy cơ chiến bại hiển nhiên. Sợ Pháp trở cờ, Nhật tiến hành cuộc đảo chánh vào ngày 9-03. Chế độ thuộc địa Pháp tan nát nội trong chỉ một ngày. Những đảng phái như Đại Việt hy vọng vào chuyện được Nhật trao trả độc lập trong liên minh Đại Đông Á. Bảo Đại tuyên bố độc lập, đơn phương hủy bỏ hiệp ước 1884 đã khiến miền Nam trở thành thuộc địa và miền Bắc, đất bảo hộ của Pháp. Chính phủ Trần Trọng Kim ra đời. Nhưng không thực quyền, Chính phủ này bó tay trước nạn đói năm Ất Dậu khiến gần 2 triệu người chết, tồn tại được 4 tháng.

Khi Hồng quân Liên-xô thắng đạo quân Quan đông của Nhật, thời cơ đã đến. Ngay sau khi Nhật đầu hàng, Việt Minh thành lập Ủy ban khởi nghĩa và ra quân lệnh số 1 ngày 13-08-1946, phát động tổng khởi nghĩa giành chính quyền. Ba ngày sau, Đại hội Quốc dân ở Tân Trào qui định Quốc kỳ, Quốc ca, Chính sách 10 điều và bầu Ủy ban dân tộc giải phóng Việt Nam. Ngày 19-08, Hà Nội khởi nghĩa; 23 đến lượt Huế, rồi 25, Sài Gòn vùng dậy. Ngày 25, Bảo Đại chấp nhận thoái vị. Sau 12 ngày, chính quyền Thực dân bị đập tan và chế độ quân chủ bị xóa xổ. Ngày 26, Nguyễn Ái Quốc - nay mang tên Hồ chí Minh, chủ tịch Ủy ban giải phóng - về Hà Nội. Ngày 2-09, Hồ Chí Minh ra mắt đồng bào tại vườn hoa Ba Đình, đọc tuyên ngôn độc lập, trở thành Chủ tịch Chính phủ lâm thời (CPLT).

CPLT mới thành lập không quân đội, không tài chính nhưng phải đối phó ngay với những vấn đề gai góc. Vào giải giới quân Nhật, phía Nam có liên quân Anh - Ấn với ý đồ tạo thế thuận lợi cho người Pháp trở lại Đông Dương trong tinh thần bản tuyên bố

*24-03-1945 của De Gaulle, lãnh tụ nước Pháp trong thế chiến 2.
Nam bộ bắt đầu kháng chiến ngày 23-09-1946. Ngay tháng 10,
phong trào ''Nam tiến'' kêu gọi thanh niên gia nhập Giải phóng
quân vào chi viện miền Nam rầm rộ. Phía Bắc, quân Trung Hoa
Dân quốc lên đến 180,000 tiến vào từ 2 ngả, từ Vân Nam do Lư
Hán thống lãnh và từ Lưỡng Quảng do Chu Phúc Thành chỉ huy.
Nhân vật điều hợp chính trị là Tiêu Văn, kẻ vốn đã có liên hệ với
những người Việt Nam yêu nước lưu vong, nhất là những người
sáng lập Việt Nam Cách Mạng Đồng Minh Hội (VNCMĐMH) ở
Quảng Châu. Cùng đoàn quân Vân Nam, Việt Nam Quốc Dân
đảng - tức Việt Quốc (VQ)- theo vào dưới sự lãnh đạo của Nguyễn
Tường Tam và Vũ Hồng Khanh. Từ Quảng Tây, Nguyễn Hải
Thần, lãnh đạo VNCMĐMH - tức Việt Cách (VC) – cũng tháp
tùng Tiêu Văn tiến về Hà Nội. VQ và VC không chấp nhận CPLT,
tìm cách chia sẻ quyền lực chính trị với VM, dẫu ban đầu quyền
lực đó ảo nhiều hơn thực. Thù ngoài, là thực dân Pháp và quân đội
Trung Hoa của Tưởng Giới Thạch. Thực dân với khẩu hiệu Đông
Dương thuộc Pháp được Đồng Minh bật đèn xanh, nhất là Mỹ từ
ngày Truman lên làm Tổng Thống. Trung Hoa với những ý đồ
trục lợi và 18 vạn quân phải nuôi ăn là một gánh nặng trong khi
miền Bắc lại lũ lụt đói kém. Trong nội tình VN, chia rẽ và đấu
tranh ngay cả bằng những phương cách khủng bố giữa VM và
VC,VQ, Đại Việt...tạo ra những khó khăn chính trị. VM bị tố cáo
là hình thức Mặt Trận của ĐCSĐD. Hồ Chí Minh giải tán
ĐCSĐD, lập ra Hội Nghiên Cứu Chủ nghĩa Mác. Quyết định khá
táo bạo này nhằm một mặt thỏa mãn đám tướng lãnh quân Trung
Hoa đa phần là Quốc Dân Đảng Trung Quốc, mặt khác xoa dịu
đấu tranh đảng phái trong nội bộ Việt Nam. Mục tiêu chiến thuật
của Hồ Chí Minh là thúc đẩy việc hợp thức hóa thật nhanh một
quốc gia qua đầu phiếu bầu Quốc Hội Lập Hiến, thành lập Chính
Phủ và soạn thảo Hiến Pháp làm nền tảng pháp lý để xác lập nước
Việt Nam Dân Chủ Cộng Hòa (VNDCCH). Tháng 1-1946, cuộc
diễn tập dân chủ đầu tiên của nhân dân Việt Nam: Quốc Hội được
bầu ra theo thể thức phổ thông đầu phiếu. Chính Phủ Liên Hiệp*

kháng chiến do Quốc hội đề cử gồm thành phần trung lập và những đảng phái trên chính trường, trong đó có VC, VQ, và đảng Xã Hội, đảng Dân Chủ là 2 đảng thoái thân của ĐCSĐD. Trong khi đó, Pháp thương thuyết với Trung Hoa, tìm cách đổ bộ vào miền Bắc. VNDCCH gấp rút ký với Pháp Hiệp Định Sơ Bộ (HĐSB) ngày 6-03 trước khi có thỏa hiệp Pháp-Hoa, tận lực khai thác mọi mâu thuẫn giữa đám tướng lãnh Hoa ở miền Bắc và chính phủ trung ương Trung Hoa Dân Quốc ở Trùng Khánh. VQ và VC cáo buộc HĐSB là thỏa hiệp bán nước cho Pháp. Họ dựa vào thế quân đội Hoa để phá rối, kêu gọi biểu tình, tìm cách lật đổ Chính Phủ. Hà Nội mất an ninh. Khủng bố, ám sát...xẩy ra trên đường phố. Hiệp định Pháp-Hoa ký kết ở Trùng Khánh: quân Trung Hoa Dân Quốc sẽ rút hết, chậm lắm là vào tháng 6-1946, để quân Pháp thay thế chiếm đóng Bắc và Trung bộ. Đô Đốc D'Argenlieu, Cao Ủy Pháp, tiếp tục thi hành kế hoạch Đông Dương thuộc Pháp mặc dầu HĐSB đã xác nhận (i) VNDCCH là một nước tự do có nghị viện, quân đội, tài chính...trong Liên bang Đông Dương và Liên Hiệp Pháp (ii) Pháp cam đoan thừa nhận kết quả một cuộc Trưng cầu dân ý về việc thống nhất ba miền (iii) Quân Pháp thay quân Trung Hoa là 15000 người, sẽ rút đi sau 5 năm và (iv) tiến hành một cuộc đàm phán nhằm ký kết một hiệp ước chính thức Pháp-Việt. Để thực hiện cuộc đàm phán này, hai bên họp Hội nghị trù bị Đà Lạt ngày 12-04-1946. D'argenlieu phá hội nghị này bằng cách đơn phương chiếm đánh Tây Nguyên, với ý đồ lập lên một nước tự trị ngay trên lãnh thổ Việt Nam, trong khi phái đoàn Quốc hội nước VNDCCH thăm viếng Quốc hội Pháp. Tháng 6, Hồ Chí Minh đích thân sang Pháp, mấy ngày sau khi đi mới biết d'Argenlieu đã thành lập một chính phủ Nam Kỳ tự trị, xoá bỏ trên thực tế tất cả những cam kết của HĐSB. Tháng 7, cuộc đàm phán chính thức ở Fontainebleau khai màn, nhưng đến ngày 13-09, phái đoàn VNDCCH ra tuyên bố vạch rõ âm mưu xác lập chế độ thuộc địa của Thực dân Pháp rồi lên đường về nước. Ở miền Bắc, đám lãnh tụ Việt Cách theo quân Hoa triệt *thoái sang Quảng Tây. Quốc Dân đảng cũng rút chạy về Lào Cai. Nguyễn Tường Tam tháp tùng Bảo Đại đi Trùng Khánh tháng 5 để tìm hỗ trợ của Tưởng Giới Thạch: thất bại, cả hai vị này quyết định không về nước. Ngày 14-09, Hồ Chí Minh cuối cùng ký kết được một Tạm Ước với Pháp, cứu vãn thất bại của cuộc đàm phán Fontainebleau, rời Paris và cập bến Hải Phòng ngày 20-10. Nhưng Tạm Ước chỉ là cách giữ thể diện tạm bợ cho hoà bình và mua thời gian để sửa soạn chiến tranh. Tháng 11, Quốc Hội thông qua bản Hiến Pháp 1946, xác định một nước Việt Nam thống nhất, theo thể chế dân chủ đại nghị, đặc biệt không mang dấu vết ý thức hệ Mác-Lênin. Thời điểm đó, Pháp nâng mức khiêu khích gây hấn, và cuối cùng tập trung lực lượng đánh chiếm Hải Phòng và Lạng Sơn ngày 20-11. Ở Hà Nội, vào ngày 18 tháng 12, quân Pháp chiếm Bộ Tài Chính, Bộ Giao Thông và gửi tối hậu thư đòi tước vũ khí của Tự Vệ, lực lượng bán quân sự của VNDCCH. Hôm sau, Hà Nội trở thành chiến trường. Ngày 20-12-1946 Hồ Chí Minh kêu gọi toàn quốc kháng chiến. Chiến tranh Đông Dương chỉ kết thúc sau 8 năm khói lửa với Hiệp Định Genève, sau chiến thắng Điện Biên Phủ.*

Sau khi hạ lệnh Kháng Chiến Toàn Quốc, Hồ Chí Minh yêu cầu quân đội Pháp trở về vị trí cũ trước ngày 17 tháng 12, thôi càn quét để chấm dứt chiến sự, quay trở lại đàm phán. Ngày mồng 2 tháng 1 năm 1947, Bộ Trưởng Bộ Hải Ngoại Moutet đến Hà Nội. Thư của Hồ Chí Minh gửi Moutet bị D'Argenlieu chặn lại. D'Argenlieu hoan hỉ báo cho De Gaulle: '' Nhờ ơn Chúa, Moutet đã không có một cuộc tiếp xúc nào với Hồ Chí Minh và bè lũ... Sự bỏ chạy của chính phủ Hồ Chí Minh mở ra cho nước Pháp những thuận lợi để hoàn thành một cách xứng đáng sứ mệnh tại Đông Dương''.

Nền Đệ tứ Cộng Hòa nước Pháp ra đời. Chính Phủ Việt Nam Dân Chủ Cộng Hòa đề nghị ngưng chiến. Thủ tướng Chính Phủ Pháp Ramadier đồng ý, để Cao Ủy Bollaert và tướng Valluy ra điều kiện. Mùa thu năm 47, Valluy cho hành quân, suýt bắt được

Hồ Chí Minh gần Bắc Cạn, báo cáo với Chính Phủ Pháp đã đánh tan quân lực Việt Minh. Cựu hoàng Bảo Đại ở Hồng Kông được Pháp mời trở lại sân khấu cầm đầu phong trào Quốc Gia. Tháng 6-1948, Chính Phủ Pháp và Nguyễn Văn Xuân, người của Bảo Đại, ra một tuyên bố chung về thỏa ước Vịnh Hạ Long, đặt cơ sở cho hiệp định Pháp - Việt sau này. Tháng 3 năm 1949, Auriol và Bảo Đại ký kết tại Elysée một hiệp định chẳng khác gì mấy so với nội dung của Tạm Ước 14-9. Bảo Đại trở thành Quốc Trưởng của một Quốc Gia Việt Nam, cử Nguyễn Văn Xuân làm Thủ Tướng, nhưng Chính Phủ chỉ là cái thai bị sẩy sau một cuộc bạo dâm, không Quốc Hội, không Hiến Pháp, nhiều năm không có cả ngân sách. Pignon, được cử làm Cao Ủy thay Bollaert, tiến hành triệt để "Việt Nam hoá" chiến tranh để bù vào sự thất bại chính trị của giải pháp Bảo Đại. Số người Việt có mặt trong các binh chủng tác chiến như Nhẩy Dù, Không và Hải quân tăng lên rất nhanh. Lực lượng này có lúc lên đến hơn 220,000 người với trang bị khá hiện đại trong chiến tranh Đông Dương. Nhưng cuộc chiến này giằng dai không người thua kẻ thắng, tạo điều kiện chính trị để Việt Minh hoàn toàn chiếm chính danh của cuộc đấu tranh giải phóng dân tộc. Trong khi đó, đạo quân viễn chinh lên đến 150,000 người, tốn kém mỗi năm là 300 tỉ quan, một gánh nặng cho nước Pháp đang phải xây dựng lại sau thế chiến II. Cuối năm 47, Pháp bất ngờ tiến đánh Việt Bắc, mục đích tiêu diệt toàn bộ ban lãnh đạo kháng chiến. Chiến dịch này thất bại: quân Pháp chết 3,300, bị thương 4,000, mất 255 quân xa, 18 máy bay và 38 giang hạm... Pháp hiểu cuộc chiến này không phải là chiến tranh qui ước. Phía Việt Nam, giải phóng dựa trên chiến thuật du kích vận động, là một cuộc chiến tranh nhân dân, hai mặt chính trị và quân sự bổ xung nhau.

Cuối năm 49, Mao Trạch Đông thắng Tưởng Giới Thạch, thành lập nước Cộng Hòa Nhân Dân Trung Hoa. Đây là một bước ngoặt trong cuộc kháng chiến giành độc lập của Việt Nam. Đầu năm 50, Hồ Chí Minh sang Bắc Kinh, rồi Moscou. Trung Quốc và

*Liên Xô lần lượt công nhận nước Việt Nam Dân Chủ Cộng Hòa.
Trung Quốc thành hậu cứ, tiếp tế khí giới đạn dược, và Việt Nam
tất nhiên sẽ quay theo trục quay của những nước Xã Hội Chủ
Nghĩa. Hồ Chí Minh chính thức thành lập Đảng Lao Động Việt
Nam (ĐLĐVN), hậu thân của Đảng Cộng Sản Đông Dương. Từ
năm, sáu nghìn đảng viên năm 45, số người vào Đảng lên đến một
trăm hai mươi nghìn ở đầu năm 50, ồ ạt và ô hợp đến độ Đảng
phải ra lệnh ngưng kết nạp. Đồng thời, cố vấn Trung Quốc được
''mời'' làm nghĩa vụ quốc tế, giúp tiến hành chiến tranh và cải tạo
xã hội. Ngực găm huy hiệu Mao, những Lã Quí Ba, Vi Quốc
Thanh, Kiều Hiểu Quang, Trần Canh... sang Việt Nam.*

*Tháng 9, chiến dịch Biên Giới: lực lượng Việt Minh tấn công
Lạng Sơn, Đông Khê. Pháp rút lui từ Cao Bằng về Thất Khê, bị
tổn thất lớn. Pháp đành bỏ Lạng Sơn, Lao Cai, Hòa Bình. Vùng
biên giới Việt-Trung được giải tỏa, tạo thế thuận lợi cho Việt
Minh. Mỹ can thiệp, viện trợ cho Pháp. Đại tướng De Lattre de
Tassigny được cử qua Việt Nam, xây dựng một vành đai trắng ở
châu thổ sông Hồng, tăng cường không lực, củng cố đội quân
Quốc Gia của Chính Phủ Bảo Đại và nỗ lực 'bình định' những
vùng quân đội Pháp-Việt kiểm soát. De Lattre phần nào thành
công, tiến chiếm Hòa Bình. Tháng 12 năm 51, Việt Minh phản
công, đẩy Pháp vào thế phòng ngự. Đầu 53, lực lượng Việt Minh
giải phóng Sầm Nứa bên Lào, đẩy mạnh chiến tranh du kích trong
Nam và Trung bộ. De Lattre bệnh, rồi chết. Navarre sang thay vào
giữa năm 53. Quân Pháp nay có 250000 lính, với 26 đại đội Pháo
binh, 528 máy bay...cộng thêm lực lượng quân Quốc Gia gồm
300000 người, mở chiến dịch phản công ở khắp nơi.*

*Đầu năm 1954 Liên Xô đề nghị giải quyết vấn đề Đông
Dương. Khi đó, tại Berlin, ngoại trưởng Pháp, Anh, Mỹ đồng ý
đưa chuyện Đông Dương bàn ở Genève, sẽ mời Trung Quốc và
Ấn Độ tham gia. Thủ tướng Ấn kêu gọi hai bên ngưng chiến,
nhưng lực lượng đặc biệt của Pháp với 500 cố vấn Mỹ vẫn muốn
thực hiện kế hoạch Navarre, chủ trương đánh một trận quyết định,*

chọn Điện Biên Phủ làm chiến trường. Bộ Trưởng Ngoại Giao Mỹ Dulles ngỏ lời với Bộ Trưởng Pháp Bidault về khả năng dùng bom nguyên tử ở Điện Biên Phủ khi nguy cơ thất thủ xảy ra. Chiến dịch Điện Biên Phủ kéo dài hai tháng với 3 cuộc tập kích lớn, đến ngày 7-05-1954 tướng De Castries xin đầu hàng. Quân Pháp mất gần hết những đơn vị ưu tú, 1 sĩ quan cấp tướng, 16 cấp tá, 1749 sĩ quan và hạ sĩ quan, và 16200 lính thiện chiến. Chiến thắng Điện Biên của quân đội nhân dân nước Việt Nam Dân Chủ Cộng Hòa dưới sự chỉ huy của Võ Nguyên Giáp chấn động cả thế giới.

Chiến tranh Đông Dương kết thúc sau đó với Hội Nghị Genève được tổ chức từ 26-04 đến 21-07, nghị trình đầu là chuyện Triều Tiên, sau đó mới đến Việt Nam vào ngày 8-05, đúng một ngày sau chiến thắng Điện Biên. Ngày 10-05, Phạm Văn Đồng đưa ra quan điểm của Việt Nam Dân Chủ Cộng Hòa, đòi Pháp công nhận quyền độc lập và tự chủ của Việt Nam, nhưng cũng xác nhận sẵn sàng gia nhập Liên Hiệp Pháp. Khi ấy, hai khối mang tên Thế Giới Tự Do và Xã Hội Chủ Nghĩa đã cắt đôi nước Triều Tiên. Hai nước "anh em" Trung Quốc và Liên Xô o ép một giải pháp tương tự với Việt Nam. Nhưng cắt Việt Nam ở đâu? Vĩ tuyến 17 trở thành vết chém ngang lưng Tổ Quốc, với một điều khoản hứa hẹn sẽ tổ chức Tổng Tuyển Cử thống nhất đất nước chậm nhất là vào tháng 7-1956. Nhưng ai cũng biết đây là hứa suông, không phải là một thỏa thuận pháp lý. Đến năm 55, số người di cư từ Bắc vào Nam lên đến gần một triệu. Tập kết từ Nam ra Bắc có, nhưng không bao nhiêu. Trung Ương Cục miền Nam dưới quyền của Lê Duẩn gài cán bộ sửa soạn cho bước đấu tranh sắp tới.

Ở miền Bắc, chính sách "Thổ cải" và đường lối chỉnh huấn chỉnh phong bên Tầu du nhập vào Việt Nam với cái tên Cải Cách Ruộng Đất và Chỉnh đốn Tổ Chức đầu những năm 50. Từ 1953, Chính Phủ Việt Nam Dân Chủ Cộng Hòa đã tiến hành Giảm tô - Giảm tức ở nông thôn những vùng giải phóng, lập lại kinh nghiệm Trung Quốc ở mức độ nhẹ hơn. Bị phản đối, Hồ Chí Minh viết thư xin lỗi đồng bào, nhưng ít lâu sau luật Cải Cách Ruộng Đất (CCRĐ) được ban hành và mang ra áp dụng vào thời điểm chiến dịch Điện Biên cho đến 1955. Đồng thời phong trào Chỉnh Đốn Tổ Chức (CĐTC) trong bộ máy Chính quyền và Đảng được phát động, tổ chức "cũ" với những người không thuộc giai cấp cốt cán bị loại, số nạn nhân có thể lên trên 30000. CCRĐ qui định tìm và xử 5% địa chủ, phá nát cơ sở làng xã truyền thống, gây ra những oán thù truyền đời, con số nạn nhân ước lượng trên 170000. Ở Hà Nội, vào tháng 1-56 Giai Phẩm mùa Xuân là báo tư nhân ra đời nhưng bị tịch thu.

Tháng 2 năm 1956, Đại Hội 20 của Đảng Cộng Sản Liên Xô (ĐCSLX) cho nổ một quả bom tấn với báo cáo KrútSốp chống " Tệ sùng bái cá nhân ", vạch trần tội ác của Stalin, và đề ra luận điểm chung sống hòa bình, cho rằng đứng trước hiểm họa của cuộc chiến tranh thế giới, nhiệm vụ cấp thiết của các ĐCS trên thế giới là giải trừ quân bị, không dùng bạo lực để giải quyết "ai thắng ai" với hệ thống tư bản chủ nghĩa. Về đối nội, ĐCSLX cho rằng các ĐCS cầm quyền ở nước xã hội chủ nghĩa cần ra sức phát triển kinh tế, nâng cao đời sống dân chúng, đồng thời mở rộng tự do dân chủ, coi trọng chế độ pháp trị xã hội chủ nghĩa và chống sùng bái cá nhân lãnh tụ. Tháng 5, Mao Trạch Đông phát động phong trào Trăm hoa đua nở trăm nhà đua tiếng. Tháng 6, nổi dậy ở Ba Lan. Rồi tháng 10, ở Hungary. Ở Hà Nội, Giai Phẩm mùa Thu xuất bản vào tháng 8, bán nguyệt san Nhân Văn vào tháng 9. Tháng 10, Hội nghị 10 của Ban Chấp Hành Trung Ương ĐLĐVN tuyên bố sửa chữa sai lầm trong CCRĐ. Trường Chinh mất chức Tổng Thư Ký ĐLĐ, nhưng thành Chủ Tịch Quốc Hội. Hoàng Quốc Việt, Chủ nhiệm ủy ban CCRĐ trở thành người trách nhiệm Công Đoàn trong khi Lê Văn Lương, kẻ phụ trách CĐTC, được điều về làm Chủ tịch Ủy ban Nhân Dân thành phố Hà Nội. Giai Phẩm mùa Xuân tái bản, Nhân Văn ra số 3. Nhân Văn-Giai Phẩm qui tụ được những trí thức và nhà văn hàng đầu thời ấy manh nha những ý kiến xây dựng một nền dân chủ pháp trị. Phong trào này bị chặn lại khi Hồ Chí Minh ký sắc lệnh về chế độ báo chí ngày 9-12-1956. Hai tháng sau, tại Đại Hội văn nghệ toàn quốc lần 2, Trường Chinh kêu gọi đập nát luận điệu phản động Nhân Văn – Giai Phẩm.

Năm 1958, những cố gắng đi đến hiệp thương và Tổng Tuyển Cử để thống nhất Bắc-Nam hoàn toàn vô ích. Trong Nam, Ngô Đình Diệm ra luật 10/59, đặt cán bộ CS ra ngoài vòng pháp luật, đàn áp giết chóc. Ngoài Bắc, nghị quyết bí mật 15 cho phép cán bộ CS nằm vùng đấu tranh vũ lực, song song với những biện pháp chính trị vẫn được coi là chủ yếu trong sách lược ''chung sống hòa bình''. Đến 1960, tình hình phe những nước XHCN đã khác. ĐCSLX và ĐCS Trung Quốc có những rạn nứt quan trọng. LX vận động một cuộc hội nghị quốc tế gồm đại biểu 81 đảng, trong số đó có 70 đảng tán thành quan điểm của ĐCSLX. Lại tranh cãi kịch liệt giữa hai ĐCS lớn nhất thế giới, rồi thỏa hiệp với nhau bằng một tuyên bố chung quặt quẹo. Sau hội nghị quốc tế đó thì Phong Trào Cộng Sản Quốc Tế thực tế đã phân liệt thành hai phe - phe theo Liên Xô và phe theo Trung Quốc. Phe Liên Xô công kích phe Trung Quốc là giáo điều, bảo thủ; phe Trung Quốc đả kích phe Liên Xô là xét lại, nhụt tinh thần tiến công cách mạng, thậm chí là tay sai đế quốc và phản cách mạng. Trước đó, ở miền Bắc, ĐLĐ đẩy mạnh Cải Tạo Tư Sản trong Công Thương nghiệp, đưa toàn bộ nền kinh tế đi vào '' hợp tác''. Trong tình thế phân liệt của Quốc Tế Cộng Sản, Trung Quốc ủng hộ giải phóng miền Nam Việt Nam bằng con đường võ trang quân sự, đi ngược lại nguyên tắc chung sống hòa bình của Liên Xô.

Ở miền Bắc, biện pháp "chuyên chính" đầu tiên là vụ án "Nhân Văn - Giai Phẩm" (NVGP) diễn ra từ cuối năm 1956 và kéo dài mãi đến sau này. Trở về Hà Nội sau chiến tranh, nhiều văn nghệ sĩ, trí thức khát khao được tự do sáng tác, được sống và làm việc trong tự do dân chủ, đã cho ra những ấn phẩm như "Giai Phẩm Mùa Xuân" (1956), "Giai Phẩm Mùa Thu" tập I và tập II,

"Giai Phẩm Mùa Đông" (do Hoàng Cầm, Trần Dần, Lê Đạt, Văn Cao, Sỹ Ngọc, Nguyễn Văn Tý ...), *"Trăm Hoa"* (do Nguyễn Bính), *"Đất Mới"* (Bùi Quang Đoài), *"Nhân Văn"* (do Phan Khôi, Nguyễn Hữu Đang, Trần Duy, Hoàng Cầm ...) để bày tỏ những khát vọng khác với đường lối văn nghệ của đảng cầm quyền. BCT TƯ ĐLĐ đã giao cho Trường Chinh, Tố Hữu, v.v... tổ chức một cuộc đàn áp tàn bạo đối với những trí thức, văn nghệ sĩ khao khát tự do. Những ấn phẩm của họ bị tịch thu, bị cấm, báo chí bị đóng cửa. Những văn nghệ sĩ, trí thức có ít nhiều dính dáng đến NVGP đều bị vu khống, gán ghép *"tội trạng"*, và bị tước mất tự do. Một số bị đưa về nông thôn lao động cải tạo, một số đưa ra xử án *"gián điệp"* rồi vào tù (Thụy An 15 năm, Nguyễn Hữu Đang 15 năm, Trần Thiếu Bảo (Minh Đức) 15 năm...). Nhiều người khác tuy không có án nhưng vẫn bị quản chế vô thời hạn, bị khai trừ ra khỏi các hội sáng tác, mất quyền được xuất bản tác phẩm, vợ con bè bạn đều bị vạ lây, phân biệt đối xử, hành hạ đủ điều. Họ là những tên tuổi như Nguyễn Mạnh Tường, Trần Đức Thảo, Đào Duy Anh, Trương Tửu, Phan Khôi, Trần Dần, Lê Đạt, Hoàng Cầm, Đặng Đình Hưng....

Biện pháp *"chuyên chính"* thứ nhì là quyết định của Bộ Chính Trị (BCT) dưới thời tổng bí thư Lê Duẩn với nghị quyết của Quốc hội số 49/NQ/TVQH do Trường Chinh ký ngày 20-6-1961, cho phép giam giữ các công dân vào mà không cần thủ tục tố tụng, bắt đưa đi tập trung *"cải tạo"* trong thời hạn 3 năm, khi hết hạn đó chính quyền có thể gia thêm hạn khác, và cứ thế kéo dài mãi. Xã hội dân sự ở miền Bắc bị thủ tiêu, thay vào là một chế độ toàn trị nửa phong kiến Mao-ít, nửa Mác-Lê.

Biện pháp *"chuyên chính"* thứ ba có tính cách nội bộ ĐLĐVN, nhưng tác hại lại vô cùng trầm trọng đến vận mệnh cả nước. Ở đại hội 3 (tháng 8.1960), Hồ Chí Minh chính thức thành tổng bí thư, lúc đầu cố giữ cân bằng giữa hai đường lối giáo điều với Trung Quốc và xét lại với Liên Xô. Phe tán đồng đường lối của Mao trong BCT, gồm có Lê Duẩn, Lê Đức Thọ, Hoàng Văn Hoan,

Nguyễn Chí Thanh, Trần Quốc Hoàn ... ngày càng lái Việt Nam vào đường lối Mao-ít. Vấn đề gay cấn nhất hồi đó là con đường thống nhất đất nước. Hội nghị lần thứ 15 của TƯ (tháng 1.1959) đã bí mật quyết định phải dùng bạo lực cách mạng, đấu tranh võ trang, điều động quân đội và vận chuyển võ khí vào miền Nam để tiến hành chiến tranh. Thế nhưng BCT giữ bí mật không đưa vấn đề đó ra thảo luận tại đại hội và trong nghị quyết vẫn ghi là đảng "chủ trương thống nhất Tổ quốc bằng con đường hòa bình". Vào tháng 12 năm 1960, Mặt Trận Giải Phóng miền Nam được thành lập. Đến cuối năm 1963, hội nghị lần thứ 9 (khóa 3) của ĐLĐVN đã họp và ra nghị quyết đưa Việt Nam vào hẳn con đường Mao-ít. Những cán bộ không tán thành nghị quyết hội nghị TƯ lần thứ 9 (thường gọi là "nghị quyết 9") đã thấy trước thảm kịch của toàn dân trong cuộc chiến khủng khiếp sắp tới xin bảo lưu ý kiến. Biện pháp "chuyên chính" ác liệt này của tập đoàn thống trị nhằm những cán bộ đảng viên, đặc biệt là cán bộ cao cấp, trung cấp chống quan điểm của ĐCSTQ và không tán thành "nghị quyết 9". Cuộc đấu tranh giữa hai đường lối đưa đến "vụ án Xét lại - chống Đảng", thực tế bắt đầu từ năm 1962, mở rộng năm 1967, và kéo dài mãi cho đến sau này. Sau lần thanh trừng này phe cánh Lê Duẩn - Lê Đức Thọ ở thế thượng phong hoàn toàn thống trị đất nước và đẩy mạnh công cuộc Giải Phóng Miền Nam. Năm 1964, chiến tranh ở miền Nam lúc một ác liệt. Để đối phó, Mỹ tham chiến và bỏ bom oanh tạc miền Bắc, bắt đầu cuộc leo thang đuổi bắt thần chết trên cả hai miền một nướcViệt Nam bất hạnh.

Sau nghị quyết 15, Mặt Trận Giải Phóng miền Nam (MTGPMN) ra đời cuối năm 1960. Xử dụng chính sách đoàn kết, MTGPMN tập hợp được nhiều lực lượng, trong đó có những người yêu nước nhưng không theo chủ nghĩa Cộng Sản. Tổng Thống Kennedy gửi 1564 Cố Vấn Mỹ sang Việt Nam năm 61. Chính quyền Diệm-Nhu đàn áp Phật Giáo, gây căm phẫn, và mất dần sự ủng hộ của Mỹ. Số cố vấn tăng lên 15,500 năm 63, năm Diệm-Nhu bị các tướng lãnh đạo chánh với sự đồng ý của

610

Kennedy. Phó Tổng Thống Lyndon Johnson lên thay Kennedy bị ám sát ở Dallas. Trong miền Nam, tình hình chính trị mất ổn định với sự thay ngôi đổi chức của những tướng tá quân đội Việt Nam Cộng Hòa.

Sự Kiện Vịnh Bắc Bộ, một dàn dựng của Mỹ, đánh dấu cuộc leo thang chiến tranh sau khi Johnson được tái cử năm 1964. Mỹ đánh bom miền Bắc, đổ Thủy Quân Lục Chiến vào Đà Nẵng, nâng số lính Mỹ ở miền Nam lên 125,000 người. Năm 1965, khoảng 34,000 quân miền Bắc thâm nhập đường mòn Hồ Chí Minh, đe dọa cắt Tây Nguyên làm 2. Mỹ phát động chiến dịch Sấm Rền, bom những trục giao thông miền Bắc, mỗi ngày trung bình ném 200 tấn bom, dự đoán Hà Nội sẽ xin hòa đàm. Johnson hứa giúp miền Bắc 5 tỉ đôla để xây dựng nếu ngưng chiến, nhưng Phạm Văn Đồng trả lời tức thì rằng điều kiện tiên quyết là quân đội Mỹ phải rút khỏi Việt Nam.

Năm 1966, Nguyễn Văn Thiệu và Nguyễn Cao Kỳ khai sinh nền đệ nhị Cộng Hòa, với sự hiện diện của gần 400,000 lính Mỹ ở miền Nam. Mỹ tiến hành ''chiến tranh cục bộ'', không kích đường mòn Hồ Chí Minh, phát động chiến dịch ''tìm và diệt'', phá cơ sở làng xã, gây nên nỗi căm hận của dân chúng ở nông thôn miền Nam. Miền Bắc tổng động viên, bắn rơi 500 máy bay Mỹ. Chi phí của Mỹ vào chiến tranh là 1 tỷ đôla. Tướng Westmoreland, chỉ huy quân lực Mỹ, xin Johnson tăng viện 50,000 lính, lạc quan báo khả năng chiến thắng quân sự. Đồng minh của Mỹ cũng đổ quân vào Việt Nam (Hàn quốc, 50,000; Thái Lan, 1 trung đoàn; Phi Luật Tân, 2000 ; Úc, 7,000; Tân Tây Lan,500). Số lính Mỹ ở miền Nam lên đến 500,000 năm 1967, phần lớn là lính chấp hành nghĩa vụ quân sự. Miền Bắc khi ấy có khoảng 200,000 quân trong Nam, trang bị khí giới của Liên Xô và Trung Quốc, xây dựng một hệ thống địa đạo dày đặc, rất cơ động, kiểm soát được 1/2 nông thôn. Sự hiện diện một đạo quân viễn chinh tạo ra nạn tham nhũng, đĩ điếm, xì-ke ma túy, trộm cắp.... Ở Đà Nẵng, nơi quân Mỹ lập căn cứ, Phật giáo tổ chức xuống đường biểu tình. Nguyễn Cao Kỳ sang Mỹ xin 750 triệu đôla viện trợ kinh tế, và đề nghị '' *Bắc Tiến*''. Nhưng đối với đội quân Việt Nam Cộng Hòa nửa triệu người này, Cố vấn Mỹ nói '' 80% là không mấy hiệu quả! ''.

Khủng hoảng bên Mỹ khơi nguồn từ Phong Trào Phản Chiến (PTPC) ngày một trầm trọng. Johnson cho ném bom vào sát Hà Nội, hy vọng áp lực để Bắc Việt tương nhượng hầu khắc phục niềm tin của nhân dân Mỹ vào một chiến thắng quân sự. Nhưng không lực Mỹ gặp sức chống trả mãnh liệt của 200 trận địa phòng không quanh Hà Nội, với 6000 cao xạ, và hỏa tiễn Sam 1, Sam 2 di chuyển bằng cả xe đạp, linh động thay đổi vị trí luôn luôn. Dân đi sơ tán, tổn thất nhân mạng không nhỏ. Có những làng toàn bộ bị chôn sống vì hầm sập. Trong ba năm, số tử thương là 53,000, tính riêng cho mặt trận phía Nam Hà Nội.

Năm 1968, quân đội miền Bắc xâm nhập miền Nam qua đường mòn Hồ Chí Minh ngày một đông. Số 90,000 lính vào Nam năm 67 tăng lên 150,000 năm 68, báo hiệu khả năng những trận đánh qui mô. Mỹ tung chiến dịch Trực Thăng vận. Đây là một phương tiện cơ động có thể di chuyển 2,3 tiểu đoàn với vận tốc 150 cây số/giờ, trang bị đại liên M-62, gắn rốc-két và mang bom công phá 12,000 mét vuông. Nhưng trực thăng bị bắn rơi tất cả 5000 chiếc. Thượng Nghị Sĩ Fullbright phê phán công khai chiến tranh Việt Nam, PTPC ở Mỹ ngày một lớn mạnh trong dư luận. Đầu năm, quân miền Bắc bao vây Khê Sanh nhằm đánh lạc hướng Mỹ, bất ngờ phát động chiến dịch Tổng Công Kích và Nổi Dậy Tết Mậu Thân với một lực lượng 80,000 cả lính lẫn du kích, tấn công mọi thành phố lớn, xâm nhập tòa Đại Sứ Mỹ ở Sài Gòn, và chiếm giữ Huế cả tháng. Tổng công kích nhưng không dẫn đến nổi dậy như dự đoán. Đợt 1 khá thành công nhưng đợt 2 và 3 trong năm 68 của chiến dịch gây những tổn thất đáng kể cho lực lượng quân sự của MTGPMN và Bắc Việt. Sau đó, với chiến dịch Phượng Hoàng, Mỹ và chính quyền Thiệu-Kỳ đã phá vỡ một cách hữu hiệu mạng lưới ''nằm vùng'' khiến miền Bắc cần 2 năm mới xây dựng lại được khả năng tiến công. Tuy nhiên, cuộc Tổng công kích tạo những thắng lợi cơ bản trên mặt trận ngoại giao. Dư luận thế giới khắp nơi đồng tình với PTPC, lên án cuộc chiến tranh, và Johnson tuyên bố ngưng oanh tạc miền Bắc. Hội đàm giữa Mỹ và Bắc Việt ở Paris bắt đầu vào tháng 4. Tháng 11, hội nghị ,''bốn bên'' nhóm họp, có Việt Nam Dân Chủ Cộng Hòa (Bắc), MTGPMN, Việt Nam Cộng Hòa (Nam) và Mỹ. Nixon đắc cử Tổng Thống, hứa hẹn sẽ thiết lập ,'' hòa bình trong danh dự''.

Nixon tiếp tục cuộc hòa đàm Paris, lên kế hoạch rút quân Mỹ, tổng số tử thương đã lên đến 33,000 từ đầu cuộc chiến cho đến 1969. Thay mầu da xác người, Nixon tiến hành ''Việt Nam hóa chiến tranh''. Chính quyền Thiệu-Kỳ ra lệnh tổng động viên ở miền Nam. Tháng 11, vụ Thảm sát Mỹ Lai lên báo chí truyền hình Mỹ, PTPC tổ chức biểu tình lên án tính phi nhân của cuộc chiến. Đàm phán bí mật tay đôi Kissinger-Lê Đức Thọ kéo dài. Ở Hà Nội, Hồ Chí Minh từ trần, nhưng Bắc Việt không có dấu hiệu thay đổi chính sách đối với miền Nam. Nixon xua quân vào nội địa Kampuchia đánh phá liên tiếp 2 tháng những kho dự trữ khí giới và lương thực của VC. Ở Mỹ, sinh viên bị bắn chết khi biểu tình phản chiến ở Đại Học Kansas: PTPC lên cao điểm. Bắc Việt đặt điều kiện tiên quyết là Mỹ phải bỏ Thiệu mới thúc đẩy cuộc đàm phán. Năm 1971, số quân Mỹ ở miền Nam còn 325,000 người, số thương vong tổng cộng 45,000. Quân đội Việt Nam Cộng Hòa tiến đánh Hạ Lào trong chiến dịch Lam Sơn với sự yểm trợ của không lực Mỹ, mục đích phá hoại hệ thống hậu cần trên đường mòn Hồ Chí Minh. Sau 4 tuần, đội quân 17,000 người đến Tchepone, nhưng không đạt được mục đích, phải rút với những tổn thất đáng kể.

Năm 1972, lực lượng Mỹ ở Việt Nam còn 40,000. Nixon ứng cử Tổng Thống nhiệm kỳ 2, tuyên bố '' hòa bình trong tầm tay''. Quân đội miền Bắc mở mặt trận An Lộc, rồi đánh vào khu phi quân sự, chiếm Quảng Trị, giành lợi thế trước khi ký Hiệp Định Paris đã định vào tháng 11. Quân Việt Nam Cộng Hòa phản công.

Nixon đắc cử, ra lệnh tái oanh tạc miền Bắc tạo áp lực. Hà Nội bị B-52 đánh trong 12 ngày đêm vào Giáng Sinh năm 72. Trận đánh này có tên là Điện Biên trên không gây ra những thiệt hại dân sự đáng kể nhưng lại chẳng thay đổi gì nội dung Hiệp Định Paris, ký vào ngày 27-1-1973, kết thúc sự tham chiến của Mỹ với 50,000 lính tử vong, 300,000 thương vong, và 150 tỉ đôla chiến phí.

Trước khi rút hẳn, Nixon đổ vào miền Nam một lượng khí giới đáng kể với hy vọng quân lực Việt Nam Cộng Hòa có thể đương đầu miền Bắc. Vụ Xì-căng-đan Watergate xảy ra, Nixon không còn được tín nhiệm, phải từ nhiệm. Gerard Ford lên thay. Quốc Hội Mỹ cắt giảm 60% viện trợ, viễn tượng sụp đổ của miền Nam đã rõ ràng. Hà Nội dự định 'giải phóng miền Nam' vào năm 76, tiếp tục chuyển quân vào những vị trí chiến lược. Tháng 3 năm 75, 3 sư đoàn quân Bắc Việt bao vây Ban Mê Thuộc chống giữ bởi 4000 lính Cộng Hòa. Một nửa lính ra hàng, Ban Mê Thuộc thất thủ. Sau đó, một cuộc phản kích chiếm lại thị trấn này thất bại. Ngày 15-3, Nguyễn Văn Thiệu ra lệnh triệt thoái khỏi Pleiku và Kontum, tạo khả năng cho quân đội miền Bắc cắt miền Trung ra khỏi miền Nam. Cuộc triệt thoái vô tổ chức đến được Tuy Hòa thì mất 60,000 quân, tâm lý chủ bại lan ra như dịch. Từ khu phi quân sự, lực lượng miền Bắc cứ thế đi vào chiếm Huế, rồi xuống Đà Nẵng, không gặp sức kháng cự nào đáng kể. Tướng lãnh chỉ huy đội quân miền Nam bỏ chạy, lính như rắn mất đầu, tán loạn. Ở Đà Nẵng, sau 32 giờ, hơn 100,000 lính thiện chiến đầu hàng. Quân đội miền Bắc dễ dàng vào giải phóng Sài Gòn, đi thật nhanh để nắm thời cơ ngàn năm một thuở. Xuân Lộc là phòng tuyến cuối phía Bắc Sài Gòn, chống cự mãnh liệt từ ngày 9-4 đến ngày 16 thì vỡ. Ngày 21, Thiệu từ chức. Ngày 23, 100,000 quân miền Bắc chỉ cách Sài Gòn 50 cây số. Ngày 29, người Mỹ phát thanh bài hát '' Tôi mơ về một Giáng Sinh trắng '', tín hiệu bỏ chạy, không có gì là ''trong danh dự'' như kiểu hòa bình theo lời Nixon-Kissinger đã từng tuyên bố.

Ngày 30-4-1975, Dương Văn Minh kêu gọi quân đội miền Nam bỏ súng, tránh được những tổn thất vô ích ở thời điểm cuối một cuộc chiến thắng thua đã rõ. Xe tăng T-54 đâm sập cửa dinh Độc Lập là hình ảnh kết thúc chiến dịch Đại Thắng mùa Xuân mà Hà Nội, dự trù 2 năm, đã thực hiện trong 7 tuần lễ. Cuộc chiến ròng rã 15 năm, gọi là cuộc chiến thần thánh chống Mỹ - cứu nước, đã cướp đi ít nhất 5 triệu nhân mạng và không biết bao nhiêu người Việt Nam thương phế.

Sau chiến tranh, lại chiến tranh, với Kampuchia ở biên giới Tây Nam. Và rồi với Trung Quốc, ở biên giới phía Bắc. Tiếp đó là thảm kịch vượt biên. Chính quyền rêu rao họ đi vì kinh tế. Có thể, nhưng không chỉ vậy. Cải tạo tư sản trong miền Nam, rồi 2 cuộc đổi tiền, chiếm nhà chiếm đất... là những trận cướp ngày bài bản. Dẫu ngoài miệng chính sách là hoà hợp hoà giải dân tộc, nhưng chính quyền mới đưa hàng trăm ngàn người vào những trại học tập cải tạo, thực chất là bỏ tù. Đối với thế hệ con em, chính sách lý lịch khép tương lai tuổi trẻ vào mịt mù tuyệt vọng. Cuộc chiến 15 năm đầy máu và nước mắt dẫn đến thống nhất, nhưng chỉ là thống nhất lãnh thổ dưới một chế độ chuyên chế. Và quả có chút cường điệu khi ghép vào cuộc chiến này bốn chữ giải phóng dân tộc. Những người được giải phóng hoảng hốt vượt biên, tạo dịp cho quyền thế móc vàng và đô-la với những chuyến đi gọi là bán chính thức. Người vượt biên, sống có nhưng chết không ít. Số tử vong trên biển được ước lượng khoảng từ 4 đến 5 trăm ngàn người.

Chỉ 10 năm sau ''giải phóng'', đất nước đã kiệt quệ. Cuộc Đổi Mới năm 1986 là một bức bách của hiện thực. Chưa được bao lâu, cục diện chính trị ở Việt Nam lại co rút lại như lên một cơn động kinh sau vụ Thiên An Môn bên Trung Quốc. Bức tường Bá Linh sụp xuống, thế giới không đóng băng trong chiến tranh lạnh như xưa. Đầu thập niên 90, Liên Xô rồi toàn bộ những nước XHCN Đông Âu rã ra như một cơn hoang tưởng. Việt Nam ''anh hùng'' chênh vênh trên vực bờ ý thức hệ, nhìn về Trung Quốc ở phương

Bắc, víu vào đó như tấm ván cuối cùng trên mặt biển sóng gió nhưng với nỗi kinh hoàng một ngàn năm Bắc thuộc trong lịch sử .

www.ingramcontent.com/pod-product-compliance
Lightning Source LLC
Chambersburg PA
CBHW031019030726
47497CB00004B/924

* 9 781629 884790 *